हिमालय

नि एक तपस्वी

पॉल ब्रन्टन

अनुवाद - गणेश नीलकंठ पुरंदरे

हिमालय
नि एक तपस्वी
Translation of best selling book
A Hermit in the Himalayas
पॉल ब्रन्टन

हिमालय नि एक तपस्वी

First published by Rider Books, an imprint of Ebury Publishing. A Random House Group Company.

प्रकाशक	:	वॉव पब्लिशिंग्ज् प्रा.लि., पुणे
मुद्रक	:	विक्रम प्रिंटर्स प्रा.लि.पुणे
चौथी आवृत्ती	:	जून २०१८
पुनर्मुद्रण	:	जानेवारी २०२०
अनुवादक	:	ग. नी. पुरंदरे
ISBN	:	978-81-8415-397-2

'A Hermit in the Himalayas' या मूळ इंग्रजी पुस्तकाचा मराठी अनुवाद

Himalya Ni Ek Tapasvi
by Paul Brunton

प्रस्थानापूर्वी...

हिमालयाच्या उत्तुंग परिसरात पॉल ब्रन्टन या योगी पुरुषाने घेतलेले अनुभव आणि त्यांना आलेली आत्मिक अनुभूती यांचा साक्षात्कार वाचकांनाही घडवण्याचे सामर्थ्य असणारा आविष्कार म्हणजे 'हिमालय नि एक तपस्वी' हे पुस्तक.

पॉल ब्रन्टन यांचा पिंड तत्त्वचिंतकाचा. 'स्व'चा अर्थ, 'स्व'मागे असणारा कार्यकारणभाव (असला तर) व त्याचे सृष्टीशी असणारे नाते यांचा शोध घेत पॉल जगभर फिरले. विशेषत: भारतभर त्यांनी केलेला प्रवास यासंबंधाने फारच वैशिष्ट्यपूर्ण आहे. त्यांचा हा शोध रमण महर्षींपाशी थांबला आणि ते महर्षींचे शिष्य झाले. या सर्व प्रवासात त्यांना अनेक खरे खोटे चमत्कार व अनुभव मिळाले. परंतु त्यांची जडणघडण पाश्चात्त्य विज्ञाननिष्ठ पार्श्वभूमीवर झालेली असल्यामुळे या अनुभवांना व्यवस्थित पारखून घेण्याची वैचारिक शिस्त त्यांना लाभलेली आहे. त्यांची ही शास्त्रीय मनोबैठक या पुस्तकातील त्यांच्या अनुभवांतून आणि विचारांतूनही व्यक्त होत असल्यामुळे हे तत्त्वचिंतन फारच अर्थगहिरे होत जाते. आपल्याला विचार करण्यास प्रवृत्त करते.

लेखकाचे तत्त्वज्ञान आणि अध्यात्मविषयक वाचन प्रचंड आहे. या वाचनाला आणि चिंतनाला प्रत्यक्ष अनुभूतीची पार्श्वभूमी लाभलेली आहे. त्यामुळे हे पुस्तक वाचताना आपण एका समृद्ध व्यक्तिमत्त्वाच्या सान्निध्यात असल्याचा भारावून टाकणारा अनुभव वाचकांना येतो.

हिमालयाचा निसर्गरम्य परिसर पॉल यांची लेखणी अक्षरश: जिवंत करते. निसर्गाच्या भव्यतेपुढे पुष्कळदा सामान्य माणसाला आपले अस्तित्व फार क्षुद्र वाटते. परंतु या पुस्तकात पॉल यांच्या सहवासात आपल्या 'स्व'चे उन्नयन होते आणि आपल्याला घडतो तो एकत्वाचा साक्षात्कार. निसर्गाच्या या भव्यतेचा आपण एक भाग आहोत, आपण त्याच्यापेक्षा वेगळे नाही याची तीव्र जाणीव होऊन 'स्व' अक्षरश: विरघळून जातो. आध्यात्मिक अनुभूती यापेक्षा वेगळी असते का?

या अनुभूतीतूनच 'ईश्वरविषयक', जगनियंत्या शक्तीबद्दल आपल्या जाणिवा प्रगल्भ करण्याच्या प्रेरणा हे पुस्तक देते. इथे आपल्याला सर्व धर्मांच्या पल्याडच्या चिंतनप्रदेशात लेखक फिरवून आणतो. बायबलमध्ये असणारे वाक्य 'Be still and know thee I am - God!' किंवा 'मी आणि माझा पिता वेगळे नसून एकच आहोत', यातून व्यक्त होणारी अनुभूती; ध्यान, झेन किंवा चान ज्या साक्षात्काराकडे घेऊन जातात ती अनुभूती किंवा पैगंबर ज्याकडे निर्देश करतात ती अनुभूती शेवटी एकच असल्याचे लक्षात येते.

आध्यात्मिक तत्त्वचिंतनाबरोबरच आपल्या रोजच्या जगण्यालाही श्रीमंत करणारे बहुपेडी अनुभव, निरीक्षणे आणि चिंतन पुस्तकात ठिकठिकाणी आहे. गिर्यारोहणासंबंधीचे लेखकाचे चिंतन म्हणजे तर रोजच्या जीवनसंघर्षात सुजाण आणि सम्यक भूमिका कशी घ्यावी याचा वस्तुपाठच घालून देते. गिर्यारोहणाचे चित्रण असो की विविध रीतीभाती, जीवनपद्धती यांचे चित्रण असो, लेखकाची भाषा अतिशय ओघवत्या आणि चित्रमय शैलीत ते सर्व आपल्यासमोर जिवंत करते. हे पुस्तक म्हणजे त्यांनी केलेल्या हिमालयापर्यंतच्या आणि हिमालयाच्या कुशीतल्या प्रवासाचे वर्णन जरी असले तरी ते केवळ प्रवासवर्णन नाही. त्यांना लाभलेली पत्रकाराची सूक्ष्म दृष्टी अनेक लोकांचे, प्रथांचे, समाजाचे, लोकमानसाचे चित्रण फार बारकाईने करते. त्यामुळे एक सामाजिक दस्तऐवज म्हणूनही या ग्रंथाचे महत्त्व फार मोठे आहे.

निसर्गाचे चित्रण करताना तर लेखक आणि तत्त्वचिंतक म्हणून पॉल ब्रन्टन यांच्या उत्तुंग प्रतिभेची साक्ष पटते. मुळात सर्व निसर्ग पॉल ब्रन्टन यांच्याशी संवाद साधतो, बोलतो, आपले अंतरंग उघड करून दाखवतो. देवदार वृक्षाशी बोलताना पॉल 'पॉल' कुठे राहिलेले असतात? ते देवदार वृक्षच झालेले असतात. झऱ्याशी बोलताना झरा

आणि वादळाशी बोलताना वादळ होणारे पॉल ते सर्व अनुभव इतक्या सुंदर काव्यात्म शैलीत आपल्यासमोर आणतात की आपण साक्षात त्यांच्याबरोबरच आहोत असे वाटते.

पॉल ब्रन्टन यांच्या काव्यमय ओघवत्या भाषेला विनोदाची, मिस्कलतेचीही एक झालर आहे. किंबहुना ते त्यांच्या शैलीचे एक सामर्थ्य आहे. त्यांच्या भाषाशैलीची ही सगळी वैशिष्ट्ये अनुवादक ग. नी. पुरंदरे यांनी फार समर्थपणे मराठीत आणली आहेत. मुळात हे पुस्तक लिहून आता ऐंशी वर्षे झाली आहेत. पॉल ब्रन्टन यांची भाषा ही त्या काळातील असल्यामुळे इंग्रजी पुस्तक वाचताना कठीण जाऊ शकते. म्हणूनच या अनुवादाने मराठी वाचकांनी फारच मोठी सोय केली आहे. अर्थात, ग. नी. पुरंदरे यांचा हा अनुवादही चाळीस वर्षांपूर्वी केलेला असल्यामुळे त्यांची भाषा काही ठिकाणी जुन्या वळणाची वाटू शकते. परंतु त्यामुळे ती वाचनातली बाधा अजिबात ठरत नाही तर उलट पुस्तकाचे सौंदर्यच वाढवते.

आजच्या काळात हे पुस्तक प्रकाशित होण्याला एक अनोखे महत्त्व आहे. आम्ही एका विचित्र संक्रमण काळातून जात आहोत. कुठलेही चिंतन करायला आम्हाला वेळ नाही. 'प्रेम', 'विश्वास', 'निष्ठा', 'समर्पणभावना' किंवा 'सेवाधर्म' हे शब्द कुठल्यातरी परग्रहावरचे वाटावेत इतके आम्ही या भावनांपासून दूर चाललो आहोत. 'आत्मसंवाद' किंवा 'निसर्गाशी संवाद' साधणे फार पुढचे, आम्हाला कौटुंबिक संवादही दुरापास्त झाला आहे. या पार्श्वभूमीवर आत्मसंवाद, निसर्गसंवाद यांविषयी जागरूकता निर्माण करून या पुस्तकातील चिंतन वाचकांना आत्मबोधाच्या प्रवासासाठी उद्युक्त करेल अशी खात्री वाटते.

शुभेच्छांसहित

नितीन कोत्तापल्ले

अनुवादकाची प्रस्तावना

'भारताच्या आध्यात्मिक रहस्याच्या शोधात' (नवी आवृत्तीः रहस्यमय भारताचा शोधः वॉव पब्लिशिंग्ज् प्रा.लि.पुणे) या पुस्तकामुळे पॉल ब्रन्टन यांचा मराठी वाचकांना चांगला परिचय झालेला आहेच. त्याच शोधकाचे हे दुसरे पुस्तक आहे.

''अस्त्युत्तरस्यां दिशि देवतात्मा। हिमालयो नाम नगाधिराजः।।'' 'कुमारसंभवम्' या आपल्या काव्याच्या पहिल्याच श्लोकात महाकवी कालिदास याने नगाधिराज हिमालयाचा 'देवतात्मा' म्हणून गौरव केलेला आहे. हिमालयाच्या परिसरात देवतांचे वास्तव्य असते. सूक्ष्म व कारणदेहात देव-देवता या गिरिशिखरांवर संचार करीत असतात अशी हिंदुमात्राची भावना आहे. विशेषकरून देवाधिदेव महादेव यांचे हिमालय हे मोठे प्रिय असे निवासस्थान आहे. कैलास पर्वतावर त्यांचे वास्तव्य असते. शिवाय गौरीशंकर, नीलकंठ, त्रिशूळ ही शिखरे त्यांना तितकीच प्रिय आहेत. त्यांची नावेच तशी सूचक आहेत. हिमालयाचे आकर्षण जे भारतीयांना पुरातन काळापासून वाटत आलेले आहे, त्याचे कारण हेच होय. पांडवांनी स्वर्गारोहण याच भागातील गंधमादन

पर्वताच्या बाजूने केले असा महाभारतात उल्लेख आहे. खुद्द वेदव्यास ऋषींनी भारताच्या लेखनाचा प्रारंभ याच परिसरात केला. भगवान श्रीकृष्णाने निजधामास जाण्यापूर्वी उद्धवाला मनःशांतीसाठी बदरिकाश्रमात जाण्यास सांगितले होते. या पर्वताच्या निरनिराळ्या भागात कैलास, मानस सरोवर, केदारनाथ, बदरीनाथ, तुंगनाथ, गंगोत्री, जमनोत्री, नंदादेवी, वैष्णोदेवी ही अखिल हिंदुमात्रास पवित्र वाटणारी स्थाने व तीर्थे आहेत.

याच भावनेने व श्रद्धेने पॉल ब्रन्टन यांनी या पर्वतावर आपल्या आध्यात्मिक शोधाची पुढची पायरी म्हणून एकांतवासात राहण्याचे ठरविले. हिमालय पर्वत मला का आवडतो, याविषयी ते स्वतःच म्हणतात. ''त्याचे एक कारण असे आहे की, अव्यक्तावर ध्यान केल्याने जी मनःशांती मिळते, जे सौंदर्य प्रचीतीस येते, त्याचे प्रतिबिंब मला या गिरिराजाचे ठिकाणी व्यक्त रूपाने उमटलेले दिसते.'' त्याच्यापुढे जाऊन ते म्हणतात, ''हिमालयातील उच्च वातावरण म्हणजे एक निःशब्द शक्ती, शांततेचे एक मूर्त स्वरूप. त्या दिव्य शांततेत परमात्मा वास करतो. त्या शांततेत मानवाला परमेश्वराच्या अस्तित्वाची खूण पटते.'' त्या परमेश्वराच्या ह्या मूर्त स्वरूपाचे त्यांना प्रत्यक्ष दर्शन झाले. त्याचे अस्तित्व त्यांना पटले. या परिसरात त्यांनी पसंत केलेल्या शांतिधामात त्यांना देहातीत अवस्थेचा अनुभव मिळाला. ह्या निःस्तब्ध व शांतिपूर्ण परिसरात, निसर्गाच्या अत्युच्च व भव्य स्वरूपात त्यांना जे परमात्मदर्शन झाले, त्यास त्यांनी बायबलमधील एका सूक्ताचा नेमका आधारही दिला आहे. "Be Still, and know thee I am - God!" अंतर्बाह्य निःस्तब्ध मौन व्हा आणि जाणून घ्या, 'मी आहे'-ईशस्वरूप!

श्रीज्ञानेश्वर महाराजांनी ध्यानसाधनेच्या दृष्टीने अशा एकांतवासाची, जनसंपर्कापासून अलिप्त अशा स्थानाची आवर्जून शिफारस केली आहे. सहाव्या अध्यायात ते म्हणतात :

आणिकही एक पहावें। जें साधकीं वसतें होआवें।

आणि जनाचेनि पायरवें रुहळेचिना।। ६-१७२.

जेथ अमृताचेनि पाडें। मुळाहीसकट गोडें।

जोडती दाटें झाडें। सदा फळतीं ।। ६-१७३.

पाउला पाउला उदकें। वर्षाकाळेंही अतिचोखें।

निर्झरें कां विशेखें। सुलभें जेथ।। ६-१७४.

परि आवश्यक पांडवा। ऐसा ठावो जोडावा।

तेथ निगूढ मठ होआवा। कां शिवालय ।। ६-१७९.

मग तेथ आपण। एकाग्र अंतःकरण।

करूनि सद्गुरुस्मरण। अनुभविजे ।। ६-१८६.

असाच एक निगूढ मठ त्यांनी आपल्या शांतिधामात तयार केला, की जेथे जनाचा पायरव रुळू नये. त्या शांतिधामात आसपासच्या निसर्गाशी ते एकरूप झाले. वृक्षवल्लींशी त्यांनी सोयरीक केली; देवदार वृक्षाशी वार्तालाप केले. सर्वसाधारण माणसाकडून ज्या खऱ्या सुखाची उपेक्षा केली जाते, त्या सुखाचा त्यांनी अनुभव घेतला. दृष्टी अंतर्मुख करून इंद्रियातीत अवस्थेचा अनुभव घेतला. एका तपस्व्याला सदृश असे खडतर जीवन त्यांनी शांतिधामात व्यतीत केले.

पॉल ब्रन्टन यांच्यासारख्या पाश्चात्त्य विद्याविभूषित व सुसंस्कृत अशा व्यक्तीकडून वानप्रस्थ-तपस्व्याच्या जीवनाची अनुभवाअंती प्रशंसा व्हावी हे विशेष आहे व त्यामुळे आमच्याकडील सध्याच्या यांत्रिक युगातील सुखासीन व बहिर्मुख भोगवादी जीवनात रममाण झालेल्या भाग्यवंतांना अंतर्मुख व्हावेसे वाटेल; ऐहिक सुखातील कमतरतेची जाणीव होईल; देहातीत निरंतर अशा आत्मिक जीवनाची किंचितशी झुळूक लागेल व त्या सुखाचा अनुभव घ्यावासा वाटेल की, ज्याचा लाभ झाल्यावर दुसरा कोणताही लाभ त्याहून अधिक मोलाचा वाटणार नाही.

"यं लब्ध्वा चापरं लाभं मन्यते नाधिकं ततः।

यस्मिंस्थितो न दुःखेन गुरुणाऽपि विचाल्यते।।"

आणि जेथे चित्त स्थिरावले म्हणजे कितीही मोठे दुःख भोगावयास लागले तरी ते विचलित होऊ शकणार नाही.

इति शम्.

'नंदादीप'

म्हसोबा मैदान, ठाणगे पथ,

कल्याण (जि. ठाणे)

गणेश नीलकंठ पुरंदरे

अनुक्रमणिका

पहिल्या (ब्रिटिश) आवृत्तीची प्रस्तावना

वाचकांची कदाचित चुकीची समजूत होईल की, हे एक नवीन पुस्तक आहे व बऱ्याच वर्षांचे मौन सोडून हे पुस्तक मी लिहावयास घेतले आहे. त्यांना मी एकदम सांगून टाकतो, की तसा काही प्रकार नाही. हे पुस्तक लिहिल्याला बरीच वर्षे झाली. पण नेमकी किती झाली, हे काही आता स्मरत नाही. पुस्तकाचे मुद्रण मद्रासलाच जेथे मी राहात होतो त्याच्या शेजारीच झाले होते. त्यातील काही प्रती इंग्लंडला पाठविल्या होत्या. त्याच स्वरूपात येथेही काही प्रती विकल्या गेल्या. मात्र थोड्याच दिवसांत प्रती खलास झाल्या. तशी मागणी पुष्कळ होती पण A Hermit in the Himalayas हे पुस्तक पुन्हा छापले गेले नाही, हे तितकंच खरे.

ह्या पुस्तकात हिमालयाच्या मध्यभागाचे वर्णन आहे. पण तिकडे मी परत गेलो नाही. महायुद्ध सुरू झाले व मी परत ह्या नगाधिराजाकडे वळलो, पण त्याच्या पूर्वभागाकडे. सिक्कीमच्या सरहद्दीवर व नंतर पश्चिम भागाकडे, जेथून छोट्या तिबेटकडे नजर टाकता यावी.

गिरिशिखरांच्या अखंड मालिकांचे ते भव्य सौंदर्य मी विसरणे कधीही शक्य नाही. तसेच गिरिशिखरांवरून खाली दरीमध्ये कोसळून पडणाऱ्या निर्झरांचे ते सतत चालणारे मधुर गान... त्याचाही मला कधीही विसर पडणार नाही.

ह्या पुस्तकात लिहिलेल्या वर्णनांच्या पाठीमागचा माझा दृष्टिकोन अजून तसाच राहिला आहे असे नाही. लिहिल्याला बराच कालावधी लोटला. दरम्यान अनेक अनुभवांची व आंतरिक विकासाची भर पडली. त्यामुळे पूर्वीच्या दृष्टिकोनात फरक पडणे अगदी स्वाभाविक व अपरिहार्य होते. परंतु सर्वसामान्य दृष्टिकोन तसाच राहिलेला आहे; आणि तो म्हणजे मन व हृदयास पुनरपि अंकित ठेवल्याने आध्यात्मिक शांतीचा लाभ होतो हे ज्ञान. पूर्वेकडील देशात प्रदीर्घ प्रवास करून परत मी युरोपात आल्याला काही फार दिवस झाले नाहीत, तरी पण येथे जे काही मी पाहिले व ऐकले, त्यावरून हे ज्ञान होणे किती आवश्यक आहे, ह्याची खात्री मला पटली. मी पुस्तकाची टिपणे प्रथम लिहिली. त्या वेळी जशी होती तशीच आजही आहेत. मानवी जीवनात आजच्या जगात जो गोंधळ उडून गेलेला आहे, त्याचे एक कारण असे आहे की, पाश्चिमात्यांनी परमेश्वराला नुसता कर्मवीरच करून ठेवलेले आहे. कर्म करण्याखेरीज त्याला काही वेगळे असे अस्तित्व आहे हे त्यांच्या ध्यानातच येत नाही.

या झंझावाती जीवनात मनःशांतीला जागाच उरत नाही. पण अशी जागा शोधून काढली पाहिजे या उद्देशाने एकांतवाससेवन व वानप्रस्थाश्रम हा योग्य मार्ग आहे तो स्वीकारणे हे असहायतेचे लक्षण नसून शक्तीचे प्रतीक आहे. आपण जर आपल्या ध्येयांचे व मार्गांचे अवलंबन केले, आपला फुरसतीचा वेळ मनःक्षोभ शमविण्यात व अंतःस्फूर्तीला प्रज्वलित करण्यात घालविला तर त्याचा निःसंशय आपल्याला फायदाच होईल.

याचा अर्थ असा नाही की, खेड्यात किंवा मठात राहण्याची शिफारस मी करतो. अर्थात तशा जीवनाचा किंचित्काल व प्रसंगोपात जरूर फायदा होतो. कारण जीवनकलहात खरा संग्राम, खरी लढत आपल्या स्वतःशीच करावयाची असते. या लढतीत अनेक पवित्रे असतात, प्रत्येक पवित्र्यातून यशस्वीपणे पार पडल्यानंतर प्रत्येकाला स्वतःबद्दल सम्यक ज्ञान तर होतेच, पण त्याबरोबर इतरांविषयीचे आपले काय कर्तव्य आहे, याचीही जाणीव होते हे विशेष होय. आपला स्वभावधर्म सुधारावयाचा एक मार्गही त्याला सापडतो. अध्यात्मविद्येविषयीचा विश्वास व ध्यान या गोष्टी फक्त साधू,

बैरागी, संत किंवा वेडसर, छांदिष्ट व शीघ्रकोपी यांच्याकरिताच आहेत, असा समज आहे व हा समज अतिशय चुकीचा आहे.

महायुद्धापूर्वी प्रवास करणे किती सुखाचे होते. पण आता तो काळ गेला. आता विमाने, हवाई जहाजे जरी झाली तरी बहुसंख्य साहेबलोकांना हिमालय अजून दूरच आहे. नीलवर्ण आकाशाखाली त्या नगाधिराजाच्या गिरिकंदरांमधून संचार करण्यापूर्वी मलाही तो दूरच होता. ज्याला एकांतपणा, निवांतपणा पाहिजे आहे, त्याला आजकालच्या दिवसांत फार दूर जाता येत नाही. फार झाले तर अगदी जवळच्याच मुलुखात जाण्यापर्यंत त्याला मजल गाठता येते. हल्लीच्या दिवसात जागेचे दुर्भिक्ष्य भेडसावते. एक खोलीही निवांत अशा ठिकाणी त्याला मिळू शकत नाही. मग त्याने काय करावे? त्यातही एक वर्ग आहे. पण तो जरा निराळ्या प्रकारचा आहे. त्याने आपल्या राहत्या घरीच दिवसा इतर उद्योगातून वेळ काढून किंवा रात्री झोपण्यापूर्वी अर्धा ते एक तास ध्यानासाठी वेगळा वेळ काढून ठेवावा व ध्यान करावे. नक्की फायदा होईल. तसेच ज्यांना घरी योग्य ते वातावरण मिळत नाही किंवा उघड्यावरही ध्यान करणे जमत नाही, त्यांनी जवळच्या चर्चमध्ये किंवा देवळामध्ये जेव्हा लोकांची वर्दळ कमी असते अशा वेळी जावे व ध्यान करीत बसावे. आता प्रशांत अशा गिरिप्रदेशापेक्षा अशा ठिकाणी ध्यान चांगले लागणे जरा कठीण आहे; पण कोठेही का होईना, चित्त स्थिर झाल म्हणजे झाले.

अशा ठिकाणी निष्काम मनःशांतीचा लाभ होऊ लागतो. मग ती शांती हळूहळू सखोल होत जाते. काही कालाने अशी स्थिती येऊ लागते, की मग मन अगदी निर्विचार होऊन शून्यावस्था येऊ लागते. आणि त्या शून्यावस्थेतच परमात्मस्वरूप आपल्या स्वत:च्या आत्म्याची, आपल्याला नकळतच जाण होऊ लागते.

या आत्मशोधनास जे लोक अधिक निष्ठेने व योग्यशा मार्गदर्शनाखाली भरपूर वेळ देतात, त्यांना आत्यंतिक अंतःस्फूर्तीचा लाभ घडून येतो. ती अंतःस्फूर्ती अल्पकाळ का होईना व अल्पशा प्रमाणात का होईना, त्यांची परमशक्तीशी, परमप्रज्ञेशी व परमसद्‌भावाशी गाठ घालून देते.

अशा ध्यानाचे फळ म्हणजे साधकाला आपल्या आत्म्याच्या कुसुमसदृश सौंदर्याचे मधूनमधून दर्शन होते. हे दर्शन जरी थोडा वेळ टिकत असले तरी त्या दर्शनाची

प्रफुल्लता बराच वेळ टिकते व पुढे कित्येक वर्षे त्याची स्मृती मनात टिकून राहते.

अंतर्मुख होऊन आत्मशोधनाच्या मार्गावर जे पुढे गेलेले आहेत, त्यांना या परमानंदाप्रत स्वेच्छेने व वाटेल तेव्हा परत येता येते.

जानेवारी १९४९ पॉल ब्रन्टन

निरोप !

जगी साम्राज्य गर्वाचे। जगा ह्या सोडुनी जावे।
जगाचा मी कुणी नाही। नसे माझे जगी कोणी।
किती मी हिंडलो येथे। जनांच्या वारुळातून।
वल्हविली तशी ही नौका। तुफानी वादळातून।
किनाऱ्याला जसा फेन। जमूनी आदळे स्वैर।
पुरे आघात हे आता। नकोसा जाहला जीव।।
नको ती पाहणे दृश्ये। जगाच्या मूढ जीवांची।
नको ती मान्यता खोटी। नको ते स्तुतीचे भाट।
नको ते खेळ श्रीमंती। नको ते भोगणे भोग।

नको सत्ता, नको मत्ता। नको तो राजदरबार।
नको प्रासाद वा वीथी। मठाची वा उठाठेव।
नको ते दैन्य दुर्भिक्ष। नको ते कष्ट संघर्ष।
नमस्कारी तुम्हा सर्वां। जनांना, बालवृद्धांना।
विसावा जेथ हो माझा। तिथे मी जातसे आता।।
दिसे ते धाम सामोरी। वसे जे वृक्षराजीत।
रमावे चित्त हो जेथ। मिळावा जेथ एकांत।
वनांती देवतांनी हे। गमे बांधीयले धाम।
फुलोरा नित्य हा हिरवा। पिकांचे गोड आलाप।
जनांच्या पादस्पर्शाला। नसावा कुठेही वाव।
विचारां भक्तिभावाच्या। मिळावा मानसी ठाव।।
अशा ह्या रम्य धामात। जधी मी ठेवितो पाय।
नको ते राहणे वाटे। युनानी रोम राज्यात।
लतांच्या मंडपामध्ये। सुखे विश्रांति मी घेत।
दिगंती दूर आकाशी। निहाळी तारकापुंज।
हसु ये मानसी माझ्या। फुके ते पुस्तकी ज्ञान।
कशाला ज्ञान-वेदांत। कशाला वाद थोतांड।
मिळावे सौख्य जे त्यांना। समाधी-योग-मार्गात।
मिळे रानी अडाण्यांना। वृक्षवल्ली-संगतीत।।

– राल्फ वाल्डो इमर्सन

१

मैत्रीची मीमांसा - तट्टावरून केलेले हिमालयातील भ्रमण - गिरिशिखरावरील माझे निवासस्थान

या प्रवासाचा शेवटचा टप्पा आता लवकरच संपणार. दक्षिण भारतातील कडक उन्हाळ्यातील प्रवास संपवून आता बरेच दिवस झाले. आज मला स्वस्थ चित्ताने शांत झोप येणार. प्रवासाची पुन्हा तयारी करावयास अजून पुष्कळ अवकाश आहे.

सध्या इतका जरी उन्हाळा नसला तरी प्रवासातला हा फरक मला इतकासा सुखद वाटला नाही. आता जरी अंग तापून निघत नसले तरी सभोवारची सृष्टी रमणीयशी वाटत नाही. निसर्गातली कितीएक मनोहर चित्रे व सुंदर स्थाने माझ्या डोळ्यांसमोरून सर्रकन निघून गेली. अगदी जड असा बुद्धिवादी जरी घेतला तरी या दृश्याने त्याचे कुतूहल जागृत झाल्याखेरीज राहिले नसते. मैदान प्रदेशातील ती गुदमरून टाकणारी हवा व त्यात ती उष्णता म्हणजे चेहऱ्यावर प्रेतकळा आणणारी; अशा या उन्हाळ्यातून ह्या थंडशा गिरिप्रदेशात

आल्यावर थकल्याभागलेल्या युरोपियन प्रवाशाला साहजिकच हायसे वाटते, मन प्रसन्न होते.

सगळ्यात मोठी गोष्ट म्हटली म्हणजे पुन्हा जुन्या मित्रांची भेट होते व नवीन मित्र होतात. आता ही मैत्री आध्यात्मिक जिव्हाळ्यावरच होते. त्यामुळे असे मित्र कमीच होतात. निव्वळ स्वार्थावर किंवा ऋणानुबंधावर आधारलेले पुष्कळ मित्र भेटतात. आध्यात्मिक जिव्हाळ्याचे मित्र ईश्वरी आदेशानुसार भेटतात. परमेश्वर ज्यांना अशा मैत्रीच्या धाग्याने एकत्र आणीत नाही, अशा संसारी माणसांमध्ये भिन्नभिन्न मनोवृत्तींचे, समजुतींचे, गैरसमजुतींचे म्हणा, दुरावेच फार.

अशा मैत्रीचा जिव्हाळा ज्यांच्यामध्ये मला ह्या प्रवासात आढळला, त्यांच्या विविध बाह्य रंगरूपावर जेव्हा मी विचार करू लागतो, तेव्हा मला फार आश्चर्य वाटते. आश्चर्य असे की, परमात्मभावनेने थोडा वेळ व थोड्या प्रमाणात का होईना, आपण जगाकडे पाहू लागलो की ते स्वरूप किती विविध बाह्यावडंबरात व वैचित्र्यात दिसू लागते.

ते वैचित्र्य पाहा. तो पाहा डोळ्यांना चष्मा असलेला व्यापारी. त्याच्या अंगावर भारी रेशमी कपडे आहेत. त्याचे दुकान बाजारात आहे. तो पाहा वर्तमानपत्राचा एक उपसंपादक, मोठा चलाख दिसतो आहे. मी येथे कोल्ड्रिंक घेतो आहे व तो तिकडे राजकारणावर व अर्थशास्त्रावर मारे गप्पा मारीत आहे. इकडे पाहा. एक अडाणी कामकरी सबंध दिवसभर, अगदी पहाटेपासून रात्र होईपर्यंत बिचारा मरमर काम करीत आहे; आणि मजुरी किती तुटपुंजी. त्याचे दैन्य पाहून मला एक सत्य पटू लागते की, ज्यांनी जीवनसंग्रामामध्ये घाम गाळलेला आहे, पण रक्त कधी सांडलेले नाही, त्यांना खरोखरी जीवनाचा अर्थ कळला नाही आणि इकडे पाहा हे एका संस्थानचे महाराज, मध्यमवयस्क व रुबाबदार. जुन्या व्हिक्टोरिया राणीच्या जमान्यातले ते. त्या काळच्या नैतिक मूल्यांबद्दल त्यांना फार आदर. आजच्या नवीन पिढीचे जे अधःपतन झालं आहे, त्याचा त्यांना फार विषाद वाटत आहे असे त्यांच्या चेहऱ्यावरून दिसत आहे. तो पाहा एक इंग्लिश हेडमास्तर. त्याचे डोळे पाहा कसे चमकदार दिसताहेत. मोठा उत्साही दिसतो आहे तो. शिक्षणाची पद्धत जी अगदी त्याच्या मते रसातळाला पोहोचली आहे, त्या गर्तेतून तिचा पुनःउद्धार करण्याची त्यांनी उमेद धरली आहे आणि इकडे पाहा, ते एका मोठ्या संस्थानाचे कर्तबगार दिवाणसाहेब. ते आपल्या हुशारीने चढत चढत या पदास जाऊन पोहोचलेले आहेत. त्यांच्या सफाईदार बोलण्याने ऐकणाराची बुद्धी तरतरीत व्हावयाची. हे पाहा, इकडे एक महंत बसले आहेत. ते जरी एका विशिष्ट पंथाचे महंत असले तरी इतर पंथांबद्दलही त्यांना तितकाच आदर आहे, असे त्यांच्या

मुद्रेवरून वाटते. हे पाहा, हृषिकेशच्या आणखी वर गंगाकिनाऱ्यावरचे अवधूत योगी. या भागात तडी तापसी बैरागी आपला मुक्काम ठेवतात, काही काही तर कायमचे राहतात. अगदी शांतपणे हा अवधूत योगी पाहा मला काय सांगत आहे! आपल्या शरीरातून आत्मा काढून घेऊन अगदी दूरवर कलकत्त्याला जाऊन येतो; एवढेच काय पण लंडनसारख्या शेकडो मैल दूर असलेल्या शहरामधील गजबजलेल्या रस्त्यावरचा आवाज त्यास ऐकू येत आहे! ही पाहा, एक तरुण बंगाली महिला. स्वानुभवाच्या मार्गावर फार पुढे गेलेली आहे ती. तिचा सुंदर निरागस चेहरा पाहिल्यावर मला सेंट टेरेसाच्या चेहऱ्याची आठवण होते. त्या बंगाली तरुणीचे डोळे अर्धवट मिटलेले असता तिच्याभोवती तिचे भक्त कोंडाळे करून बसलेले आहेत. आणि हा पाहा, एक पाठीला पोक काढून चालणारा मुसलमान म्हातारा. त्याची दाढी करड्या रंगाची आहे. त्याने मला दिल्लीच्या अंधाऱ्या गल्ली-बोळातून जुम्मा मशिदीत नेले. हिंदुस्थानातील सर्वांत मोठी मशीद ही. तेथे गेल्यावर आपण तरुण वयात मक्केची यात्रा कशी करून आलो, हा मनोरंजक किस्सा त्याने मला सुनावला. आता म्हणतो, एकदा महायात्रेस निघणार. हा भुरा दाढीवाला मोठा मजेदार माणूस. गंभीर विषयात थोडा विनोदही मिसळून बोलायचा.

असे कित्येक भेटले; परिचित व अपरिचितही. पण त्यांची आठवण मात्र चांगली राहिलेली. ते म्हणजे व्यवहारी, प्रपंचवाईक लोक; पण तरी त्यांच्याशी माझी दोस्ती जमायला काही अडचण आली नाही. ज्याला जीवनाचा पुरा आस्वाद घ्यायचा आहे त्याने जीवनास अनेक ठिकाणी स्पर्श करावयास पाहिजे. अगदी जगद्गुरू महान उपदेशक जरी असला तरी पातक्यांशी व उपेक्षितांशी त्याला मिळून-मिसळून घ्यावे लागते. त्यांची घृणा करून चालत नाही. पण स्पर्श त्याने अशा ठिकाणी करावा, की जेथे अंतरीची ओढ परस्परांमध्ये असावी व ती आपोआप व्हावी. कृत्रिम नको. अशा तऱ्हेने अत्यंत विस्मयकारी व प्रभावी स्थित्यंतरे आयुष्यात घडून येतात. जीवनाचे मोल यथातथ्य किंवा सर्वसामान्य असे अजमाविण्याकरिता येशू ख्रिस्ताने ज्याची प्रथम निवड केली आणि ज्याला आत्मबोध केला, तो काही कोणी संभावित कुळवंत नसून ती एक कुलटा स्त्री होती.

असे कित्येक लोक आहेत, की ज्यांना पुन्हा भेटावे असे मला वाटते. पण आता वेळ कुठे आहे? उत्तराखंडाच्या यात्रेला मला आता निघावयाचे आहे. फालतू गोष्टींकडे लक्ष द्यायला मला वेळ नाही. मला एक ध्येय गाठायचे आहे. आणि ते ध्येय साध्य करणे हीच माझ्या दृष्टीने सर्वांत महत्त्वाची गोष्ट आहे.

पुन्हा आमची स्वारी एका पहाडी तट्टावर आरूढ झाली. तट्टू करड्या रंगाचे असून

दणदाकट आहे. त्याच्या पाठीवरच्या खोगिरास घुंगुर लावलेले आहेत. त्याचा किंचितसा तालबद्ध आवाज माझ्या श्रवणी येत आहे. तट्टाच्या चालण्याचा वेग फारसा नाही तर माणसाच्या चालण्याइतकाच. चढण असून रस्ता निसरडा आहे. हवाही विरळ आहे. खरे बोलायचे म्हणजे आता आम्ही दोघेही थकून गेलेलो आहोत. आणि मुक्काम एकदाचा गाठला म्हणजे दोघांनाही हायसे वाटेल. माझ्या मागे माझा नोकर व त्याच्या पाठीमागे हमालांची रांग. हे हमाल माझ्या पाठीमागे सुमारे अर्धाएक मैल. आता मुक्काम आल्यावर बोलीप्रमाणे दिल्यावर ते निमूटपणे मजुरी घेणार नाहीत. काहीतरी जास्त मागणारच. माझ्या मांडीखालचे तट्टू सुद्धा काही विलक्षणच होते. अगदी अरुंद अशा पायवाटेने जाताना ते वाटेच्या तुटलेल्या कड्याच्या बाजूने जायचे. कड्याच्या खाली तीन हजार फूट दरी. मध्ये झाडेझुडुपे सुद्धा बेताचीच. दरीत खाली पाहायचे धाडस होत नाही. वाटेच्या दुसऱ्या बाजूस उभेच्या उभे सुळके. रस्ता जसा काही अगदी कोरून काढावा तसा. माझे तट्टू जर कड्याखाली कोसळून पडले तर मोठ्या वेगाने जमिनीवर पोहोचून सपाट व्हायचे. ही घसरगुंडीची नुसती कल्पना सुद्धा मला करवत नाही. तट्टावरती नजर मात्र बारीक ठेवावयास हवी. पण मी त्याचा लगाम जसा कड्याच्या विरुद्ध दिशेने खेची तसे ते कड्याच्याच दिशेने जायला लागे. ह्या बाजूने जायला ते का एवढे धडपडते आहे, हे मला काही केल्या उमजेना. एक पाऊल जरा चुकले की खाली कपाळमोक्षच व्हायचा. पण तसा कपाळमोक्ष करून घ्यायची माझी मात्र बिलकूल इच्छा नव्हती.

या भूलोकावरचे राहणे त्याला का पसंत नव्हते, हे काही मला कळेना. तसे त्याचे वय अगदी तरुण उमेदीचे होते. पण आज काय झाले? दुपारची कलती वेळ होती. अगदी एका दगडावर ते धडपडले. पुढले पाय वर हवेत उचलले व स्वाराला खाली पाडले. धपकन् मी खाली पडलो. माझ्या कमरेला चांगलाच मार बसला व खांदा दुखावला. सांधा निखळला की काय कोण जाणे! असे वाटे की, त्याच्याशी एकदा बातचीत करावी. मन मोकळे करून सांगावे, "बाबा रे, तुला ज्या बाजूने जायची हुक्की येतेय ती बाजू अगदी खतरनाक आहे." मी खरोखरीच त्याला थोपटून खुणांनी ही गोष्ट समजावून दिली. गंमत पाहा की, त्याला जणू ते सगळे कळले व आता ते बरोबर रस्त्याच्या मधून चालायला लागले. डोके थोडे उंचावून, पुढे काय आहे, हे नीट पाहू लागले. अगदी जपून पुढचे खूर जमिनीवर टाकू लागले आणि मीही त्याच्यावर घट्ट मांड ठेवून पुढे चढू लागलो. त्याच्या या आताच्या वाटचालीवर मी इतका खूश झालो की, उतरल्यावर मी दोन चमचे साखर तोंडात टाकली. आता साखर या डोंगरी मुलुखात फार विरळा व महाग. खाली उतारावर मात्र स्वस्त. माझा महिन्याचा कोटा

आता संपुष्टात येत चालला होता व निमगोड चहावरच भागवून घ्यावे लागत होते.

या तट्टाला ही अशी चमत्कारिक सवय का लागली होती, त्याचा खुलासा हमालांच्या जमादाराने केला. तो म्हणाला की, या तट्टाचा बाप एक मालवाहू तिबेटी तट्टू होते. त्याच्या पाठीवर त्याचा मालक सगळा अवजड माल असा वेडावाकडा ठेवायचा की, चालताना तो एका बाजूकडे सरकायचा. व तोल सांभाळण्याकरिता तट्टाला मधली वाट सोडून कडेने जायला लागायचे. पुढे ती त्याला सवयच जडून गेली.

आता ह्या भूप्रदेशात बहुतेक सारा दिवस सूर्य प्रकाशत होता. उन्हाचा तापही विशेष नाही. युरोपमधल्या ऑगस्ट महिन्यातले उष्ण तापमान. खाली दक्षिण हिंदुस्थानातल्या कडक उन्हाळ्याच्या मानाने निःसंशय सुखावह.

आता आमचा रस्ता सारखे वळसे घालीत पुढे हळूहळू वरवर चालला होता. मी जसजसा वरवर येत जाई, तसतसा डोळ्यांचे पारणे फिटावे असा सुंदर भूप्रदेश न्याहाळून मी मुग्ध होऊन जाई. निसर्गाने इतकी अत्युच्च शिखरे व खोल खोल दऱ्या मुक्तहस्ताने या गिरिराजाच्या अंगोपांगांवर उधळून दिल्या आहेत. युरोपियन प्रवाशाला हे प्रत्यक्ष पाहिल्याखेरीज खरे वाटायचे नाही. सुळके सुद्धा काय भिन्नभिन्न आकाराचे. कोठल्याही दिशेकडे पाहा. उंचच उंच पर्वत व खोलवर जाणाऱ्या दऱ्या. ईशान्येकडे पाहा. कायमचे धुके. पर्वताची प्रचंड ओळ अस्ताव्यस्त पसरलेली. पलीकडे जगाकडे साशंक नजरेने पाहणारा व आपल्या ठिकाणीच सुख मानणारा तिबेट देश. जागतिक संस्कृतीच्या संसारापासून अलिप्त राहणारा. तिबेट म्हणजे एक विस्तीर्ण पठार. जगाचे जणू छप्पर. मैदानाभोवती करड्या रंगाचे कडे, वर आकाशात दूरवर जाणारी हिमाच्छादित शिखरे व खाली अंधुक दिसणाऱ्या दऱ्या. पूर्वेला वेडीवाकडी लांबच लांब अशी पर्वताची ओळ. त्यावर घनदाट अरण्य. पर्वतावर एकावर एक स्तर. अरण्य इतक्या दूरवर पोहोचणारे की, त्याच्या पलीकडे काय असावे, याचा अंदाजही करता न यावा. पश्चिमेकडे डोंगराडोंगरातून दूरवर मार्ग काढणाऱ्या खिंडी. खिंडीत मध्येच हिरवळ, मध्येच पानांचे पिवळसर दिसणारे अजस्र ढीग. खाली अगदी तळाशी खडकांनी बनलेला एक रांजण तो सगळा पाचोळा सामावून घेताना दिसत असे. दक्षिणेस मी जरा डोके वर करून मान किंचित वळवून पाहिले तर उभा सोटच्या सोट प्रचंड सुळका. त्यात निळसर अभ्रकाचे जागोजाग थर. तटाच्या अगदी जवळ दोन फूट अंतरावरून वर दिसणारा. सभोवारच्या भूप्रदेशात उठून दिसणारा.

उंटाच्या पाठीसारखे दिसणारे हे डोंगर मधूनमधून तुटलेले दिसत. मध्येच दरी येई किंवा शिखर येई व ती रांग तुटे. कधीकधी हे डोंगर एकामधून एक बाहेर पडलेले दिसत

तर कधीकधी एकमेकाला समांतर. कधी काटकोन करून, तर कधी पुन्हा एक होत. नकाशा तयार करणाऱ्याला या डोंगराळ मुलुखाचा नकाशा करणे म्हणजे फार बिकट काम. त्याच्यापुढे प्रदेशातील खोऱ्यांचा, त्यामधील शेतांचा नकाशा काढणे किती सोपे. शिखरांच्या उंचीचा काही मेळ नाही, काही गणित नाही. वाटेल तशी आकाशात वर आलेली. न्यूयॉर्क शहरातील गगनचुंबी इमारतींचा नियमबद्ध आराखडा नव्हता तो.

आता पृथ्वी सूर्याभोवती दर सेकंदाला अठरा मैलांहून जास्त वेगाने फिरत असते. पृथ्वीबरोबर हा सारा हिमालय पर्वतही गिरकी घेत असतो हे मनुष्य येथे आल्यावर विसरून जाण्याचा संभव आहे.

पण हा डोंगराळ, खडकाळ मुलूख मला निसर्गातील इतर देखाव्यांपेक्षा आकर्षक वाटला. निसर्गातील कोणतेही दृश्य पाहिल्यावर मला आनंद होतो. परमेश्वराने जेव्हा हा भूभाग निर्माण केला, तेव्हा त्याला सौंदर्य पाहावयाचे वेड लागलेले असावे. तेथल्या या अभिजात सौंदर्याची कल्पना करता येणार नाही. या सौंदर्याकडे दृष्टिक्षेप केल्यावर मन भारावून जाते व देहापलीकडील अस्तित्वाची जाणीव प्रकर्षाने होते. मी जर शेले असतो तर या सौंदर्यावर काव्य केले असते. पण दुर्दैव असे की, माझ्यात त्या महाकवीची प्रतिभा नाही. हा नगाधिराज हिमालय म्हणजे संपूर्ण एकांताचे जणू माहेरघर. या एकांताचा भंग सहसा होत नाही व या एकांतामुळे येथल्या भव्यतेला आणखी शोभा येते. अशा या पर्वतप्रदेशामध्ये गिर्यारोहणास खरी मजा येते. मानवाची संस्कृती येथून कितीतरी दूर, त्याची शहरे कितीतरी अंतरावर. येथील भव्यतेला त्याच्या अस्तित्वाची बिलकूल क्षिती नाही. ही भव्यता नितनिरंतराची आहे. दक्षिणेकडच्या भागात ही भव्यता जरा कमी आहे. पण भौगोलिक दृष्ट्या तो भाग अधिक पुरातन आहे. या शिखरांच्या उंचीमुळे ती जणू अनादिकाळापासून अस्तित्वात असावीत असे वाटू लागते. विश्वाचे गूढ दर्शन येथे प्रत्यक्ष समोर घडून येते. याची सर मानवनिर्मित गगनचुंबी इमारतींना येणार नाही. येथली भव्यता व उदात्तता अभिजात आहे. निसर्गाच्या भव्य व उदात्त सौंदर्याचे हिमालय हे प्रतीक आहे.

अरुंद पायवाटेने आमचा प्रवास चालूच होता. हिमालयातील उभ्या चढणीचे रस्ते म्हणजे जणू जीवनातले खाचखळगेच होत. पण हा बिकट रस्ता चढून जात असताना माझ्या कानी संगीताचे सूर येत आहेत. जणू परमेश्वर मला वरवर ओढून घेत आहे. मी गिर्यारोहण करीत नसून जणू स्वर्गारोहण करीत आहे. एका जगाचा विसर पडत जाऊन दुसऱ्या जगात मी पदार्पण करीत आहे. मला चढताना काही कष्ट होत नाहीत. कारण ते कष्ट शरीरास होण्यापूर्वी त्यांनी माझ्या हृदयाचा भेद घेतला पाहिजे व तसा भेद ते करू शकत नाहीत. येथली हवा, येथले वातावरण इतके मधुर आहे की ते माधुर्य

परमात्म्याकडूनच प्रसृत होत असले पाहिजे. येथल्या पर्वतांचे सौंदर्य हे त्यांचे नसून परमेश्वराच्या स्वरूपाचे आहे. हा सारा भूभाग जणू एका उदात्त काव्याने भरून गेला आहे.

दोन्ही बाजूंनी खडकावरून घसरून आलेल्या दगडांनी, अभ्रकमिश्रित खडीने व अणकुचीदार दगडाच्या तुकड्यांनी चालावयाचा रस्ता मधूनमधून भरून गेलेला होता व खडकाळ झाला होता. त्यामुळे रस्त्यावर जाताना आमचे तट्टू वारंवार धडपडायचे. रस्त्यावर अधूनमधून हिरवळीचे पट्टे असत. कधीकधी बाजूला झाडांवर फुलेही फुललेली दिसायची, फुले मात्र रानटी.

वाटेत मला एक गमतीदार दृश्य दिसले. एक मजूर डोलीतून एका बाईला घेऊन जात होता. डोली त्याने पाठीशी बांधलेली होती. बाईचा नवरा पाठीमागून पायाने चालत होता. कुठेतरी यात्रेला जात असावेत. पण नेहमीचा रस्ता त्यांनी घेतला नसावा तशी बाई अपंग नव्हती, पण चढण्याचे श्रम तिला होत नसावेत.

वाटेत एक ओढा लागला. कुठेतरी पहाडात झरा असावा व तेथून पाण्याचा ओहोळ सुरू झालेला असावा. प्रथम उगमाजवळच पाणी साचून तेथून पाणी खाली पडत होते. मला वेळीच सुचले व मी तट्टावरून खाली उतरलो. नाहीतर त्याची चाल आडवीतिडवी पडून ते धडपडले असते व आमची स्वारी खालीच कोसळली असती...

चढण जेव्हा नसायची तेव्हा आमचा चालण्याचा वेग चांगला असायचा. पण रस्ता वळणावळणाने जात होता. वाटेत आलेल्या डोंगरांना वळसा घालून पुढे जावे लागत होते. वाटेत ओढे, नाले भेटत. ते ओलांडायला उताराच्या जागा पाहाव्या लागत. जवळचा रस्ता मिळायचाच नाही.

डोंगराच्या उतारावर देवदार वृक्षांची घनदाट झाडी होती व त्यांना बिलगून वेली वाढलेल्या होत्या. त्या खोडावरून थेट टोकापर्यंत वळसे घालीत जाऊन पोहोचलेल्या होत्या. वाटेत एक गुलमोहोराचे डेरेदार झाड पाहिले. तांबड्या फुलांनी झाड अगदी फुलून गेले होते. इतरही अनेक फुलझाडे वाटेत लागली.

आता संध्याकाळ होऊ लागली. ऊन सौम्य होऊ लागले. पिवळाधमक तेजोगोल क्षितिजाखाली जाऊन नाहीसा झाला व त्याबरोबर क्षितिजावरचा रक्तिमा हळूहळू कमी होत गेला व अंधाराचे साम्राज्य सुरू झाले.

अधून मधून उंच आकाशातून उतरताना गिधाड दिसायचे किंवा गरुड पक्षी घिरट्या घालताना दिसायचा. गिधाड साधारण पक्ष्यासारखे अंगाला हिसके देतदेत उडत नाही

तर एखाद्या एरोप्लेनप्रमाणे - हवाई जहाजाप्रमाणे - संथ, सावकाश उतरायचे. पंखांवरती तोल धरून ते वर किंवा खाली अगदी शिस्तीत जायचे किंवा यायचे.

मध्येच कोकीळ पक्ष्याचा मधुर आवाज कानी आला. युरोपमधल्या वसंत ऋतूच्या आगमनाचा भास झाला.

सूर्यास्त झाल्यावर क्षितिजावरचे रंग बदलत चालले. पर्वतावरची धूम्रधूसर शिखरे संध्यासमयीच्या रक्तिम्याने उजळून निघाली व ते ओबड-धोबड खडक प्रवाळाच्या व पोवळ्यांच्या बेटाप्रमाणे दिसू लागले. पण हे दृश्य अल्पकाळच टिकले. काही वेळाने क्षितिजावरचा रक्तिमा अजिबात नाहीसा झाल्यावर या हिमाच्छादित भूप्रदेशावर अंथरलेली रुपेरी चादर निरनिराळे रंग धारण करू लागली. खाली दरीमध्ये वृक्षांवर प्रथम गुलाल उधळलेला दिसतो. त्याचा रंग बदलत केशरी व पिवळा होतो व सूर्यबिंब क्षितिजाखाली पुरते नाहीसे झाल्यावर हे विविध रंग एकदम नाहीसे होऊन पुनरपि धूम्रधूसर स्मशानाची छाया सर्वत्र पसरते.

पूर्व गोलार्धात सूर्यास्त अल्पकाळच टिकतो. पण रक्तवर्णाचा हा खेळ पाहताना माझे मन मोहून टाकते आणि पुन्हा सभोवार स्मशानवत् शांतता पसरते. मग जरा लवकरच पर्वताच्या पाठीमागून चंद्रमा वर सरकतो आणि सुदैवाने पूर्णचंद्र असल्यावर त्या कौमुदीमध्ये आपल्याला आपला रस्ता समजतो, दिशा समजते. पण पुन्हा अशा चांदण्यामध्ये दरीखोरी तुडवीत घनदाट अरण्यापर्यंत आपण जाऊन पोहोचतो तेव्हा पुन्हा अंधकाराची जाणीव होते. तेथे मग चांदणे काम करीत नाही आणि त्या दाट झाडीतून मार्गही काढता येत नाही. त्यातूनही मार्ग काढल्यावर पुन्हा मैदानप्रदेश सुरू होतो व रुपेरी चांदणे पुन्हा मार्गदर्शन करू लागते. मग आमच्या तट्टाला पुढचा तीन-चार मैलांचा पट्टा सरळ दिसू लागतो.

अशा सरळ रस्त्याचा फायदा असा असतो की, आपण मार्ग चुकत नाही. रस्त्यावर काही पाट्या नाहीत. कारण अशा पाट्यांची ह्या प्रदेशात जरुरीच नसते. तुम्ही कसेही जा. पुढे, मागे, शिखरांवरून चढून जायचे व अगदी उभ्या कड्यांवरून शिताफीने उतरायचे. पण गिर्यारोहण आणि अवतरण हे एक शास्त्र आहे, कला आहे. अपरिचित अशा शहरातून उगाच भटकण्यापेक्षा हे गिर्यारोहण फार बरे.

आता हा माझ्या प्रवासाचा शेवटचा टप्पा आहे. जणू भुताटकीच्या जगात मी भ्रमण करीत आहे. भुताटकी जितकी भयप्रद तितकीच सुंदर. या रुपेरी चांदण्यात झाडांवरच्या पानांवरती चांदी ओतल्यासारखी दिसते व झाडांची खोडे बर्फाच्या खड्यांसारखी दिसतात. या पर्वतप्राय शिखरांवर मंदसा चंद्रप्रकाश पडला म्हणजे जे

चित्र दिसते, ते खरोखरच भयंकर दिसते. आता ही वेळ रात्रीच्या नवाची असावी. पण नक्की सांगता येत नाही. कारण माझे रिस्टवॉच परवाच्या प्रसंगात खलास झाले होते. दगडावर आपटल्याने घड्याळाचा चुराडा झाला होता. आता पुन्हा शहरी जगात जाईतोपर्यंत घड्याळाशिवाय मला दिवस काढले पाहिजेत. आता घड्याळ खलास झाले म्हणजे माझे काही मोठे नुकसान झाले, असे नाही. पण एक गोष्ट मात्र खरी, की सध्या या नैसर्गिक जगात वावरताना वेळापत्रकाची आणि माझी फारकत झाली आहे.

आता पृथ्वीचे हे दैनिक परिभ्रमण माझ्या विशेष ध्यानात येणार नाही. दैवाची खैर म्हणून त्या प्रसंगातून मी निभावलो. नुसत्या अंग खरचटण्याच्या किंवा किरकोळ जखमांवर भागून गेले. तीन-एक हजार फूट खाली दरीत कोसळून गेलो असतो म्हणजे आमचा निकालच लागला असता.

आकाशात आता एकामागून एक तारे लुकलुकायला लागले. रात्र झालीशी वाटू लागली. वरती काळसरसे आकाश. त्यातही एकापेक्षा एक उंच होत जाणारी शिखरमालिका आकाशाचा पृष्ठभाग जणू कातरून काढीत आहे, अशी दिसत होती. ही शिखरमालिका आमच्या अगदी पुढ्यात पसरलेली. तिने आमचा पुढचा मार्ग अडवून टाकलेला. पिरॅमिडसूच्या मालिकेसारखी दिसणारी ही शिखरमालिका. या मालिकेतील प्रत्येक शिखर म्हणजे एक प्रचंड राक्षस. भयानक पण तितकाच भव्य व सुंदर. हे कोणालाही नाकारता यावयाचे नाही. प्रत्येक शिखर तट्टावरून मजल मारीत चाललेल्या या क्षुद्र मानवाकडे आपल्या शांततेचा भंग करण्याबद्दल उपहासाने पाहात आहे. या हिमालय पर्वतावर अतिमानुष प्राण्यांचा संचार असतो. लहानपणी ऐकलेल्या परीबद्दलच्या कल्पित गोष्टी येथे आल्यावर खऱ्या वाटू लागतात. पश्चिम क्षितिजावर वृषभ राशीच्या मंडलामध्ये सप्तर्षींचा तारकापुंज दृश्यमान होऊ लागला होता. आता पूर्वीचे जग राहिले नाही, पण ग्रीक पुराणात या तारका म्हणजे ॲटलासच्या मुली होत. त्यांना स्वर्गात स्थान दिले व त्या ह्या तारका बनल्या.

आता मी अगदी उतावीळपणे तट्टू दामटीत होतो. सुदैवाने चांदणे चांगले टिपूर पडले होते. त्यामुळे पुढचा रस्ता स्पष्ट दिसत होता. नाहीतर अरण्यातील अंधारात आम्हाला निरर्थक जास्त भटकावे लागले असते आणि ही मोठी शरमेची गोष्ट आहे पण असे प्रसंग अनेकदा घडलेले आहेत. एकदा असाच पाव-एक मैल मी तट्टावरून गेलो, पण, मला काय वाटले, कोणास ठाऊक, आपण रस्ता चुकलोय, असे मला वाटायला लागले. तट्टाचे तोंड परत दिशेला वळविले व आल्या रस्त्यावरून परत फिरलो. विजेचा टॉर्च मजजवळ होता, पण तो पल्याड सामानात. तेव्हा इलाज नव्हता. पायांनीच चाचपडून रस्ता शोधून काढावा लागला. आणि तसा रस्ता शोधून काढल्यावर

मला असे आढळून आले की, हा रस्ता एका कड्याच्या अगदी शेजारून जात आहे व पुढे एका टोकाला थोडी मोकळी जागा असून, त्यातून पाहिले तर एका मोठ्या डोंगराची उतरण व त्या उतरणीवर पायथ्यापासून अगदी वर शेवटपर्यंत घनदाट अरण्य.

मी तट्टाला एका झाडाला बांधले व त्या शिखरावर अरुंद पायवाटेने चढून गेलो. तेथून चांदण्यात पाहिले तर समोर एक बंगला दिसला. भिंतींना पांढरा चुना होता. बंगला अगदी शिखरावर बांधलेला असून त्याच्याकडे पाहिल्यावर ग्रीस देशातील पुरातन काळाची आठवण होत होती. एकदाचा मी माझ्या मुक्कामाला जाऊन पोहोचलो.

बंगल्यापासून थोड्या पावलांवरच एका कड्याचे टोक असून खाली खोल दरी होती. आता मला येथेच आजूबाजूला हिंडावे लागणार होते.

पुन्हा मला या तट्टाला शाबासकी द्यावीशी वाटली. शेवटी त्याने मला माझ्या ह्या विलक्षण व आकर्षक निवासस्थानावर आणून पोहोचविले. आता एकदा मला त्याने चांगली आपटी दिली ही गोष्ट वेगळी. अजूनही अंग दुखतेच आहे. खिशात हात घालून खडीसाखरेचा एक मोठा खडा मी त्याच्या तोंडात टाकला.

वरील बर्फावरून गारगार वाऱ्याची झुळूक आली व मी कोटाची कॉलर वर घट्ट बसविली.

वरती आकाशात असंख्य तारे लुकलुकत होते. त्या ताऱ्यांमधून ग्रह विलक्षण तेजाने आपापल्या मार्गावरून पुढे सरकत होते. हे तारे म्हणजे निशादेवीच्या मुकुटावरील जणू हिऱ्यांचे पुंजके.

आणि मग मी खाली बसलो व हमालांची वाट पाहात राहिलो. हे लोक कितीतरी मागे राहिले होते. पडल्यापडल्या मला झोप लागली व काही मोठ्या आवाजांनी मी झोपेतून जागा झालो. डोळे उघडले. पाहतो तो ही मंडळी मला मोठ्या आरोळ्या मारून उठवीत होती. देवाची खैर. पुन्हा आम्ही एकत्र आलो. सगळी माणसं मोजून घेतली. त्यात माझा नोकर. आकडा जमला. सगळ्यांना आनंद वाटला. मी गमतीने म्हणालो, ''आपण सातजण आहोत.'' एका कवितेतील काही चरण म्हटले. पण त्या कवितेचा अर्थ काही त्यांना कळला नाही. निसर्गप्रेमी वर्डस्वर्थ कवीची कविता होती ती. या लोकांना वाटले, मी सुरक्षितपणे येथपर्यंत येऊन पोहोचल्यावर परमेश्वराची प्रार्थना करीत आहे.

सामान उतरवून बंगल्यात आणून ठेवले. पिशव्या उघडल्या. मेणबत्त्या, काड्याच्या

पेट्या शोधून काढल्या व हमालांना मजुरी द्यावयाचा सोहळा पार पडला. ही पहाडी मंडळी दिसायला किरकोळ, पण सुदृढ बांध्याची अतिशय चिवट व कष्टाळू. हे लोक दररोज हंड्रेडवेटच्या वजनाचा बोजा नेऊ शकतात. मी काही त्यांना एवढा मोठा बोजा दिला नव्हता. माणशी फक्त पन्नास पाउंड. पण या लोकांचे खाणे फार नाही. भात व घट्ट रगडा व तो घशाखाली उतरण्याकरिता थोडेसे दूध. बस्स.

आता या लोकांची तुलना आमच्या युरोपियन हमालांशी करता येणार नाही. एवढे काम करावयाला त्यांना मांस व दिवसातून किती वेळा खावे लागेल याचा अंदाज करता येणार नाही. माझे हे हमाल आपले मुख्य जेवण सकाळीच घेतात व नंतर फक्त थोडेसे काही खातात. हे चिवट पहाडी लोक उन्हात, थंडीत काम करतात. मोठमोठे अवजड बोजे घेऊन पहाडावरून चढून जातात. बारीक दिसणारे हे लोक एवढे काम करू शकतील, यावर कोणाचा सहसा विश्वास बसायचा नाही.

ते बक्षीस मागणार हे मला माहीत होते. म्हणून मी त्यांच्या पुढाऱ्याला एकहाती एक रक्कम दिली व ती आपसात वाटून घ्या म्हणून त्याला सांगितले. आता ते थोडीशी झोप घेतील. माझा निरोप घेऊन आपल्या तट्टाला घेऊन पहाटेस परत निघून जातील.

माझ्या नोकराने माझा बिस्तरा पसरला. आम्ही अगदी दमून गेलो होतो. अंगावर धूळ साचली होती. जागाही अपरिचित. तेव्हा सभोवारच्या परिस्थितीचा आढावा घ्यायला आम्हाला वेळ नव्हता. आम्ही तिकडे लक्षच दिले नाही. एकदम बिस्तऱ्यावर अंग लोटून दिले व झोपी गेलो. जग ज्याला झोप म्हणते ती म्हणजे सूक्ष्म जगातली अवस्था; त्या अवस्थेत जायला प्राणी केव्हाही तयारच असतो.

२

तिबेटमधील कैलास पर्वतावर चढून जाण्याचा बेत - हिमाच्छादित गिरिशिखरांचे भव्य सौंदर्य - मी 'शांतिधाम' शोधून काढले

निद्रेचे एक गणितशास्त्र आहे. मनुष्य कष्ट, मेहनत किती करतो, त्यास थकवा किती येतो व त्याला झोप किती येते, याचा संबंध सांगणारे कोष्टक अगदी पूर्णांक-अपूर्णांकात शोधून काढणारे शास्त्रज्ञ उपजतील. परंतु अत्यंत सुखदायक अशा या शरीरधर्माबद्दल तो शास्त्रज्ञ काहीही कोष्टक लावो, ह्या पहाडी लोकांच्या बाबतीत त्याला आपल्या कोष्टकात फेरफार करावा लागेल, आकडे बदलावे लागतील.

कारण असे. आम्ही दोघे झोपेतून नेहमीपेक्षा लवकरच उठलो व नेहमीपेक्षा अधिक ताजेतवाने होऊन उठलो. आता येथली स्वच्छ, शुद्ध, विरळ हवा श्वास घेतल्यावर थकल्या-भागल्या शरीरपेशींना इतर ठिकाणच्यापेक्षा अधिक त्वरित उत्तेजित करू शकत असेल. ते काही असो. आम्ही लवकरच उठलो आणि

लगेच कामास लागलो. दिवा लावला. बाहेर पूर्वदिशा किंचित उजळू लागली होती. गिरिशिखरे वरती निळ्या-काळ्या आकाशात अस्पष्ट अशी दिसत होती. बालसूर्याचे किरण त्यांवरची हिमरेषा हळूहळू उजळून टाकतील.

त्या बंगल्यातून मी हिंडून आलो. बंगला कसला तो. बंगलीच. गिरिशिखरावरचे एकांतस्थान. मुख्य दालनाला तीन दारे होती. एक दार स्वयंपाकघरात जाण्याकरिता, दुसरे न्हाणीघरात जाण्याकरिता (येथे फरशी वगैरे काही नव्हती. नुसती मोकळी जागा व पाणी भरण्याकरिता जस्ताचा हौद) आणि तिसरे बाहेर पडण्याकरिता. समोर अरण्य. या दाराच्या काचेच्या तावदानातून बाहेरचा प्रकाश यायचा.

असे हे माझे नवीन घर. एकदम मला आठवण झाली. कोणीतरी मला म्हणाले होती की, या घरात भुताटकी आहे. मला त्याचे काही विशेष वाटले नाही. पूर्वी कधीकाळी एखादे भूत तिथे वावरत असले तरी आज ते नसावे. आणि समजा असले आणि या भूमीवर दिवसातून एक-दोन वेळा त्याने जरी पदार्पण केले तरी मला त्याचे काही वाटायचे नाही. त्याच्या अंधुकशा आकृतीने मी भिऊन जाणारा नाही. कोणतेही भूत या शुद्ध हवेत व वातावरणात फार वेळ राहायचे नाही. जरी राहिले तरी येथल्या निर्जन वस्तीचा त्याला लगेच कंटाळा येईल व येथून ते दुसरीकडे निघून जाईल. येथे त्याच्याकडे लक्ष द्यायला कोणीच नाही. कितीएक वर्षे या बंगलीत कोणी राहिलेले नाही. एखाद्या स्वाभिमानी भुताला भेवडावयाला दुसरी कोणीतरी मर्त्य व्यक्ती हवीच की नाही; आणि येथे त्याला भेटणार कोण? झाडे का केसाळ अस्वले का पिसाट वारा? यावर त्याचे कसे भागणार? त्याला माणसे पाहिजेत. तरच भूत म्हणून त्याला वावरता येईल. मला तर भुताची काही भीती वाटत नाही.

आणि मला येथे उद्योग तरी काय? मुख्य उद्योग म्हणजे नुसते स्वस्थ बसणे. मी हे खरेच सांगतोय. मोठा चमत्कारिक प्रकारचा हा उद्योग आहे नाही खरा! ब्रिटिश किनारा सोडून माझ्या बोटीने या देशाच्या किनाऱ्यावर नांगर टाकल्यापासून याच विलक्षण उद्योगाच्या शोधार्थच नाही का मी बाहेर पडलो? आता हा उद्योग असा आहे की, तो करण्याबद्दल मला कोणी छदाम सुद्धा वेतन म्हणून देणार नाही. पण हेच निर्भेळ सत्य आहे. सर्वसाधारण लोकांपासून आपला मार्ग वेगळा काढून या हिमालयप्रदेशात, की जेथे कोणी सहसा येत नाही, अशा ठिकाणी काही काळ मला एकांत व शांती मिळावी हाच माझा राहण्याचा हेतू होता. या माझ्या नवीन धाडसी उपक्रमामध्ये काही रोमहर्षक प्रसंग, भावनोद्दीपक प्रसंग, काही संकटे येतीलही. पण तशी माझी अपेक्षा नाही.

या समयी माझ्या मनात संमिश्र भावना येत आहेत. एकाच वेळी माझे मन उल्हसित, आनंदित होत आहे तर मध्येच भीतिग्रस्त होत आहे. पण लगेच भीती जाऊन मनाला धीर वाटतो. उल्हसित वाटते. कारण मला असे वाटते की, माझा कोणता तरी पूर्वीचा जन्म या भागात झालेला आहे व त्या जन्मी मला या स्थानी सुख लाभलेले आहे. भीती वाटते याची कारणे उघड आहेत. २५००० फूट उंच अशा या हिमालयाच्या प्रचंड शृंखलेमध्ये साठावर उच्च अशी शिखरे आहेत. मधूनमधून तुफान वादळे उठतात. विद्युल्लतेचा चमचमाट होतो. नीलवर्ण मंद प्रकाशाने दिशा भरून जातात. ती मानवी जगापासून अलिप्त व हिमाच्छादित गिरिशिखरांवर वास करीत असलेल्या देवतांच्या शांतीचा सारखा भंग करीत असतात. मनाला धीर वाटतो याचे कारण असे की, निसर्गाला या भूप्रदेशात मानवाने वास करावा असे जरी वाटत नसले तरी आपल्या पाठीमागे परमेश्वर आहे, तो या निर्जन परिसरात आपल्याला विसावून नेईल ही खात्री वाटत असल्याने ती भीती नाहीशी होते.

ही गिरिशिखरे जणू निरंतर विराजमान असावीत. काल म्हणून काही चीज आहे याचा मनाला विसर पडतो व मन सैरावैरा धावतच नाही. बायबलमध्ये म्हटले आहे - आंतर्बाह्य निःस्तब्ध मौन व्हा आणि जाणून घ्या, 'मी आहे'-ईश्वरस्वरूप! या सूक्ताची येथे प्रचीती येते. त्या प्रचीतीमुळे मी हिमालयात आज जो येत आहे, ती काही येथली अज्ञात शिखरे शोधून काढण्याकरिता येत नसून मनःशांतीचा लाभ घेण्यासाठी, अंतर्मुख होण्यासाठी येत आहे. मला या परिसरात ध्यानस्थ व्हावयाचे आहे. अगदी निर्विकल्प समाधी लागावी अशी इच्छा मनात बाळगून मी येथे आलो आहे.

मला येथे दुसरे काही उद्योग करावयाचे नाहीत. बाह्य जगात व अंतरंगात सुद्धा निसर्गाला - प्रकृतीला मी गुरू करावयाचे ठरविले आहे. निसर्गाच्या या नितांत शांततेत मी स्वतःला विसरून जाण्याचे ठरविले आहे. आणि माझ्या प्रत्येक विचारांचे शून्यात विसर्जन करण्याचे ठरविले आहे. उच्चपद मला गाठावयाचे आहे, पण त्यासाठी प्रयत्न म्हणून काही करावयाचा नाही. अशी परस्परविरोधी माझी भूमिका आहे. म्हणजे बायबलमधील जे अवतरण मी वरती उद्धृत केले आहे, त्याचे शब्दशः पालन करावयाचे मी ठरविले आहे.

आणि असे दिव्यदर्शन घडावे म्हणून मी उत्तरापथाच्या यात्रेला निघालेलो आहे. आता माझे पाय कुठे नेतील, याचा अंदाज करता येत नाही. हिमालयाची ही प्रचंड भिंत एका टोकापासून दुसऱ्या टोकापर्यंत सुमारे पंधराशे मैल लांब असावी. अशा या विलक्षण जगात माझे स्थान कोठे असावे की जेथे मी एकांतात बसून स्वतःला

सभोवारच्या निसर्गरूपात विसरून जावे?

फार पुरातन कालापासून भारतातील योग्यांनी, ऋषींनी व संतांनी आपल्या साधनेसाठी हिमालयातील गहन अरण्यातील गिरिकंदरांचा आश्रय घेतलेला आहे व निसर्गाच्या अभिजात सौंदर्याचा आस्वाद त्यांना आपल्या साधनेस पोषक वाटलेला आहे. त्याचेच अनुसरण करावयाचे व त्यांची परंपरा चालविण्याचे मी ठरविले आहे. तिबेटच्या बाजूकडील कैलास पर्वताचा विचार माझ्या मनात प्रथम आला. सनातनी हिंदू व बौद्ध या दोघांनाही कैलास पर्वताचे पावित्र्य मान्य आहे. कॅथॉलिक ख्रिस्ती लोकांना जसे रोम, मुसलमानांना जशी मक्का; यहुद्यांना जसे जेरूसलेम तसा कैलास पर्वत हिंदूंना पवित्र वाटतो. हा पर्वत म्हणजे त्यांच्या दृष्टीने मोक्षदायक परमधाम आहे. कैलास म्हणजे शंकराचे निवासस्थान. यक्ष, गंधर्व, शिवगणांचा येथे संचार असतो. येथील हिमशिखरे जणू निर्वाणपदाच्या पायऱ्याच. माझ्या मते या केवळ भोळ्या समजुती नसून या भावनेच्या पाठीमागे गूढ असे सत्य आहे. आपल्या भावना, आपली श्रद्धा इतकी दुर्बल झाली आहे का, की आपल्या जीवनात जडविरहित मनोविचारांना, देवादिकांच्या अस्तित्वाला काही स्थान नाही? माउंट ऑलंपस म्हणजे देवदेवतांचे वसतिस्थान अशी पुरातन कालापासून चालत आलेली समजूत. तेव्हा तो पर्वत आम्हा पाश्चात्त्यांनाही तितकाच पवित्र वाटतो ना. निरनिराळ्या लोकांकरिता देव आपली नावे, निवासस्थाने बदलतात. पण देव तेच असतात. त्यांना सगळे मनुष्यप्राणी सारखेच. कैलास पर्वताची महती केवढी! ज्याला ध्यान-समाधीमार्गाने निर्वाणपद साध्य करावयाचे आहे, त्यांनी कैलास पर्वतावर जाऊन तपश्चर्या करावी असे भगवान बुद्धाने आपल्या शिष्यांना सांगितलेले आहे. माउंट ऑलंपसच्या अभ्राच्छादित शिखरांच्या अंतर्भागी जसे ग्रीकांचे देव वास करतात, त्याचप्रमाणे हिमाच्छादित कैलासाच्या अंतर्भागी भगवान बुद्धांचा व त्या श्रेणीला पोहोचलेल्या बुद्धांचा वास असतो.

कैलासाचे तिबेटी नाव 'कांग-रिनपोचे' असे आहे. त्याचा अर्थ 'हिमरत्न' असा आहे. मध्ययुग कालातील सुप्रसिद्ध बौद्ध योगी मिलरेपा याने या गिरिशिखरांच्या कुशीतच आपली योगसाधना केली होती.

कैलासाला जायला अलमोड्याहून रस्ता आहे. यात्रेकरू या रस्त्याने जातात. पण दुसराही एक रस्ता आहे. तो जरा लांब अंतराचा आहे. जरा कठीण आहे. म्हणून थोडेच यात्रेकरू या मार्गाने जातात. त्यामुळे मी हा लांबचाच रस्ता पसंत केला. तितकाच एकांतवासाचा व चित्रविचित्र सौंदर्यदर्शनाचा लाभ. जनसंपर्कापासून फार दूर अशा मार्गावरून प्रवास करणे म्हणजे मनःशांती व एकांत यांचा अलभ्य लाभ; मायामूढ व शोकग्रस्त अशा पार्थिव जगातून बाहेर पडून आनंदमय व शोकरहित अशा वेगळ्या

जगात येणे होय.

आता ही गोष्ट खरी की, हिमालयाची प्रचंड भिंत ओलांडून पलीकडील वैराण प्रदेशात प्रवास करणे म्हणजे किती दुरापास्त, किती अवघड! पण हा विचार माझ्या मनात केवळ एक क्षणभरच टिकला. माझा स्वतःचा अनुभव असा आहे की, ज्या वेळी मनुष्य आपल्या ताकदीच्या बाहेरच्या साहसाला साद घालतो, त्या वेळी परमेश्वराचा मदतीचा हात त्याच्या पाठीशी असतो. आणि त्या अनुभवाच्या जोरावरच मी हे साहस करावयास उद्युक्त झालो.

कैलास म्हणजे परमधाम. पण तितकेच दुर्गम. दिल्लीच्या मुक्कामात केंद्र सरकारच्या कचेरीतून मला कळले होते की, तिबेटची सरहद्द ओलांडून पुढे जाता येणार नाही. कैलास तिबेटी लोकांना फार पवित्र वाटतो. तेथे एखाद्या नास्तिक युरोपियन माणसाचे आगमन होणे त्यांना आवडणार नाही. त्याला तेथे प्रवेश करावयास ते परवानगी देणार नाहीत. आणि शिवाय १९०८ साली झालेल्या तहातील एका कलमान्वये ब्रिटिशांनी तिबेट सरकारला हमी दिलेली होती की, तिबेटच्या हद्दीत जाण्यास व तेथील भूमीचे पावित्र्य बिघडविण्यास ते कोणाही युरोपियनास परवाना देणार नाहीत.

झाले. आता काय करायचे? दिवस तर भराभर निघून चालले. लवकर काहीतरी ठरविले पाहिजे. मी व्हाइसरॉयकडे अपील केले.

नामदार व्हाइसरॉयसाहेबांनी माझे 'ए सर्च इन सीक्रेट इंडिया' हे पुस्तक वाचलेले होते व ते वाचल्यावरून त्यांनी दयाळबागला भेट दिलेली होती. सहकार व आध्यात्मिक दृष्टिकोन यांचा सुरेख संगम साधून तेथे एक नवीन ग्राम वसविले होते व त्यावर माझ्या पुस्तकात मी एक प्रकरणच घातले होते. तेथील एकंदर कार्य पाहून व्हाइसरॉयसाहेब फार संतुष्ट झाले होते व त्या वसाहतीचे संस्थापक-जे साहेबजी महाराज यांना त्यांनी 'सर'कीचा किताब बहाल केला होता.

पण तिबेटमध्ये जाण्यास खास परवाना मिळावा या माझ्या अर्जास मात्र सखेद नकार आला. त्यांचे म्हणणे असे होते की, आपल्या हद्दीतील सर्वांत पवित्र असे स्थान, जे कैलास पर्वत, त्या ठिकाणी कोणाही युरोपियनाने येण्यास त्यांचा सक्त विरोध राहील.

मी ताबडतोब लंडनला 'स्टेट सेक्रेटरी ऑफ इंडिया' यांना तार केली. त्यांचा माझा परिचय होता. माझ्या या संशोधनकार्याबद्दल मी त्यांना बोललेलो होतो. त्यांना माझ्या या कार्याबद्दल सहानुभूती होती. पौर्वात्यांच्या धार्मिक भावनांचा प्रश्न आला म्हणजे मी तो युक्तीने, समजूतदारपणाने व सुज्ञपणाने कसा सोडवितो, याची त्यांना कल्पना होती.

त्यांचे उत्तर आले. उत्तर स्पष्ट पण त्यात कळकळ दिसून येत होती. तिबेट सरकारला अशी विनंती करणे हे ब्रिटिश सरकारला जरा चमत्कारिक वाटत होते. कारण अशा विनंतीस नकारच येईल हे त्यांना माहीत होते. शिवाय अशी विनंती जरी केली तरी प्रवास करण्यात मला काही मदत होणारी नव्हती. परंतु ब्रिटिश सरकार माझ्याकरिता तिबेटकडून सरहद्द ओलांडण्यास व दार्जिलिंगजवळच्या कालिमपाँगपासून ल्हासाच्या वाहतुकीच्या मार्गाने फक्त ग्यानत्सेपर्यंत प्रवास करण्यास परवाना मिळवून देण्यास तयार होते.

माझी निराशा झाली. माझ्या कातडीचा रंग वेगळा म्हणून मला यात्रेस जाता येऊ नये (परवाना न मिळणे याचा अर्थच तो!), आशिया खंडातील सर्वांत पवित्र स्थानाचे दर्शन घेता येऊ नये म्हणजे गोऱ्या लोकांची वर्णभेद पाळल्याची पापेच कारणीभूत झाली म्हणायची. बौद्ध धर्माबद्दल पुष्कळशा तिबेटी लोकांपेक्षा मला जास्त माहिती आहे. कारण मी त्या धर्माचा अत्यंत विद्वान व आध्यात्मिक दृष्ट्या अत्यंत पुढे गेलेल्या भिक्षूंच्याकडे दीर्घकाळ व सखोल अभ्यास केलेला आहे. तरी पण माझी गणना नास्तिक म्हणून व्हायची. कारण का तर माझा वर्ण गोरा व त्यांचा पिवळा!

ग्यानत्सेपर्यंतच जाण्याचा परवाना मला काय उपयोगाचा? ग्यानत्से अगदी तिबेटच्या अंतर्भागात – ल्हासाहून भारताकडे जाण्याच्या तिबेटी व्यापाराच्या मार्गावरचे महत्त्वाचे शहर. पण ते पूर्व भागात व कैलास पर्वत राहिला पश्चिम भागात. पण मी काही व्यापारी नव्हे की भूगोलशास्त्रज्ञ नव्हे. कातडी कपडे पांघरलेल्या काही थोड्या व्यापाऱ्यांना व काही थोड्या लामा मंडळींना भेटायला काही मला जायचे नव्हते. त्यापेक्षा एका उच्च हेतूने मला त्या भागात जायचे होते. कैलास म्हणजे त्या भागात अगदी मधोमध असलेले. माझ्या आयुष्याचा काळ मला आता तो हेतू साध्य करण्यात घालावयाचा होता. माझा दुसरा हेतूच आता काही नव्हता.

कैलास पर्वताची ज्याने यात्रा केलेली आहे, असा एक योगी माझा मित्र होता. त्याला मी तार केली. त्याने उत्तर पाठविले, तो म्हणाला की, 'तुझा हेतू निश्चितपणे साध्य होईल. पण त्याला एक मार्ग आहे.'

त्याने एक युक्ती सुचविली. तो म्हणाला, ''तुम्ही चेहऱ्याला, हातापायांना पिवळी फासा, मुंडन करा व अंगावर भगव्या रंगाची कफनी चढवा, म्हणजे बाकीचे मी जमवून देतो व सगळा प्रवास होईपर्यंत तुमच्याबरोबर येतो. सरहद्द ओलांडून तिबेटमध्ये तुम्हाला सुरक्षित घेऊन जातो. वाटेने सगळे लोक माझे मित्र आहेत.'' अशी त्याने मला खात्री दिली.

पण मला ही युक्ती पटली नाही. कारण जे काही सरकारी अधिकारी माझे मित्र आहेत व ज्यांचा माझ्यावर विश्वास आहे, त्यांना फसविल्यासारखे होते. यात्रा करायची ती उजळ माथ्याने. लपूनछपून नाही. शिवाय या युक्तीचा अवलंब केल्यास राजकीय दृष्ट्या गुंतागुंतीची परिस्थिती निर्माण झाली असती.

आता शेवटी एकच उपाय माझ्याजवळ होता व तो उपाय करावयाचे मी ठरविले.

माझा एक तिबेटी मित्र होता. माझ्या संशोधनकार्याबद्दल त्याला सहानुभूती होती. तिबेट सरकारच्या कौन्सिलमध्ये त्याचे थोडेफार वजन होते. तिबेटमधील माझ्या रस्त्यावरच्या सर्व मठांतील मुख्य लामांना माझ्या परिचयाची पत्रे त्याने मला लिहून दिली होती व त्यावर आपले शिक्कामोर्तबही केलेले होते. पत्रे तिबेटी भाषेत होती. तसेच स्थानिक अधिकाऱ्यांनीही मला ठिकठिकाणी जरूर ती मदत देण्याविषयी, शिधासामग्री, भोजन वगैरे पुरविण्याविषयी पत्रे दिली होती की, जेणेकरून माझा प्रवास सुखाचा व्हावा. कैलास पर्वताच्या पायथ्याशी असलेल्या मठात काही दिवस मुक्काम ठेवावा, तेथे ध्यान-साधना करावी असा माझा विचार होता.

त्याला मी झालेल्या हकिकतीचे पत्र ताबडतोब पाठविले.

पत्राच्या उत्तराची मी उत्कंठेने वाट पाहात होतो. शेवटी तारेने उत्तर आले. मजकूर असाः

‘‘फार खेद वाटतो. सरकारी अधिकाऱ्यांना विचारले. वशिल्याचा उपयोग होत नाही. कारण सध्या ल्हासाला अंतस्थ गडबड आहे.’’

या उत्तराने माझ्या आकांक्षांवर विरजण पडले. नशिबापुढे मला मान तुकवावी लागली.

या प्रवासाला निघण्यापूर्वी एक-दोन दिवस अगोदर माझे गुरू मला गर्भितार्थाने म्हणाले होते, ‘‘कैलास पर्वत तर तुझ्या हृदयातच आहे.’’ जणू काही त्यांना कळले होते की, कैलासयात्रा मला घडायची नव्हती. आता हे कैलासाचे शिखर माझ्या डोळ्यांसमोरून ध्येय म्हणून दूर दूर पाठीमागे सरकू लागले. मी आता वेगळ्या दिशेचा विचार करू लागलो. दुर्दैवाने माझा हिरमोड झाला हे खरे. पण आता नवीन दिशेचा जो हा मी विचार करू लागलो, तो शक्य कोटीतला होता. कदाचित ध्यानस्थ व्हावयाला नशिबाने माझ्याकरिता एक वेगळी खास जागा निश्चित केली असावी. हिमालय पर्वताची ती लांबच लांब प्रचंड शिलाखंडांनी भरलेली रांग नकाशावर पाहिली व त्या रांगेवरून मी आपले बोट फिरविले. ते फिरतफिरत टेहरी-गढवालच्या

भागावर स्थिरावले. टेहरी-गढवाल म्हणजे गंगोत्री. मला हळूहळू वाटू लागले की कैलासाऐवजी हेच स्थान नियतीने माझ्यासाठी नियत केले असावे.

हिंदुस्थानचा सखल उष्ण प्रदेश व तिबेटचे बर्फाच्छादित पठार यांमध्ये, हिमालयाच्या कुशीतच संस्थानांची एक रांगच रांग आहे. ती संस्थाने किंवा राज्ये म्हणजे टेहरी-गढवाल, नेपाळ, सिक्कीम व भूतान. या प्रदेशात युरोपियन लोकांचा प्रवेश क्वचितच होतो. एक कारण असे की, हा प्रदेश निर्जन, ओसाड व डोंगराळ. मध्येच तुटलेले कडे, तशीच गगनचुंबी शिखरे. पण दुसरे कारण असे की, युरोपियनांना या प्रदेशात संचार करण्यास जागोजाग प्रतिबंध आहेत. नेपाळ तर स्वतंत्रच राज्य आहे. भूतान तसेच. सिक्कीम हे एक ब्रिटिशसंरक्षित राज्य. आता टेहरी-गढवाल हे जरी ब्रिटिशांच्या वर्चस्वाखालचे देशी संस्थान असले तरी त्याचे आकर्षण इंग्लिश रहिवाशांना कधीही वाटले नाही. संस्थानचे महाराज आहेत व तेथील राहणी व विचारसरणी आज शेकडो वर्षे आहे तशीच आहे. रेल्वेपासून संस्थानचा मुलूख लांब आहे. या मुलुखात कोणी प्रवासी किंवा मुशाफीर फिरकत नाही. शिवाय तिबेटच्या सरहद्दीला लागून असलेल्या भागात प्रवेश करावयास युरोपियन प्रवाशास खास परवाना लागतो. या मुलुखात रस्ते नाहीत. प्रवासाच्या सोयी नाहीत. शहरी सुखसोयी नाहीत. आधुनिक पद्धतीची वाहनांची साधने नाहीत व येथले लोक पाश्चिमात्य राहणीशी व रीतिरिवाजांशी अपरिचित. त्यामुळे पाश्चात्त्य प्रवासी इकडे सहसा फिरकतच नाही. क्वचित चुकून एखाददुसरा हौशी शिकारी येतो. पण या सर्व अडचणींमुळेच मला या प्रदेशाचे आकर्षण वाटले. शिवाय भारतातील अत्यंत पवित्र अशी तीर्थे व मंदिरे या भागात आहेत. या एकांत, निर्जन प्रदेशात देवदेवता, ऋषिमुनी व योगीजन वास करतात. त्यामुळे त्यांच्या कथा अनादिकालापासून येथील लोकांच्या तोंडी आहेत. येथेच कोठेतरी मला ध्यान-साधनेला योग्य अशी जागा मिळावी, अशी माझी इच्छा होती. कारण हा भूभाग पृथ्वीच्या उत्तमोत्तम सौंदर्याने ओतप्रोत भरून गेलेला आहे.

सूर्योदय होण्यापूर्वीची वातावरणातली धूम्रधूसर छटा नाहीशी झालेली आहे. पूर्वक्षितिजावर किंचित गुलाबी छटा येऊ लागली आहे. क्षितिजाच्या कडेवर मौक्तिक मणी उधळलेले दिसू लागलेले आहेत. त्या दृश्याने आनंदित होऊनच की काय, पक्ष्यांची गोड, मधुर किलबिल कानी येऊ लागली आहे. हळूहळू सूर्य क्षितिजावर आला. मी जागा होऊन उठून बसलो. पेट्या उघडल्या. किती नाना तऱ्हेच्या वस्तू मी त्या पेट्यांतून कोंबून ठेवल्या होत्या. फौजी किटबॅगमध्ये किती वस्तू घेता येतात! आश्चर्य आहे! कोट, शर्ट, बूट, बिस्किटे, कागद, दिवे वगैरे. त्या किटबॅगच्या जबड्यातून तिच्या विशाल उदरात सामान नाहीसे होई; आणखी पुन्हा जबडा उघडाच!

त्यानंतर मी आसपास जरा हिंडून पाहिले. सभोवारच्या परिस्थितीची ओळख करून घेतली व शांत, निवांतपणे बसण्यासाठी जागा शोधायला लागलो.

शेवटी शोधांती मी एक जागा शोधून काढली. दोन दऱ्यांच्या मध्ये एक डोंगराची ओळ होती. त्या डोंगरावर एका अरुंद कड्याच्या टोकावर मी आपले आसन मांडले.

मी प्रथम दृष्टिक्षेप सभोवारच्या अरण्याकडे केला दुसरा साचलेल्या बर्फाकडे केला. काय चित्ताकर्षक रमणीय वनश्री होती ती! माझ्या झोपायच्या खोलीला मागील बाजूस एक दार होते. ते ईशान्य दिशेकडे उघडावयाचे आणि तेथून ही सारी रम्य वनश्री दिसावयाची. अगदी दाराशी लागूनच देवदार वृक्ष स्वच्छंदपणे वाढलेले होते. त्यांची मुळे खोलवर गेलेली होती व त्यांच्या अणकुचीदार शेंड्यांवरून बर्फाच्छादित शिखरे दिसावयाची. त्या शिखरांच्या पलीकडे तिबेट. ती पर्वतराजी म्हणजे तिबेट व टेहरी-गढवाल यांची सरहद्द. या शिखरांचे सुळके इतके उभे होते की, त्यांवर बर्फ सुद्धा ठरत नसे. सभोवारच्या पांढऱ्या पार्श्वभूमीवर त्यांचा राखी रंग उठून दिसायचा.

आणि तिकडे आकाशात विविध रंगांची नुसती लयलूट...

प्रभातसमयी बालरवीचे तिरपे किरण त्या बर्फावर प्रतिबिंबित होत. त्यांचा रंग नाजूक गुलाबी. नंतर हळूहळू तो गुलाबी, केशरी व सोनेरी होत जाई. नंतर काही वेळाने हे विविध रंग लुप्त होत व पुन्हा उघडेबोडके खडक नुसते उजळून निघत. पण दिसत एखाद्या मुक्तामालेतील मोत्यांसारखे.

माझी नजर पोहोचेपर्यंत शे-सव्वाशे मैल व त्याच्यापलीकडे सुमारे दीड-एक हजार मैल हे तिबेटचे विस्तीर्ण पठार. पूर्वेस व पश्चिमेस ते अस्ताव्यस्त असे पसरलेले आहे. माझ्याजवळच उत्तरेस बुरन घाटी सोळा हजार फुटांवर होती व त्याच्या पलीकडे पूर्वेस नंदादेवी शिखर. त्याची समुद्रसपाटीपासून उंची पंचवीस हजार फूट. एखाद्या चर्चचा मनोरा जसा अस्मानात उठून दिसावा तसे नंदादेवी शिखर उठून दिसत होते. शिखर म्हणजे चुनखडीची उभी अजस्र भिंत. या पृथ्वीतलावरचे अत्युच्च शिखर. शिखराच्या कडेने बर्फ ओघळून खालवर पसरलेले होते. त्या बर्फाचा थर सहज शेकडो फूट जाड असावा. पृथ्वीचे हे रौद्र स्वरूप पाहून वाटे की, भूतलावर हा तिबेटचा भूभाग वेगळाच असा काढून ठेवला आहे. हे प्रचंड कडे म्हणजे पलीकडच्या पठार-प्रदेशाचे प्रवेशद्वार. जणू जिब्राल्टरइतकेच अभेद्य व दुर्गम. फक्त जाण्यायेण्याकरिता अरुंद असा मार्ग.

ज्वालामुखीच्या विवरातून जसा धूर बाहेर पडतो, तसा या शिखरांवरून धूर विरघळत जाताना दिसतो. पण हा धूर म्हणजे कापसासारखे विरल असे हिम. आकाशात वाऱ्याने उडून ते भुरभुरत पसरत जाई.

समोरच्या पर्वताची दंतुर पांढऱ्या रांगेमधून मधूनच उंच शिखरे उमटून दिसत. त्या शिखरांवरच्या उंचीवर कोणीही राहात नाही; कोणी राहू शकणार नाही. बर्फाच्या धवल सिंहासनावर प्रकृतीने त्या शिखरांना जणू अधिराजे म्हणून अधिष्ठित केलेले आहे. कोणत्याही सामान्य प्राण्याने किंवा माणसाने या पर्वताकडे वळून पाहू नये, पायथ्याशी असलेल्या दऱ्याखोऱ्या सोडून अन्य कोठेही त्याच्या साम्राज्यात आपली वसती करू नये अशीच निसर्गाची योजना असावी असे वाटते. वीसएक हजार फुटांवरच्या उंचीची शिखरे या पर्वतावर निसर्गाने मुक्त हस्ताने विखरून ठेवली आहेत. ईशान्येला गंगोत्रीजवळ अशाच प्रचंड शिखरांचा एक पुंजकाच उभा आहे. माझ्या वसतीच्या जवळच बंदरपुंच भागात असाच एक वीस हजार फुटांचा प्रचंड राक्षस उभा आहे. त्याच्याच पश्चिमेला जमनोत्रीचे पवित्र स्थान. बदरीनाथ, केदारनाथ व श्रीकांत यांची सूर्यकिरणांनी न्हाऊन निघालेली पवित्र शिखरे अगदी निरभ्र आकाशात चमकून दिसत आहेत.

दुसऱ्या एखाद्या ग्रहावरचा रहिवासी जर या पृथ्वीवर उतरला तर प्रथम त्याच्या नजरेत ही हिमालयाची पर्वतराजी भरेल. मोठा गमतीचा व मनाला थक्क करून सोडणारा विचार आहे ना हा! कारण वीसएक हजार फुटांची शेकडो शिखरे या पृथ्वीच्या पृष्ठभागावर उठून दिसतील. उत्तर अमेरिकेतील रॉकीज पर्वताची मातब्बरी हिमालयाच्या श्रेष्ठत्वापुढे कोठल्या कोठे उडून जाईल! माउंट मॅकिन्ले हे त्या पर्वतावरचे वीस हजार फुटी एकमेव शिखर!

या शिखरांच्या अंगाखांद्यांवर वस्त्र हरित वनराजीचे व मस्तकावर मुकुट हिमराशींचा. त्यांच्याकडे पाहिल्यावर माझ्या मनात आदराच्या व कौतुकाच्या भावना उद्भवतात. थोडी भीतीही वाटते. पण सभोवार पाहिले तर खाली धुक्याने भरलेल्या खोल खोल दऱ्या. त्यात वादळे उठलेली. वरून खाली सरकत जाणारे बर्फाचे डोंगर. हळूहळू वाहात जाणाऱ्या हिमनद्यांतून निघणारे चुनखडीसारख्या बर्फाचे तुषार. सभोवार खडकांनी भरलेला ओसाड प्रदेश. वरून लोंबकळणारे बर्फाचे खडक. या अशा निसर्गाच्या रौद्र परिसरात ध्यानासाठी निवांतपणे बसण्यासाठी अशी जागाच मिळणे कठीण होते.

सरळ उंचच उंच अशा सूचिपर्ण वृक्षांची व भव्य देवदार वृक्षांची घनदाट राई माझ्या पायांपासून दूर खाली दरीच्या तळापर्यंत पोहोचलेली दिसत होती.

काय नशीब पाहा. सगळेच्या सगळे ख्रिसमस वृक्षांचे बनच्या बन माझ्या दाराशी! आणि प्रत्येक झाडाच्या फांद्यांवर, अणकुचीदार टोकांवर खेळणी ठेवलेली! पण ती खेळणी कसली होती? ती काही जड व दृश्य अशी खेळणी नव्हती. चिरंतन शांतता व भव्यता यांची ती खेळणी होती. या उंचच उंच अशा झाडांची टोके अगदी माझ्या

मकाणाच्या दारापर्यंत येऊन ठेपलेली होती. पण त्यांची मुळे खाली डोंगराच्या कडेवर चाळीस-पन्नास फूट खोल. या सूचिपर्ण वृक्षांना घेरा नसतो, पण ती उणीव ते उंचीमध्ये भरून काढतात. हे वृक्ष अगदी डौलदार-भव्य दिसतात. पूर्ण हरित वर्णाच्या तुऱ्यांनी त्यांचे अंग जणू नटलेले दिसते.

त्यांच्या सालींवर शेवाळ साचलेले दिसे. जमिनीवर सूचिपर्ण वृक्षांच्या सुयांसारख्या पानांचे थरच्या थर साठलेले होते. माझ्या दारासमोर जी काही झाडे उभी होती, त्यांतील काही झाडांच्या खोडांवर रानवेलींनी विळखा घातलेला होता. त्या वेलींवर मधूनमधून मंद सुगंधाची पांढुरकी फुले फुललेली दिसत होती. त्यामुळे मन प्रसन्न व्हायचे. भीषण प्रकृतीत उल्हासाचे एवढेच दृश्य. काळ्याभोर पार्श्वभूमीवर ही पांढुरकी फुले जणू आकाशातील तारकांसारखी चमकताना दिसत. चिरंतन शांतीचा आस्वाद घेत असलेल्या या वृक्षांच्या छायेखाली मला निःसंशय मनःशांतीचा, आरोग्याचा, ध्यानाला जरूर त्या एकाग्रतेचा, गांभीर्याचा लाभ घडेल. नागरी परिसरात तो मला मिळायचा नाही. पण या वृक्षाखालची जागा अशी आहे की, तेथे जाण्यास उतरण आहे. उतरायचे म्हणजे दोन्ही हातांनी बाजूंच्या झाडांच्या खोडांना घट्ट धरले पाहिजे. शिवाय अजून सूर्यप्रकाश या घनदाट पानांमधून आत शिरला नाही. पानांची व फांद्यांची केवढी गर्दी ही! सभोवार सगळीकडे थंडगार व उदास. मी तर सूर्यप्रकाशाचा भोक्ता. मला सकाळच्या उन्हात थोडा वेळ तरी बसायला हवेच. तेव्हा ती जागा सोडून मी दुसरीकडे वळलो.

टेहरी संस्थानच्या हद्दीतील ही जंगले म्हणजे संस्थानचे मुख्य उत्पन्न. कारण शेतीला लायक अशी जमीन संस्थानात फार थोडी. तेव्हा ही जंगले म्हणजे संस्थानची मोठी मालमत्ता. जंगलात लाकूडतोड करून भले मोठे ओंढेच्या ओंढे नद्यांच्या पात्रात टाकून देतात. मग ते वाहात वाहात ब्रिटीश राजवटीतील भारताच्या सरहद्दीत येतात व तेथून रेल्वेने बाहेरगावी विक्रीकरिता नेले जातात. या जंगलांची वारंवार पाहणी करण्याकरिता फॉरेस्ट ऑफिसर्स नेहमी फिरतीवर असतात. त्यांना उतरण्यासाठी, राहण्यासाठी असे हे बंगले जंगलात बांधलेले आहेत. अशाच एका बंगल्यात संस्थानच्या अधिकाऱ्यांच्या मेहेरबानीने माझी राहण्याची सोय झालेली आहे. जंगल खात्याच्या अधिकाऱ्याला अशा बंगल्यात वर्षातून दोन-तीन वेळा उतरावे लागते व मुक्कामही एक-दोन रात्रींपुरताच असतो.

दारातून बाहेर पडून मी बंगल्याच्या बाहेर थंड हवेत जरा येरझारा घातल्या. ज्या अरुंद अशा कड्याच्या सपाट माथ्यावर हा बंगला होता, तो कडा सरळ पुढे अर्धा-एक मैल पसरलेला होता. पुढे एक दरी व मग पुढे तो एकदम सातएकशे फूट उंच असा

होत गेला होता. तो एक डोंगरच होता. त्याचा काही भाग नुसता खडकच होता व काही भागावर लहानलहान झाडे उगवलेली होती. त्या डोंगराचे मला आकर्षण वाटले नाही.

बंगला ज्या कड्याच्या सपाट माथ्यावर होता. त्या कड्याच्या दुसऱ्या टोकास मी जाऊन पाहिले. त्या टोकाखाली दरी असावी असे मला काल रात्रीच्या वेळेस वाटले होते. पण आज पाहिले तर खूप खाली एक भले मोठे मैदान पसरलेले मला आढळले. आता कड्याच्या बाजूने खाली घरंगळत जाऊन त्या मैदानापर्यंत जाऊन पोहोचणे अवघड नव्हते. फार मजा वाटेल घरंगळून उतरण्यात. ती जागाही अप्रतिम सुंदर अशी होती. मला ती पसंत करावीशी वाटली. इतक्या निसर्गरम्य ठिकाणी माझे नवीन धाम उभारण्यात मला फार आनंद वाटेल. कड्याच्या उतरणीवर अगदी तळापर्यंत देवदार वृक्षांची झाडी होती. तळाशी पसरलेल्या मैदानापाशी दोन काळ्याकभिन्न लहान दऱ्या मिळत होत्या. स्कॉटलंडमधल्या 'ग्लेन्स'सारख्या या दऱ्या दिसत होत्या. या दोन दऱ्यांतून पुढे एक वर्तुळाकार खोरे निर्माण झाले होते. हे खोरे इतके विस्तृत होते की, निसर्गदेवतेस येथे एक मोठे शिखर टाकता आले असते. या खोऱ्याच्या बाजूस घनदाट झाडी; काही हिरव्या रंगाची तर काही तपकिरी रंगाची. मधूनमधून पांढरे चुनखडीचे खडक. पूर्वेच्या बाजूला कड्यातून कपारी लागलेल्या होत्या. एकमेकांशी समांतर. जणू जिन्याच्या पायऱ्याच. जणू किल्ल्याच्या तटबंदीवरील विटा. चुकूनमाकून माणूस इकडे फिरकूच नये. पश्चिमेच्या बाजूला प्रकार वेगळा. तिकडे टेकड्यांवर टेकड्या. मधूनमधून उतरण. झाडी बेताचीच. खाली खोलवर पाहिले. उलट्या वाटीसारखा मैदानी प्रदेश. कडा खडकाळ. मला असे वाटू लागले की, आता दुसरीकडे काही शोध करायला नको. येथेच जवळ कुठेतरी ध्यानाला योग्य अशी जागा मला सापडावी.

जवळच पाइन वृक्षाची पाचएक फुटांची फांदी पडलेली होती. तिच्यावरची पाने तोडून टाकून, खाचखळगे साफ करून, चढण्या-उतरण्यासाठी एक भली-भक्कमशी हातात धरायला काठी मी तयार केली. काठीचे टोक अणकुचीदार न करता थोडे आत पोखरून आधार पकडण्यासाठी खोलगट केले. जागेच्या शोधाचा शेवटचा टप्पा आता सुरू झाला.

पश्चिमेच्या बाजूची एक टेकडी सोयीची पाहून मी तिच्यावर चढावयास सुरुवात केली. चढणीवर घसरडे होते. तेव्हा चढताना बरीच काळजी घ्यावी लागली. वाटेत काही मोठे शिलाखंड लागले. टेकडीला वळसा घालून मी वरती आलो. वाटेत उंबराची झाडे लागली. उंबराचे गुच्छच गुच्छ झाडांवरून लटकत होते. मध्येच निलगिरीच्या तेलासारखा एक सुगंध येऊ लागला तेव्हा मी थांबलो. खाली वाकलो

व त्या सुगंधाचे भरपूर अवग्राहण केले. शेवटी टेकडीच्या माथ्यावर येऊन पोहोचलो. तेथे वाळलेल्या पानांचा जणू गालिचाच अंथरलेला मला आढळून आला. मला मोठी गंमत वाटली. ही पाने येथे कशी एकत्र गोळा झाली? या गिरिशिखरांमधील तुफानी वादळाने हा पाचोळा हवेत शेकडो फूट उंच उडवून जणू मुद्दाम या जागी पसरून दिलाय की काय?

ते कसेही असो, मला मात्र त्या गालिच्याचा बैठकीसारखा उपयोग झाला. अगदी हाताच्या विणीचा मिर्झापुरी गालिचा. तितकाच कलाकुसरीने भरलेला व आरामशीर. त्या गालिच्यावर मधूनमधून रंगीबेरंगी फुले पडलेली होती. त्यामुळे त्या गालिच्याला अधिकच शोभा आलेली होती.

मला वाटले, आता पुढे भटकण्याचे कारण उरले नाही. परमेश्वराने मला अगदी योग्य अशी जागा दाखविली. तिबेटी लोकांप्रमाणे हिंदू लोकांचा दृढ विश्वास आहे की, हिमालय म्हणजे देवादिकांचे पवित्र वसतिस्थान. त्याचप्रमाणे या भागात मानवाच्या वरच्या कोटीचे सिद्धयोगी, ऋषी हेही आपल्या सूक्ष्म देहाने आसमंतात वावरत असतात. खरेच, त्यांपैकी एका सिद्धपुरुषानेच मला येथे आणून सोडले असावे! किंवा कल्पनेच्या बाहेर सुंदर असे हे एकांतस्थान त्या सिद्धपुरुषाचेच असावे. माझे मन खरेच भारावून गेले.

टेहरी राज्यातील हे प्रशस्त पर्वत पवित्र समजले जातात. हिंदू लोकांची अशी श्रद्धा आहे की, येथे देवांचा वास असतो. त्यामुळे त्यांना वाराणसी, पुरी, नाशिक या तीर्थक्षेत्रांपेक्षा हिमालयातील ही धामे अधिक पवित्र वाटतात. शिव, कृष्ण, तसेच इतर देवगण येथे वास करून गेलेले आहेत व अंतरिक्षात सोडून दिलेल्या त्यांच्या विचारलहरी अजूनही मानवांना मुग्ध व उल्हसित करीत असतात.

हे आता माझे शांतिधाम ठरले. हरित-पीत पर्णराजींवर आच्छादिलेले! त्या गालिच्यावर मी माझे आसन पसरले. दिवसांतून दोनदा, सकाळी व संध्याकाळी, हातात काठी घेऊन मी ही टेकडी चढून जाणार व ध्यानास बसणार. ध्यान कसे लावावे ही एक कला आहे. ती साधली म्हणजे खुद्द परमेश्वर दूर नाही.

हिमालय म्हणजे माझ्या मते स्वर्गारोहणाची पायरी आहे. आणि या उदात्त वातावरणात व प्रशांत मनःस्थितीत खुद्द परमेश्वराच्या अधिक उच्च अशा एकांतवासाचा लाभ व्हावा या तयारीस मी आता लागणार.

३

भारतातील इंग्रजी राज्य व राजकीय संघर्ष या विषयावरील एक चिंतन - राजकारणास आध्यात्मिक जोड देण्याची आवश्यकता - विचारांवर नियंत्रण - एकाग्रतेचे रहस्य

तिसऱ्या प्रहरी मी परत आपल्या शांतिधामास चढून येतो. आता आमची काठी काही एखाद्या गिर्यारोहकाच्या काठीसारखी किंवा मूठ लोखंडी भाल्यासारखी अशी नाही. पण तिचा मला चांगला उपयोग होत आहे. शांतिधामात पोहोचल्यावर एक जागा मी पसंत केली. तेथे बसून शांतपणे चिंतन करावयाचे ठरविले. संध्याकाळच्या वेळी आंतरिक शांतता मिळविण्यासाठी या चिंतनाचा मला चांगला उपयोग होईल.

कड्याच्या अगदी कपारीशेजारी मी आपले आसन मांडले. तेथून मला खाली दूरवर घनदाट राईकडे पाहता येई व तेथली भव्यता नजरेखाली टाकता येई. आमच्या आसनाच्या ठिकाणी शांतता अगदी भेसूर वाटे. या पृथ्वीच्या पाठीवर मनात उदात्त व गंभीर विचार जर कोठे आणता येत असतील, तर ते अशा जागी

आणता येतील. पण अशी स्थाने फार थोडी. सरहद्दीवरच्या या देशी राज्याला आधुनिकतेचा अजून स्पर्श झाला नाही. भारताच्या इतर भागांपेक्षा हा भाग अगदी वेगळा आहे. या भागात प्राचीन काळी देवादिक वावरलेले आहेत.

माझी दृष्टी अखेर एका उंच देवदार वृक्षाच्या कमानदार फांद्यांवर स्थिरावली. झाडाच्या जुनाट खोडावर तपकिरी-हिरव्या रंगाच्या बुळबुळीत शेवाळाचा थरच्या थर चढलेला होता आणि त्याच्यावरून दाढीसारखे पानांचे तुरे लोंबकळत होते. हा देवदार वृक्ष अगदी माझ्या आसनाखालीच थोड्या अंतरावर उगवलेला आहे व कड्याच्या बाजूला थोडा कोन करून पुढे सरळ वाढत गेलेला आहे. त्याच्या घनदाट पर्णराजीतून सूर्याचे किरण प्रयासानेच बाहेर पडतात. सुरूच्या झाडाप्रमाणे या वृक्षाच्या फांद्या व्यवस्थितपणे पुढे वाढत गेलेल्या नाहीत, तर अणकुचीदार पाने खाली जमिनीकडे उदासपणे झुकलेली आहेत. तरी पण हा पुरातन वृक्ष खानदानीच वाटतो. त्याच्या पानांना एक विशिष्ट सुवास येतो. सीरियामधील देवदार वृक्षांच्या पानांनाही असाच सुगंध येतो. झाडाची मूळची जात तीच असावी. मी वाचलेले स्मरते की, मोगल बादशाहांच्या व त्यांच्या जनान्याच्या हमामखान्यात पाणी तापवायला देवदार वृक्षाची लाकडे जाळीत असत. देवदार वृक्षाच्या लाकडाचा असा पूर्वीपासून लौकिक आहे. या वृक्षाच्या मुळाशी दोन जंगली फुले पडलेली आहेत. त्यांच्या कळ्या कशा अगदी तजेलदार-टपोऱ्या मोत्यांसारख्या दिसत आहेत. पुष्कळ झाडे पवित्र समजली जातात, पण देवदार वृक्ष हा देवादिकांना प्रिय असा वृक्ष आहे.

मला वाटते, या देवदार वृक्षाची आणि माझी चांगलीच गट्टी जमणार व ती उत्तरोत्तर वाढत जाणार; इतकी की, जेव्हा मी हे स्थान सोडून जाईन आणि केव्हातरी ते मला सोडावेच लागेल, तेव्हा या झाडाचा वियोग मला सहन व्हायचा नाही. काही झाले तरी नियतीपुढे कोणालाही मान तुकवावी लागते. तेव्हा सहवास जितका जास्त करता येईल तितका करावयाचे मी ठरविले आहे. हे वृक्षरूपी पुराणपुरुषा, माझ्या हृदयातील गुपिते मी तुझ्यापाशी अस्पष्ट शब्दांत उघड करणार आहे. माणसाला तो जरी लेखक असला तरी ज्या सुखाच्या क्षणांच्या नष्ट स्मृती, तशाच दारुण आपत्तींच्या आठवणी उघडपणे लोकांत सांगता येत नाहीत, त्या तुला मी मोकळ्या मनाने सांगणार आहे. आणि तूही माझ्याशी बोलू लागशील पण ते इतक्या हलक्या आवाजात की, जग चेष्टेने म्हणेल की, मला भ्रम झाला आहे पण आपण दोघेही जगाकडे पाहून हसू व त्याला क्षमा करू. जगाची आपल्याला कीव येईल की, निसर्ग आपल्या सगळ्यांची जननी आहे, पण निसर्गाच्या गुपितांचा जगाला पत्ता नाही.

परत माझे विचार या भूमीकडे – भारत देशाकडे वळले. ती दमट भूमी मी आता

पाठीमागे सोडून दिली होती. खाली दूरवर भागात भरगच्च वस्तीची शहरे पसरलेली. उन्हाळा इतका जबर की दगडाच्या भिंतीवर जर थोडा वेळ हात ठेवला तर तो भाजून निघायचा. जी काही थोडी मूठभर गौरकाय मंडळी आहेत, की ज्यांना नोकरीमुळे या उष्ण देशात राहावेच लागते, त्यांना ही उष्ण हवा व डासांचा त्रास सहन करावा लागतो. अशा या प्रखर उन्हाळी हवेत राजकीय चळवळींचा जोर कमी झाला आहे. कारण राजकीय ध्येय कितीही मोठे आदर्श मानले तरी त्या दूरवरच्या ध्येयाच्या पूर्तीकरिता या उष्ण हवेत एकशे दहा अंशांच्या उष्णतामानात उत्साहाने कष्ट करणे अगदी कठीण आहे.

ब्रिटिशांनी हिंदुस्थान देश जिंकला ही घटना मोठी गूढ व अर्थपूर्ण अशी झालेली आहे. पण तिचा अर्थ आतापर्यंत कोणाही ब्रिटिश आणि भारतीय माणसाने समाधानपूर्वक स्पष्ट करून सांगितलेला नाही. कारण कोणीही या विषयाचा आंतरिक दृष्टीने व वंशभेदाने मन कलुषित न करता अभ्यास केलेला नाही. पुष्कळसे हिंदी लोक वर्णन करतात त्याप्रमाणे ब्रिटिश अंमल जर खरोखरी जुलुमी असेल तर एतद्देशियांना येथून दुसरीकडे जाणे अपरिहार्य ठरेल. तसेच एतद्देशियांवर राज्य करणे जर अवघड गोष्ट असेल तर ब्रिटिशांनी सुद्धा येथून निघून जाणे बरे. विशाल व दूरवरचा असा हा दृष्टिकोन फक्त काळाचेच ठिकाणी आहे व काळच दोघांना हे समजावून देईल की, या उपखंडात अगदी भिन्नभिन्न असे मानववंश एकत्र का आले आहेत.

या दोन भिन्न संस्कृतींच्या लोकांची एकमेकांच्या हितांच्या विरुद्ध अशी विचित्र पद्धतीची सांगड इतिहासाने काही विशिष्ट हेतूखेरीज घालून दिलेली नाही.

दोघांची कार्ये परस्परांस पोषक असावीत काय?

पाश्चिमात्य संस्कृतीचा संबंध भारताच्या पश्चिम किनाऱ्यावर सुमारे दोनशे वर्षांपूर्वी आला व तो दृढही झाला. आणखी वीस-एक वर्षे जायला पाहिजेत, म्हणजे या प्रश्नाचे उत्तर जगाला मिळेल.

आणि दरम्यानच्या अवधीत राजकीय पुढाऱ्यांनी या देशातील सुशिक्षित तरुणांना एक नवीन धंदा निर्माण करून दिला आहे. जेथे-जेथे ते एकत्र येतात, तेव्हातेव्हा स्वातंत्र्याची घोषणा करून ब्रिटिश अधिकाऱ्यांना 'चले जाव'चा इशारा देतात. सुसंस्कृत हिंदू तरुण, जो आधुनिक वेषभूषा करतो, पण मनाने जुनाट विचाराचा असतो, असा आता दिसत नाही. तो झपाट्याने नाहीसा होत आहे. सैलशी पँट घालून तो आपल्या धर्माला, सरकारला, आपल्या चालीरीतींना व सभोवारच्या परिस्थितीला जणू हादरा देत असतो. उलटपक्षी न्यू दिल्लीच्या तांबड्या संगमरवरी सरकारी कचेऱ्यात, मिलिटरी

कँटोन्मेंटमध्ये व सिव्हिलिअन क्लबसमध्ये गौरकाय अँग्लो-सॅक्सन राज्यकर्ते दिमाखाने बडेजाव दाखवीत असतात. शिवाय आपली सत्ता निदान आपल्या पिढीपुरती टिकविण्याकरिता चंग बांधून राहिलेले आहेत. अर्थात नियती काय करावयाचे ते ठरवीलच. तिचाच शब्द खरा ठरेल. काळ्या दगडाच्या पाटीवर ती आपला लेख लिहून ठेवील व नेहमीप्रमाणे तिचा लेखच सर्वांत शहाणपणाचा ठरेल. शेक्सपीअर म्हणतो, ''सर्व मनुष्यप्राणी काळाच्या अंकित असतात. माणसाचे आई-बाप तोच असतो. मरणकाळी तोच त्याच्या सन्निध असतो व माणसाला तो आपल्या इच्छेप्रमाणे देतो. माणसाच्या इच्छेप्रमाणे नाही.'' माणसाच्या महत्त्वाकांक्षा व वासना यांना आपल्या ताब्यात ठेवणारी अशी एक महाशक्ती आहेच.

हिंदुस्थान देशात आता काय काय घडणार आहे, याबद्दलचे माझे एक भाकित आहे. पण राष्ट्रीय व वांशिक पूर्वग्रहांनी दूषित झालेल्या जगात खरे सांगणे हे नेहमीच शहाणपणाचे ठरत नाही. मी काही कोणत्याही एका राजकीय पक्षाचा नाही आणि मला तसे व्हायचेही नाही. आता हे खरे आहे की अशी स्वतंत्र भूमिका ठेवणे हे दौर्बल्याचे लक्षण आहे. आमच्याकडे कोणी लक्ष देत नाही. पण अशा तऱ्हेचा एका विशिष्ट राजकीय मतप्रणालीचा मुखवटा तोंडावर चढविण्यात मोठा धोका असतो. ब्रिटिश व हिंदी मनुष्य दोघांनाही माझी विचारसरणी पटायची नाही; त्यांना त्या विचारांतली व्यापकता समजायची नाही व माझे भविष्य तर त्यांना बिलकूल पटायचे नाही. तेव्हा भवितव्य सांगण्यास योग्य अशी वेळ आली नाही हे समजून गप्प बसावे हे बरे. मध्यंतरीच्या काळात पश्चिम व पूर्व या दोघांनीही एकमेकांना जास्त समजून घ्यावे आणि या कामी दोघांच्यामधील दुरावा कमी करण्यासाठी मी झटावे असे मला वाटते. उगाच लाखो लोकांत विनाकारण भटकण्यात, त्यांचे गुण-दोष चर्चिण्यात व परंपरागत दोषांना नावे ठेवण्यात काय अर्थ आहे? त्यापेक्षा थोडे का होईना, पण विधायक कार्य करावे हे बरे.

राजकीय भविष्याबद्दल या देशात बोलण्यात आणखी एक धोका आहे. एक असे की ह्या देशात एकंदर राजकीय परिस्थिती मोठी गुंतागुंतीची व संशयांनी भरलेली आहे. या संदर्भात गेल्या महायुद्धाच्या वेळेचा एका प्रसंगाचा अनुभव सांगतो.

कर्नल टी.ई. लॉरेन्सबद्दल ही गोष्ट आहे. या इसमाबद्दल पुष्कळांना कौतुक वाटते तर पुष्कळ लोक याची नालस्ती करतात. पुष्कळांचा याच्याबद्दल अगदी गैरसमज आहे. त्या वेळी लॉरेन्स अरबस्तानात एका मोहिमेवर होते. अगदी पेचप्रसंग उद्‌भवला होता. अडचणी अशा आल्या होत्या की, त्यातून मार्ग काढणे मोठे कठीण होते.

पण त्याने आपल्या सुपीक डोक्यातून एक नावीन्यपूर्ण कल्पना शोधून काढली. त्याने लंडनला लिहिले की, माझ्याकडे काही धंदेवाईक जादूगार पाठवून द्या... कल्पना अशी की होती, ह्या जादूगारांनी अरब जगात, निरनिराळ्या जमातीत, तांबडा समुद्र व भूमध्य समुद्र यांच्या किनाऱ्यावर हिंडायचे. हे जादूगार शक्यतो करून अरब असावेत व त्यांना अरब जमातींच्या रीतिरिवाजांची व समजुतींची माहिती असावी. त्यांचे काम म्हणजे त्यांनी फिरस्त्या फकिरांचा वेष घेऊन जादूच्या करामती करून आपल्या अंगी दैवी सामर्थ्य आहे असा लोकांपुढे बतावणी करायची. अशा तऱ्हेने आपल्या दैवी सामर्थ्याची लोकांना खात्री वाटू लागली म्हणजे त्यांनी तुर्कांचा सणसणीत पराभव होणार असे भाकित करायचे म्हणजे अरब लोक ब्रिटिशांना एकदम सामील होतील... या कामगिरीवर त्याने पाच माणसांची निवड केली. त्यांपैकी तीन जन्माने अरबच होते. एक अरबी बोलणारा फ्रेंच इसम होता व एक दुसरा तसाच इंग्लिश इसम होता. त्यांनी चांगली कामगिरी केली व पुष्कळ अरबांचे मन वळविले. पण त्यातला फ्रेंचमन व एक अरब हे पकडले गेले व ठार मारले गेले.

आता या राजकीय झगड्याचा व वंशभेदावरून होणाऱ्या छळणुकीचा शेवट होणार आहे असे नाही. पण आपण प्रतिपक्षीयांची मने ओळखून त्यांच्या गैरसमजांचे निवारण केले तर निश्चितच या जगात शांतता नांदू लागेल. एरव्ही नाही. पूर्वीचे ऋषी याच मार्गाचा अवलंब करीत. पण आज कोणी अशा ऋषींचे अनुकरण केले तर त्यास लोक मूर्खात काढतील. आज इतकी वर्षे लोटली. पण या जगात शांतता नांदू शकत नाही हे मात्र खरे. आजच्या जगात आध्यात्मिकता नामशेष झाली आहे. स्वत:चे आत्मशोधन कोणी करीत नाही म्हणून सगळीकडे ही सारी बेबंदशाही झाली आहे. सगळीकडे असहायतेचे वातावरण निर्माण झाले आहे. चुकीच्या ध्येयांची आपण पूजा करतो आहोत. नालायक माणसांचे गुलाम झालेलो आहोत.

या जगात अहंता व बुद्धिवाद यांचे स्तोम फार माजले आहे. त्यातून व्यवहारज्ञान नावाचा एक बनावट पदार्थ निर्माण झाला आहे. पण पूर्वीचे ऋषी जे लोकांना सांगत, त्याच्या पाठीमागे त्यांचा मानवी इतिहासाचा गाढा अभ्यास होता. त्या ज्ञानाच्या बळावर ते लोकांना उपदेश करीत. ते ज्ञान फार खोल व अगदी बिनचूक असे. हल्लीच्या पुस्तकी इतिहासज्ञांना त्यांची सर यायची नाही. खरे पाहिले तर काही थोड्या हजार वर्षांपूर्वीचे आमच्या इतिहासज्ञांना काही ज्ञान नाही व जे आहे तेही काही निखालस असे नाही. सारे अंदाज व तर्क. पण माणसाचा इतिहास किती जुना आहे. त्या प्रदीर्घ इतिहासाचे फक्त तोटके शेपूटच या इतिहासज्ञांच्या हाती लागले आहे. गौतम बुद्धाची शिकवण पाहा. सामान्य माणसापेक्षा आपण काही वेगळे आहोत असा त्याने कधी

दावा केला नाही. तो सांगे, वारंवार सांगे, "द्वेषाने द्वेषाचा नाश होत नाही. फक्त प्रेमच द्वेषाचा बीमोड करू शकते." अशा तऱ्हेची सद्‌भावनेची घोषणा करणारा तो काही भावनाप्रधान ध्येयवादी नव्हता. तो अगदी सर्वसाधारण माणसासारखा व्यवहारीच माणूस होता. ज्याचे कान टेलिफोनला लागलेले आहेत व ज्याचे डोळे टेबलावरच्या कागदावर जडलेले आहेत अशा एखाद्या व्यापारी माणसासारखा तो व्यवहारी असतो. इतक्या उच्च कोटीच्या महात्म्यांप्रमाणे बुद्धालाही इतिहासपूर्व काळातील व इतिहासकाळातील जगाच्या स्थितीची माहिती होती. सतत चालत असलेल्या युद्धांमुळे सामान्य माणसाची स्थिती किती करुणास्पद होत असते, याचे त्याला पूर्ण ज्ञान होते. या भूगोलाचे दृश्य त्याने विश्वाच्या आरशात निरखून पाहिले. तो आरसा परमेश्वरानेच त्याच्यापुढे धरला आणि या आरशात त्याला काय दिसले? तर माणसा-माणसातील हितसंबंध एका अदृश्य शक्तीच्या हातांनी 'ऋत' तत्त्वावर, ऋणानुबंधांवर गुंतवून टाकलेले आहेत. त्यातून कोणाचीही सुटका होण्यासारखी नाही. ती अदृश्य शक्ती हातात न्यायाचा तराजू धरून आहे. पाप-पुण्य, उपकार-अपकार, सत्कृत्य-दुष्कृत्य यांचा सगळा हिशेब होत असतो. शिवाय ही सांगड सतत चालू असते. या विराट विश्वाच्या पाठीमागे ती महाशक्ती सतत कार्य करीत असते. त्या शक्तीचे एक स्वरूप दयाघन परमेश्वराचे आहे. परमेश्वराला माहीत असते, की द्वेषाच्या भावनेने दुःखच निर्माण होते व मग ते दुःख दोघांनाही म्हणजे द्वेष करणाराला व ज्याचा द्वेष केला जातो त्यांना भोगावे लागते. तो द्वेष व तज्जन्य दुःख यांचा अंत केव्हा होतो? तर त्या परमकारुणिक परमेश्वराच्या दयेच्या वर्षावाने. तोच परमेश्वर आपणही त्याच्यासारखी दयाच इतरांना दाखवावी असे आपणास सतत सांगत असतो. ही त्याची शिकवण आपल्याला आपल्या अंतर्यामातून सतत होत असते व दुःखांचा नाश अशा तऱ्हेने होत असतो.

हेच दृश्य येशू ख्रिस्ताला नेमके दिसलेले होते. ज्या जगात तो वावरला त्या जगात हिंसेने थैमान घातले होते. माणसं सूडबुद्धीने जळत होती. त्या सूडबुद्धीवर आधारलेले त्यांचे धर्म, पंथ होते. त्या सूडबुद्धीवर येशू ख्रिस्ताने मात केली व सत्य काय आहे, हे लोकांना दाखवून दिले. त्यालाही बुद्धाप्रमाणे विश्वाच्या विराट स्वरूपाचे दर्शन झाले होते. त्रिकालाबाधित 'सत्य' सतत कसे कार्य करीत असते, हे त्यालाही दिसून आले होते. म्हणून तो पर्वतावर गेला व ध्यानस्थ झाला. लोकांच्या सामान्य दृष्टीसमोरून नाहीसा झाला. थोड्याच कालावधीत तो परत आला. येऊन जड वस्तूपलीकडे ज्यांना काही दिसत नव्हते अशा पुरोहितांची हजेरी घेतली व आपल्या सुकून गेलेल्या हाताने मानवाचे दुःख निवारण केले. त्याच्याभोवती माणसांची हीऽऽ गर्दी झाली. काय त्याचे

ते ओजस्वी व उत्स्फूर्त शब्द!

''अपकाराची फेड उपकारांनी करा. तुमचा जे तिरस्कार करतात त्यांचे कल्याण चिंता. त्यांच्याकरिता परमेश्वराची प्रार्थना करा... दुसऱ्याचा निवाडा करीत बसू नका; कारण तुमचीही तशी परीक्षा होणार आहे. दुसऱ्यांना दोषी ठरवू नका. कारण तुम्हीही तसेच दोषी ठरले जाल. दुसऱ्यांवर क्षमा दाखवा, म्हणजे तुमच्याही अपराधांची क्षमा केली जाईल. कारण ज्या मापाने तुम्ही इतरांचे गुणदोष मापाल, त्याच मापाने तुमचेही गुणदोष मापले जातील.''

त्याला हे माहीत होते.

पण, वरवर पाहणाऱ्या जगाला हे माहीत नव्हते, समजत नव्हते आणि म्हणून त्याच्या हातून अशा चुका होत होत्या. इतरांना दुःख देण्यात ते सुख मानीत होते. दुसऱ्या माणसांशी ज्या तऱ्हेने, सुष्ट-दुष्ट पद्धतीने आपण वागतो, त्याच सुष्ट-दुष्ट पद्धतीने दुसरेही तुमच्याशी वागतात. हे सर्व एका अदृश्य शक्तीच्या द्वारे घडून येते व हा ऋणानुबंधाचा, ऋततत्त्वावर आधारित अलिखित विधिनियम त्याला ज्या वेळी समजू लागेल, त्या वेळी द्वेषाची, शत्रुत्वाची तीव्र भावना जाऊन परस्पर सहकार्याचे युग निर्माण होईल. परोपकार व क्षमाशीलता या गुणांचे पालन करणे हाच शहाणपणाचा व्यवहारी मार्ग आहे. या संत्रस्त युगात हीच आपली निकडीची व जिव्हाळ्याची गरज आहे.

पण हे नीतिशास्त्र व हा उपदेश आज कोणीही ऐकून घेण्यास तयार नाही. माझी लोक चेष्टा करतील. ज्यांना या गोष्टी पटलेल्या आहेत त्यांच्यापुढे त्याचा पुन्हा पाढा वाचण्याची जरूर नाही आणि ज्यांना या गोष्टी पटत नाहीत, ज्यांची नैतिक मूल्यांवर श्रद्धा नाही, ते या गोष्टी मुळी ऐकूनच घेणार नाहीत. आता नियतीच काय करायचे ते ठरवील. तीच या देशांना काय शिकवायचे ते ठरवील. तेव्हा माझ्यापुढे व्यावहारिक मार्ग म्हणजे माझा उत्साह व लक्ष अशा दिशेने व अशा बाबतीत घालणे की, जेथे तो उत्साह वाया जायचा नाही.

आणि तो मार्ग माझ्याजवळच आहे. जगाला सुधारावयाची सुरुवात माझ्या स्वतःच्या सुधारण्यापासूनच करावयास हवी यात बिलकूल संदेह नाही. परोपकारबुद्धीचा प्रचार स्वतःपासूनच करावयास हवा. तेव्हा आता मला आपले विचार नीट जुळवू द्या. गौतम बुद्धाचे विश्वकल्याणाच्या दृष्टीने उच्चारलेले एक बोधवाक्य आहे ना, त्याचा मला पुनरुच्चार करू द्या. त्यातील शब्द मला उच्चारता यावयाचे नाहीत, पण त्यांचा आशय असा :

“जगाच्या चारी दिशांकडे मी दयापूर्ण दृष्टीने पाहतो. उत्तर, दक्षिण, पूर्व व पश्चिम. वरती आणि खाली. सगळीकडे जगातील सर्व प्राणिमात्रांकडे मी दयापूर्ण दृष्टीने पाहतो.”

या लहानशा विषयावर माझे मन विचार करू लागले. त्याबरोबर दयाबुद्धी माझ्या साऱ्या शरीरातून सळसळू लागली व वरच्या उच्चाराचा शेवटचा शब्द उच्चारल्याबरोबर मला स्वतःलाच दयाबुद्धीचा अनुभव येऊ लागला.

आणि एकदम माझ्यावर अगदी कठोर टीका करणाऱ्या महिलेचा चेहरा माझ्या डोळ्यांपुढे आला. तिचे खवट शब्द मला स्पष्ट ऐकू आले. जणू ती प्रत्यक्ष शरीराने माझ्यापुढे उभी आहे. पण वस्तुतः ती किती लांब, निराळ्याच भूखंडात होती. माझे विचार व माझी गुपिते मला पूर्णपणे माहीत असतात, तेव्हा ते विचार ज्यांना पटत नाहीत व ज्यांना आपली आंतरिक गुह्ये सांगावीशी वाटत नाहीत, त्यांच्याशी मी व्यर्थ वादविवाद करीत बसत नाही. ते भेटले तर त्यांच्याशी मी कधी बोलण्याच्या भानगडीत पडत नाही. पण आज या महिलेचा चेहरा दृष्टीस पडल्यावर मी तिची उपेक्षा केली नाही. माझे विचार तिला पटत नाहीत म्हणून मी तिच्यावर रागावलो नाही. तिला क्षमा केली. तिचे हित चिंतिले. तिच्या डोळ्यांवर टक लावून तिच्या कटू आत्म्याला सत्य कळावे व त्याचबरोबर तिला ज्ञान व्हावे व तिचा स्वभाव गोड व्हावा म्हणून प्रार्थना केली. तीन वेळा असे मी तिचे शुभ चिंतिले. मग माझ्यामध्ये व तिच्या विचारांमध्ये एक प्रकारचा मानसिक अडसर घातला.

तेवढ्यात जवळून एक पाकोळी आपले नाजूक पंख हलवीत पलीकडे निघून गेली...

आता संध्याकाळ संपून रात्र सुरू झाली. हवेत गारठा आला. ध्यान आता बंद करावे याची जणू ती सूचनाच होती. शारीरिक विश्रांतीची मानसिक शांतीबरोबर जरूर भासू लागली. मी सभोवार पाहिले. सूर्य डोंगरांपाठीमागे खाली केव्हाच बुडून गेला होता. त्याच्याबरोबर हवेतील उबाराही कमी झाला व सभोवार भेसूर अंधाराचे साम्राज्य पसरू लागले.

मी दृढासन घालून बसलो होतो. सभोवारच्या जगतामधील हालचाल कमी होऊ लागली आणि मी माझी दृष्टी अंतर्मुख केली. कोठेतरी खोल माझ्या देहात परमात्म्याचा अंश असावा, चिरंतन तत्त्व असावे, की जेथून माझ्या देहात चैतन्य मूर्त झाले.

“स्तब्ध राहा,” माझ्या गुरूचे कळकळीचे शब्द मला आठवले– “म्हणजे तुला

तुझ्यातील दिव्यपुरुष ओळखता येईल. तो दिव्यपुरुष व परमेश्वर हे काही वेगळे नाहीत.''

माझा श्वासोच्छ्वास मंद होऊ लागला. एक मिनिट मी श्वासावर ध्यान लावले. जणू अजपामंत्राचा जप सुरू केला. परिणाम असा झाला की, श्वास व उच्छ्वास तालबद्ध होऊ लागले. नंतर त्यांच्यात सुसंबद्धता येऊ लागली. ते मंद होऊ लागले. त्यांची संख्या कमीकमी होऊ लागली.

आपला मेंदू म्हणजे एक चाक आहे. हे सतत फिरत असते. प्रत्येक फेरीला नवीन-नवीन विचार ग्रहण करीत असते. आता या चक्राचा फिरण्याचा वेग कमीकमी होऊ लागल्याचे माझ्या ध्यानात आले. माझे लक्ष अंतर्मुख करून एका मध्यवर्ती बिंदूकडे जसजसे मी वळवू लागलो, तसतसे माझे विचार संख्येने व व्याप्तीने कमीकमी होऊ लागले. मला आता असे वाटू लागले की, बुद्धीच्या अशा विश्रांत स्थितीत मला ज्ञान होईल.

एका महान योग्याच्या भेटीचा मला काही वर्षांपूर्वी योग आला होता. त्या योग्याच्या योग्यतेविषयी व सामर्थ्याविषयी माझे स्वतःचे मत फार चांगले झाले होते. एका प्राचीन सुंदर मंदिरातील एका खोलीत तो योगी राहात असे. एका बाकावर सतरंजीवर तो बसून असे. मी त्याच्यासमोर जमिनीवर बसे. खुर्ची वगैरे काही नाही. त्या खोलीतून बाहेर तो क्वचितच पडत असे. मन केंद्रित करताना, धारणेची साधना करताना साधकाला सुरुवातीला काय काय अडथळे येतात, याविषयी आम्ही बोलत होतो.

तो योगी म्हणाला, ''समजा, आपण असे गृहीत धरले की, काही एका विशिष्ट कालावधीत माणसाच्या मनात एक शंभर विचार येतात आणि ती संख्या जर त्याने अभ्यासाने ऐंशीपर्यंत आणली तर आपण असे म्हणून शकू की, त्याने धारणेची साधना शेकडा वीस टक्के उत्तीर्ण केली. म्हणजे धारणा साध्य करण्यासाठी मनात सतत चालू राहात असणारे विचारच संख्येने कमीकमी करीत आणायचे.''

आणि जसजशी माझ्या मेंदूची गती कमीकमी होत चालली, पण अवधान अगदी पूर्ण टिकून राहिले, तसतसे एका दिव्यतर अशा मनःशांतीचे वलय माझ्याभोवती निर्माण होऊ लागले. एकाच विचारावर जितके जास्त ध्यान लावावे तितकी अंतर्यामी सूक्ष्म अशी अवस्था येऊ लागली. मग मला गजबजलेल्या जगात वावरणाऱ्या संसारी माणसांची कीव येऊ लागली. सतत धडपड करावी लागते बिचाऱ्यांना! त्यांनी बुद्धीला एवढे महत्त्व का द्यावे? त्यांनी सुद्धा माझ्या उपायाचा अवलंब करावा. दैनंदिन जीवनात

माणसाला इतकी धडपड करावी लागते, इतक्या निराशा पदरी पाडून घ्याव्या लागतात की, त्यातून सुटका होण्याकरिता त्याने मनःशांतीच्या उपायाचा अवलंब करावा. म्हणजे त्याच्या मनाची व्यथा कमी होत जाईल.

बुद्धी हे एक साधन आहे; माणसाच्या व्यक्तित्वाचे ते मूलभूत असे काही अंग नाही. ते स्वयंपूर्ण नसते. मनोव्यापारातून आपोआप चालू होणारा तो एक सामान्य गुणधर्म आहे. साध्या बुद्धीपेक्षा यांत्रिक बुद्धी ही बलवत्तर असते हे आजच्या जगातील माणसाने दाखवून दिलेले आहे. त्याचप्रमाणे उद्याच्या जगातील माणूस बुद्धीपेक्षा अंतःस्फूर्ती ही बलवत्तर असते हे दाखवून देईल.

बुद्धिवाद जसा कधीकधी इष्ट ठरतो, तसा कधीकधी तो अनिष्टही ठरतो. दीर्घसूत्री अकलेने काम करणे मनुष्याला नेहमीच श्रेयस्कर ठरत नाही. पुष्कळदा अंतःस्फूर्तीच्या प्रेरणेनेच काम यशस्वी होते. बुद्धीचे काम गणिताने चालते, पण अंतःस्फूर्तीचा झरा कोठून पाझरत असतो, हे कोणाला माहीत नसते. विचारापेक्षा अंतःस्फूर्ती ही किती प्रमाणात जास्त फलदायक आहे हे काही गणिताने मोजता येण्यासारखे नाही. अंतःस्फूर्ती ही अशी एकदमच मनामध्ये प्रवेश करते. ती आगाऊ सूचना वगैरे काही देत नसते. मागच्या दाराने जणू ती मनोरूपी घरात प्रवेश करते. प्रेरणा म्हणजे विचार नव्हे. एका उच्च स्तरावरून प्रेरणा अवतरते व मग ती विचाराचा ताबा घेते. तसेच प्रेरणा म्हणजे ऊर्मीही नव्हे. कारण तशी ती असेल तर ती पूर्णतया व्यक्तिनिरपेक्ष असेल. पण दुर्दैवाची गोष्ट अशी आहे की, आपण बहुतेक लोक या अंतःस्फूर्तीच्या मंद अशा संदेशाची कधी दखल घेत नसतो.

आता माझ्याभोवती जे स्तब्धतेचे वातावरण पसरले आहे, ती पार्श्वभूमी आहे. मला मानसिक, आंतरिक स्तब्धता पाहिजे आहे. तशी ती मला अजून मिळत नाही. कारण काही चोरटे विचार माझ्या मनात मधूनमधून येतच असतात. स्तब्ध राहायचे म्हणजे मन एकाग्र करायचे. तेवढे जरी आज जमले तरी पुरेसे झाले असे मी म्हणतो. सध्या तरी याच्या पलीकडे गूढ अवस्थेत जावयास नको.

हे चोरटे विचार माणसाच्या मूळ व्यक्तित्वाच्या दृष्टीने परके असतात हे मला माहीत आहे. हेही मला माहीत आहे की, हे विचार तसेच दुर्लक्ष करून सोडून दिले तर हिवाळ्यात जशी कमळाची फुले मरून पडतात त्याप्रमाणे हे विचारही मनातून नाहीसे होतात आणि मग मनामध्ये दिव्य स्वरूप उमटू लागते. आपण निश्चय करून मन अंतर्मुख करू लागलो की हे विचार जगण्याकरिता धडपड करतात. मनावर त्यांची पकड किती भक्कम असते, याची माणसाला सहसा कल्पना येत नाही. कारण हे विचार

तसे आगंतुक नसतात. ते माणसाचा त्याच्या जन्मापासून नव्हे तर त्याच्या अगदी वाडवडिलांपासून पाठपुरावा करीत आलेले असतात. त्याच्या स्वभावधर्माशी दृढमूल झालेले असतात. त्यांना दयामाया नसते. ते त्याला जणू गुलाम करतात. पण ते त्याच्या ध्यानात येत नाही. त्याचे स्वातंत्र्य ते हिरावून घेतात. मी स्वतः या विचारांची हालचाल बारकाईने पाहिलेली आहे. त्यांची हालचाल अगदी यांत्रिक असते हे मी पाहिलेले आहे.

ह्या अदृश्य गनिमांवर लढाई पुकारण्याकरिता मी हिमालयात आलेलो आहे. मी मनात आणले तर त्यांना त्यांच्या ठिकाणीच डांबून ठेवीन. त्यांच्यावर जय कसा मिळवावा, त्याचे तंत्र, तात्त्विक व प्रात्यक्षिक, मला माहीत नाही असे नाही. या कामी माझी ताकदही काही कमी पडेल असे नाही. तरीपण या विचारांना सध्या मी नुसते रोखूनच ठेवले आहे. त्यांच्यावर जरी मला जय मिळाला तरी तो आनंद अल्पकालच टिकतो. आनुवंशिक गुणांचा इतका प्रभाव असतो. आध्यात्मिक जीवनातील शिखर मला अजून गाठायचे आहे. आता जी लढाई होणार आहे, ती घनघोर अशी होणार आहे व दीर्घकाल टिकणार आहे. मला आता सोक्षमोक्ष करून घ्यावयाचा आहे. गनिमाचा किंवा माझा कोणातरी एकाचा पाडाव हा झालाच पाहिजे.

आणि ह्या अंतिम संग्रामासाठी रणभूमी, ह्या हिमालयातील निर्जन व दूर असलेल्या भूमीशिवाय दुसरी कोणती अधिक योग्य असणार? मी पुष्कळ ठिकाणी हिंडलो. नाना तऱ्हेच्या देशांतून प्रवास केला आणि असा मी बाहेर हिंडत असलो म्हणजेच आरामात असतो. पण या सगळ्या देशात हा संग्राम लढण्याकरिता मला हिमालयाखेरीज दुसरी योग्यशी भूमी आढळली नाही, की जेथे मला आध्यात्मिक जीवनास आवश्यक ती मनःशांती मिळू शकेल. नियतीनेच मला या गिरिकंदरात आणून सोडले आहे. बायबलमध्ये म्हटलेले आहे ना, अंतर्बाह्य निःस्तब्ध मौन व्हा आणि जाणून घ्या, 'मी आहे'– ईशस्वरूप! या सदुक्तीची प्रचीती येथेच मिळू शकेल.

आता ही मनःशांती मिळविण्याची पद्धतीही सोपी आहे. नुसते बसून राहायचे. बुद्धीच्या या हिमालयातील सरहद्दीपलीकडे त्या दिव्य प्रांतात जायला सरकारी परवान्याची काही जरुरी नाही. कोणाचीही मदत म्हणून घ्यावयाची नाही. परमेश्वरच माझा मदतनीस. त्याची सत्ता एवढी अगाध आहे की, त्याच्या–माझ्यामधील अंतर जरी दोन हजार मैलांचे असले तरी त्याने मनात आणले तर ते दोन फुटांचे होऊ शकेल.

अन् मला दुसरे काय पाहिजे?

संध्याकाळच्या छाया माझ्या मठीत नकळत पसरू लागल्या. एखाद्या नाजूक

लाजऱ्या युवतीने आपल्या वल्लभाच्या घरात गुपचूप प्रवेश करावा तशा. सूर्यास्त झाल्यानंतरचा उधळलेला गुलाबी रंग सुद्धा आता नाहीसा झाला, दिवस मावळला. लवकरच चांदण्यांच्या मंद प्रकाशात ही गिरिशिखरे सुद्धा झोपी जातील.

संध्यासमय मला इतका आकर्षक का वाटतो, समजत नाही. त्याचे काही तरी गूढ रहस्य असले पाहिजे. जगातील सर्व महान उपदेशक, महात्मे, योगीजन आजपर्यंत होऊन गेले, ते ध्यानाला सकाळची वेळ उत्तम असे सांगतात, पण मी मात्र संध्याकाळची वेळ ध्यानाला पसंत करतो. ही माझी सहज प्रवृत्ती आहे पण शास्त्रीय दृष्ट्या ध्यानाच्या रहस्याच्या दृष्टीने व व्यावहारिक दृष्ट्या सकाळचीच वेळ अधिक योग्य असे समजले जाते पण संध्यासमयीच माझे ध्यान छान लागते. या शांत समयी क्षितिजावर सौंदर्याचा जो आविष्कार होतो, त्याने माझे मन सहजच ध्यानामध्ये रममाण होते. मला दुसऱ्यांचे अनुकरण करावेसे वाटत नाही.

आणि अशाच एका संध्यासमयी ध्यानामध्ये मला मुक्तीच्या परमानंदाचा आस्वाद घेता येईल. विधात्याची योजनाच तशी आहे, या अज्ञातवासातून निजधामाकडे जाण्याच्या माझ्या प्रवासाची सुरुवात झाली आहे.

आता मी उठलो. मठात परतायची वेळ झाली.

४

अंत:शांतीचा मी घेतलेला शोध - पूर्वजन्माची स्मृती - पूर्वजन्मीच्या स्मृतींचा कानोसा घेण्याची बौध्दांची पध्दती - मनुष्यप्राण्याविषयीचा निसर्गाचा हेतू - निसर्गाशी तादात्म्य

आता कित्येक दिवस मी माझ्या या शांतिधामापर्यंत – पाठीत सारखे दुखत असतानाही – चढून जात आहे. नैसर्गिक परिसरातील ते जणू एक भव्य व्यासपीठच. एकांतातील त्या धामापर्यंत मी वक्तशीरपणे जातो. जवळच ताठ उभा असलेला देवदार वृक्ष आपला खानदानी ताठरपणा क्षणभर विसरून नम्र होत होता आणि जसजसा मी नेमाने दररोज येऊ लागलो तसतसा त्याचा–माझा परिचय होऊन तो माझे स्वागत करू लागला आहे. आता लवकरच तो मला आपल्या पवित्रशा वातावरणामध्ये सामावून घेईल. जमिनीवरच्या पाचोळ्याने सुद्धा मला जाण्या–येण्याकरिता पायवाट करून दिली आहे. जणू जगाला कळावे, की कोणीतरी एकांत वाटेने या जागी जात–येत असतो. जवळच थोडी रानफुले सूर्यप्रकाशात चमकत आहेत. त्यांच्या पिवळ्या व निळसर गोल पाकळ्या आपला मंद सुगंध प्रसृत करण्यात जणू एकमेकींशी स्पर्धा करीत आहेत व

त्यामुळे वातावरण अधिकच सुगंधित झाले आहे. ही हरिणी; किती सुंदर तिची शिंगे आहेत. परवा मला पाहून भीतीने काय पळून गेली पण आज ती कशी निमूटपणे मला न्याहाळीत स्वस्थ शेजारी उभी आहे पाहा, तिने कसे कान टवकारले आहेत ते. तिच्या नाकाला पाणी आले आहे. पाहा, कशी ती परत अरण्यात दौडत चालली आहे. असो, माझा कार्यक्रम व्यवस्थित चालू आहे.

हे स्वैर विचार एका झटक्यात मनातून काढून टाकण्याचा मी प्रयत्न करीत नाही. तसे जमायचेही नाही. माझे ध्यान मी शांतपणे करीत असतो. ध्यान संपले म्हणजे मग मी विचारांना पायबंद घालत नाही. त्यांना खुशाल थैमान घालायला मी वाव देतो. मला तशी काही घाई नाही. आता हिमालयातील या माझ्या वास्तव्याला केव्हातरी विराम द्यायलाच हवा. तेथली थंडी जबर. शिवाय माझे काही ऐहिक कर्तव्य करावयाचे राहिले आहे. माझे काही अरब मित्र होते. अगदी संथ डोक्याचे. त्यांच्यामध्ये मी जेव्हा माझ्या घाईगर्दीच्या सवयीने वावरे, तेव्हा ते माझी चेष्टा करीत. त्यांचे सूत्रवाक्य ते मला ऐकवीत. ते म्हणत, ‘‘तुम्हाला जर आनंद पाहिजे असेल तर तुम्ही शांत डोक्याने काम करा. घाई हे सर्व दुःखांचे कारण आहे.’’ मला वाटते, त्यांचे म्हणणे बरोबर आहे. या माझ्या लहानशा उपक्रमाचे पुढे काय होईल, याची मी चिंता करू नये. कारण तो उपक्रम जरी सर्वस्वी फसला तरी काळजी करण्याचे कारण नाही. परमेश्वराने – एका उच्च शक्तीने मला आपल्या ताब्यात घेतलेले आहे. आता तो जसा मला वागवील, करावयाला लावील त्याप्रमाणे मला निमूटपणे वागले पाहिजे.

आध्यात्मिक जीवनात माझी आणखी काही प्रगती झाली नाही तरी चालेल. मला कीटस् कवीच्या वचनाची आठवण होते. सबंध हयातभर त्याला दुखण्याने सोडले नाही. त्याला त्याच्या काव्यशक्तीबद्दल कोणी विचारले तेव्हा तो म्हणाला, ‘‘झाडाला पाने जशी आपोआप, स्वाभाविकपणे फुटतात तशी कविता ही आपोआप स्फुरली पाहिजे नाहीतर तिने प्रकटच होऊ नये.’’

आज ध्यान करण्यापूर्वी एका विषयावर मी विचार करावयास सुरुवात केली. पौर्वात्यांना तो विषय चांगल्या परिचयाचा आहे पण पाश्चिमात्यांपैकी पुष्कळांना त्याचे काही ज्ञान नाही. तो विषय म्हणजे पुनर्जन्माचा. हिंदू व बौद्ध यांना हा विषय चांगल्या परिचयाचा आहे. प्रख्यात गणिती पायथागोरस याने या विषयाला ‘मेटेमसायकोसिस’ असे नाव दिलेले होते. विषय फार जुना आहे. अगदी आदिमानवापासून या विषयाबद्दलचे औत्सुक्य मनुष्यमात्राला वाटत आलेले आहे.

मुसलमानांखेरीज सर्व पौर्वात्य पुनर्जन्म गृहीत धरतात. त्यांना जणू हे ज्ञान उपजतच

होत असते. तसेच पाश्चिमात्यांविषयी बोलायचे म्हणजे तो ऐहिक जीवित हेच सर्वस्व समजतो. त्याच्या अलीकडे व पलीकडे काही नाही, त्याचे उपजत ज्ञान जणू हेच.

आध्यात्मिक व मानसिक रहस्यांच्या शोधात पौर्वात्यांनी फार प्रगती केलेली आहे. अगाध ज्ञान त्यांनी मिळविलेले आहे. परंपरेने त्यांना हे ज्ञान प्राप्त झालेले आहे. युरोप – अमेरिकेत पाश्चिमात्यांनी जे ज्ञान मिळविले आहे, त्यापेक्षा पौर्वात्यांचे हे ज्ञान उच्च प्रतीचे आहे. याचे कारण असे की, पाश्चिमात्यांनी फक्त भौतिक व बौद्धिक प्रगतीकडेच जास्त लक्ष पुरविले आहे व त्या बाबतीत फार मोठी मजल मारली हे खरे, पण आध्यात्मिक विकासाकडे त्यांनी लक्ष दिले नाही. कारण ते ज्ञान इंद्रियगोचर नाही म्हणून. दुसरे कारण असे की, पाश्चिमात्यांच्या मानाने पौर्वात्यांची संस्कृती फार प्राचीन आहे. आता ही गोष्ट जरी खरी असली तरी, काही पौर्वात्य परंपरा कालमानाने आगंतुक, भोळसट समजुतींशी व कल्पित कथांशी दृढमूल अशा निगडित झाल्या आहेत. परंतु मूळचा वृक्ष अजून आहे तसाच आहे. हे सर्व ज्ञान सर्वसाधारण लोकांना जाहीरपणे उघड करून दिलेले नाही. फार थोड्या लोकांना हे ज्ञान माहीत असते.

जरी सांप्रत भारताची राजकीय अवनती व आर्थिक दुर्गती झालेली असली तरी आध्यात्मिक जीवनाची आवड पुष्कळांना असते.

जोपर्यंत वर्णद्वेषाच्या भावनेने आम्ही काळ्या माणसाकडून गुरुपदेश घेण्यात कमीपणा मानतो, तोपर्यंत आम्हा पाश्चिमात्यांना अत्युच्च अशा अध्यात्मविषयाचे ज्ञान होणार नाही. आणि या कारणामुळेच प्राचीन काळातल्यासारखे – अगदी बुद्धाच्या काळापासून ते येशू ख्रिस्ताच्या काळापर्यंत हे ज्ञान फार थोड्या लोकांपर्यंतच मर्यादित राहिलेले आहे.

सर्वसाधारण पाश्चिमात्याला पुनर्जन्माची कल्पना पटत नाही. या पृथ्वीवर सध्याच्या जन्मापूर्वी असाच एक जन्म आपण काढलेला आहे, असे मानणे त्याला हास्यास्पद वाटते. पण पौर्वात्य माणसाचे तसे नाही. आपले वाडवडील जे मानीत आलेले आहेत, त्याच्या खरेपणाबद्दल वादविवाद घालायचे स्वप्नातही त्याच्या मनात येत नाही.

ज्या बौद्धधर्मीय महंताने मला बौद्ध धर्माची माहिती दिली, त्याने मला आपला मागचा जन्म कसा शोधून काढावा, याची एक पद्धती सांगितली होती. ही पद्धती खुद्द गौतम बुद्धांनी शिकविलेली होती व त्या महंताच्या मठात त्या पद्धतीचा अवलंब करतात. मनाने आचरावयाची ती पद्धती आहे. त्या पद्धतीचा दैनिक कार्यक्रम असा: आठवण किंवा स्मृती एकेक दिवस मागे मागे घेत जायची. नंतर दिवसाच्याऐवजी एकेक आठवडा मागे मागे घेत जायचा. नंतर महिना, नंतर वर्ष, नंतर त्याच्याही मागची

वर्षे आठवीत जायचे. असा मागोवा घेत घेत जाण्याने मागची घटना आठवणींनी आठवायची व ती प्रत्यक्ष पाहायची एक सिद्धी अभ्यासकाला प्राप्त होते. त्या सिद्धीने मग हळूहळू अगदी अर्भकावस्थेतल्या आठवणी आठवू लागतात. मग या जन्मापूर्वीच्याही मागच्या जन्मातल्या आठवणी आठवू लागतात.

मनोविज्ञान, संमोहन व मनोविश्लेषण या शास्त्रांचा ज्यांनी अभ्यास केला आहे, त्यांनी अर्धजागृत मनाचे (सबकॉन्शस माइंडचे) उगाच स्तोम माजवले आहे. त्यांचे म्हणणे असे की, आपले सारे गतआयुष्य या अर्धजागृत मनाच्या स्मृतीत साठविलेले असते. ते जर खरे असते तर अगदी लहानपणच्या स्मृती आपण थोड्याशा मानसिक कसरतीने पुन्हा जागृत करू शकतो म्हणजे काही फार मोठा पल्ला नव्हे. या जन्माअगोदरच्या स्मृती पुन्हा जिवंत करणे हा या अर्धजागृत मनाच्या सामर्थ्याच्या पलीकडचा विषय आहे.

माझा जो बौद्ध महंत होता, तो या जन्मापर्यंत थांबला नाही, तो आणखी मागे गेला. पूर्वस्मृती जागृती करण्याची साधना त्याने इतक्या उच्च कोटीला, मनाच्या परावस्थेला नेली की, या जन्माच्या वेळेच्या आसपास बराच वेळ तिष्ठत राहिल्यावर तो एकदम झटकन एक कवाड उघडून मागे गेला व त्याच्या मन:चक्षूंपुढे एक वेगळाच माणूस उभा राहिला. तो वेगळा माणूस म्हणजे आदल्या जन्मीचा तोच आणि मनाची हीच परावस्था तीव्र करून या वेगळ्या माणसाच्या आयुष्याचा जन्मापासून मरणापर्यंतचा सारा तपशील त्याच्यापुढे उभा राहिला. अतींद्रिय मनाची परावस्था साध्य करून त्याने पूर्वजन्मज्ञान मिळविले.

त्या महंताने हे कबूल केले की, ही मनाची परावस्था साध्य करण्याकरिता मनाची एकाग्रता कल्पनेबाहेर तीव्र करावी लागली व देहात्मकता अत्यंत कमी करावी लागली. ही साधना आचरण्यास फार कठीण आहे. त्यामुळे थोडेच साधक या साधनेत यशस्वी ठरतात. त्याने स्वत: वीस वर्षे ही साधना केली. ध्यान पराकोटीला नेले आणि मग कालाच्या उदरातून आपल्या पूर्वजन्मीच्या घटनांची स्मृती त्याला हिसकावून घेता आली. काल, निसर्ग सहसा हे गुप्त धन कोणास उघडे करून दाखवीत नाहीत.

ही साधना करण्याची माझी काही पात्रता नाही व तशी माझी इच्छाही नाही पण ही सारी साधना-सामग्री लक्षात घेतल्यानंतर हल्लीच्या या बेगडी जाहिरातवाल्यांचे की जे पूर्वीचे राजे-राण्या कोठल्या नवीन जन्मात अवतरले आहेत ते सांगणाऱ्यांचे मात्र हसू येते. अगदी क्लिओपात्रा कुठे कुठे जन्म घेऊन गेली, हे ते सांगून टाकतात. हे सांगता येणे फार कठीण आहे. हे युरोप-अमेरिकेतील थापेबाज वाटेल त्या थापा मारतात. ज्या

प्रांतात अतिशय उच्च कोटीचे साधक, या विद्येचे अभ्यासक शिरण्यास धजावत नाहीत, तेथे हे आमचे पाश्चिमात्य नवशिके, अर्ध्या हळकुंडाने पिवळे झालेले, नुसते जिज्ञासू - वाटेल तो धांगडधिंगा घालतात व थापा मारतात. पूर्वजन्मीचे ज्ञान मिळविणे इतके सोपे नाही. निसर्गाने पूर्वजन्मस्मृतींवर उगाच नाही असा पडदा टाकला. त्यात काही हेतू आहे.

आता या आमच्या पाश्चिमात्य अभ्यासूंपैकी एकालाही या बौद्ध साधनेची प्रचीती पाहण्याची इच्छा होणार नाही. कारण तशी कठीण तपस्या करण्याची एकाचीही तयारी नाही. या थडग्यात गाडलेल्या परा-पुरातन स्मृतींना उजाळा देण्याकरिता निम्मेअधिक आयुष्यभर दररोज काही तास नियमाने ध्यान लावायला पाहिजे. साधना फार कठीण आहे. पण तसे पाहिले तर पूर्वजन्मज्ञान होऊन त्याचा पुढे उपयोग काय? मनुष्याने चालू अशा वर्तमानकाळात जगायला पाहिजे. भूतकाळात जाऊन काय फायदा? त्या स्मृती पुन्हा जिवंत करून ह्या जन्मी त्याचा प्रत्यक्ष लाभ कोणता?

पण आणखी एक गंमत सांगतो. या दीर्घ साधनेचे सोडा, पण परमेश्वराची कृपा तुमच्यावर झाली, तुमची दैवी संपत् जर भरपूर असेल तर तुम्हाला हे ज्ञान अनायासे मिळू शकते. मला तसे झाले म्हणून सांगतो. तो अनुभवही अनपेक्षित, अकल्पनीय व विलक्षण असा होता. पण या ज्ञानाचा खरेपणा तपासून पाहण्याचे साधन नसल्याने हे ज्ञान दुसऱ्यांना सांगण्यात काही अर्थ नाही. आता या बाबतीत चीनमधील त्या महर्षींचे सूत्रवाक्य मला उद्धृत करावेसे वाटते. ते वाक्य असे - ''ज्याला जे माहीत झालेले असते ते तो दुसऱ्यास सांगत नाही. आणि जे त्याबद्दल बडबडत असतात त्यांना ते माहीतच नसते.'' मी फक्त एवढेच सांगतो की, परमेश्वरकृपेने व पेनिन्शुलर व ओरिएंटल स्टीम नॅविगेशन कंपनीच्या मेहेरबानीने जो मी या भूमीवर आलेलो आहे, त्या भूमीवर मी पूर्वजन्मी अनेकदा राहिलेलो आहे!

आणि हा कसला आवाज शीळ वाजविल्यासारखा ऐकू येतो आहे? कोणीतरी किंवा काहीतरी कड्यावर माझ्या दिशेने चढून येत आहे. काही सांगता येत नाही. नुसत्या आवाजावरून काही बोध होत नाही. आवाज माणसाचा की जनावराचा? काही समजत नाही. पण आपण गुपचूप बसून राहावे. तो पाहा, तितिर पक्षी माझ्या दिशेने पुढे सरकत सरकत येत आहे. त्याचे अंग निळे आहे व शेपटी किंचित पिंगट रंगाची आहे. पक्षी माझ्याकडे किंचित पाहतो आहे व नंतर घाबरून पलीकडच्या दरीत मोठ्या वेगाने उडून जाऊन नाहीसा होतो आहे. मोठा चीत्कार करून निघून जातो आहे. आमच्या भेटीला कोणी पशु-पक्षी तसे येत नाहीत. मनुष्यप्राणी तर फार विरळा.

या पुनर्जन्माच्या सिद्धांताचा पापपुण्याशी - कर्माशी संबंध येतो. पूर्वजन्मीची पापे फेडावी लागतात. नवीन पुण्य संपादन करावे लागते म्हणून पाश्चिमात्य या सिद्धांताचा वापर करायला, भ्यालेल्या घोड्याप्रमाणे बुजतात. ते घाबरून विचारू लागतात, ''दुसऱ्यांच्या पापाकरिता आम्ही यातना सहन कराव्या म्हणता काय? याला काही न्याय आहे की नाही?''

''आहे तर?''

आपण कोण आहोत, या प्रश्नावर मग विचार सुरू होतो.

आपण जर केवळ स्थूल शरीरी एवढेच मानावयाचे ठरले तर त्यांची हरकत अगदी वाजवी आहे. आपण जर या पृथ्वीवर एखाद्या उडत्या माशीसारखे एक-दोन दिवस उडायचे व निघून जायचे असे जर असते, तर या टीकाकारांची टीका बरोबर आहे. आपण जर या जगात फिरूनफिरून जन्माला येऊन व एका जन्मात पूर्वीच्या जन्माची पापे फेडणार असू तर सर्व जन्मांच्या पाप-पुण्यांचा आढावा एक असावा हे पटू लागते. म्हणजे नियती आपणास ज्या जन्माला घालते, त्याच्या पाठीमागे काहीतरी हेतू हा असतोच. कोणतीही गोष्ट निरर्थक नसते.

आपले अंतिम संबंध या जगातील कृमि-कीटकांशी नसून परमेश्वराशी आहेत, हे तत्त्व मला पटते. एवढेच नव्हे तर त्याच्या खरेपणाबद्दल मला खात्री आहे. नुसता मेंदू विचार निर्माण करीत नाही. शरीर आत्म्यास निर्माण करीत नाही. नुसती तार विजेचा प्रवाह निर्माण करते का? मेंदू काय किंवा शरीर काय, हे फक्त वाहक असते. ते जे वाहून नेतात, ते सूक्ष्म, अतिसूक्ष्म असून त्याचे वहन ते ह्या जड वस्तूंनी भरलेल्या जगातून करीत असतात.

आपण फक्त शरीरच असतो. त्याखेरीज दुसरे काही आपल्यात नसते. तर मग मरणोत्तर आपल्या शरीरातील अणू पुन्हा अन्य शरीरात येऊन, वेगळ्या तऱ्हेने एकत्र येऊन पूर्वजन्मीचे कर्म नाश करावयास उद्युक्त झाले नसते.

पण आपण शरीर असून आणखीनही काही आहोत. आपणात जे काही जास्त आहे, ते म्हणजे संविद्. ते आपल्या हाडामांसाच्या शरीराला व्यापून आहे व त्याची आपल्याला जाणीव आहे.

आपल्या मनात आपल्या स्वभावाचे, प्रवृत्तींचे, आकलनशक्तीचे प्रतिबिंब उमटलेले आहे व त्यांच्या प्रभावामुळेच आपण कोणत्याही कार्यास उद्युक्त होतो. त्या कार्यास जबाबदार असे हे आपले संविद्पूर्ण मन असते; शरीर नव्हे. हे असे मन एका जन्मातून

दुसऱ्या जन्मात जाताना फारसे बदलत नाही. तेव्हा एका जन्मात त्याने जर आपल्या कृतीने दुसऱ्याला यातना दिल्या असतील तर त्याला त्या पुढच्या जन्मी स्वत: भोगाव्या लागतात. हा सिद्धांत मान्य करणे फार कठीण नाही. सुखदु:खे जी आपण सहन करतो, ती आपणच मागील जन्मी निर्माण केलेली असतात.

पण प्रत्येक कृतीला प्रतिकृती असते. जे कर्म आपण करतो, त्याचे फळ आपणास भोगावे लागते व फळ पुरतेपणी भोगून टाकावयास एक जन्म पुरला नाही तर दुसरा जन्म घ्यावा लागतो. हे तत्त्व अगदी न्यायाला धरून आहे; बुद्धीला पटण्यासारखे आहे. भौतिक सृष्टीतील पदार्थांचे गुणधर्म प्रत्येक शास्त्रज्ञ जसा बिनचूकपणे सांगतो, त्याचप्रमाणे हाही पुनर्जन्माचा सिद्धांत पूर्ण तर्कशुद्ध आहे. ऐहिक आयुष्यात विषमता आहे. भाग्यवान थोडे व दुर्दैवी अधिक. अशा विषमतेचे स्पष्टीकरण भौतिक शास्त्रात नाही. आपल्या वैयक्तिक इच्छांच्या डोईवरून कालाधीन घटना सळसळ करीत जात असतात. निसर्गाचे उच्च स्तरावरचे नियम अबाधितपणे पाळले जातात. आपण त्याची काळजी करू नये. वाईट एवढेच वाटते की, ही कर्माधिष्ठित तत्त्वप्रणाली भारतीयांच्या विचारांमध्ये इतकी दृढमूल झाली आहे व त्यामुळे त्यांच्यामध्ये दैववाद फार बोकाळला आहे व उष्ण हवामानाने त्यांना आणखीन निष्क्रिय करून टाकलेले आहे.

ह्या जगात जी विषमता दिसून येते, त्याला उत्तर भौतिक शास्त्रात नाही. याचे कारण असे की, भौतिक शास्त्रे फक्त जड सृष्टीचा विचार करतात, मनाचा नाही. मनोव्यापारांना ते फारसे महत्त्व देत नाहीत. आणि उलटपक्षी निसर्गात सर्व घटनांच्या पाठीमागे प्रयोजक शक्ती मनाचीच असते, असे आपल्याला दिसून येते.

जडवादी म्हणतात त्याप्रमाणे निसर्ग निर्दय आहे हे खरे. पण हे ध्यानात ठेवावयास हवे की, निसर्ग ही आपली जननी आहे आणि आई ही आपल्या मुलांना शिकविण्याकरिताच, त्यांना शहाणी करण्याकरिताच शिक्षा करते ना? आणि निसर्ग हा एखाद्या खऱ्याखुऱ्या, जिवंत आईप्रमाणेच कार्य करीत असतो. आपल्या पृथ्वीवरचा निसर्ग हा किती वैचित्र्यपूर्ण आहे! आपल्या निसर्गात वनस्पती, प्राणी व मनुष्य यांची निर्मिती विकासाच्या विविध स्तरांवरच उभारलेली आहे ना? निसर्गाच्या योजनापूर्ण बुद्धीचे मोठे कौतुक वाटते. आणि आपण अगदी एका जन्मातच पूर्ण शहाणे होऊ इतकी का आपली अक्कल आहे? त्याला अनेक जन्म लागणार हे अगदी उघड आहे.

मग अशा या विराट योजनेच्या पाठीमागे निसर्गाचा हेतू काय असावा? मला काही सांगता येत नाही. जीवनाचे परमलक्ष्य इतके लांब आहे व त्याचे स्वरूप इतके गूढ आहे की, त्याचे वर्णन करणे शब्दांच्या शक्तीबाहेरचे आहे. तेव्हा ते ध्येय कसे आहे व ते

प्राप्त कसे करता येईल, हे सांगणेच शक्य नाही.

पण निसर्गाच्या हेतूबद्दल इतके सांगता येईल की, त्याची ही सारी आपल्याबद्दलची खटपट एवढ्याकरिताच आहे की, या ऐहिक जीवनाचे सारे पाश, सारे मायाबंध तोडावेत व ज्या आदिस्थानापासून आपण च्युत झालो आहोत, त्या स्थानाप्रत परत जावे. बायबलमधील कथेच्या संदर्भात बोलावयाचे म्हणजे, ईडनच्या स्वर्गोद्यानात आपणास परत प्रवेश मिळावा.

नियती जे कालचक्र फिरवीत असते त्या अस्तित्वाच्या, जीवनाच्या चक्राभोवती आपण जसे आपणास गुंडाळून घेतले आहे तशी त्यापासून सोडवणूकही आपल्याला आपल्या प्रयत्नाने करता आली पाहिजे. निसर्गाची हीच इच्छा आहे व ती पुरी करण्यात आपले सुख आहे. संसारातील, ऐहिक जीवनातील काळज्या आपणास निराश करतील, पण निसर्गाच्या शिकवणीप्रमाणे जर आपण वागलो तर आपणास शांती मिळेल. तेव्हा या आपल्या पार्थिव शरीराच्या पिंजऱ्याच्या चौकटीतून आपण बाहेर पडले पाहिजे. बहिर्मुख मन अंतर्मुख केले पाहिजे. पण ते अंतर्मुख करण्यासाठी आपल्याला केंद्रबिंदू शोधून काढता आला पाहिजे. तोपर्यंत आपल्या यातना थांबत नाहीत. त्या केंद्रबिंदूचा आता शोध लागला आहे, त्यांच्या पाठीमागच्या चिंता, यातना संपतात. ते सर्व बंधनांपासून मुक्त होतात.

ही भाषा समजण्यास जरा जड आहे. शब्दावडंबर फार आहे. पण त्याच्या प्रारंभापासून मोठमोठ्या द्रष्ट्यांनी हीच भाषा वेगवेगळ्या शब्दांत पुन:पुन्हा वापरलेली आहे. अगदी कल्पांतापर्यंत हाच संदेश दिला जात राहील. निसर्गाचा दुसरा कोणता हेतू या योजनेपाठीमागे असावा हे समजू शकत नाही. ज्यांना निसर्गाशी योग्य त्या माध्यमाने संवाद करता आला, त्यांना निसर्गाने हेच उत्तर दिलेले आहे. चाळीस तर्कांपेक्षा श्रद्धेचा एकच विषय फार बरा; तो बिनचूक काम करतो. निसर्ग निरंतर कार्यशील असतो, ही वस्तुस्थिती आहे.

या विश्वाचे जड स्वरूप केव्हातरी नाश पावणार आहे आणि त्याबरोबरच आपली शरीरेही नाश पावणार आहेत; पण आपण मात्र टिकून राहू.

आज इतकेच पुरे.

* * *

ही जवळपासची गगनचुंबी शिखरे पाहा. त्या शिखरांप्रमाणे आपणही दृढ, शक्तिशाली, उच्च, स्थिर बनावे असे पुष्कळांना वाटेल. मलाही तसेच वाटते. या शिखरांकडे

जिव्हाळ्याने पाहिल्यावर असे वाटते की, ती आपल्यासारख्या दीनदुबळ्या मानवांना हेच सांगत असावीत.

आता काही दिवसांपासून माझ्या या एकांतवासामुळे व आत्मचिंतनामुळे परिसरातील निसर्गाशी माझा संबंध दृढतर होऊ लागला आहे. शेले कवीच्या शब्दांत सांगावयाचे म्हणजे, मी आता निसर्गाशी एकरूप होऊ लागलो आहे. मी जेव्हा या तुटलेल्या कड्याच्या टोकावर ध्यान करीत असतो व सभोवारचे निसर्गसौंदर्य व निसर्गाची भव्यता आत्मसात करू लागतो, तेव्हा मला असे वाटू लागते की, मीही या परिसराचाच एक घटक आहे. हिमालयातील ही शांतता मी माझ्यामध्ये जणू ओतीत आहे असे वाटू लागते. येथले जवळपासचे एखादे झाड जसे या खडकाळ जमिनीतून बाहेर फुटून वाढू लागते, तद्वत मीही या मातीतूनच बाहेर पडून वाढू लागलो आहे, असे वाटू लागते. माझ्यासमोरच्या देवदार वृक्षांप्रमाणे मीही येथेच बसलो आहे. त्याच्याप्रमाणे माझीही पाळेमुळे या भूमीत रुजलेली आहेत. येथल्या झाडाझुडुपांच्या फांदीफांदीतून जसा जीवनाचा झरा वाहात आहे, त्याचप्रमाणे माझ्याही नसानसातून त्याच जीवनाचा झरा वाहात आहे, असे मला भासू लागते. एवढेच काय, पण हा पहाडसुद्धा माझ्या दृष्टीला आता केवळ खडकांचा, दगडांचा व तुरळक हिरवळीचा बनलेला नसून त्याच्यातही काही चैतन्य आहे. मी ज्याप्रमाणे निसर्गाचे नियम आज्ञाधारकांप्रमाणे पाळीत असतो, त्याप्रमाणे हा पहाडही तेच नियम कसोशीने पाळीत असतो, असे वाटू लागते.

आणि ही एकजीवत्वाची भावना जशी माझ्या मनात जास्त जास्त रुजू लागते, तसतशी समरसत्वाची भावबंधने वाढू लागतात. हे वृक्ष मला मित्रांसारखे वाटू लागतात. या जडभूमीची वत्सलता अनुभवास येऊ लागते. क्षितिजावरची ही उत्तुंग धवलशिखरे महान योग्यांसारखी दिसू लागतात. या सर्वांच्या व माझ्यामधून एकच जीवनप्रवाह सतत वाहात आहे याची जाण होऊ लागते. हे विश्व जड नसून, अचेतन नसून सचेतन आहे, दयाळू आहे, एका महामनाचे - परमात्मतत्त्वाचे विराट शरीर आहे अशी खात्री होते. हे जडवादी भौतिकशास्त्रज्ञ पाहा, त्यांची मला कीव येते. ते बिचारे मृत्यूला अवास्तव महत्त्व देतात. त्याचेच साम्राज्य या विश्वात चालत आहे असे तुटपुंज्या माहितीवरून सांगण्याचे धार्ष्ट्य करतात. प्रत्येक सृष्ट वस्तूत आस्तिक्यभावना सुप्तपणे वास करीत असते हे त्यांना मुळी समजतच नाही. त्यांनी आपल्या मेंदूला जरा थोडा शीण द्यावा व निसर्गाशी एकरूप व्हावे, म्हणजे आपले सिद्धांत किती चुकीचे आहेत, हे त्यांना कळून येईल.

त्यात सुद्धा भौतिक शास्त्रांनी आता फार प्रगती केलेली आहे व त्यांना निसर्गाचे महत्त्व कळू लागले आहे. तेव्हा मंदबुद्धीचे, मागासलेले शास्त्रज्ञ फक्त आता आपल्या

जुनाट मतांना धरून बसलेले आढळून येतील व ते तेवढे जडवादाचाच पुरस्कार करीत बसतील.

निसर्गाच्या भिन्नभिन्न घटकांशी समरसत्वाची भावना जसजशी दृढ होऊ लागते, तसतशी निसर्गाची सुदृढता अनुभवास येऊ लागते. निसर्ग एखाद्या सौजन्यमूर्तीसारखा दृष्टीला दिसू लागतो. ही क्रिया आपोआपच होऊ लागते, त्याला सायास करावे लागत नाहीत. कोठून कसे हे होऊ लागले हे समजून येत नाही. निसर्गाच्या या विविध व्यापारात एक प्रकारची सुसंगतता हळूहळू प्रचीतीस येऊ लागते. आणि संगीताचे सूर जसे आपल्या कानांत भिनतात, त्याप्रमाणे या सुसंगतीचे मधुर स्वर माझ्या देहामधून वाहू लागतात. माझी मनोवृत्ती कारुण्यपूर्ण होऊ लागते; मनातून द्वेषाची भावना नाहीशी होते. जगात कृतघ्नता व बेइमानी यांचा अनेकवार अनुभव आल्यामुळे माझ्या मनात जगाबद्दल एकंदर अप्रीती उत्पन्न झाली होती. मनुष्यमात्राबद्दल एक तिरस्कार उत्पन्न झाला होता. ती तिरस्काराची भावना पार नाहीशी झाली. निसर्ग बाह्यत: जरी निर्घृण असला तरी त्याच्या अंतरंगी कारुण्य, सुहृद्भाव वसत आहे हे मला पटू लागले. वाद्यसमूहामध्ये निरनिराळे ध्वनी काढतात. पण ते ध्वनी एकाच सुराचे असतात; त्याप्रमाणे या जगात नाना तऱ्हेची माणसे असतात, नाना तऱ्हेच्या वस्तू असतात. पण त्यांच्या हालचालीत एकप्रकारची सुसंबद्धता असते व ती सुसंबद्धता प्रकृतीच्या अंत:करणातच असते, हे मला पटू लागले.

माझ्या पूज्य गुरुजींनी ध्यान करण्याकरिता काही एका विशिष्ट पद्धतीचा अवलंब करण्याची जरुरी नाही व या अमरपथीच्या यात्रेस काही ठोकबंद तयारीची गरज नाही असे जे सांगितले होते, त्याचे मला आता स्मरण होऊ लागले. ध्यान लागण्याकरिता काही विशेष सायास करू नयेत असे त्यांचे मत होते. ध्यान केल्याने काय साध्य होते, कोणती अवस्था प्राप्त होते, याचेही त्यांनी कधी मला मनोरंजक वर्णन करून सांगितले नाही. ते म्हणत, ‘‘तुम्ही नुसतेच ध्यान लावून बसा. काही एक असे प्रयत्नपूर्वक करू नका. तुमच्यामध्ये काय काय बदल दुसरे कोणीतरी घडवून आणील ते नुसते पाहात राहा.’’

आपण मनुष्यप्राणी स्वत:ला इतके मोठे समजतो, स्वत:च्या बुद्धीचा इतका गर्व वाहतो की, काही ठळक गोष्टी आपल्या ध्यानात येत नाहीत. या साऱ्या विश्वाचा नियंता या भूतलावर आपल्याला जन्माला घालतो. जीवन जगायला शिकवतो. आपले पालनपोषण करतो व आपण सुखोपभोग घेऊन दमलो की, तो येथून उचलून घेतो. या साऱ्या खटाटोपात त्याचा काहीतरी एक विशिष्ट हेतू असला पाहिजे ही गोष्ट आपल्या

ध्यानात येत नाही. आपण जर निमूटपणे राहून त्याला तो हेतू साध्य करण्यात विघ्न न आणले तर तो साध्य होणार नाही का?

आपण सुधारलेले मानवप्राणी मारे मोठमोठ्या योजना आखतो, मोठमोठे प्रकल्प रचतो, या जीवनाचा जास्तीत जास्त कसा व किती सुखोपभोग घेता येईल, याचे मनोरे रचतो. आणि सतत आपण काहीतरी विचार करीत असतो, झगडत असतो, खटपटीत असतो व कधीकधी आपल्या वासनांच्या तृप्तीकरिता स्वत:चे हालही करून घेतो. पण हे सारे खटाटोप कशाकरिता? याच्याउलट आपण जर नियतीला तिचे कार्य बिनबोभाट करावयास अवसर दिला, तिच्या कार्यात विघ्न न आणले तर चालणार नाही काय? नियतीला आपल्या मनाचा जो काही भेद करावयाचा आहे, तो करू द्या. मग आपल्या ज्या काही वासना आहेत, त्या नियती व निसर्ग कशा पुऱ्या करतो, ते नुसते पाहात राहा. नियतीला सहकार्य द्या.

हे जग म्हणजे एक भलीमोठी धर्मशाळा आहे. जगन्नियंत्याने आपल्याला त्या धर्मशाळेत आणून ठेवले आहे. आपल्या पोटापाण्याची तो व्यवस्था करतो. इतर जे उद्योग आपण आयुष्यात करतो, त्याचा हिशोब आपल्याला चुकता करावा लागतो. आपल्या आयुष्याची शेवटची घटका संपत आली म्हणजे आपण ही धर्मशाळा सोडून जातो.

निसर्गाला आपल्याकडून काही कार्य करून घ्यावयाचे असते. तेव्हा आपली स्वत:ची इच्छा काही वेळ बाजूस ठेवून निसर्गाला आपल्यामध्ये कार्य करावयास मोकळीक द्यावी, म्हणजे ते कार्य काय असते हे आपल्याला समजून येईल. आपण जर असे केले तर आपल्याला आश्चर्य वाटेल की, निसर्गालाही आपले कार्य आपल्यामधून शांतपणे पण तितकेच निश्चयपूर्वक आपल्या डोळ्यांदेखत करावयाचे असते व जर आपण ते कार्य करावयाला निसर्गाला पूर्ण सहकार दिला तर निसर्ग ते काम त्वरित व यशस्वीपणे करू शकतो आणि मग निसर्गाचे हेतू व आपले स्वत:चे हेतू एकच होतात. आपल्या आकांक्षा उत्साहित होऊ लागतात आणि मग ज्या गोष्टी केवळ आपल्या स्वत:च्याच फायद्याकरिता मिळविण्यासाठी आपण धडपडत असतो, त्या गोष्टी निसर्गच आपल्याला मिळवून देतो पण आपल्याबरोबर इतरांच्यासाठीही त्यांचा उपयोग आपल्याला करावा लागतो. हे सर्व कार्य बिनबोभाट होत असते; त्याला खटपट करावी लागत नाही. निसर्गाशी असे सहकार्य केले म्हणजे आपल्या नशिबाचा बोजा आपल्याला वाहावा लागत नाही. निसर्गावरच आपण तो टाकून देतो. सर्व काही सुकर होऊन जाते, मोठा चमत्कार आहे हा!

मला या गोष्टी पूर्वी पटलेल्या होत्या; पण आता या हिमालयाच्या परिसरात, या शांतिधामात, निसर्गदेवतेच्या अगदी सान्निध्यात वावरताना अधिक ज्वलंतपणे पटू लागल्या. त्यामुळे मी अगदी थक्क होऊन गेलो.

एका कवीने असे कुठे लिहिले आहे की, निसर्ग हे परमेश्वराचे जणू महावस्त्र आहे. पण मला असे वाटते की, निसर्ग हा ईश्वरच आहे. दोघांमध्ये भिन्नता नाही. आता मी असे हे निसर्गाचे गुणगान करीत आहे म्हणजे स्वगत भाषण करीत नाही. परमेश्वर जर कोणी मोठा इंजिनिअर असेल तर निसर्ग हा मोठा कॉन्ट्रॅक्टर आहे. या विराट विश्वाची रचना दोघांनी अशी खेळीमेळीने केलेली आहे.

निसर्गविरहित आपण जर एखादा वेगळा प्रयत्न करून पाहिला तर माझ्या गुरुजींना त्याचे हसू येई. ते म्हणत, "समजा, गाडीच्या डब्यात एक इसम शिरला, पण ट्रंक डोक्यावर व डब्यात शिरल्यावर, खाली बसल्यावर सुद्धा ट्रंक डोक्यावरच ठेवायची; अशा माणसाला तुम्ही काय म्हणाल? अशाच प्रकारे लोक आपल्या जीविताचा, संसाराचा भार परमेश्वरावर टाकून देत नाहीत. त्यांना असे वाटते की, हा बोजा आपल्या डोक्यावरच आपण वाहून नेला पाहिजे; दुसरा कोणी आपला बोजा उचलणार नाही. गाडीतल्या माणसालासुद्धा असेच वाटले की, गाडी काही आपली ट्रंक वाहून नेणार नाही. ती आपल्या डोक्यावरच ठेवून न्यायला पाहिजे. या सगळ्या लोकांना हे कळत नाही की, या साऱ्या विश्वाचा सांभाळ जो परमेश्वर करतो, तो तुला मोकलणार नाही. साऱ्या विश्वाच्याबरोबर तुझाही सांभाळ करील."

निसर्गाला ही जी आपण साथ देत नाही; त्यामुळे आपल्याला किती त्रास सहन करावा लागतो! निसर्ग प्रथम आपल्याला किती हळुवारपणे हे सुचवीत असतो पण आपण त्याच्याकडे दुर्लक्ष करतो. एका उच्च शक्तीकडे आपण आपल्या जीवनाचा सारा भार सोपवून द्यावा हा संदेश किती हळू आवाजात आपल्याला मिळतो. इतका हळू, की आपण थोडा वेळ अगदी स्तब्ध बसल्याखेरीज तो आवाज आपल्याला ऐकू येत नाही. पण आपण करंटे असे की तो आवाज आपण ऐकूनही घेत नाही. ज्यायोगे मन:शांती प्राप्त होते त्या आत्मसमर्पणाविषयी आपल्या मनात विचारही येत नाही. आपला अहंकार, आपला दुरभिमान, माया-मोह आपल्याला मूढ करून टाकतो व या साऱ्या जगास बद्ध करून टाकतो.

ही जी आपण निसर्गाशी प्रतारणा करतो, त्याबद्दल आपल्याला दंड भोगावा लागतो. निसर्गाच्या सांगीप्रमाणे जर आपण चाललो, तर आपल्या जीवनात सुसंबद्धता येते. प्रतारणा केली तर जीवन बदसूर होऊन जाते व यातना भोगाव्या लागतात.

निसर्गाबद्दल मला किती आदर वाटतो, हे व्यक्त करता येत नाही. निसर्ग म्हणजे मला जणू मंदिर वाटते, देऊळ वाटते. खुद्द परमेश्वरच त्या देवळात वास करीत असतो. दक्षिण भारतात अतिशूद्रांना, अंत्यजांना देवळात प्रवेश नसतो. ब्राह्मण लोक त्यांना आपल्या देवळात येऊ देत नाहीत. त्याबद्दल तिकडे फार चळवळ चालू आहे. दक्षिणेत अस्पृश्यता जितकी तीव्र आहे, तितकी इतर भागात तीव्र नाही. चातुर्वर्ण्याची संस्था ही प्राचीन काळात योग्य अशी समाजरचना होती. ब्राह्मण हा वर्ग समाजपुरुषाच्या मस्तकस्थानी होता. क्षत्रिय हे त्या पुरुषाचे हात होते. वैश्य मांड्या व शूद्र त्याचे पाय होते.

आपण सर्वस्वी शीर्षभागी किंवा पायाच्या ठिकाणी असू शकणार नाही. पण आज या वर्णव्यवस्थेस आजच्या जगात जागा नाही. त्याची उपयुक्तता राहिली नाही. उलट ती बिघडली असून जुलमी झाली आहे. त्यामुळे लाखो लोकांना अपमानास्पद जिणे जगावे लागत आहे. ब्राह्मण जर शहाणे असतील तर त्यांनी ही विषमता आर्थिक किंवा स्वच्छतेच्या दृष्टीने तगविण्याचा प्रयत्न करावा, पण तिला धर्माचा आधार घेऊ नये. आमच्या देशात जर एखाद्या उमरावाने गलिच्छ कपडे घातलेल्या एखाद्या मजुराच्या शेजारी सार्वजनिक ठिकाणी बसावयाचे नाकारले तर ते मी समजू शकतो पण तो जर असे म्हणेल की, परमेश्वराने आपल्याला त्या गलिच्छ माणसाला दूर ठेव म्हणून सांगितले आहे, स्वच्छतेच्या किंवा आरोग्याच्या दृष्टीने नव्हे, तर मी म्हणेन की, हा गाढवपणा आता पुरे. मी जर या दलित हिंदू समाजाचा पुढारी असतो तर त्याला म्हणालो असतो, "ही मानहानीची चळवळ थांबवा. विनाकारण मनस्ताप का करून घेता? त्याची काही जरुरी नाही, निसर्ग हेच मंदिर समजा. देवळात परमेश्वर आहे. या अवाढव्य देवळारावळात तो नाही आणि अगदी षोडशोपचार पूजेनेही तो प्रसन्न होत नाही. देवळात जाऊच नका. त्याऐवजी वनश्रीने भरलेल्या निसर्गमंदिरात या किंवा एकांतवास सेवन करता येईल अशा एखाद्या झोपडीत या. म्हणजे इतरांच्या सहसा दृष्टीस पडत नाही, असा परमेश्वर मी तुम्हास दाखवून देईन."

निसर्गाचा आवाज अंतर्यामात उमटतो. त्या देवतेचे सौंदर्य बाहेर दिसून येते. पण तिची कल्याणप्रद अशी सुसंगती आपल्या अंतरंगातही असते व बाहेरही असते.

ही जाणीव मला जशी पूर्वी झाली तशी या घटकेला ताज्या अनुभवाने झाली नसती तर असे हे उत्साहपूर्ण व आत्मविश्वासाचे बोल मी लोकांपुढे काढले नसते. स्वत:ची वंचना केली नसती व जगाची फसवणूकही केली नसती. पण हिमालयामधील या निर्जन ठिकाणी शिलाखंडावर बसून माझ्या मनात ही जी उदात्त भावना निर्माण झाली

आहे, जो आत्मविश्वास निर्माण झाला आहे, जी गोष्ट अंत:करणाला पुरेपूर पटली आहे, त्या ऊर्मीतून मी हे विचार कागदावर लिहून ठेवीत आहे.

आजवर मी फार मनस्ताप सहन केला. केवळ कल्पित कथांची भारुडे लिहिण्यात अर्थ नाही हे मला पूर्वीच पटले आहे. पण आज जरी मला काळाने उचलून नेले तरी हे शब्द माझ्या रोजनिशीत लिहिलेले आढळतील, ते जगजाहीर करावेत.

''निसर्ग हा आपला मित्र आहे. आदरपूर्वक त्या देवतेची शांतचित्ताने आराधना करा. तिचा तुमच्यावर अगदी गूढ रीतीने अनुग्रहच होईल.''

५

दोन योग्यांचे आकस्मिक आगमन - हिमालयातील यात्रेकरू व यात्रेची स्थाने - मन:शांतीने अनुभवास येणारी दिव्य शक्ती

माझ्या एकांतवासाचा आता भंग झाला. लोक भेटायला येऊ लागले, कोठून कसे येतात आणि तेही अचानकपणे. आपले जग किती लहान आहे, हे मला पटू लागले. मनुष्य कोठेही जावो, मोठमोठ्या शहरातील गजबजलेल्या रस्त्यावरून जावो किंवा लहानशा खेड्यातल्या एकमेव अरुंद अशा गल्लीबोळातून जावो, त्याला कोणीतरी भेटायचेच. मग तो त्याच्या ओळखीचा असो किंवा भेटणारा त्याला ओळखीत असो. उत्तर व मध्य भारतात प्रवास करीत असताना मला अशी तीनदा माणसे भेटली. त्यांनी मला माझ्या नावाने हाक मारली, थांबवले. अगदी आदरपूर्वक नमस्कार केला. पण मी त्यांना कधीही पाहिले नव्हते. त्यांची नावेही मला माहीत नव्हती. दिल्लीमध्ये मला असाच एक मनुष्य अचानकपणे भेटला. तो सैन्यातला सेवानिवृत्त मेजर होता. पंधरा वर्षे पेन्शन घेतल्यावर ह्या देशात पुन्हा येण्याची त्याला हुक्की आली. मला तो

सुमारे अठरा महिन्यांपूर्वी लंडनमध्ये भेटला होता. त्याच्या राहण्याच्या प्रशस्त जागी मला त्याने जेवायला बोलावले होते. डेहराडूनलाही असाच एक इसम भेटला होता. ऑक्सफर्ड विश्वविद्यालयाचा मोठा पंडित होता. तोही असाच अचानकपणे मला भेटला होता. त्याच्याशी माझे काय बोलणे झाले, ते मला आता आठवत नाही.

हिमालयाच्या गिरिकंदरात मला आतापर्यंत असे वाटत होते की, माझ्या एकांताचा कोणी भंग करणार नाही. पण अनुभव वेगळा आला. जनसंपर्कापासून तुम्ही कुठेही लांब जा, पण जे जग तुम्ही सोडून अन्य पलायन केलेत, त्या ठिकाणी ह्या गजबजलेल्या जगाचे लागेबांधे काही अदृश्य अशा रज्जूंनी तुम्हास परत तेथे ओढून नेत असतात.

एके दिवशी मी असाच सकाळच्या वेळी बंगल्याशेजारच्या दगडावर व हिरवळीवर माझे कागद, टिपणे, पत्रे व्यवस्थित लावीत बसलो होतो. इतक्यात नोकर तेथे आला व किंचित हसून, दोन माणसे भेटायला आली आहेत, म्हणून सांगू लागला. मी डोके वर करून पाहू लागलो तर ते दोघे त्याच्या अगदी पाठीमागेच उभे असलेले मला दिसले.

आता दुपार होऊ लागली होती. त्या माणसांच्या अंगावर पिवळ्या छाट्या होत्या. त्यांवर सूर्याचे किरण पडून त्या चमकत होत्या. आता पिवळ्या रंगांच्या कपड्यांवरून काय समजायचे? ते योगी, साधू, बैरागी, तपस्वी असावेत किंवा भटके, उडाणटप्पू चोर समजावेत? कारण ह्या देशात ज्याला काही कामधंदा करायचा नाही त्याने खुशाल भगवी किंवा पिवळी वस्त्रे आपल्या अंगावर चढवावीत! पण त्याचबरोबर भगवी वस्त्रे धारण करणारे विरक्त, ध्यानसाधनेत मग्न असणारे तपस्वीही अनेक असतात. तसे भिक्षांदेही असतात. एखाद्याचा योगक्षेम धनिक चालवतो.

पण माझ्याकडे आलेले हे दोन पाहुणे जरा वरच्या दर्जाचे होते. त्यांपैकी जरा वयस्क दिसणारा, चांगला सुदृढ शरीरबांध्याचा, मोहक चेहऱ्याचा, खानदानी घराण्यातला दिसत होता. त्याचे केस खांद्यावर रुळत होते. दुसरा जरा तरुण दिसत होता. अंगकाठी लहान, पण तितकाच मोहक चेहऱ्याचा. त्यानेही तसेच केस वाढविलेले होते. त्याने प्रथम बोलावयास सुरुवात केली. त्याने माझे नाव घेऊन मला नमस्कार केला व माझ्यापुढे साष्टांग दंडवत घातला.

माझा आपला परिचय नाही, असे मी त्याला सांगितले.

त्याने सस्मित वदनाने उत्तर दिले, ''मी आपल्याला व आपल्या गुरूंनाही ओळखतो.''

नंतर त्याने आपले स्वत:चे नाव सांगितले. तो दक्षिण पश्चिम भारतातील

मलबारकडील होता. दुसरा मनुष्य उत्तर प्रदेशामधील गोरखपूरकडील होता. हा स्वत:च एक गुरू होता व त्याला त्याच्या प्रांतात चांगलीच मान्यता होती. तरुण इसम एक शिष्य होता पण त्याने गुरू केलेला नव्हता.

ही सर्व माहिती मी त्यांच्याशी काही वेळ बोलणे केल्यावर मला मिळाली. त्यांच्यापैकी जो वयस्कर होता; तो माझ्याजवळ आला. त्याने मला हस्तस्पर्श केला व एक मोठ्या आंब्यासारखे फळ माझ्यापुढे ठेवले. त्या फळाचे नाव मला काही माहीत नाही पण ते चांगले महागाचे असावे. किंचित स्मित करून ते त्याने माझ्यापुढे ठेवले पण एक शब्दही त्याने उच्चारला नाही. त्यानंतर दुसऱ्याने सांगितले, की त्याने मौन धारण केलेले आहे व त्या व्रताचे पालन केल्याला आज बारा वर्षे झाली.

मी त्यांचे आभार मानले, पण फळ काही घेतले नाही. मी म्हणालो, ''तुम्हालाच ते लागेल. कारण या निर्जन भागात जे मिळेल ते जवळ ठेवून द्यायला हवे.''

त्यावर तो बोलणारा मनुष्य म्हणाला, ''तसे काही नाही. आम्ही गंगोत्रीच्या यात्रेला निघालो आहोत. आमच्या पाठीमागून हमाल येत आहेत. त्यांच्याबरोबर सगळे खाण्यापिण्याचे सामान आहे.''

पण अशा प्रवासात काय हाल होतात, याची मला पूर्ण कल्पना असल्याने मी त्यांच्या फळाचा स्वीकार केला नाही. ''तुम्हालाच ते लागेल. जरुरीच्या थोड्याशा जरी पदार्थाचा मी अपहार केला तरी तो गुन्हा केला असे मला वाटेल.'' मी म्हणालो.

नंतर दोघांनी ते फळ घेण्याबद्दल मला फार आग्रह केला. तरुण योगी म्हणाला, ''हे फळ तुम्हाला घेतलेच पाहिजे. एक योगी दुसऱ्या योग्याला ते यज्ञीय प्रसाद म्हणून देत आहे. ही प्रथा आहे. ते जर तुम्ही घेतले नाही तर आम्हाला फार वाईट वाटेल, आमच्या भावना दुखावतील.''

तेव्हा त्यांच्या भावनांचा आदर करण्याकरिता मी ते फळ नाखुशीने का होईना पण स्वीकारले. पण एका अटीवर; ती म्हणजे ते फळ कापून सगळ्यांनी खावे. नोकर ते फळ कापीत असताना मी माझी बाजू सांगितली की, मी काही कोणी योगी नाही व ते माझ्या कपड्यांवरून सहज दिसून येईल.

त्यावर गुरूने उत्तर दिले, ''योग्याला भगवी वस्त्रेच धारण केली पाहिजेत असे नाही. कपड्यांवर काय आहे? अंत:करणात विरक्ती पाहिजे. ते काही नाही, तुम्ही आमच्यासारखेच योगी आहात, यात संशय नाही.''

त्यावर मी हसत उत्तर दिले, ''तर मग या हिमालयातील घनदाट अरण्यात साहेबी

टोपी घालून व कडक इस्त्रीची पँट चढवून येणारा मी पहिलाच इसम असावा! माझा सगळा थाट अगदी वेगळाच आहे. मी येथे एका बंगलीत आसन घालून बसलो आहे खरा पण माझ्याजवळ हातात घेता येणारा टाईपरायटर आहे. पाठीमागे थर्मास फ्लास्क आहे. त्यातून मी वरचेवर गरमगरम चहाचे घुटके घेत असतो!''

त्यांच्यापैकी जो मोठा होता त्याची माझी ही तपशीलवार हकिकत ऐकून मोठी करमणूक झाली व तो गदगदा हसला. चांगला एक मिनिटभर हसतच राहिला. आता हसणे म्हणजे एकप्रकारचे बोलणेच आहे की नाही याची शुष्क चर्चा तत्त्वज्ञान्यांनी करावी. फळ खात असताना मी बोलणे चालूच ठेवले.

मी त्यांना विचारले, ''पण मी येथे राहतोय हे तुम्हाला कसे कळले?''

''ते काही आम्हाला माहीत नाही पण कोणीतरी आम्हाला वाट दाखवली.'' त्यांनी शांतपणे उत्तर दिले.

''कोणी?''

त्यावर त्यांनी जरा हसून वरती बोट दाखविले. जणू मी आता पुन्हा काही विचारू नये. तरी मी आणखी एक प्रयत्न करून पाहिला.

''तुम्हाला जर गंगोत्रीला जायचे असेल तर तिकडे यात्रेकरू या रस्त्याने येत नाहीत. तो रस्ता धारासू व उत्तरकाशीकडून जातो. इकडे हा वेगळाच रस्ता आहे. इकडून तुम्हाला लांब पडेल.''

त्यावर त्यांनी हसून उत्तर दिले, ''पण आम्ही तुम्हाला भेटायला आलो होतो.''

आणि मग ते निघाले. आता ते आपले हमाल शोधतील व खाण्यापिण्याची व्यवस्था करतील. त्यांच्यापैकी जो गुरू होता त्याने मला कागदावर पेन्सिलीने लिहून सांगितले की, संध्याकाळी ते सत्संग करणार आहेत तेव्हा मी त्यांच्याकडे यावे व जेवूनच जावे. त्यांचा मुक्काम फक्त एक दिवसच आहे. नंतर दुसऱ्या दिवशी पहाटेस ते येथून प्रयाण करणार. मी कृतज्ञता दर्शवली व त्यांचे आमंत्रण स्वीकारले. आपल्याजवळची शिधासामग्री बेताची असतानाही ते मला जेवायला आमंत्रण देत आहेत म्हणजे माझ्याबद्दल आदरच दाखवीत आहेत, असे मला वाटले.

त्यानंतर मी सत्संगाला गेलो व भोजनही घेतले. त्यांच्यापैकी जो चेला होता त्याचे नाव बंधू शर्मा. तो माझ्याकडे पुन्हा एकदा आला. मी म्हटले, ''चला, आपण त्या शिखराच्या टोकावर जाऊ. मैलभर असेल अंतर. फार नाही. पिवळी धम्मक झेंडूची

फुलेच फुले आपल्याला जाताना फुललेली दिसतील. ह्या गंभीर वातावरणात ती फार शोभिवंत दिसतात.'' वाटेत एका लहानशा बेळक्यातून वरती सरपटत चढून जात असताना आम्ही बोलत होतो. बोलता बोलता तो आपली हकिकत सांगू लागला. त्यातील काही भाग असा :

''सहा वर्षे मी साऱ्या देशभर भ्रमण करीत आहे. गजबजलेल्या बाजारांतून तसाच जंगलांमधील निर्जन वस्तीतील खोपट्यांमधून, मोठमोठ्या देवळांतून व डोंगरदऱ्यांतून हिंडलो. देवळांमधील आरतीचे सोहळे पाहिले. गिरिकंदरावरील शुद्ध हवा घेतल्यावर तिथून उठूच नये असे वाटले. अनेक गुरूंना भेटलो, त्यांचे पाय धरले. हेतू हा की, काही आत्मज्ञान व योगज्ञान व्हावे.''

त्यानंतर आम्ही आपापले अनुभव सांगितले. ते पुष्कळसे जुळले. तिरुवअन्नामलाईच्या महर्षींनी त्याच्या मनावर फार प्रभाव पाडलेला होता. तो म्हणाला, ''केवळ त्यांच्याजवळ बसल्याने मला ताबडतोब मन:शांती मिळाली. त्यांच्या आश्रमात मी फक्त चारच दिवस राहिलो. पण आतापर्यंत जे कधी मिळाले नाहीत असे आध्यात्मिक अनुभव मला त्या चार दिवसांत मिळाले. पुन्हा आता मी तिकडे जाणार आहे. नव्हे, जाणारच आहे.''

मग मी त्याला आता कोणती साधना करीत आहात, म्हणून विचारले.

''माझे ठीक चालले आहे. अध्ययनाला व ध्यानाला आता मला पुष्कळ वेळ मिळतो. आता माझा मी स्वतंत्र झालो आहे. इतके स्वातंत्र्य पूर्वी कधीच सरकारी नोकरीत असताना मला मिळाले नाही. तसा मला पगार चांगला होता.''

''तरी पण तुमच्या राहणीच्या व दर्जाच्या दृष्टीने असे आयुष्य कंठणे हे जरा अवघडच नाही का?''

''नाही. जर मला पोटापाण्याकरिता इतरांकडे भीक मागावी लागली असती तर अवघड होते. ती मानहानी मला झेपली नसती. पण माझे नशीब असे की, ज्या ज्या गुरूंकडे मी जातो, त्यांच्याकडे माझ्या जेवणाखाण्याची व राहण्याची सोय होते. आता हेच पाहा ना, गंगोत्रीच्या यात्रेला ह्या महाराजांच्या बरोबर मी निघालो आहे. तेच माझा सर्व खर्च करीत आहेत.''

''एक विचारू का? हे जे यात्रेला जाणारे बैरागी, संन्यासी, कापडी असतात, ते उडाणटप्पू असतात. त्यांना काही काम करावयास नको असते. हे खरे आहे का? तुम्ही या यात्रेकरूंत नेहमी वावरता, तेव्हा तुम्हाला प्रत्यक्ष अनुभवावरून सांगता येईल.

आम्ही काय, परदेशस्थ माणसे, आम्हाला त्यांच्यातून हिंडता-फिरता येत नाही.''

''होय, दुर्दैवाची गोष्ट आहे. तुम्ही म्हणता ते अगदी बरोबर आहे. त्याच्याहीपुढे जाऊन मी सांगतो की, अगदी नव्वद टक्क्यांहूनही जास्ती असे यात्रेकरू काहीएक उद्योग करीत नाहीत. थोडेसे वैदू असतात. हे या देशात सर्वत्र आढळतात. मी त्यांच्यात वावरलो आहे व अनुभवावरून सांगतो की, खरेखुरे आध्यात्मिक जीवन व्यतीत करणारे पाच टक्क्यांहूनही जास्त नसतील.''

आमचा रस्ता त्या अरण्याला वळसा घालून जात होता. दुसऱ्या बाजूला खोल उतरण होती. जाता जाता वाटेवर अस्वलाची विष्ठा आमच्या नजरेस पडली. नुकताच त्याने विसर्जनविधी केलेला होता. जवळची जमीनही त्याने मुळे वगैरे खायला मिळतील म्हणून उखडून टाकलेली होती.

मग मी त्याला आपला एक अनुभव सांगितला. ग्वाल्हेर स्टेशनवर मी गाडीची वाट पाहात बसलो होतो. असाच एक बैरागी, जवळ एक काठी व पाण्याचा तुंबा यांशिवाय काही न बाळगणारा, गाडीच्या डब्यात तिकिटाखेरीज शिरत असताना तिकीट कलेक्टर व रेल्वे पोलीस यांना हैराण करीत असताना मी पाहिला. त्याच्या आरडाओरडीमुळे, शिव्याशापांमुळे त्याला हात लावायला कोणी तयार होईना. उतरायच्या स्टेशनवरही असाच धांगडधिंगा घालून येथून बाहेर पडणार. या देशातल्या रेल्वेमधून असे अनेक बैरागी फुकट प्रवास करीत असतात. ग्वाल्हेर स्टेशनवर ज्या बैराग्याने धांदल उडवून दिली होती, त्याला नशाही चढलेली होती.

बंधू शर्माने हे ऐकून उसासा टाकला व तो पुढे सांगू लागला, ''माझे हे भ्रमण व ह्या यात्रा एक वर्षाने संपतील आणि मग पुन्हा संसारी लोकांतच वावरावे लागणार. पण मी आता कुठेतरी निवांत ठिकाणी स्थायिक व्हायचे ठरविले आहे. जे थोडे काही उत्पन्न माझ्या मित्रांकडून मिळण्यासारखे आहे, त्यावर मी गुजराण करणार आहे. काटकसरीने वागले म्हणजे झाले. आणि मग जो मला वेळ मिळणार आहे तो मी अध्ययनात घालविणार आहे.''

युरोपमध्ये मध्ययुगीन कालात भारतातील ह्या तडीतापडी बैराग्यांसारखे साधू हिंडत असत. युरोपचे आधुनिकीकरण झाल्यावर जसे हे साधू नाहीसे झाले तसे भारताचे आधुनिकीकरण झाल्यावर हे बैरागीही नाहीसे होतील, असे मला वाटते.

ह्या बैराग्यांबरोबर जे खरे योगी आहेत तेही नाहीसे होतील, पण सर्वस्वी नाहीत. थोडेबहुत राहणारच. त्यांच्यामध्ये मला वावरायला मिळाले व त्यांच्यापैकीच एक

झालो हे माझे सद्भाग्यच. एक वेळ श्रीमंत लोकांची संगत मिळेल, पण योगी, महायोगी यांची संगत मिळणे फार कठीण आहे.

योगसाधनेमध्ये आपण कोठपर्यंत गेलो आहोत हे तो मला सांगू लागला. दोन-तीन तास त्याला ध्यान लावता येते व त्या ध्यानस्थ स्थितीत सभोवतालच्या जगाचा त्याला पूर्ण विसर पडतो. त्याची कधीकधी समाधीही लागते. धारणा व ध्यान त्याने अगदी उच्च कोटीपर्यंत नेले होते. त्याला आंतरिक शांतीचा लाभ घडून आला होता व त्यामुळे तो नेहमी प्रसन्नमुख असे.

बोलताबोलता दोन मुद्दे असे निघाले की, त्यावर तो एकटा बोलू शकेना. मग मी माझे म्हणणे त्याला सांगितले. त्यावर त्याला आनंद झाला व तो म्हणाला,

"आता मला कळले, तुमची-माझी भेट का झाली. हे दोन प्रश्न मला सारखे सतावीत होते. त्यांची उत्तरे मला सापडत नव्हती."

याचे श्रेय माझ्याकडे नसून माझ्या गुरूकडे आहे, असे मी त्याला सांगितले. कारण मला जे या विषयावर थोडेबहुत ज्ञान झालेले आहे, ते गुरूपासूनच झालेले आहे.

त्या शिखरावर आम्ही थोडा वेळ बसलो. त्या शिखराभोवती खाली नेचांचे रान माजलेले होते व हे नेचे देवदार वृक्षांभोवती वेटोळे घालून उगवलेले होते. त्या शिखरावरून आम्ही परत निघालो. आकाशात क्षितिजावरचा गुलाबी रंग निस्तेज होत होता. संध्याकाळचे सूर्यकिरण बर्फावर दूर - लांबवर पसरले होते व भट्टीत घातलेले लोखंड जसे तांबडेलाल दिसते तसा तो बर्फाळ भूभाग तांबडालाल दिसत होता. वाटेत रस्त्यावर चमेलीच्या फुलांचा सुगंध तबीयत अगदी खूश करून टाकीत होता. या फुलांना वास मनस्वी. रंग हिमांशूसारखा शुभ्र. ग्वाल्हेरला एका बागेत अशीच फुले पाहिल्याचे माझ्या चांगले स्मरणात आहे.

या गिरिशिखरांच्या परिसरात चित्त कसे अगदी थरारून व भारावून जाते, हे तो मला सांगू लागला. हिमाचलाचे नुसते नाव घेतल्यावर हिंदुमात्रांचे मन भारावून जाते. मस्तक नम्र होते. या धवल गिरिकंदरात ऋषी, मुनी, देव, देवता अजूनही वास करीत आहेत, असे त्याला वाटत असते.

संध्याकाळी आम्ही तिघे ध्यान लावीत बसू. ध्यानाच्या अगोदर ते काही स्तोत्रे म्हणत व मान वाकवून भक्तिभावाने प्रार्थना करीत. प्रार्थना झाल्यावर भोजन. सर्व पदार्थ एका मोठ्या ताटात व्यवस्थित मांडलेले. म्हणजे ताट पुढे आल्यावर जेवणात काय आहे, हे एका दृष्टिक्षेपात कळून यावे.

सर्व पदार्थ कसे अगदी नीट व कलापूर्ण दृष्टीने वाढलेले. ताटात नेहमीचे सर्व पदार्थ होते. चपात्या, रसगुल्ला. गुरुमहाराज हे बैरागी खरे पण पूर्वीचे चांगले सधन होते व त्यांच्याजवळ नोकरमाणसेही बरीच होती.

जेवण झाल्यावर मी त्यांना आपल्या बंगल्यात गप्पा मारायला बोलावले. कारण उद्या पहाटेच ते येथून प्रयाण करणार होते. आध्यात्मिक जीवनाविषयी जे पूर्वापारचे सिद्धांत आहेत, त्यावर आम्ही चर्चा केली. या सिद्धांतावर या देशात अनेक लोकांनी चर्चा केली आहे. गुरुमहाराजांचे मौन असल्याने जे बोलावयाचे ते कागदावर पेन्सिल फिरवून लिहून देत. त्यांची जी अध्यात्मविषयक साधना होती, त्याबाबतचे पुष्कळसे लहानसे मुद्दे त्यांनी चर्चेला घेतले व त्यावरची आपली मते लिहून सांगितली. काही वेळाने ते उठले. आम्ही दोघांनी सस्मित वदनाने हस्तांदोलन केले व त्यांनी माझा निरोप घेतला. यानंतर या गुरु-शिष्यांबद्दल मला पुढे काहीही समजले नाही.

हे यात्रेचे दिवस होते. उन्हाळ्याच्या या चार महिन्यांत हिमालयातल्या रस्त्यांवरून सुखाने प्रवास करावा. काही त्रास होत नाही. पण पुढे या रस्त्यावर पाचपाच सहासहा फूट बर्फाचे जाड थर साठून त्यावरून प्रवास करणे धोक्याचे व पुष्कळदा अशक्य होई. म्हणून यात्रेकरू उन्हाळ्यातच येथली यात्रा उरकतात. मोठी श्रद्धाळू, संन्यस्त वृत्तीची असतात ही मंडळी.

हे यात्रेकरू कुठून कुठून येतात? देशाच्या सर्व भागांतून येतात. उष्ण भागांतून, पहाडी भागांतून, मोठमोठ्या शहरांतून तसेच खेड्यापाड्यांतूनही. या सर्व यात्रेकरूंच्या श्रद्धेचे, धैर्याचे, दृढनिश्चयाचे मला मोठे कौतुक वाटते. कारण गंगोत्री तर नेहमी बर्फाच्छादित. माझ्यासारख्या युरोपियन माणसाला अशा थंडीची सवय असते, पण या यात्रेकरू मंडळींची गोष्ट वेगळी. ना त्यांच्याजवळ भरपूर कपडेलत्ते की अंथरूण-पांघरूण. या थंडीची सवय करताना त्यांना किती कष्ट पडत असतील, याची कल्पना करवत नाही.

आणि दरवर्षी उन्हाळ्यात या बर्फाच्छादित शिखरांमध्ये असलेल्या यात्रेच्या ठिकाणी शेकडो यात्रेकरू जमा होतात. त्यांच्या मते देवदेवता, प्राचीन ऋषी, मुनी अजूनही या प्रदेशात वास करतात.

हिमालय प्रदेश ही भरतखंडाची पुण्यभू आहे. यहुदी व ख्रिस्ती यांना पॅलेस्टाईन जसे पवित्र वाटते, तसे भारतीयांना हिमालय हे पवित्र स्थान वाटते.

येथे बदरिकाश्रमात महाभारतकार श्रीवेदव्यास ऋषी राहात असत. येथेच गंगेच्या

तीरावर हृषिकेशला वेदांची रचना झाली व चार वेदांत त्यांचे वर्गीकरण झाले. योगवासिष्ठकार महामुनी श्रीवसिष्ठ ख्रिस्त जन्मास येण्यापूर्वी कित्येक शतके अगोदर येथेच टेहरी राज्यात राहात होते. हिमालयाच्या अत्युच्च व सदैव बर्फाच्छादित असलेल्या कैलास पर्वतावर देवाधिदेव महायोगीराज शंकर वास करीत असतात. युगानुयुगाची त्यांची तपश्चर्या अजून चालूच आहे. येथेच अगस्त्य मुनींचे रम्य वनश्रीने वेष्टित असे धाम आहे. याच ठिकाणी कृतयुगात अगस्त्य मुनींनी योगसाधना केली. याच टेहरी गढवाल भागातून पवित्र अशी भागीरथी नदी वाहते. गंगेची ही मुख्य उपनदी. राजर्षी भगीरथाने स्वर्गातून गंगेला पृथ्वीवर आणली, ती ही भागीरथी. एका हिमनदीच्या पात्रात असलेले बद्रीनारायणाचे मंदिर हिंदूंच्या इतकेच बौद्धांनाही पवित्र. एवढेच काय, पण तिबेटमधील लामांचे मठसुद्धा त्या देवालयाला कर-भार पाठवितात.

यात्रेकरू जेव्हा या पवित्र स्थानी दर्शनास येतात, तेव्हा त्यांना असे वाटते की, या ठिकाणी वास करीत असलेले देवादिक सूक्ष्म देहाने आपल्यासभोवती वावरत आहेत. येथली पवित्र स्थाने मुख्यत्वेकरून चार; केदारनाथ, बदरीनाथ, गंगोत्री व जमनोत्री. या ठिकाणी येऊन पोहोचण्याकरिता कित्येक यात्रेकरू पायाने डोंगरदऱ्या तुडवीत, पहाड चढत व चालण्याचे श्रम कमी वाटण्याकरिता भजने, स्तोत्रे व धून म्हणत म्हणत मार्ग आक्रमण करीत असतात. वाटेत जे काही भात-आमटी मिळेल त्यावर संतुष्ट राहतात. मार्गात कधी कधी खोल दऱ्या येतात, तर कधी कधी रस्ता अगदी निसरडच्या जमिनीवरून असतो. काळजीपूर्वक जर चालले नाही तर तोल जाऊन, घसरून खोल दरीत कपाळमोक्ष व्हायचा. या सगळ्या यात्रेत दीड ते दोन महिने सहज लागतात. शिवाय वाटेत अपघाताची व रोगराईची सदैव भीती. ही मंदिरेही किती पुरातन. ती बांधली गेल्याला कित्येक शतके लोटली असतील आणि जेव्हा यात्रेकरूंची यात्रा पुरी होते, तेव्हा त्यांना किती आनंद होतो. त्यांच्या चेहऱ्यावर समाधानाचे तेज चमकू लागते. या देवादिकांचे आपल्याला आता आशीर्वाद मिळतील, अशी त्यांची श्रद्धा असते.

आणि बरोबरच आहे ते.

आता ही मंदिरे नुसती दगडांची असोत किंवा देव म्हणजे नुसता कल्पनाविषय असो, अगदी पुरातन कालातील मानवाच्या कल्पनेसारखा. नुसते या हिमाचल पर्वताच्या गिरिकुहरात काही काळ राहणे, राहण्याचा योग येणे हाही एक अविस्मरणीय अनुग्रहच होय, यात शंका नाही.

वरती आकाशात तारका आता लुकलुकायला लागल्या आहेत. दिवसा कुठे लपून

राहिल्या होत्या, कोण जाणे. नागाच्या आकृतीचा हा तारकापुंज पाहा कसा खाली अंड्याच्या आकाराप्रमाणे इतस्तत: पसरलेला आहे. दक्षिणेकडे हे मृगशीर्ष नक्षत्र पाहा विषुववृत्तावर दिसू लागले आहे आणि सर्व तारकांमध्ये उठून दिसणारी ही व्याधाची चांदणी पाहा. व्याधाच्या हातातले धनुष्य म्हणजे एक नक्षत्रपुंज आहे. सिंह राशीमधील तारकांच्या पुंजक्याकडे मनसोक्त एकवार पाहून घेतले व मी परत निघालो.

या ताऱ्यांकडे काही वेळ अगदी एकाग्रतेने पाहिल्यावर यांच्याशी मुग्ध संपर्क साधल्याचे सुख मिळते.

* * *

आज एक गंमतच झाली. नेहमीप्रमाणे शिलाखंडावर मी पद्मासन घालून बसलो असताना खाली दरीत खोलवर दूर न्याहाळीत होतो. मला वाटते, माझा श्वास मंद मंद होत होता. किंचितकाल स्थगित झाला होता. ध्यान चांगले लागले होते. इतक्यात एकदम माझ्या शरीरात विजेचा झटका यावा, असा अनुभव आला व मी ध्यानातून ताडकन उठलो. एक दिव्य शक्ती माझ्या शरीरातून आरपार निघून गेली. त्याकरिता मी काही श्रम वगैरे घेतले नाहीत. नुसता दगडासारखा आसनावर बसून राहिलो होतो. पण ती शक्ती अगदी अचानकपणे माझ्या शरीरात संचारून गेली व पाठीतला मेरुदंड अगदी धनुष्याच्या दोरीसारखा होऊन माझी बैठक अगदी ताठ झाली. झटका चांगलाच बसला. मी दात आवळून घेतले व बोटांची नखे हातातल्या तळव्यात खुपसून ठेवली.

दिव्य शक्तीचा हा जो संचार माझ्या शरीरामध्ये झाला, तो दोन्ही प्रकारचा होता, शारीरिक व आध्यात्मिक. कोठून कसा झाला देव जाणे. माझ्या दुबळ्या शरीरात परिवर्तन घडून आले. हनुमानासारखी अचाट शक्तीची कामे करायची ताकद माझ्या अंगी आल्यासारखे वाटू लागले. तितकी सहनशक्ती खेळू लागल्यासारखे वाटू लागले आणि अंगी नवीन धैर्य आले. दृढनिश्चयाची त्याला जोड आली व नवीन उत्साहाचा संचार झाला.

दिव्य लोकांतील देवदूत व पुण्यात्मे यांची झुंडच्या झुंड मदतीला धावून येत आहे, असे मला वाटू लागले. माझ्या अंगीकृत कार्यात ते मला यशस्वी करतील अशी मनाला खात्री वाटू लागली. जणू मुसोलिनीचा संचार माझ्या देहात होऊ लागला. फक्त अदृश्य असा परलोक म्हणजे ॲबिसिनिया एवढेच. एखाद्या सेनानीप्रमाणे सेनेच्या अग्रभागी मी असून तिला यशोमंदिराकडे घेऊन जात आहे, असे वाटू लागले. सेनेत जणू बाराशे-एक सैनिक. अगदी आज्ञाधारक. आज्ञा करण्याचा अवकाश. तिचे पालन निश्चितपणे व्हायचेच. मी जेथे नेईन तिकडे जायला एक पायावर तयार. माझा

आत्मविश्वास अगदी पराकोटीला गेला.

हा अनुभव तास-दोन तास टिकला असेल. मग तो हळूहळू उतरू लागला. उतरला, पण मनावर घट्ट परिणाम घडून आला. अचानकपणे एक दिव्य, शारीरिक, मानसिक, आध्यात्मिक शक्ती मी आपल्या शरीरात सोडून दिली असे वाटू लागले. ही दिव्य शक्ती कोठून आली, कशी आली, का आली, याचा मात्र काही बोध होईना व तिचे स्वरूपही आकळेना.

एकदम वाऱ्याचा एक झोत उठला व माझ्या अंगावरून पलीकडच्या दरीत निघून गेला. पिवळ्यापिवळ्या पानांची वावटळ उठून माझ्याभोवती नाच करू लागली व काही वेळाने परत जमिनीवर चुपचाप बसून राहिली. एक कावळा दुसऱ्या कावळ्याला - आपल्या मादीला - हाक मारू लागला. फांदीवर बसलेल्या दुसऱ्या कावळ्याने ती हाक ऐकून साद दिली.

आणि दुसराही असाच एक इंद्रियातीत अनुभव येऊ लागला. तो म्हणजे पहिला हा जो मला अनुभव घडून आला, तो पुन:पुन्हा घडून येणार याची जाणीव. त्याबरोबर नसानसांतून सर्व शरीरभर होणारे स्पंदन. ही अवर्णनीय शक्ती माझ्यामध्ये कोठून आली, हे मला कळेना. एवढे मात्र खरे की भविष्यकाळ मला उज्ज्वल वाटू लागला. भीती कशाची म्हणून राहिली नाही. आपला सदैव विजयच होईल असा आत्मविश्वास बळावू लागला.

पूर्वीचे योगीजन सूक्ष्म देहातल्या शक्तीबद्दल सांगत असत हे मला आता आठवले. हा सूक्ष्म देह जरी अदृश्य असला तरी स्थूल देहाशीच वेगळा, पण जोडलेला असतो. ही अदृश्य शक्ती कुंडलिनी जागृतीतून येते. कुंडलिनी ही नागिणीसारखी मेरुदंडाच्या पायथ्याशी वेटोळे घालून झोपलेली असते. एकदा ती जागृत झाली व वरवर चढू लागली व षट्चक्रांचा भेद करू लागली म्हणजे माणसाचे पुनरुज्जीवन होते. व त्याच्या ठिकाणी कल्पनातीत मानसिक व परातीत शक्तींचा उदय होतो. शेवटी स्वत:च्या प्रयत्नाने तो स्वर्गलोकात प्रवेश मिळवू शकतो.

पण शरीरशास्त्रज्ञ हे काही कबूल करीत नाहीत. माणसाच्या देहात त्यांना या कुंडलिनीचा पत्ता लागत नाही. आता हे खरे की केवळ कल्पना आहे, याच्याशी मला कर्तव्य नाही. माझा मला एक शोध लागला एवढे मात्र खरे.

एकांतवासात, शांततेत, स्तब्धतेत शक्ती असते हे मात्र मला समजून आले.

एक योगी होता; तो आता निवर्तला. तो म्हणे, एका ठिकाणी ध्यान लावून

बसल्यावर साऱ्या जगताला आपल्या पायाखाली दाबून ठेवू शके. त्याच्या म्हणण्याचा अर्थ असा की, ज्याने आपल्या मनावर, विचारांवर ताबा ठेवला आहे, तो साऱ्या ब्रह्मांडावर ताबा ठेवू शकतो.

आज ही अवस्था अनुभविल्यावर मला अशक्तपणा तर बिलकूल वाटला नाही. उलट माझा हुरूप वाढला. ध्यान करणे म्हणजे दुबळेपणाचे लक्षण आहे असे जडवादी म्हणत असतात; त्यांना आपण काय बडबडतो हे कळत नाही.

ही नीरवता अनुभविल्यावर माझ्या शरीरावर एक तेज चढू लागले. ते तेज एखाद्या फुलाच्या कळीप्रमाणे दररोज अधिकाधिक विकसित होऊ लागले.

ध्यानाला जे आसन घालून मी बसे, त्यामुळेच ही दिव्य शक्ती माझ्या अंगी उत्स्फूर्त होई असे मला वाटते.

आपले देव सुद्धा स्तब्धच बसलेले असतात. नाही का? मिसर देशातील प्राचीन इजिप्तशियन लोक देवादिकांची जी चित्रे काढीत, त्यात देव वरती स्वर्गात बसून खालच्या भूलोकाचे अवलोकन करीत आहेत असे दाखवितात आणि भूलोकातले मानवप्राणी त्यांच्या आज्ञेनुसार वर्तत असतात. मोठमोठे ग्रहगोलसुद्धा लंबरेषेशी कोन करून त्यांच्या आदेशाप्रमाणे भ्रमण करीत असतात.

या भूलोकात एक चुकीची समजूत लोक धरून बसतात, ती म्हणजे जे लोक बडबड करीत असतात ते बलवान असतात, त्यांच्याच ठिकाण कर्तृत्वशक्ती असते.

पण असे पाहा की, एखाद्या प्रचंड कारखान्याचा जो मुख्य चालक असतो, तो आपल्या कचेरीमध्ये खुर्चीवर शांतपणे आपले काम करीत बसलेला असतो. त्याच्या खालचे लोक मात्र इकडून तिकडे ये-जा करीत असतात, आवाज करीत असतात.

एखाद्या अजस्र गतिचक्राचा (फ्लायव्हील) आस पाहा, कसा स्थिर व अचल असतो. त्याच्यावर चालणारे मोठमोठे यंत्रांचे पट्टे मात्र सारखा आवाज करीत असतात. हजारो मजूर अशा कारखान्यात काम करीत असतात. त्या गतिचक्राच्या परिघावर सगळी हालचाल, तिथे गोंगाट, तो आवाज, त्या हवेत घुमत असतो पण कारखान्याच्या सगळ्या यंत्रांचे केंद्र त्या गतिचक्राचा जो आस, तो मात्र बिलकूल आवाज करीत नाही.

आफ्रिका खंडातील उष्ण प्रदेशात कधीकधी प्रचंड वादळे उठतात. हजारो लोकांची प्राणहानी होते, मालमत्तेचे नुकसान होते पण जेथे ती वादळे उत्पन्न होतात, तेथे मात्र अगदी शांत असते. सगळी गडबड बाहेर असते. आत काही नाही.

निसर्गातली व जीवनातली ही उदाहरणे काय दाखवितात? स्तब्धता हे दौर्बल्याचे लक्षण नव्हे.

या विराट विश्वाचा जो कर्ता आहे, तोही नितनिरंतर शांतप्रकृती आहे, निश्चल आहे.

परमेश्वराचा वास गतिशून्य अशा कैवल्याच्या ठिकाणी असतो. त्या दिव्य निश्चलतेतून मात्र सर्व प्रकारची गती, स्पंदन प्रसृत होते, जीवसृष्टी निर्माण होते व जगाचे व्यापार चालतात.

आणि परमात्म्याच्या बाबतीत जे खरे आहे ते जीवात्म्याच्या बाबतीतही खरे असावयास पाहिजे; कारण जीवात्मा हे परमात्म्याचे प्रतिबिंब आहे. म्हणजे माणसाची सर्वांत मोठी क्रियाशील शक्ती त्याच्या अंतरंगात असते आणि ती म्हणजे निश्चलता. नीरवता. हे मूलभूत सत्य सर्वांनी मान्य करावयास हवे.

या विराट पुरुषाचे, या ब्रह्मांडाच्या चालकाचे अंतरंग जर इतके गूढनिश्चल असते तर माणसाचे अंतरंगही तितकेच निश्चल असावयास नको का? या शरीरामध्येच विराट पुरुषाच्या शरीराच्या प्रत्येक घटकाचा अंश विद्यमान आहे, तर त्या विराट पुरुषाप्रमाणेच देह धारण करणाऱ्या प्रत्येक प्राण्याचे अंतरंगही तितकेच गूढ व निश्चल असावयास नको का?

तेव्हा ध्यानात, निश्चलतेचा आस्वाद घेण्यास हो मी जो काल व्यतीत करतो, त्यात काही चूक नाही. काही नुकसान नाही. त्यात मनोदौर्बल्याचा किंवा अवनतीचा भाग नाही. उलटपक्षी त्यात लाभच आहे. ज्याने मला उत्पन्न केले, जन्मास घातले, किमान त्याची तरी ओळख होईल व ओळख झाल्यावर परमात्म्याच्या दिव्य शक्तीचा अंश माझ्यातही उतरेल. ध्यानस्थ झाल्यावर बाह्यत: काही दिसावयाचे नाही, पण अंतरंगात काही विलक्षणच अनुभव प्रतीत होतो. जगाच्या दृष्टीने मी य:कश्चित असेन. त्याची मला पर्वा नाही. जड देहाच्या पलीकडील सूक्ष्म देहात मला वावरायला मिळेल. त्या लोकातल्या जीवांकडून मला साहाय्य मिळेल. त्या लोकातील जीवनाचा अनुभव मिळेल.

आपले प्राचीन पूर्वज या सूक्ष्म व कारणदेहातील जीवनावरच कथा-पुराणे रचीत. प्रत्येक समाजाचे असे पुराणवाङ्मय असतेच. त्या पुराणात साधू, पंडित, सिद्ध, महात्मे यांच्या जीवनाचे वर्णन असते. हे दिव्य आत्मे मानवास आपल्या इच्छेनुसार वागावयास लावतात. पाप-पुण्य, बरे-वाईट, इष्ट-अनिष्ट या साऱ्या कल्पना तेथून निर्माण होतात.

आता आजच्या माणसाला पूर्वीच्या माणसासारखे श्रद्धावान बनण्यास सांगणे,

भोळसट बनण्यास सांगणे हे परागतीचेच लक्षण आहे. पण पूर्वजांच्या श्रद्धेत जे सत्य आहे, ते ओळखून घेण्यास सांगणे हे निश्चितपणे प्रगतीचेच लक्षण आहे.

भौतिकशास्त्रांचा मानवी जीवनातील दैनंदिन व्यवहारात आजकाल उपयोग करून घेतला जातो. शास्त्रज्ञ अवकाशात सूक्ष्म अशा विद्युत्‌किरणाचे अदृश्य झोत फेकू शकतात. वहनासाठी त्यांना तारांच्या माध्यमाची जरुरी नसते. हे किरण मोठ्या वेगाने पुढे जात असतात, पण शांतपणे व अदृश्य असे. आजची ही विमाने पाहा, वैमानिक नसतानाही कशी इकडेतिकडे निमूटपणे जात आहेत. रस्त्यावरील रहदारी पाहा, कशी बिनबोभाट स्वयंचलित सिग्नलकडून होते. धोक्याच्या घंटा आंपोआप वाजतात. दारे आपणहून उघडली जातात. रेल्वेचे सिग्नल आपोआप वर-खाली होतात. मोठमोठ्या आगगाड्या धुक्यातसुद्धा आपला मार्ग बरोबर शोधून काढतात आणि रणांगणावर शिपाई इलेक्ट्रॉक्यूशनने ताबडतोब मरून पडतात.

या विराट विश्वाच्या भांडारात विजेशिवाय आणखीनही काही शक्ती असू शकतील, की ज्यांची क्रिया गुप्तपणे व अदृश्य अशी, पण प्रभावी होत असेल. सुप्त व अद्याप उपयोगात न आणलेल्या अशा शक्ती माणसाच्या अंतरंगात वास करीत असतील!

आणि अर्थात असतीलच.

६

टपालाची तपासणी - एक आत्महत्येचा प्रयत्न व त्याची मी केलेली मीमांसा - दूरसंदेशवहनद्वारा साधकांस मी मदत, मार्गदर्शन करतो.

या उष्ण देशात अगदी जवळच्या पोस्टऑफिसातून तुमच्या घरी अधूनमधून पत्रे आणून देणारा पोस्टमन हा पट्टीचा चालणारा इसम असावा. दिवसभर तो नुसता चालतच असतो. दुसरे काही करीत नाही. परमेश्वरकृपेने दररोज तो वीस-पंचवीस मैल चालत असावा. पण त्याचे त्याला काही वाटत नाही.

माझ्या मुक्कामाच्या ठिकाणी तो बिनचूक रात्र पडल्यावर यायचा तो अगदी भिजून चिंब झालेला असावयाचा. या भागात हल्ली रोजच वादळे उठायची व हिमवर्षाव व्हायचा. आल्यावर अंगावरील भिजलेले कपडे काढायचा व टेबलावर आपली थैली मोकळी करायचा. त्यानंतर जेवणखाण करून दुसऱ्या दिवशी पहाटे उठून पुन्हा आपल्या कामावर निघून जायचा. त्याचा रस्ताही डोंगर-खोऱ्यांतून. बरोबर दुसरे कोणी नाही. थैलीत माझी पत्रे. सुधारलेल्या

जगातील व्यक्तींना लिहिलेली. अशा तऱ्हेने त्याची कालक्रमणा चालू असते. साधाभोळा जीव आपले काम म्हणजे चालण्याचे अगदी निष्ठेने करणारा.

हा पोस्टमन जर इंग्लंडमध्ये एकोणिसाव्या शतकाच्या सुरुवातीस जन्माला आला असता तर त्याने चार्लस लँबला एखादा विनोदप्रचुर लघुनिबंध लिहिण्याकरिता साहित्य पुरविले असते. पण नियतीने त्याची योजना माझ्याकरिता केली होती आणि अशा ठिकाणी की, ज्या रस्त्यावरून मार्गक्रमण करावयाचे तो सुतासारख्या पायवाटेचा. पण वरती मात्र प्रचंड विमानांची वर्दळ असायची. त्यांचा तो कर्णकर्कश आवाज कानठळ्या बसवायचा. विमानेही चांगली थोर, मोठी, विजेप्रमाणे सर्रकन एकदम पुढे जायची. हा पोस्टमन माझी मोठी गरज भागवायचा. बाह्य जगाशी मला त्याच्यामुळेच संबंध ठेवता येणे शक्य होते. पुरातन काळातील किंवा मध्ययुगीन काळातील तपस्व्याला अशा पोस्टमनची जरुरी लागली नसती.

उलट अशा माणसाचा त्याने तिरस्कार केला असता. पण विसाव्या शतकातील माझ्यासारख्या तपस्व्याला तो अगदी जरुरीचा नव्हे तर स्वागतार्हही होता. आधुनिक काळातील तपस्व्याच्या सवयीही आधुनिकच.

म्हणजे मी जरी एकान्तवासात राहिलो होतो तरी बाह्य जगाशी माझा संपर्क तुटलेला नव्हता.

एकदा मला असे वाटले की, ही दूर अंतरावरची, जगातल्या चारीही कोपऱ्यांतून येणारी पत्रे माझ्या शांततेचा भंग करीत आहेत. माझ्यासारख्या लेखकाने आपल्या पुढच्या पुस्तकाचा जवळजवळ पंधराशे शब्दांचा मजकूर रोज लिहावयाचा; त्याशिवाय वर्तमानपत्राकरिता थोडे रकाने लिहावयाचे. इतके सगळे लेखन झाल्यावर पुन्हा पत्रव्यवहार करणाऱ्या एखाद्या अज्ञात इसमाला उत्तरादाखल दोन-तीन हजार शब्दांचा मजकूर लिहावयाचा म्हणजे जरा कठीणच. शिवाय एखाद्या ओळखीच्या माणसाला किंवा मित्राला बातमीपत्र लिहायचे ते वेगळेच. इतके सगळे कर्म करून मग ध्यानाची तयारी करायची.

एक फ्रेंच लेखक होता, त्याचे नाव फ्लॉबर्ट. त्याला म्हणे एक संपूर्ण वाक्य लिहावयास तीन दिवस लागत. मी काही त्या लेखकाचे अनुकरण करणे शक्य नाही. एवढा मोठा कालापव्यय फक्त अतिबुद्धिवान किंवा अतिश्रीमंत मनुष्यच करू शकेल. मी काही असा धनाढ्य मनुष्य नाही की अतिप्रतिभावान मनुष्य नाही. ऑस्कर वाइल्डची गोष्ट सांगतात - अमेरिकेत प्रवेश करतेवेळी कस्टम इन्स्पेक्टरने त्याला जवळ काय सामान आहे ते सांगून टाका म्हणून हटकले, तेव्हा तो म्हणाला, ''माझ्या

प्रतिभेखेरीज जाहीर करण्यासारखे दुसरे माझ्याजवळ काही नाही.'' आता ऑस्कर वाइल्डसारखे उत्तर द्यायला मला अनेक पावसाळे काढले पाहिजेत.

माझा पत्रव्यवहार इतका वैयक्तिक स्वरूपाचा व चमत्कारिक आहे की तो करून माझ्यावरचा बोझा एखादा चिटणीस नेमून कमी करण्यासारखा नाही. नाहीतर मला त्याची चांगली मदत झाली असती. आता पुष्कळ वर्षे हा पत्रव्यवहार मी करीत आहे व माझ्या दृष्टिकोनात सौम्यताही आली आहे. आणि या पत्रांकडे मी जरा समंजसपणे पाहू लागलो आहे. पत्रव्यवहार करण्यात अनेक प्रकार आहेत, त्यात काही थोडे वेडपट, किंवा नुसतेच हस्ताक्षरी गोळा करणारे, किंवा निव्वळ जिज्ञासू किंवा धर्मभोळे. बहुतेक वाचकांना आपले हृद्गत तिऱ्हाइतापुढे उघडे करायला संकोच वाटतो. जीवितासंबंधीच्या आपल्या विचारांतले दोष किंवा आध्यात्मिक विषयासंबंधीच्या आपल्या शंका किंवा काही आंतरिक मार्गदर्शन करावे म्हणून केलेल्या याचना अशा विषयाबद्दल अंतरीची तीव्र तळमळ असल्याखेरीज कोणी लिहिण्याचा त्रास घेत नाही. काही पत्रव्यवहार वाचायला ग्रंथकाराला मोठा आनंद वाटतो. तो काही वाचकांनी केलेला असतो. त्यात आपले ग्रंथ वाचून त्यांना किती बौद्धिक सुख झाले किंवा आध्यात्मिक मार्गदर्शन झाले, याचा उल्लेख असतो. अशी पत्रे वाचण्यात ग्रंथकाराला अर्थात धन्यता वाटते. कोणीही लेखक वा ग्रंथकार अशी धन्यता वाटून न घेण्याइतका गद्य किंवा विनयशील नसतो. उलट अशी पत्रे वाचत गेल्याने लेखकाला आपला व्यवसाय पुढे चालू ठेवायला उत्तेजन मिळते. नाहीतर हा उद्योग त्याने सोडून दिला असता. कारण आर्थिक दृष्ट्या अधिक फायदेशीर असे अनेक व्यवसाय त्याच्यापुढे असतात. काही वाचक निर्घृण टीकाखोरही असतात. तुमचे लिखाण हे निव्वळ भारूड आहे, वाङ्मयीन कचरा आहे, असेही लिहिणारे काही भेटतात. मलाही असे वाचक भेटलेले आहेत. पण त्यांच्याकडे दुर्लक्ष करण्याइतके उत्तेजन सहृदय वाचकांची पत्रे वाचून मिळते. व निर्घृण टीकाकारांची उपेक्षा करावीशी वाटते व त्यांना उत्तरादाखल काही लिहूच नये असे वाटते. उत्तेजनपर पत्रे ही अनेक असतात. काही वाचक आपली कृतज्ञता व्यक्त करतात, समाधान दर्शवितात; तर काही मन:पूर्वक अभिनंदन करतात व तेही आशीर्वचन देतात अगदी अज्ञात असे.

कधी कधी असे होते की, एकाच कृतीबद्दल कमी प्रतीचे गुणग्रहण होते, तर कधी उच्च दर्जाचेही होते. 'पिण्डे पिण्डे मतिर्भिन्ना।' माझ्या बाबतीत असेच झाले. काही लिखाणाबद्दल मला जेमतेम अभिप्राय आले. त्याच लिखाणाबद्दल लंडनच्या 'टाईम्स'कडून व 'दि न्यूयॉर्क टाईम्स'कडून प्रशंसा झाली. दुधात थोडा मिठाचा खडा. परंतु लोकप्रियता मिळविण्याची मला हाव नाही, अर्थात माझे लिखाण वाचून वाचक जर माझ्याशी

समरस झाले तर मला साहजिकच आनंद होईल. पण तसेही जरी घडले नाही तरी त्याची मला खंतही नाही.

आता हा पाहा, माझ्या पुढ्यात पडलेला पत्रांचा ढीग. त्या पत्रांचा प्रपंच करायला माझ्याजवळ कोणी कारकून किंवा कारभारी नाही. या दुर्गम हिमालयाच्या एकांतवासात मला कोण सोबती मिळणार? तेव्हा आता कोणाच्याही मदतीखेरीज यातील पत्रन् पत्र मला स्वत:च वाचून काढले पाहिजे. एक नोकर आणला आहे मी येथे बरोबर. पण तोही आता चुळबूळ करू लागला आहे. त्याच्या मनात काय चालले आहे, हेही मला समजते आहे. येथून आम्ही केव्हा प्रस्थान करणार, याचे दिवस तो मोजीत आहे. एक दिवस अचानक तो जाहीर करील की, ‘‘मी आता चाललोय! माझा पगार टाका.’’ मग तो मला सोडून परत दिल्लीला जाईल. दिल्लीत त्याची करमणूक होईल. मोठे शहर ते! तिथेच मी त्याला शोधून काढून पगारावर ठेवले होते. तसे माझे जेवण मी स्वत:चे हाताने चांगले करू शकतो. काय गंमत आहे, तपस्व्यांनासुद्धा पोटपूजा सुटली नाही. त्यांनाही अशा गिरिकंदरात शांत वातावरणात पण विचारग्रस्त मन:स्थितीत राहण्यापेक्षा स्वयंपाककर्म अधिक आवडेल. संध्याकाळचे सुग्रास जेवण मला करता येते. एका इंग्लिश राजकीय पक्षाचे ध्येय ‘काहीही किंमत पडली तरी शांतता हवी,’ असे होते. माझेही हेच ध्येय आहे. पूर्वीचे योगीसुद्धा हिमालयात वास करण्यास जेव्हा निघत, तेव्हा ते आपल्याबरोबर काही शिष्यांनाही दैहिक कर्मात मदतनीस म्हणून घेऊन जात. आता तसा तंत्रदृष्ट्या मी योगी नाही पण येथील एकांतवासाचे माझे तेच ध्येय आहे.

टपालात मला काय गमतीगमतीची पत्रे येतात! हा पाहा, झेकोस्लोव्हाकियामधला एक मनुष्य कळवितो आहे की, त्याच्या छोट्याशा देशात दोन हजारांवर लोक गोळा करून त्यांना या अध्यात्मविद्येचा अभ्यास व ध्यान नेमाने करायला तेथल्या सरकारने सांगितले आहे. हा पाहा एक बॅरिस्टर याच देशातला. एका मोठ्या शहरात हायकोर्टात प्रॅक्टिस करणारा, काय लिहितो आहे? हिमालयाच्या पायथ्याशी एक शिबिर काढायचा त्याचा विचार आहे, की जेथे तो व इतर वकील सुटीत मुक्काम करून मन:शांतीचा लाभ घेऊ शकतील. धंद्यातील कटकटीमुळे त्यांच्या मनावर मोठा ताण पडलेला असतो.

युरोपमधील एका मानसिक संशोधन समितीचे हे पत्र. जळत्या निखाऱ्यांवरून चालत जाण्याचे प्रयोग करणार आहेत ते. ते पाहायला व त्याचे संशोधन करायला या, म्हणताहेत. ते फार लांब अंतर पडले; पण जवळ जरी असते, तरी असले प्रयोग पाहायला मी गेलो नसतो. येथेच बसून सूर्यास्ताची शोभा पाहण्यात व सोनेरी रंगाची

मौज पाहण्यातच मला खरा आनंद वाटतो.

हा पाहा, माझा वार्ताहर मित्र. गेली वीस वर्षे सारखा धडपडतो आहे. पैसा तर काहीच मिळत नाही पण ताठा किती! लोकांच्यापुढे ढोंगबाजी करून काळ कंठीत आहे. आता म्हणे, आपले भाग्य उजळले आहे व सर्व गोष्टी जमून येत आहेत.

हा पाहा, एक ऐंशी वर्षांचा मद्रासकडील म्हातारा. बुवा आहे तो. नेहमी देवाच्या शोधात असतो. 'तुम्हाला ईश्वरप्राप्ती करून देतो' म्हणून लिहितोय. अगदी गूढ अशी रहस्ये, की जी अगदी गुप्त आहेत, ती उघड करून देतो. पण म्हणतो, "हे सर्व कार्य करण्याकरिता मला एक आश्रम स्थापावयाचा आहे व माझ्या चरितार्थाची सोय करावयाची आहे. त्यासाठी मी पैसे घेतो. त्यासाठी श्रीमंतांकडून १०८ रुपये घेतो, मध्यमवर्गीयांकडून ४० व गरिबांकडून ९ रुपये."

"माफ करो" मी म्हणतो.

ईश्वरप्राप्तीकरिता तुमची मदत घ्यायच्याऐवजी काही एक फी न देता ती प्राप्ती मी येथे गिरिकंदरात एकांतवासात करून घेतो व अगदी सुलभ उपायांनी. पण मला आश्चर्य असे वाटते की, याने मला कोणत्या हेतूने पत्र लिहिले असावे? या देशातील लोकांना आता माझे नाव चांगले परिचित झाले आहे. मी शिष्य कोणाचा होत नाही व कोणास शिष्य करूनही घेत नाही, हे लोकांना चांगले माहीत आहे. डार्विनने मूर्खाची एक संक्षिप्त पण अर्थपूर्ण व्याख्या केलेली आहे. ती म्हणजे जो कधी प्रयोग करीत नाही तो मूर्ख. ही व्याख्या अर्थात या दाक्षिणात्य बुवाला लागू होत नाही.

हे एका मोठ्या विश्वासू मैत्रिणीचे पत्र. ती लिहितेय की, युरोपमध्ये मोठी गडबड चालू आहे. युद्ध केव्हा पेट घेईल, काही सांगता येत नाही. या महिलेला काळजी वाटणे अगदी साहजिक आहे कारण तिचा नवरा सैन्यात जनरल आहे. ती लिहितेय, की मी एकांतवासातून बाहेर यावे व काही उपाययोजना करावी. पण मी कोण असा मोठा लागून गेलो आहे? बोलून चालून मी एक फिरता वर्तमानपत्राचा बातमीदार. दुबळा, य:कश्चित माणूस. जेथे हजारो राजकीय पुढाऱ्यांनी हात टेकले व असंख्य शांततावादी लोकांनी आपल्या प्रयत्नांची पराकाष्ठा केली, तिथे मी आणखी काय करणार? युरोपने आपले भवितव्य निश्चित केलेले आहे व परमेश्वराच्या देखरेखीखाली आता जे काही घडेल ते त्याने निमूटपणे सहन केले पाहिजे. प्रत्येक ऐहिक आपत्तीच्या पाठीमागून आध्यात्मिक दृष्ट्या तिची भरपाई होत असते; तेव्हा कोणी हताश होऊ नये. कारण या सर्व घटनांच्या पाठीमागे नियतीचा हात असतो. एक आखलेली योजना असते. योग्य वेळी सर्व प्रकट होणार आहे आणि जगास आश्चर्यचकित करून टाकणार

आहे. आपल्या मनुष्यजातीच्या बाबतीत या पिढीत एक परिवर्तन घडून येत आहे. कारण नियतीची महान शक्ती इतिहासाचे अदृश्य असे काही नियम, काही निर्णायक कालखंडामध्ये असे काही मानवप्राणी जन्मास घालतात की त्यांच्याकरवी त्यांना जे कार्य घडून आणावयाचे असते ते घडवून आणतात. मग त्या घटनांनी मनुष्याला सुख, किंवा दु:ख किंवा दोन्हीही होवो.

पण या जगाचे खरेखुरे धनी, मालक, नियंत्रक कोण? वर्तमानपत्रांच्या रकान्यातून ज्यांची नावे नेहमी झळकतात ती अजाण बाहुली की ते सिद्धदिव्य पुरुष, की जे अनादीकालापासून मानवाच्या बऱ्यावाइटावर देखरेख ठेवीत आले आहेत?

दरम्यान परमात्म्याच्या ठिकाणी आत्मसमर्पण करा; मग तुम्हाला भिण्याचे कारण उरणार नाही. निर्गुण परमात्म्यामध्ये जीवात्म्याचा अहंकार विलीन होत असतो. अशा अवस्थेची नुसती कल्पनासुद्धा आधुनिक युगातील मानवाच्या अहंकार व बुद्धिवादी मनाला करता येत नाही. आपल्या स्वत:मध्येच एक दिव्य शक्ती व्यापून असते व तिची जागृती आपल्यात होऊ शकते. त्या दिव्य शक्तीच्या इच्छेनुसार आपले सारे जीवित, यश-अपयश, आपली सुख-दुःखे, मूर्खता, आपल्या आशा-निराशा नियंत्रित केल्या जातात. अनिश्चित वा अस्थिर ठेवल्या जातात. हे सुरुवातीला ध्यानात येणे अशक्य वाटेल. पण त्या दिव्य शक्तीचे एकदा उत्थान झाले म्हणजे काळाचे भान राहात नाही. एका अवर्णनीय मन:शांतीचा अनुभव येतो. तो अनुभव घेण्याचा आपण प्रयत्न केला पाहिजे. निष्ठेने व श्रद्धेने जर आपण प्रयत्न केला तर तो निष्फळ ठरणार नाही, असे शेवटी आपल्याला आढळून येईल. श्रीमतीजी, हातात जसा दिवा घ्यावा व त्याच्या प्रकाशात मार्ग शोधावा तसे हे सत्य नीट समजावून घ्यावे व आपला मार्ग शोधावा.

* * *

आणखी एका महिलेचे हे पत्र पाहा. या बाई वृद्ध आहेत. तीस वर्षे आध्यात्मिक मार्गावर आहेत, पण दुर्दैवाची गोष्ट अशी की, इतक्या दीर्घ कालावधीत सुद्धा त्यांच्या चित्तात काही प्रकाश पडलेला मला दिसून आला नाही. ती निराश झालेली आहे. तिचा अजून भ्रमनिरास झालेला नाही. त्यामुळे ती नास्तिक झालेली आहे. तिच्या स्वभावात कटुता आली आहे. मोठ्या व्याकूळ अवस्थेत ती मला पत्र लिहीत आहे व सल्ला घेत आहे. मी देईन सल्ला या बाईला. प्रज्ञा जागृत होण्यापूर्वी दु:ख सहन करावे लागते. "बाई, निराश होण्याचे कारण नाही, परमात्म्यावर पूर्ण श्रद्धा ठेवा."

हा असाच एक माझा राजकीय मित्र आहे. कधी काळी मी त्याला मार्गदर्शन केलेले होते. तो मला लिहितोय, "पुढील निवडणुकीस आमच्या पक्षातर्फे उभे राहताय का?"

याला उत्तर काय देणार? ''माफ करा'' हेच उत्तर. मी आता एका अभिनव निवडणुकीचा उमेदवार झालेलो आहे. ही निवडणूक फार वरच्या दर्जाची आहे व ती निसर्गदेवता करून घेत आहे. या निवडणुकीत जो यशस्वी होईल, त्यास मन:शांतीखेरीज दुसरा काही लाभ होणार नाही. सत्यशोधनाखेरीज दुसरा मानमरातब मिळणार नाही.

हे पाहा, आणखी एक पत्र, इजिप्तमधल्या मित्राचे. इजिप्त म्हणजे सदैव निरभ्र आकाश, भरपूर सूर्यप्रकाश. तेथील काही मंडळी सामाजिक कार्य करीत आहेत. मी काय सामाजिक कार्य करीत आहे, म्हणून तो विचारीत आहे. रेल्वेतला एक अधिकारी, तो ध्यानाच्या बाबतीत आपल्याला काय काय अडचणी येत आहेत, त्याबद्दल लिहीत आहे. इंग्लंडमधील एक डॉक्टर मला आभारप्रदर्शक पत्र पाठवीत आहे. माझ्या एका पुस्तकातल्या मानसिक दृष्टीच्या काही मुद्द्यांवर मी त्याला स्पष्टीकरण लिहून पाठविले होते. आभार मानल्यावर एक प्रश्न तो विचारत आहे. त्या प्रश्नाचे उत्तर देणे थोडे कठीण आहे.

अमेरिकेतील एक व्यापारी लिहितोय, ''आपल्या पुस्तकातील काही भाग वाचल्यावर जीवनावरील माझ्या दृष्टिकोनात आमूलाग्र बदल घडून आला आहे. पण जरा खासगी प्रश्न आहे, विचारू का?'' काही थोडे निरनिराळ्या ठिकाणचे सत्संगी साधक आहेत. कोणत्याही कार्यास स्फूर्तीची जोड पाहिजे असा त्यांचा आग्रह आहे. पुढेमागे हीच मंडळी या महान तत्त्वांचा हिरिरीने प्रसार करणारी निघतील. ही मंडळी अगदी आजच नि:स्वार्थीपणे या कार्याची सुरुवात करण्यास तयार आहेत. ही सगळी मंडळी मला पत्राद्वारे आपल्या कार्यक्रमाची रूपरेषा कळवीत आहेत व काही मुद्द्यांवर माझ्याकडून मार्गदर्शनाची अपेक्षा करीत आहेत. हे पाहा, सर्वांत लहान एक पत्र अशा माझ्या विद्यार्थ्याचे. वयाने असेल तो चोवीस-पंचवीस वर्षांचा. पण त्याची आध्यात्मिक प्रगती शतकानुशतकाची आहे. शाळेतील आपल्या अभ्यासाबद्दल मोठ्या प्रेमळपणे तो लिहीत आहे. योगसाधना तो चांगल्या प्रकारे करीत आहे. त्याला आत्मविश्वास आला आहे. पुष्कळदा उतारवयातील माणसांनाही ध्यान जमायला झगडावे लागते. ध्यान म्हणजे स्तब्ध बसून इंद्रियांपासून सर्व विचार खेचून काढून परमात्मतत्त्वावर केंद्रित करणे. एक योगी आपल्या पत्राची सुरुवात व त्याचा शेवट ॐकार लिहून करीत आहे. एक इंजिनियर आहे. नित्याच्या धंद्याच्या गडबडीत गुप्तपणे ध्यान लावायचा प्रयत्न करीत आहे. पण त्याला आध्यात्मिक ऊर्मी नीट येत नाही. अधूनमधून एकाग्रता तुटते व मनही चंचल होते. एक कंपनी डायरेक्टर आहे. आता कुठे स्वत:लाही डायरेक्ट करायला तो शिकू लागला आहे. एक बेकार सुतार आपल्याला काम मिळावे म्हणून माझे आशीर्वाद मागत आहे. एक इंग्लंडमधील उमराव-स्त्री या पत्रव्यवहारात आहे.

सामाजिक प्रतिष्ठेच्या जंजाळात गुंतली आहे. पण आपल्या उच्चतर जीविताची तिला ओळख झाली आहे.

अशा तऱ्हेची अनेक पत्रे मला येत असतात व त्यांना उत्तरे मला दररोज पाठवावी लागतात.

हे शेवटचे पत्र मोठे हृदयद्रावक आहे. ते लिहिणारा कोणी लेखक आहे. अनेक दारुण घटनांनी त्याचे हृदय पिळवटून निघालेले आहे. तो मला लिहितोय, "तुम्ही मला काही दिलासा द्याल काय?" त्याला काहीतरी आश्वासन व उत्तेजनपर लिहायला पाहिजे म्हणजे तो जगायला कंटाळून आत्महत्या करणार नाही.

मी त्याला काही लिहीत आहे पण दुर्दैवापुढे कोणाचा उपाय चालत नाही. नियतीचे गूढ उकलणे हे मोठ्या योग्याचे काम आहे. मी त्याला एवढेच लिहीत आहे, "आयुष्यात जेव्हा आपत्ती येतात व दुःखाने मन व्याकूळ होऊन जाते, तेव्हा घाबरून जाऊ नका, शोक करू नका. 'आयुष्याचा असाच शेवट होणार काय?' असे म्हणू नका. तर 'ही आता सुरुवात झाली आहे' असे उत्साहपूर्वक म्हणत जा. जीवाचा कंटाळा येण्याचा असा प्रसंग म्हणजे नवजीवनाची प्रभात होय. त्या प्रसंगाचा योग्य उपयोग करा व अशा प्रसंगी तुमच्यामध्ये सुप्त असलेल्या कृतिशील विधायक व धीरोदात्त गुणांना विकसित होण्यास वाव द्या. या गुणांचा विकास करून एका नव्या जीवनास, योग्य व सूक्ष्म असा पाया घेऊन प्रारंभ करा. तुमच्या अडचणींचे प्रथम मनात निराकरण करा; म्हणजे त्याच्यातही हळूहळू प्रत्यक्षात बदल होत जाईल व सभोवतालच्या परिस्थितीतही फरक घडून येईल. दुःखाचा प्रत्येक प्रसंग अशा रीतीने एका नव्या दिव्य जीवनाचा प्रारंभ होऊ शकेल. परमेश्वराचा तुमच्यात अंश आहे हे खरे ना, मग त्याची ओळख करून घ्या. दुसऱ्याच्या मनामध्ये पाप आहे हे विसरून जा किंवा सभोवारच्या परिस्थितीतील प्रतिकूलता मनावर घेऊ नका. म्हणजे पाहा ते पाप किंवा ती प्रतिकूलता तुम्हाला बाधक होणार नाही, तुमची हानी करणार नाही. तुमच्या मार्गात येणाऱ्या प्रत्येक अनिष्ट घटनेचा अशा रीतीने विचार करा. विधायक दृष्टीने विचार करा; पाहा, तुमच्यात ते नवचैतन्य निर्माण करील की नाही. जीवनातली कटुता मनावर घेऊ नका. परिस्थितीशी झगडू नका. जे काही घडून येत आहे त्याला प्रतिकार करू नका. आपण कोणी नवीनच व्यक्ती आहोत असे समजून त्या नवीन व्यक्तीचे जीवन जगा. नियतीला अवरोध करू नका. आपल्यामधील शिल्लक राहिलेल्या गुणांची ह्व ऐहिक व आध्यात्मिक दृष्टीच्या आधारे - यादी करा आणि मग तुम्हाला आढळून येईल की, तुम्ही काही गमावले नाही. आपल्या सर्वांचे जीवन नियंत्रित करणारी दिव्य शक्ती आपल्या दुःखाचे

निराकरण करीत असते. या गोष्टीवरचा तुमचा विश्वास उडाला, तुमचे धैर्य गळाले किंवा तुम्ही सर्व आशा सोडून दिल्या म्हणजे तुम्ही सर्व गमावले असे होईल. एखादी वस्तू गमावली तर त्याचे विशेष दु:ख नाही पण आशा, उत्साह गमावला तर हे फार मोठे दु:ख आहे. तेव्हा आशा सोडू नका. आशा सोडून द्यायचे कारण नाही. परमेश्वराच्या ठिकाणी आस्तिक्यबुद्धी बाळगा. त्याला तुमची चिंता आहे. मलाही तुमच्यासारख्याच यातना सहन कराव्या लागल्या. परमेश्वराच्या ठिकाणी विश्वास बाळगल्याने माझ्या क्लेशाचे हरण झाले म्हणूनच मी हे अनुभवावरून सांगत आहे.''

आता मला टाईपरायटर वापरायला काढला पाहिजे. माझ्याबरोबर त्यानेही पुष्कळ प्रवास केला आहे. काही थोड्या पत्रांची उत्तरे टाईप करून टाकू. त्यांना आणखी उत्तरे लिहावयास वेळ नाही. आणखी काही पत्रे आलेली आहेत. पण त्यांना लेखी उत्तरे लिहू नयेत असा माझा आतला आवाज सांगत आहे. मी त्या आवाजाच्या आज्ञांचे पालन करावे याला तशी कारणे आहेत. मला वेळ नाही, हा त्या आतल्या आवाजाचा जणू आदेश आहे. आतल्या आवाजाच्या अशा आदेशांचे मी का पालन करतो, हे माझे मलाच कळत नाही. आपल्या सखोल मनाला त्याची कारणे समजत असतील. पण मी आदेश पाळतो हे खरे. कुत्सित टीकाकारांना उत्तरेच पाठवू नयेत, त्यांच्याबाबतीत मौन धरावे हे चांगले. प्रतिकूल पण अदृश्य शक्ती अशा टीकाकारांकरवी आपले कार्य करीत असतात. तेव्हा अशा टीकाकारांना उत्तरेच पाठविली नाहीत म्हणजे त्या अदृश्य शक्तीशी संबंधच ठेवणे आपोआप टळते. येशू ख्रिस्ताने आपल्या अनुयायांना कबुतरांसारखे मवाळ पण सापासारखे धूर्त होण्यास सांगितले आहे. त्याला या अदृश्य दुष्ट शक्तींच्या प्रभावाची पूर्ण कल्पना होती.

आणखीही असे काही आहेत की, त्यांना उत्तरे देणे म्हणजे वेळेचा, उत्साहाचा अपव्यय करणे आहे. त्यांच्याहीबाबतीत मी मौनच धारण करतो. ती चांगली माणसे असतील. त्यांचा गैरसमज होईल पण माझा नाइलाज आहे. चोवीस तासांच्या अवधीत मला अठ्ठेचाळीस तास कोंबता येणार नाहीत.

काही पत्रांत याचनेचा मजकूर आहे. 'आम्हाला मदत करा,' म्हणून लिहिताहेत बिचारे. लोकांचा – विशेषकरून हिंदी लोकांचा – असा समज आहे की मनुष्याला प्रसिद्धी, कीर्ती मिळाली म्हणजे तो श्रीमंत असलाच पाहिजे. गरिबांनाही कीर्ती मिळते ही त्यांना स्वप्नातही कल्पना करता येत नाही. काहीजण सरळ लिहिताहेत की, ''तुमची सगळी पुस्तके आम्हाला फुकट पाठवून द्या.'' त्यांची कल्पना अशी दिसते, लेखकाजवळ पुस्तकांचा डेपोच असतो. पण त्यांना हे समजत नाही की, लेखक जरी झाला तरी प्रत्येक पुस्तक घ्यावयाचे म्हणजे त्याला पैसे मोजावे लागतात. या जगात

फुकट असे काही मिळतंच नाही.

संध्याकाळचा माझा पत्रव्यवहार वेगळ्या तऱ्हेचा असतो. त्याला टाकही लागत नाही की, टाईपरायटरही लागत नाही. पण तो करताना मला कमालीचे समाधान मिळते. असे काही आहेत की ज्यांनी आपली निष्ठा व भक्ती मला अर्पण केली आहे; आणि त्याबद्दल ते माझ्याकडून काही अपेक्षा करीत नाहीत. ते स्वत:ला माझे शिष्य समजतात. तसे मला काही शिष्य करायचे नाहीत. आपणा प्रत्येकामध्ये जो परमात्म्याचा अंश आहे, तोच गुरू आहे, तोच सर्व शिकवितो; जरूर ती सर्व मदत करतो. फक्त आपण तिथपर्यंत पोचले पाहिजे. ''आत्मा एव गुरुः'' या पराया अन्य गुरूची जरुरी नाही. पण या जगात महत्त्वाकांक्षी लोक फार; त्यांची हे साधे सत्य समजून घेण्याची तयारी नसते. त्यांना असा गुरू लागतो की, ज्याच्यावर सर्वस्वी भार टाकावा. त्यांनी हे समजून घ्यावयास पाहिजे की, आत्मोन्नतीची किल्ली आपल्याच हातात आहे. ती आपल्या जन्मापासून आपल्याजवळच आहे. नियतीची तशीच योजना आहे. हे नितांत सत्य त्यांना जर लवकर समजले नाही तर आत्मोन्नती साधण्याची त्यांची स्वत:ची प्रभावी शक्ती नाहीशी होईल. मार्कस ऑरेलियसचे उद्गार नीट समजून घेतल्यावर शेवटी खरे ठरतात. तो म्हणतो, ''माणसाने आपल्या पायावर उभे राहण्यास स्वत:च शिकले पाहिजे. दुसऱ्यांवर त्याने अवलंबून राहावयास नको.'' पण आपण जे बाहेर देऊन टाकतो ते परत आपल्याकडेच येते हा जो सर्वसाधारण नियम आहे तो, त्या नियमावर जे विश्वास ठेवतात, त्यांच्याच बाबतीत इतरांपेक्षा अधिक खरा ठरतो. आध्यात्मिक उन्नतीचे हे धन जर मी अधिक जमा केले तर मी ते या माझ्या मित्रांना देऊन टाकीन. भक्ती ही मोठी अमोल चीज आहे. भक्तीने मन भारावून गेल्यावर कृतज्ञता जुजबी, व्यावहारिक शब्दांत व्यक्त करण्याची जरुरी राहात नसते. ह्या सामाजिक जीवनात मला रस नाही. हे जग मला वैराण वाटते. परके वाटते. त्यात मला कोठेही दया आढळून येत नाही. पण आपले आध्यात्मिक धन इतरांना देऊन टाकायचे ठरविल्यास या वैराण जगाचे उमललेल्या फुलांनी बहरलेले एक सुंदर उपवन होईल.

ज्या काही थोड्या वाचकांनी माझ्या ठिकाणी श्रद्धा बाळगली, त्यांना फायदा झालेला आहे. त्यांना मी मन:शांती किंवा वैभव देऊ शकलो नाही, पण माझे व्यक्तित्व मी त्यांच्या ठिकाणी ओतले आहे.

या वाचकांचे, पत्रव्यवहार करणाऱ्यांचे चेहरे मला अंधारातही दिसतात. माझ्या मन:चक्षूसमोरून पुढे सरकून जातात. मी शांतिधामात ध्यानस्थ बसलो व मन एकाग्र केले म्हणजे हे मुखवटे माझ्यासमोरून एखाद्या चित्रांच्या गॅलरीप्रमाणे एकामागून एक

पुढे जात असतात. डोक्यावरून कावळा आपल्या पंखांची जशी उघडझाप करीत करीत आपल्या घरट्याकडे जात असतो. आध्यात्मिक मार्गात मला जे काही आढळून येते, ते मी इतरांना वाटून टाकतो. म्हणजे एकांतात दिव्य शांतीच्या दालनात मी जेव्हा प्रवेश करतो, तो त्यांनाही बरोबर घेऊन. निसर्गदेवतेच्या प्रांगणात मला जे काही उपयुक्त, कल्याणप्रद वाटते, त्याचा इतरांनाही लाभ व्हावा म्हणून ते देण्यास माझा हात पुढे सरसावतो. दिव्य शांतीच्या अनुभवाने मी जेव्हा थरारून जातो; माझ्या नसानसांतून नवचैतन्याचा संचार होत जातो व माझे मन उदात्त होऊन जाते, तेव्हा ही माझी मन:संवेदना या श्रद्धाळू जीवांना शब्दविरहित भाषेत कळवितो. आपल्याला हे संदेश कोठून मिळत आहेत, हे नेहमीच त्यांना कळत असते असे नव्हे; कारण त्यांच्या संवेदनशीलतेवर जडदेहाचा भारी बोजा पडलेला असतो. त्या अवजड ढिगाऱ्यातून ती डोके वर काढू शकत नाही. पण हे संदेश त्यांना मोठ्या चमत्कारिक प्रकारे पोचू शकतात. कधी ताबडतोब; तर कधी कधी उशिराने. सुटे किंवा एकत्र जमून. हे संदेश ग्रहण करण्याची पद्धतीही विचित्र. संदेश ग्रहण करण्यापूर्वी ग्राहकावर एखादी आपत्ती येते. त्यांच्या मनाला यातना, क्लेश होतात; दु:ख सहन करण्याची शक्ती तावून सुलाखून निघते. मग त्याच्या ठिकाणी धैर्य येते, सामर्थ्य येते. मग प्रज्ञा जागृत होते, व्यथित मनाला दिलासा मिळू लागतो व जे सहन करण्याची त्यांची साधारणपणे ताकद नसते, ते सहन करण्यास सक्षम होतात. अशाच एका अतींद्रिय अवस्थेमध्ये असे संदेश एकदम ते ग्रहण करू लागतात. मग ते ग्रहण करणारे कोठेही वावरोत असोत. गजबजलेल्या रस्त्यावर, कचेरीमध्ये किंवा कारखान्यामध्ये आपापल्या कामात व्यग्र असोत. केव्हाना केव्हातरी, कसातरी, संदेश शेवटी त्यांच्याप्रत पोचलाच जातो.

माझ्या या विचारांचा जग उपहास करील. कदाचित लोक मला वेडा म्हणतील, म्हणू द्यात. मला त्याचा काही विषाद नाही. विचारांचे संदेश पाठविण्याची अतींद्रिय स्तरावर आम्ही एक शृंखला तयार केली आहे. त्याला काल व स्थल यांचे निर्बंध लागू नाहीत. ते संदेश बिनचूक पाठविले जातात व ग्रहण केले जातात हे सत्य आहे. ही शृंखला तशी विलक्षणही आहे. तिच्या क्रियाशीलतेस सामाजिक प्रतिष्ठेची, संपत्तीची उपाधी नाही. तशी जरुरीही नाही. आणि म्हणूनच ती सतत, निरंतर आपले कार्य करीत राहते.

७

तिबेटच्या भवितव्यावरील माझे चिंतन - सर फ्रान्सिस यंगहसबंड यांचे अनुभव - पूर्व व पश्चिम जगतांबद्दलची नियतीची योजना

सकाळची वेळ. आकाश कसे अगदी निळे गर्द दिसत आहे. अगदी निरभ्र. इटलीमध्ये नेहमी दिसते तसे. मधूनच पांढरेशुभ्र व किंचित रंगीत असे कापसासारखे विरळ ढग क्षितिजावर मंदगतीने पुढे सरकत जायचे. अशाच एखाद्या दिवशी निरभ्र आकाश असताना हिमालयाच्या अंगाखांद्यांवरील प्रचंड शिलाखंडाचे पूर्ण दर्शन व्हायचे. खाली दरीमधील हरित वनश्रीचेही तसेच पूर्ण दर्शन व्हायचे व सकाळी बालसूर्याचे तिरपे किरण त्यावर पसरू लागले म्हणजे अवर्णनीय शोभा दिसायची. दिवस वर वर येऊ लागला म्हणजे हिमनद्यांमधील बर्फाचे अजस्र खंड त्रिकोणाकार भिंगासारखे दिसू लागत व त्यातून निघालेल्या इंद्रधनुष्यांच्या सप्तवर्णांचे पट्टेच पट्टे आकाश व्यापून जात.

गिरिशिखरांच्या कळसांनी व मंदगतीने पुढे सरकणाऱ्या हिमनद्यांनी

व्याप्त अशा या भयानक क्षितिजाकडे पश्चिमेकडून पूर्वेकडे दृष्टिक्षेप केल्यावर शुद्धतेचे व उदात्ततेचे इतके अप्रतिम दर्शन होते की, माणसाची सौंदर्यशोधक वृत्ती जागृत होते व हे दृश्य पाहिल्यावर समाधान पावते. तपस्व्यासारख्या दिसणाऱ्या या हिमपर्वतांमुळे इथले वातावरण इतके शुद्ध व पवित्र करून टाकलेले आहे की, माझ्यासारख्या अनाहूतपणे प्रवेश करणाऱ्या ऐहिक विचाराच्या माणसाने आपल्या श्वासोच्छ्वासाने वातावरण दूषित करावे हे त्यांना आवडत नसावे. म्हणून माझ्याकडे ते रागाने पाहात आहेत असा मला भास होत आहे. या हिमनद्यांमध्ये मधूनमधून अजस्र भेगा पडलेल्या आहेत. त्या भेगांच्या कडेला अभ्रकांचे पांढुरके खडक लागून राहिले आहेत. नदीच्या पात्रामधून काही ठिकाणी काळसर खडकांची बेटे दिसताहेत. त्यामुळे आसमंतातील एकूण सौंदर्याला थोडा उणेपणा आलेला आहे, ही गोष्ट खरी. पण वरच्या निरभ्र व नीलवर्ण आकाशाने किंचितसे कलंकित झालेले हे भूसौंदर्य त्याच्या पार्श्वभूमीने पुन्हा उजळून टाकले आहे.

हा विरोधाभास पाहिल्यावर मला दक्षिण भारतातील शाल्योदनाने भरलेल्या हिरव्यागार भातखाचरांची आठवण होते. त्या खाचरातही तपस्व्यासारखी उंचच उंच वाढणारी नारळीची झाडे. तेही सौंदर्य तितकेच मनोहारी.

माझ्या राहत्या घराच्या मागच्या दरवाजातून बाहेर पाहिले की, हृदय निरतिशय आनंदाने उचंबळून येते व माझ्या शरीरात नवचैतन्य निर्माण होते. पांढऱ्या रंगाच्या पातळीतून वर आकाशास गवसणी घालणारी ती उंच शिखरे पाहिल्यावर शहरी वस्तीत राहणाऱ्या व त्या वस्तीत रममाण झालेल्या कोणत्याही नागरी माणसास निसर्गावर प्रीती करणे अपरिहार्य होईल. निसर्गदेवतेचा तो पुजारी बनेल. ती शिखरे इतकी भव्य, असंख्य, तेजस्वी, चकचकीत आहेत. पहाटेच्या वेळची धूसरता व सूर्यास्तसमयीचा रक्तिमा क्षितिजावर विविध प्रकारची चित्रे चितारीत असतात. ती कितीही वेळ नुसती पाहातच राहावी असे वाटते. त्याचा कंटाळाच मुळी येत नाही. या डोंगरांच्या उतरणीवर भेसूर अशी हिमवादळे उठतात व बर्फाचे अजस्र खडक उतरणीवरून खाली सरकू लागतात. निसर्गदेवतेचे ते रौद्र स्वरूपही तितकेच सुंदर वाटते. विधात्याची व सृष्टिकर्त्याची ती लीला अतिशय सुंदर भासते.

आणि राखट रंगाच्या बर्फाच्या या अजस्र रांगा आणि त्यावर साठलेले हिम त्यांच्या पाठीमागे पसरलेल्या उघड्याबोडक्या व काळ्या खडकांनी भरलेल्या अफाट पठाराचे किती काळजीने रक्षण करतात. समुद्रसपाटीपासून पंधरा हजार फुटांवरचा हा पठारप्रदेश जगाच्या आढ्यासारखा वाटतो. हिमालयाच्या भिंतीच्या तटबंदीच्या पाठीमागे तिबेट

आज शेकडो वर्षे सुरक्षित स्थितीत आहे. या देशाला मेखलेसारखा कमरपट्टा घालून त्याचे संरक्षण करण्याकरिता निसर्गदेवतेने हे बर्फाचे अजस्र डोंगर जणू मुद्दाम उचलून धरले आहेत असे वाटते. आणि म्हणूनच हा देश इतर देशांहून अगदी वेगळा वाटतो व त्याची कारणेही तशी आहेत.

पण आणखी किती वर्षे हा देश असा अलिप्त राहू शकणार?

भौतिक शास्त्रांचा व्यावहारिक उपयोग व तांत्रिक संशोधन यांना हिमालयाची शिखरे काही अजिंक्य नाहीत. हवाई जहाजांनी जगातील अत्युच्च शिखर जे माउंट एव्हरेस्ट त्याच्याभोवती घिरट्या घातलेल्या आहेत. कॉन्शुलर ऑफिसर सर एरिच टाइकमन याने मध्य आशियातील काश्गर शहरापासून न्यू दिल्लीमधील सरकारी ठाण्यापर्यंत जे ऐतिहासिक उड्डाण केले, त्यावरून स्पष्ट दिसून आले की, विसाव्या शतकातील मानव पश्चिम हिमालयातील अफाट बर्फाळ निर्जन प्रदेश दोन दिवसांच्या अवधीत पादाक्रांत करेल.

हरिद्वारला गंगा नदी हिमालयाच्या पहाडातून खाली सपाट प्रदेशात उतरायला लागते. तेथे जेव्हा मी गेलो, तेव्हा मला मोठी आश्चर्यजनक माहिती मिळाली. हरिद्वारहून एक रस्ता हिमालयात जातो व तो थेट केदारनाथ व बदरीनाथपर्यंत जाऊन पोहोचतो. ही दोन्ही स्थाने धार्मिक दृष्ट्या फार महत्त्वाची आहेत. दरवर्षी शेकडो यात्रेकरू येथे पायी येतात. काही सुखवस्तू वाहनांनी येतात पण या वर्षी यात्रेकरूंनी एका नवीन वाहनाचा उपयोग केलेला मला आढळून आला.

काही धाडसी इंजिनिअर मंडळींनी विमान वाहतुकीची एक लहान कंपनी स्थापन केली आहे व तिची विमाने आता जाऊ-येऊ लागली आहे. पैसेवाल्या यात्रेकरूंकरिता एका लहानशा मोनोप्लेनमधून हरिद्वारपासून जेथे विमाने उतरू शकतील तेथपर्यंत एका तासात जाण्याची सोय झाली आहे. तेथून केदारनाथला व बदरीनाथला जायला तट्टे मिळतात. तट्टांवरून केदारनाथला चार दिवसांत व बदरीनाथला सात दिवसांत जाता येते. हिमालयातील दुर्गम प्रदेशातील पायवाटेने यात्रा करणाऱ्या यात्रेकरूंना तेथपर्यंत जायला तीन ते चार आठवडे लागतात.

घरघर आवाज करणारी विमाने जर आता अगदी हिमालयाच्या कुशीत जाऊन पोहोचतात व यात्रेकरूंना आपल्या पवित्र धामी नेऊन पोहोचवू लागली आहेत, तर उत्तर ध्रुवाचा प्रदेशही विमानांना जायला अवघड नाही. मला उड्डाण करून कैलास पर्वतावर जाऊन तेथील मठातील लामांना आश्चर्यचकित करून टाकावेसे वाटते. माझ्यासारखा यात्रिक त्यांच्याकडे असा येईल असे यांना स्वप्नातसुद्धा वाटणार नाही.

माणसाची बुद्धी व यांत्रिक विज्ञानाची वाढ आता तिबेटला बाजूला राहू देणार नाहीत. तिबेटचा एकाकीपणा आता फार दिवस टिकणार नाही. या शतकात तेथील गोठलोण खडकांना आता तडा पडणार. उंचउंच तटबंदी आता भंग पावणार. विमानांची एकदा रहदारी सुरू झाली म्हणजे या उंच पठारावर यंत्रांची घरघर सुरू होणार व ल्हासाचा महाप्रासाद, पोटला, येथल्या खिडक्यांतूनही ही यांत्रिक सुखसाधने दिसू लागणार.

टाइकमनचे विमान काय किंवा साधारण यात्रेकरूचे विमान काय, दोन्हीही तिबेटमध्ये यापुढे काय घडून येणार आहे, याचे सूचक आहेत. इथिओपियात काय झाले ते ध्यानात घ्या. तिबेटसारखा तोही देश पुरातन कालापासून एकाकी पडला होता. पण तीन हजार वर्षांच्या कालावधीचा अलिप्तपणा व स्वातंत्र्य केवळ सात महिन्यांत संपुष्टात आले. जर विमानांची मदत नसती तर इटालियनांना तो देश जिंकावयास सात वर्षे लागली असती. त्या देशाचे भौगोलिक स्वरूप किती बिकट आहे. मोठे विस्तृत पठार व त्यावर काही ठिकाणी वैराण वाळवंटे तर काही ठिकाणी पर्वतप्रदेश.

तिबेटमधील या बारीक डोळ्यांच्या व फुगीर गालांच्या तार्तारांचा आपल्या देशाची सरहद्द बंद करून ठेवण्याचा इतका दुराग्रह व हट्ट का? निसर्गानेच त्यांच्या पहाडी मुलुखाला अगोदर अलग करून ठेवले आहे, त्यात त्यांनी आणखी जगावेगळे राहण्याचा दुराग्रह का करावा? त्यांच्या भूमीत सतत पहारा करणाऱ्या त्या पर्वतांच्या रांगांवर जसे निष्कलंक बर्फ चिकटून बसलेले आहे, तद्वत् ते सुद्धा जगाच्या इतर लोकांविषयी आत्यंतिक संशय उराशी तितक्याच दृढतेने का बाळगून राहिले आहेत?

याची दोन कारणे आहेत, धार्मिक व आर्थिक.

तिबेटचे राज्यकर्ते हे धर्मगुरू आहेत तर लामा हे सर्वसत्ताधीश आहेत. ते – दलाई लामा – राज्यकर्ता निवडतात व मंत्रिमंडळ बनवितात. बहुजनसमाज हा त्यांच्या भौतिक व आधिभौतिक वर्चस्वाखाली असतो.

त्यांना माहीत आहे की, देशात परके लोक आले की त्यांचे राज्य संपले. देशात जर परदेशी आला तर तो भौतिकवाद आणील किंवा काहीतरी वेगळाच धर्म आणील ही त्यांना भीती. हा नवीन धर्म त्यांच्या धर्माला विरोधी असेल व परिणामी त्यांच्या सत्तेला धोका निर्माण होईल.

सांप्रत व्यावहारिक युगाच्या दृष्टीने याहून महत्त्वाचे कारण वेगळे आहे. बाहेरच्या लोकांना माहीत नाही की, जगाच्या इतर कोणत्याही देशापेक्षा तिबेटच्या हद्दीत सोन्याचा फार मोठा साठा आहे. किती मोठा आहे याचा अंदाज करता येत नाही

कारण अजून भूगर्भशास्त्रवेत्त्यांकडून तेथील जमिनीची योग्यशी पाहणी झालेली नाही की अशुद्ध धातूंच्या खडकांची तपासणी झालेली नाही. ज्या सोन्याच्या खाणी त्या देशात सध्या चालू आहेत, त्यांच्या तोंडाशी फौजेच्या लहानशा तुकड्या आहेत व तेथे लष्करी पहारा आहे. त्या खाणीही देशाच्या अगदी दुर्गम भागात आहेत. तेथे जाण्यास सहसा कोणी धजत नाही. ज्या पद्धतीने त्या खाणीतून सोने काढले जाते ती पद्धतीही अगदी जुनाट व अशास्त्रीय अशी आहे. ती पद्धती आज पंचवीसशे वर्षे जशी चालू आहे तशीच आजही चालू आहे. आजच्या तिबेटी लोकांना त्यात सुधारणा करावीशी वाटत नाही. त्यांना खाणीच म्हणता येणार नाहीत. लामांच्या या मठात भूगर्भात सोन्याचा किती साठा आहे, याचा अंदाज अजून कोणी केलेला नाही. सोन्याचा पत्रा घुमटावर आहे अशी अनेक मंदिरे या देशात आहेत.

गोरे युरोपियन लोक तिबेटचे हे सोने लुबाडून घेतील काय? का त्या लोभी लोकांना कायमचे बाहेर ठेवले जाणे योग्य होईल?

लामांच्या शक्तींपेक्षा अधिक जोरदार शक्ती जगात सध्या वावरत आहेत. त्या शक्ती पूर्व व पश्चिम या दोन्ही जगांत जुने व नवीन यांचा मिलाफ घडवून आणीत आहेत.

गोऱ्या लोकांच्या प्रवेशाला तिबेट आता अधिक काळ यशस्वीपणे प्रतिकार करू शकणार नाही. मग ते इष्ट असो की अनिष्ट असो. आताच तेथील अधिकाऱ्यांना आपला पुराणमतवाद थोड्याफार प्रमाणात सोडून द्यावा लागला आहे. गोऱ्या लोकांनी जे शास्त्रीय शोध लावले, त्यांनी तिबेटमध्ये थोडाफार प्रवेश केलेलाच आहे. तेथील सरकार आता नभोवाणी केंद्र स्थापन करीत आहे. उद्देश हा की काही प्रांतिक राज्यपालांना हुकूम त्वरित देता यावेत. पोटलाच्या प्रासादामध्ये विजेचे दिवे आले आहेत व राजधानीपासून भारतातील दार्जिलिंगपर्यंत तारखात्याचा संबंध पोहोचलेला आहे. ज्यावेळी माझ्या कैलास पर्वताच्या यात्रेबद्दल ल्हासामधील अधिकाऱ्यांशी तिबेटी अधिकाऱ्याने माझ्याकरिता बोलणे केले त्यावेळी ल्हासाच्या तारखात्याने दार्जिलिंगशी संपर्क साधला व त्यामुळे मला त्यांचा अंतिम निर्णय माझ्या मित्राच्या माध्यमातून थोड्याच दिवसांत मिळाला. त्यावेळी मला दिल्लीत तीन आठवडे वाट पाहावी लागली नाही. नाही तर येथून टपाल घेऊन डाकवाला याकच्या पाठीवर बसून उंच पहाडांतून पर्वत ओलांडून दक्षिण तिबेटमध्ये उतरायचा आणि मग तेथून दुसरा डाकवाला दक्षिण तिबेटमधून पत्रांची ने-आण करायचा, अशी जुनी टपालाची व्यवस्था असायची.

पूर्व व पश्चिम या दोघांनी एकत्र आले पाहिजे. अगदी लग्नेच करायला पाहिजेत असे नाही; अशी उत्क्रांतीची योजना आहे. पूर्वेकडील लोक गोऱ्या लोकांबद्दल पूर्वी साशंक असत. आपल्यावर ते राज्य करतील व आपल्याला गुलाम करून टाकतील अशी त्यांना भीती वाटे. तेव्हा आपण स्वतंत्रच राहावे या त्यांच्या आकांक्षांबद्दल मला नेहमी सहानुभूती वाटे. पण आता काळ बदलला आहे. त्या आकांक्षा आता कालबाह्य झाल्या. सर्व जग आता प्रवासाच्या साधनांनी, दळणवळणाने, व्यापार व संस्कृती यांच्या देवाणघेवाणीमुळे एकत्र आले आहे. पाश्चिमात्य लोक पूर्वेकडील लोकांमध्ये फक्त जडवाद, भोगवाद आणतील हे मानणारा मी नाही. असे मानणे हा मूर्खपणा आहे. उलटपक्षी ते दोन्ही प्रकारच्या सुधारणा आणतील. चांगल्या व वाईट. पूर्वेकडच्या लोकांनी त्यांचा बरेवाईटपणा पारखून घ्यावा.

पावित्र्याबद्दल आदर फक्त पूर्वेकडच्याच लोकांना बाळगता येतो असे नाही. पाश्चिमात्य जगाने जसा आध्यात्मिक दृष्टिकोन अंगीकारला पाहिजे, त्याप्रमाणे पौर्वात्य जगानेही आपल्या आध्यात्मिक दृष्टिकोनात कालमानाप्रमाणे फरक केला पाहिजे. आध्यात्मिक दृष्ट्या दोघांचीही स्थिती शोचनीयच आहे. आता आपण सगळे भौतिक जगात वावरत आहोत. आपली शरीरे भौतिक, पंचभूतात्मक आहेत. तेव्हा या जगाचा आपण शक्य तितका जास्त उपयोग करून घ्यावा हे योग्य व सुज्ञपणाचे आहे. या जगातील सुखसोयींचा तसेच माणसाच्या बुद्धीने लावलेल्या शोधांचा भरपूर उपयोग करून घेतला पाहिजे. म्हणून प्रगतिशील पश्चिमेने पुराणमतवादी पूर्वेला जागृत करून नैसर्गिक संपत्तीचा पुरेपूर उपयोग करायला, तिचा विकास करायला उद्युक्त केले पाहिजे. यामध्ये कोणाचेही नुकसान नाही, फायदाच आहे.

पश्चिमेकडील लोकांचाही फायदाच होणार आहे. पहिला व अगदी उघड दिसणारा असा फायदा व्यावहारिक स्वरूपाचा आहे. दुसरा व जरा काही काळानंतर होणारा फायदा सांस्कृतिक स्वरूपाचा आहे.

पण या भिन्नभिन्न लोकांचे एकत्र येणे हे मित्रत्वाच्या भूमिकेवर झाले पाहिजे. मध्ययुगीन काळात स्पेनने मध्य अमेरिकेत प्रवेश केला व ज्या मार्गाने तेथील सोने लुटून नेले, तो मार्ग आजच्या जगात आवडणारा नाही. पाश्चिमात्य व पौर्वात्य या दोघांनीही सलोख्याने व गुण्यागोविंदाने राहिले पाहिजे. त्यांनी एकमेकांशी विचारांची देवाणघेवाण केली पाहिजे. एकमेकांच्या सहकार्याने ऐहिक व व्यावहारिक जीवन संपन्न केले पाहिजे. तेथे संघर्षाचे काम नाही. शस्त्रास्त्रांचे प्रयोजन नाही.

या संदर्भात सर फ्रान्सिस यंगहसबंड यांनी काही वर्षांपूर्वी मला जी हकिकत

सांगितली, त्याची आठवण होते. तीस-एक वर्षांपूर्वी ब्रिटनने तिबेटमध्ये एक लष्करी शिष्टमंडळ त्यांच्या नेतृत्वाखाली पाठविले होते. त्याने पूर्व-हिमालयाच्या बर्फाच्छादित मुलुखातून तिबेटमध्ये जायचे व तेथल्या दलाई लामांच्या सरकारशी राजकीय व व्यापारी करारमदार करायचे.

या लष्करी मिशनचा मुख्य हेतू तिबेटी लोकांचा प्रतिगामी दृष्टिकोन बदलून हिंदुस्थानशी व्यापारी संबंध त्यांना जोडायला लावायचे हा होता. मिशनच्या आगमनाने तिबेटची अलिप्तता कमी होत जाणार होती.

सर फ्रान्सिस यांनी तिबेटी लोकांना शांततापूर्ण तह करण्याबाबत भरपूर संधी दिली पण ते लोक मोठे आडमुठे. त्यांनी घाईघाईने फौज जमवून ल्हासाला जाण्याचा त्यांचा मार्गच रोखून धरला. ही फौज व त्यांची शस्त्रास्त्रे म्हणजे कशी? त्यांच्या बंदुकी जुन्या-पुराण्या. काड्याच्या पेटीने त्या पेटवायच्या व मग उडवायच्या. तीरकमठे आणि तलवारी. अशा फौजेचा आपल्या अद्ययावत युद्धसाधनांनी परिपूर्ण अशा फौजेपुढे काय निभाव लागणार, हे सर फ्रान्सिस यांना माहीत होते. ब्रिटिश फौजेजवळ आधुनिक बंदुका, मशीनगन्स व पहाडी मुलुखातला तोफखाना होता म्हणून त्यांनी तिबेटी फौजांच्या अधिकाऱ्यांना अनेकवार विनवून सांगितले की, तुमचा आमच्यापुढे निभाव लागणार नाही. आमच्याशी सामना देण्याच्या भानगडीत पडू नका. विनाकारण मारले जाल. कारण ब्रिटिश मिशनला तिबेटशी फक्त तह करून घ्यावयाचा होता व त्यावर सह्या वगैरे झाल्यावर तिबेटमधून बाहेर पडून ते परत हिंदुस्थानात येणार होते.

आपल्याजवळ काही विशेष हत्यारे नाहीत व आपली फौजही काही कवायती वगैरे नाही, हे माहीत असूनही तिबेटी लोक नमले नाहीत व ब्रिटिश फौजेवर त्यांनी शेवटी हल्ला चढविला. कर्नल यंगहसबंडना त्या हल्ल्याचा मुकाबला करणे भाग पडले. तोफा डागायचा हुकूम दिला गेला. तोफांचे गोळे सटासट सुटायला लागले व बंदुकांच्या फैरीवर फैरी झडू लागल्या. त्यांच्याशी तिबेटी फौजा काय तोंड देणार! त्यांच्या बंदुका कडाबिनीच्या. एकेक गोळी मारायला विस्तव लावायला लागायचा व तो विस्तव गारेच्या दगडाने निर्माण केला जायचा.

शेवटी व्हायचे तेच झाले. शेकडो तिबेटी सैनिक मृत्युमुखी पडले व बाकीचे पळून गेले. ल्हासाला जायचा रस्ता मोकळा झाला.

ही सारी हकिकत सांगायचा हेतू इतकाच की, भारी हत्यारे वापरणाऱ्या फौजेशी तिबेटी फौजेने हा जो मुकाबला केला, त्याच्या पाठीमागे त्यांचा भोळसरपणा होता. तिबेटी सैनिकांचा त्यांच्या ज्योतिष्यांवर व मांत्रिक लोकांवर फार विश्वास होता.

त्यांच्या फौजेत मंतरलेले ताईत वाटले होते व त्यांना असे सांगितले होते की, यांच्या बळावर ते कोणाही बलाढ्य शत्रूला तोंड देऊ शकतील. शत्रू कितीही बलवान असो, त्याची मात्रा त्यांच्यापुढे चालायची नाही. आणि त्यांची श्रद्धा व अंधविश्वास इतका होता की, शत्रूची गोळी आपल्याला मुळी लागायचीच नाही अशी त्यांची पुरेपूर खात्री होती व त्या खात्रीवरच त्यांनी ब्रिटिश फौजेशी सामना दिला होता. दुर्दैव त्यांचे! व्हायचे ते झाले. नियतीचा ओघ लामासुद्धा परतवू शकले नाहीत!

या हकिकतीवरून एका गोष्टीचा बोध होतो, ती म्हणजे पौर्वात्य लोकांच्या समजुतीत हास्यास्पद भोळसरपणा व अगाध ज्ञान याचे गमतीदार मिश्रण आहे. पण खोट्या गोष्टींवर विश्वास धरून कोणाचे चालायचे नाही. पूर्वेकडे गौरवर्णीय लोकांचे येणे म्हणजे एखाद्या महावातासारखे आहे. त्या वावटळीत जुनाट समजुतींची जळमटे उडून जातात. रानटी चाली बंद पडतात कारण हे येणारे लोक आपल्याबरोबर आपले गुणही आणतात. ते गुण म्हणजे बुद्धी, व्यावहारिक दृष्टी व चिकित्सक वृत्ती. जीवनात या गुणांची आवश्यकता आहेच की.

सध्याच्या संस्कृतीने अतींद्रिय, अतिमानुष गोष्टींवरचा विश्वास उडवून लावला आहे. परंतु तिबेटी लोकांच्या समजुती सगळ्याच अंधश्रद्धेवर आधारलेल्या आहेत असे समजण्याचे कारण नाही. 'यत्र यत्र वन्हि: तत्र तत्र धूमः' या न्यायाने धूम्रावगुंठित जसा अग्नी असतो, त्याप्रमाणे वेडगळ समजुतींच्या मुळाशी नितांत सत्य असते. निसर्गाच्या नियमांशी लामांना प्रतारणा करता यायची नाही, पण त्या नियमांचा ते फायदा घेऊ शकतात. ते नियम आम्हाला माहीत नसले तरी त्यांना माहीत असतात. अगदी पूर्वीपासून. अतींद्रिय शक्तीची माणसे तिबेटात आहेत. पण ती मठात आढळायची नाहीत. सामान्य बैराग्यांच्या तांड्यात त्यांना राहावेसे वाटत नाही. ते निर्जन ठिकाणी किंवा गिरिशिखरावर एकांतात राहणे पसंत करतात. अशी माणसे अर्थात फार थोडी आहेत. आपल्या अतिमानुष शक्तींचे, सिद्धींचे सर्वसाधारण लोकांपुढे प्रदर्शन करण्यात त्यांना स्वारस्य वाटत नाही. पण तेथेही हिंदुस्थानातल्याप्रमाणे ढोंगी लामा, लफंगे, थापेबाज बुवा आहेतच. आपण चमत्कार करून दाखवितो अशा वल्गना ते करतात. पण थोडीशी शास्त्रीय चिकित्सा केल्यावर त्यांच्या वल्गनांचा फोलपणा ताबडतोब दिसू लागतो.

माझ्या शरीरावर बंदुकीच्या गोळीने काही परिणाम होणार नाही, अशी आव्हाने देणारे अनेक अवलिया मला हिंदुस्थानात व आफ्रिकेत आढळले आहेत.

तरीपण या तिबेटी लामांच्या (व हिंदी बैराग्यांच्या) आपल्या अंगी काही दैवी शक्ती

व सिद्धी आहेत हे सांगण्यात काही प्रमाणात सत्य आहेच. कारण जे चमत्कार ते करून दाखवितात, त्यांची चिकित्सा किंवा मीमांसा करणे बुद्धी व तर्क यांच्या पलीकडचे आहे. पण या अत्युच्च अशा थंडगार हिमप्रदेशात मनुष्याची प्रज्ञा जागृत होते व त्याच्या ठिकाणी दिव्य शक्ती संचरू लागते अशी जी पूर्वापारची समजूत आहे; त्यात थोडेफार सत्य आहे. माझ्या स्वत:च्या अनुभवावरून मी सांगू शकतो की, कैलास पर्वत व त्याच्या भोवतालचा परिसर, मानस सरोवर धरून हा असा प्रदेश आहे, की जेथे अतितीव्र आध्यात्मिक स्पंदनांनी भरलेले विस्तृतसे चुंबकीय क्षेत्र आहे. तसेच चुंबकीय क्षेत्र खाली दक्षिण भारतात अरुणाचलम् पर्वतावर मला आढळून आले होते. माझी खात्री आहे की, आशिया खंडाचे आध्यात्मिक केंद्र व तिबेटचे अध्यात्म विद्येचे गौरवस्थान जे हिमालय पर्वत, येथे जो कोणी श्रद्धावान मनुष्य येऊन काही काळ घालवील, त्याचेही विचार आस्तिक्यबुद्धीने व अत्यादराने भारावून जातील.

जेव्हा कर्नल यंगहसबंडच्या नेतृत्वाखाली ब्रिटिश लष्करी तुकडीने शेवटी ल्हासाला जाऊन पोहोचण्यात यश मिळविले व ज्याकरिता ही छोटीशी लढाई झाली; त्या तहनाम्यावर सह्या झाल्या, तेव्हा यंगहसबंडसाहेबांना एक विचित्रसा अनुभव आला. तो अनुभव त्यांनी मला सांगितला. ते म्हणाले, तहनामा झाल्यावर त्यांना एक जबरदस्त आंतरिक ओढ वाटू लागली. मग ते ल्हासाच्या पार्श्वभागी असलेल्या खडकाळ डोंगरावर एकटेच गेले. काही वेळ चढून गेल्यावर ते एका शिलाखंडावर विश्रांतीकरिता बसले आणि तत्क्षणीच आपल्याला आयुष्यात पहिलाच असा अत्यंत प्रभावी असा आध्यात्मिक अतींद्रिय अनुभव आला असे ते म्हणाले. आपले सारे शरीर कोणीतरी गूढ अशा शून्यावस्थेमध्ये उचलून नेत आहे असे त्यांना वाटू लागले व ते असे नेत असताना आपल्याला परमानंद होत आहे. त्या आनंदात शारीरिक भावनांचा काहीएक अंश नव्हता. कारण त्यांच्या साऱ्या वासना खाली निर्माल्यवत् होऊन गळून पडल्या होत्या आणि अतींद्रिय अशा शांत व प्रसन्न मन:स्थितीचे वलय त्यांच्याभोवती पसरू लागले होते.

हा अविस्मरणीय व स्मृतिपटलावर कायमचा खोदला गेलेला अनुभव घेतल्यावर ते त्या डोंगरावरून खाली उतरले. तिबेटच्या या स्वारीने त्यांना लष्करी विजय मिळवून दिलाच, पण आध्यात्मिक जागृतीचा अद्वितीय असा लाभही मिळवून दिला.

त्या हिमाच्छादित गिरिकंदरात माणसाला दिव्यत्व प्रदान करण्याचे कसे काय सामर्थ्य आहे कोण जाणे!

* * *

पण आता मला माझ्या विषयाकडे वळले पाहिजे. पूर्वेकडचे जग व पश्चिमेकडचे जग यांचा प्रत्येक बाबतीत संबंध येणे अपरिहार्य आहे. पाश्चिमात्य विचारांपासून तिबेटला आता विन्मुख होता यायचे नाही. पण हे सत्य कळायला त्याला विसावे शतक येईपर्यंत वाट पाहावी लागली. हाच एकटा भूप्रदेश, जेथे परकीयांना पाय ठेवणे आजवर दुष्कर होते. आता ती स्थिती बदलणार आहे. पाश्चिमात्यांच्या साम्राज्यवादाची भीती आज अनाठायी आहे. कदाचित पन्नास वर्षांपूर्वी ती भीती वाजवी ठरली असती. तिबेटच्या सरहद्दीला जी तीन मोठी राष्ट्रे आहेत, त्यात इंग्लंड एक आहे. इंग्लंडला सांप्रत आणखी मुलूख नको आहे. त्यांना व्यापार पाहिजे आहे. तीच त्यांची मुलुखगिरी. दुसरे राष्ट्र म्हणजे रशिया. त्याच्याजवळ अगोदरच अफाट मुलूख आहे व त्या मुलूखातच त्याला स्वत:चा असा आर्थिक व औद्योगिक विकासाचा पाया घालायचा आहे व त्यावरच त्याचे लक्ष केंद्रित झाले आहे. तिसरे राष्ट्र म्हणजे चीन. तेथे सांप्रत अंत:स्थ बंडाळी माजून राहिली आहे.

हे पाश्चिमात्य आपल्याजवळचे सोने लुटून नेतील अशी तिबेटमधील लामांच्या महामंडळाला भीती वाटत असेल तर ती भीती निरर्थक आहे. त्यांनी आपल्या सोन्याच्या खाणी पाश्चिमात्यांना भाड्याने चालवायला द्याव्यात. कारण त्यांच्याजवळ भूगर्भशास्त्राचे जाणते इंजिनियर आहेत, अद्ययावत पद्धतीची शास्त्रीय उपकरणे आहेत व वाहतुकीची द्रुतगतीची आधुनिक साधने आहेत. अशा तऱ्हेने भाड्याने चालवायला दिल्यास तिबेटी सरकारला त्याच्यापासून चांगला फायदा होईल व खाणींची मालकीही राहील आणि त्यांच्या हितसंबंधांचे रक्षण होईल.

तसेच आकुंचित दृष्टिकोनातून निर्माण झालेली राजकीय भीतीही सोडून द्यावी. नदीच्या किनाऱ्याने सिक्कीमच्या खोऱ्यातून चांगला मोटररस्ता बांधावा व हिंदुस्थान व तिबेट यांमधील दळणवळण सुरू करावे. म्हणजे उंच हिमाच्छादित पहाडांवरून चढून जाण्याचा माणसांचा व जनावरांचा त्रास वाचेल.

येशू ख्रिस्तापूर्वी अनेक शतके जे काही झाले व ज्या तत्त्वांचा परिपोष झाला, त्यांमध्ये कायमचे गढून राहणे हे काही तितके स्पृहणीय नाही. जर तिबेटी लोक शहाणे असते तर त्यांनी आपल्यातल्या तरुण चेल्यांना पाश्चिमात्य ज्ञान घ्यावयाला लावले असते. विशेषेकरून शास्त्रीय ज्ञान आणि त्याचबरोबर बौद्ध धर्मातील महान तत्त्वांशीही त्यांना एकनिष्ठ राहता आले असते. दोन्ही गोष्टी एकमेकांस पूरक करता आल्या असत्या. नुसता भुताखेतांवर विश्वास ठेवून काय उपयोग? आणि आपल्या स्वत:च्या देशाचे स्वातंत्र्य व सार्वभौमत्व अबाधित राखून त्यांनी परकीयांना आपल्या देशात

येण्यास मज्जाव करण्याच्या कायद्यांना व्यावहारिक दृष्टिकोनातून सुज्ञपणे मुरड घालावी. तिबेट देश तसा गोठलेला. त्याचे कोणाला आकर्षण वाटणार नाही. तेथील दरीखोरी स्वित्झर्लंडच्या आल्प्स पर्वतापेक्षा कितीतरी जास्त उंचीवर. तेथील थंडगार मैदानांवर एक झाड नाही किंवा निवाऱ्याकरिता आडोसा नाही. जेथे सर्वत्र उत्तर ध्रुवाकडचे थंडगार वारे सदैव वाहात असतात, अशा देशात जर काही उच्च दर्जाचे, सुसंस्कृत व सच्छील परकीय लोक येऊ दिले, तर त्यांच्या ज्ञानाचा, तांत्रिक अनुभवाचा, तद्देशीयांना निःसंशय फायदाच होईल. त्यांचे त्यांनी स्वागत करावयास हवे. हाकलून द्यायला नको. जे काही बंडाळी माजवून देणारे नकोसे लोक असतील किंवा तद्देशीयांबद्दल ज्यांना सहानुभूती नाही व जे आपलाच मोठेपणा मिरविणार असतील, अशांना तुम्ही अधिक निर्दयपणे बाजूला काढा. त्यांना मज्जाव करा. तुमच्या देशाचे दरवाजे तुम्ही जे तुम्हास उपयोगी पडतील, तुमच्याबद्दल ज्यांना सहानुभूती आहे, कळकळ आहे अशा युरोपियन लोकांना उघडे करून ठेवा.

गौतम बुद्धांच्या मूलगामी तत्त्वांबद्दल मला नितांत आदर आहे. म्हणून कोणत्याही बौद्ध राष्ट्राबद्दल मला आदर व सहानुभूती आहे आणि म्हणूनच मी हे सुचवीत आहे की, त्यांनी आपण होऊन आधुनिक ज्ञान आत्मसात करावे. आधुनिक रीतिरिवाजांचा अवलंब करावा. त्यात त्यांचे कल्याण आहे. म्हणजे त्यांची जी प्राच्य, पुरातन विद्या आहे, तिचेही जतन होईल व त्याचबरोबर विसाव्या शतकातील जगाबरोबर त्यांना जाता येईल. पूर्वीच्या जमान्याबद्दल मला अनादर नाही आणि विसाव्या शतकातले जग हे सतराव्या शतकातल्या जगापेक्षा अधिक सुधारलेले असेच काही मी अगदी निरपवादपणे मानणारा नाही. आता ही गोष्ट खरी की, शास्त्रीय शोधांचा जो आम्ही उपयोग करतो, तो अगदी यांत्रिक पद्धतीने. त्यात काही वैयक्तिक असते, त्यांचा आधार आत्मबल असतो हे आम्हाला समजत नाही. तरीपण त्या कारणाने ते शोध वाईट, असे मानता येत नाही.

पण दुर्दैवाची गोष्ट अशी आहे की, बुद्धाचे अनुयायी त्याच्याच देशात आता कमी कमी होत चालले आहेत. तसेच येशू ख्रिस्ताचेही खरे अनुयायी ख्रिस्ती देशातून कमी कमी होत चालले आहेत. आणि म्हणूनच मला वाटते की, देव सुद्धा आता देशादेशातले आणि भिन्नभिन्न लोकांमधले आडपडदे नाहीसे करून टाकीत आहेत.

मला पुढचे भविष्य दिसत आहे. पौर्वात्य व पाश्चिमात्य यांची जी संमिश्र संस्कृती आता निर्माण होणार आहे, त्यातून एक संयुक्त जग उदयास येईल व साऱ्या जगभर जी उच्च स्तरांवरील आध्यात्मिक जागृती घडून येणार आहे तिचा संदेश प्रसृत होण्यास रस्ता मोकळा होईल. सांप्रतचा कोणताही धर्मपंथ घ्या; त्यात दिव्य जीवनाचा नवीन

उन्मेष प्रकट होण्याची आज फार जरुरी आहे. हे मन्वंतर येणे अगदी अपरिहार्य आहे म्हणून ते येणारच.

एका मुंडन केलेल्या शांत डोक्याच्या बौद्ध भिक्षूने मला एकदा तिबेटचे भविष्य सांगितले होते. ते भविष्य तसे जुने होते व अगदी वरपर्यंतच्या लामांना माहीत झाले होते. ते आजच्या परिस्थितीस लागू पडत आहे. तो म्हणाला होता की, हे भविष्य दोनशे-तीनशे वर्षांपूर्वी केलेले आहे. भविष्य तिघांबद्दल आहे. दलाई लामा, तिबेटचा राजा व पोप. तेरावा दलाई लामा हा शेवटचाच ठरेल. त्यांच्या मरणानंतर तिबेट 'गौरकाय', 'रानटी' लोकांना प्रवेश करावयास मोकळा होईल व त्यांची 'जडवादी', 'भोगवादी' संस्कृती सर्व जगभर पसरेल. नंतर जो तिबेटचा राजा होईल तो मागचाच लामा नवीन जन्म घेऊन येईल. ज्या लहान मुलाच्या शरीरामध्ये तो आत्मा पुन्हा जन्मास आला आहे, ते मूल शोधून काढण्याचे काम ल्हासाला जन्मलेल्या वरच्या दर्जाच्या लामांच्या ग्रँड कौन्सिलकडे असते.

त्यांची ही समजूत नुसत्या पुनर्जन्माच्या सिद्धांतावर आधारलेली नाही, तर ते असेही समजतात की, जे मूल आता पुढचा लामा ठरणार आहे त्याच्या शरीरामध्ये बुद्धासारख्या एक दिव्य महात्म्याच्या आत्म्यामधून काही तेजोमय लहरी प्रवेश करतात. म्हणून दलाई लामाला ते 'सर्वज्ञ' अशी पदवी देतात. त्याच्या ठिकाणी दिव्य ज्ञान वास करते असे ते समजतात.

हे नवीन जन्मास आलेले मूल शोधण्याच्या कामी ग्रँड कौन्सिल (महामंडळ) कौल घेते. ही सर्व व्यवस्था शासनाकडून होते. परंपरेने ठरवून दिलेली चिन्हे किंवा खुणा ज्यांच्या शरीरावर आहेत, अशी काही मुले ते शोधून काढतात व त्यांची नावे पाट्यांवर कोरतात; त्या पाट्या ते एका सोन्याच्या भांड्यात ठेवतात व त्यातील एक पाटी डोळे झाकून उचलतात व ती पाटी ज्याच्या नावाची निघते त्या मुलाची नवीन दलाई लामा म्हणून निवड होते.

नंतर त्या मुलाला शिक्षण देतात व या उच्च दर्जास तो पात्र होईल असे त्याच्यावर संस्कार घडवून आणले जातात. असे हे शिक्षण पंधरा ते वीस वर्षे चालते. म्हणजे मग ते मूल वयात येते व अधिकार ग्रहण करते. तोपर्यंत राष्ट्राचा कारभार कौन्सिल ऑफ रीजंटस्कडून चालवला जातो.

दलाई लामांची ही राज्यसंस्था नष्ट होऊन गोरे लोक या देशात प्रवेश करणार, हे भविष्य ज्या एका एतद्देशीय योग्याने केले होते, त्याचे नाव आता मला स्मरत नाही.

तथापि मला असे वाटते की, भविष्याचा पुढचा भाग खरा ठरण्याची वेळ आता आली आहे. हा देश सर्वांना प्रवेश करावयास मोकळा होईल व ह्या देशाला नवीन युगातील विचारांचा व मतांचा जबरदस्त हादरा बसेल. मग ते विचार व ती मते कशीही असोत; पण हा संघर्ष आता अटळ आहे.

८

माझ्या वानप्रस्थाश्रमाचा एक वार्ताहर निर्भर्त्सना करतो - आलस्य व एकांतवास यांचे फायदे - धर्मावरील माझे विचार - दि न्यू टेस्टॅमेंट - येशू ख्रिस्त व त्याचे टीकाकार

माझ्या या वृत्तांताचे तीन रकाने लिहून आता तीन–साडेतीन आठवडे झाले. ते सुसंगत झालेत की नाहीत कोण जाणे! पण मी जो या अरण्यात व हिमाच्छादित शिखरांच्या परिसरात येऊन बसलो आहे, तो काही लिहिण्याकरिता नाही. मनाला शांती मिळावी म्हणून मी असा वानप्रस्थ झालो आहे. आणि जो संकल्प मी मनात धरला आहे त्याचे पालन करावयाचे म्हणजे मी काही करूच नये हे होय. आता मी कित्येक दिवस हातात लेखणीच घेतली नाही किंवा टाईपरायटरवर टाईप करीत बसलो नाही किंवा कित्येक आठवडे हे उद्योग मुळीच केले नाहीत तरी त्याचे मला काही वाटणार नाही. युरोपमध्ये पूर्वी जेव्हा होतो, त्या वेळची गोष्ट वेगळी. या उत्तम वृक्षांच्या तळाशी बसल्यावर मनुष्याचे व्यावहारिक जीवन किती य:कश्चित आहे, हे मला आता समजून आले आहे.

माणसाने काहीतरी कर्म करीत राहणे ही फार चांगली गोष्ट आहे. जगायचे म्हणजे काहीतरी कर्म हे केलेच पाहिजे हे उघड आहे. पण 'आपण कसे असावे' हे समजून घेणे, शिकणे, तितकेच आवश्यक आहे. जीविताचे अत्युच्च असे रहस्य समजून घेणे तितकेच आवश्यक आहे. जीविताच्या विधिनियमांचे पालन करणेही तितकेच आवश्यक आहे.

त्या अगदी दूरवरच्या ध्येयाचे मला दर्शन झालेले आहे. मनुष्यमात्राच्या समोरच्या त्या शिखरापर्यंत जाण्याचा जो विस्मयकारी मार्ग आहे, तो मी पाहिला आहे. येशू ख्रिस्ताने जे स्वर्गातले राज्य म्हणून संबोधिले आहे, तिकडे जाण्याचा तोच रस्ता आहे. गौतमबुद्धाने त्या अंतिम ध्येयाला 'निर्वाण' हे नाव दिले आहे. ते ध्येय आपल्यापर्यंत येऊन पोहोचू नये म्हणून लक्षावधी वर्षे आम्ही झगडत राहू. कारण दैनंदिन धकाधकीच्या जीवनात आपणास भौतिक विषयांच्या सुखोपभोगात मजा वाटते. अंतिम ध्येयाप्रत जाण्याचा दिव्य संदेश सांगणाऱ्या प्रेषितांचे आगमन आम्ही रोखून धरू. कारण आपण मायेत गुरफटलेले आहोत व त्या विषयजनित सुखात रत झालेलो आहोत. त्या आमच्या मन:स्थितीवर ते संशयाचे विरजण घालतात.

पण आपण सगळे नियतीच्या वर्चस्वाखाली आहोत; हे सत्य आहे. त्यातून आपली सुटका नाही. एक दिवस आपल्याला त्या घरी जाण्यास सिद्ध झाले पाहिजे. वरतून हुकूम आला म्हणजे हुज्जत घालता येणार नाही, निमूटपणे पुढे चालले पाहिजे.

तर मग एखाद्या मूर्खासारखे निरर्थक कष्ट करीत राहून वेळ गमावण्यात काय अर्थ आहे? सतत श्रम करून, धडपड करून, अभ्यास करून झाल्यानंतर आता माझी विराम घेण्याची वेळ आली आहे. रात्रीच्या रात्री मी हे कष्ट करीत काढल्या आहेत. फार थोड्या लोकांनी माझ्याइतके कष्ट केले असतील. अनेकांची पहाटेची झोप मी उडविलेली आहे. त्यांच्या टेबलावर वर्तमानपत्र पडलेले आहे. त्यातील माझ्या संपादकीय अग्रलेखाचा मजकूर वाचण्यासाठी मी त्यांना उठविलेले आहे. एक काळ असा होता की, एखाद्या गुलामाप्रमाणे मी सतत काम करू शकतो, याचा मला गर्व वाटायचा. एखादा भुकेलेला कुत्रा जसा अधाशीपणे भाकरीचा तुकडा खात बसायचा तसा मी अगदी झटून काम करीत राहायचो. पण आज माझ्याकडे कितीही मोठ्या प्राप्तीचे काम येवो; ते मी घेत नाही.

याचा अर्थ असा नव्हे की, ज्या पद्धतीने मी येथे एकांतवासात जीवन व्यतीत करीत आहे किंवा दक्षिणेमध्ये असताना व्यतीत करीत होतो, त्याच पद्धतीचे जीवन हेच आदर्श जीवन होय. उलट माझा असा विश्वास आहे की, जीवनात दोन्ही गोष्टींची

आवश्यकता आहे. जीवनात समतोलता पाहिजे. ज्याने फार काम केले आहे, फार कष्ट सहन केले आहेत, त्यानेच विश्रांती घ्यावी. ज्याने लोकांत वावरून काम केले आहे त्यानेच एकांतवास सेवन करावा. स्वार्थ साधावा; पण नंतर परमार्थाकडे लक्ष द्यावे. भौतिक विषयांचा आस्वाद घ्यावा; मग अध्यात्माकडे वळावे. इंद्रियांचे समाधान करावे, मग त्यांचे दमन करावे. येशू ख्रिस्ताने म्हटले आहे, ''ज्या गोष्टी सीझरच्या आहेत त्या त्यास चुकत्या करा; पण ज्या गोष्टी ईश्वराच्या आहेत त्या हृदयाशी घट्ट धरून ठेवा.'' लोकांना समजेल अशा भाषेत त्याने हा दंडक घालून दिला आहे. ज्या भोगविषयांनी जीवन समृद्ध होते व ज्या विषयांची मनुष्य कामना धरतो, ते म्हणजे धनदौलत, घरदार, अधिकार, लग्न, वाहनसुख, सामानसुमान, कपडेलत्ते. या सर्व गोष्टींकडे मनुष्याचे मन ओढ घेते पण त्यांच्या पाठीमागे जात असतानाही आपले अंतिम गन्तव्य काय आहे, याचा मनाला विसर पडू देऊ नये. म्हणून म्हणतो की, हे एकांतवाससेवन माझ्या आयुष्यातील एक घटना आहे. साधनेच्या मार्गावरील एक टप्पा आहे. अंतिम मुक्काम नव्हे, पण वाटेवरचा तळ आहे. मी भारतात आलो आहे तो काही प्रवासी म्हणून नव्हे. मला येथे राहावयाचेही नाही. पण एक भटक्या म्हणून मला भटकायचे आहे. लहर आली तर एकाच ठिकाणी वर्ष-दोन वर्षे राहीन. नाहीतर केव्हाही येथून तातडीने निघून जाईन. म्हणजे माझा डेरा असा कुठेही नाही. जनी नाही की विजनी नाही. मन शांत ठेवायची व निवांत जीवन व्यतीत करायची माझी सगळी धडपड आहे.

सध्या मी अगदी सुस्त बनलो आहे. समाजाला माझा उपयोग नाही. तसा स्वत:लाही नाही. नुसता बसून राहतो व मनातून विचार बाहेर काढून लावतो, ध्यान लावीत बसतो. म्हणजे मला या जगात कोठे स्थान नाही. काही उद्योग नाही. कोणी मला आदर दाखविण्याचे कारण नाही.

नाही तर नाही. काय त्यात एवढे मोठेसे?

* * *

मुंबईतील माझ्या एका मैत्रिणीने मला एक लहानसे पुस्तक पाठविले आहे. पुस्तक खिशात ठेवता येण्यासारखे आहे. त्याचा पुट्ठा काळ्या रंगाचा आहे. पुस्तक उघडून वाचले. ते वाक्य असे :

''माणसाला जरी सगळे जग मिळाले, पण त्याने आपला आत्मा गमावला तर त्याचा काही उपयोग आहे का? किंवा आत्मा देऊन टाकल्यावर त्याच्याजवळ काय राहिले?''

किती सुज्ञपणाचे व यथार्थ विचार आहेत!

त्या पुस्तकाचे नाव आहे 'दि न्यू टेस्टॅमेंट' (नवीन करार).

या शब्दाचा अर्थ निराळ्या शब्दांत सांगावयाचा म्हणजे, माणसाची त्याच्या संपत्तीवरून किंवा त्याच्या कामकाजाच्या व्यापावरून परीक्षा करणे गावंढळपणाचे आहे. जगाकरिता तो काय करतो, याच्यावरूनच त्याची किंमत करणे बरोबर नाही, तर तो स्वत: काय आहे, याचा विचार केला पाहिजे.

परंतु त्या पुस्तकातला जो उतारा काढला तो उतारा भलताच निघाला. मी जो उतारा वाचावा असे तिला वाटले तो उतारा पेन्सिलीने माझ्या मैत्रिणीने सुरुवातीच्या पानावर नमूद केला आहे. नोंद अशी : ‘‘पाहा परीक्षा ॲक्टस् प्रकरण २६, कविता २४.’’

त्याप्रमाणे मी ते पान काढले. उतारा असा : ‘‘आणि असे त्याने स्वत:बद्दल सांगितल्यावर फीस्टस मोठ्या आवाजात म्हणाला, 'पॉल तुझे डोके फिरले आहे. फार वाचून तू वेडा झाला आहेस.’’

म्हणजे या महिलेला माझे उद्योग पसंत नाहीत. उद्योग कसचे? निरुद्योग म्हणा पाहिजे तर. तिचे मला पूर्वी एक पत्र आले होते. त्यात तिने लिहिले होते, ‘‘तुम्ही हिंदुस्थानात गेल्यावर मुंबईसारख्या मोठ्या शहरी सन्मानाने राहावे. तेथेच मुक्काम ठेवावा. मध्यम व वरच्या वर्गातील लोकांत वावरावे, त्यांना जवळ करावे. त्यांच्या घरी जावे. काहीतरी उद्दिष्ट मनात धरून त्याच्या पूर्तीसाठी क्रियाशील व्हावे. एखादी अधिकाराची जागा स्वीकारावी व तिला चिकटून राहावे. एकूण, साधारण प्रतिष्ठित लोक जसे वागतात तसे वागावे.’’

म्हणजे अफाट लोकवस्तीच्या एखाद्या शहरात कानठळ्या बसतील अशा वाद्यसंगीताच्या जोडीला एखाद्या तमाशात नाच्या पोऱ्याचे काम मी करावे असे तिचे म्हणणे. युरोपमध्ये गजबजलेली शहरे असतात ना. घराची खिडकी उघडली की, गिरण्यांची ही उंचच उंच अशी धुराडी. किंवा हिंदुस्थानामध्ये राहत्या घराची खिडकी उघडली की माळवदी घरांची चोहोकडे गर्दी. तिच्या दृष्टीने या हिमशिखरांच्या व उन्हाने तळपणाऱ्या सुळक्यांच्या परिसरात मी राहू नये. विनाकारण माणसांमध्ये राहण्याचे सोडून रानात राहू नये.

माणसांमध्ये म्हणजे एखाद्या मोठ्या शहरात राहायचे. जणू एखाद्या उकळत्या तेलाची कढईच म्हणा. त्या कढईत लोकांचे राग, लोभ, भीती, द्वेष, मत्सर जणू तेलात

उकळून निघत आहेत. अशा खाईत राहणेच नको. माणसांचा पादस्पर्शही जेथे लागला नाही, अशा हिमालयाच्या पवित्र भूमीवर राहून शांततेत व समाधानात काळ कंठणे फार बरे. लोकवस्ती मी कायमची सोडली नाही. पुन्हा जाईन माणसांमध्ये. पण सध्या तरी मी विश्रांतीसाठी गिरिकंदरांचा आश्रय केला आहे.

म्हणजे या महिलेच्या व्यावहारिक दृष्टीला शुचिर्भूत, आध्यात्मिक जीवन दिसत नाही, असे नाही. पण तिला मी गृहस्थ व वानप्रस्थ या दोन्ही आश्रमांची सांगड घालावी असे वाटते.

या महिलेच्या दृष्टीने माझा हा एकांतवास म्हणजे केवळ निरुद्योग आहे, आळस आहे. पण तिने एकांतवासाचे रहस्य समजून घ्यावे. मला वाटते, हे युरोपियन व अमेरिकन लोक सतत काम करीत राहण्याचे विनाकारण स्तोम माजवितात. ज्या हवामानात ते राहतात, त्या हवामानाच्या दृष्टीने त्यांनी सारखे काम करीत राहिले पाहिजे हे ते विसरतात. तोच निकष पौर्वात्यांना लावला म्हणजे काय निष्कर्ष निघतो? की येथले हवामान उष्ण असल्याने माणसास स्वस्थ बसून राहावेसे वाटते व स्वस्थ बसून राहणे हा इकडे सद्‌गुण मानला जातो. युरोपमधून येथे आलेले वीसएक लोक घ्या. यायच्या वेळी किती उत्साही व कामसू. वीस वर्षांनंतर त्यांचीच स्थिती पाहा. आश्चर्य वाटेल तुम्हाला, एक वेळचे हे कर्मवीर आता निरुत्साही, स्वास्थ्यप्रिय झाल्याचे तुम्हाला आढळून येईल. वातावरणाने त्यांना ग्रासून टाकले असते. हवामानाने त्यांना, त्यांच्या शरीराला जिंकून टाकले आहे.

पण आम्ही पाश्चात्त्य लोक उत्साहातिरेकाचे फार स्तोम माजवितो. उद्योगीपणाला आम्ही जवळजवळ देवच केले आहे. इकडे यायचे म्हणजे जवळ नेहमी मोठी डायरी बाळगायला हवी. पाने लांबलचक असल्यास फार उत्तम. एक काम झाले म्हणजे, लगेच प्रश्न उभा - आता दुसरे काम कोणते? आता कोणाला भेटायचे आहे? खुर्ची जरा बाजूला घेऊन निवांत जागी तासभर स्वस्थ बसून राहण्याची सोय नाही.

त्यात आमच्यातले काही लोक बायबलमधल्या कोळ्यांप्रमाणे असतात. रात्रभर मासे पकडण्याकरिता उभे तिष्ठत राहिले, पण जाळ्यात एकही मासा घावला नाही. आम्ही थोडा अधिक पैसा मिळविण्याचा प्रयत्न करतो. पण त्याबरोबर आम्ही काही काळज्याही विकत घेतो. प्रत्येक गोष्टीला किंमत असते हे खरे; पण फार थोड्या गोष्टींना मोल असते व उपयुक्तताही असते, हे मूल्यांकन आपल्याला शिकले पाहिजे.

शेक्सपिअरचेही विचार माझ्यासारखेच आहेत. तो म्हणतो :-

There's nothing so becomes a man as modest stillness.

– ''मनुष्याने थोड्याशा शांत, नि:स्तब्ध वातावरणात राहावे, नि:स्तब्धता त्याला शोभून दिसते.''

मला हे उद्‌गार फार आवडले. इंग्रजी भाषेचा प्रभू व इंग्लंडचा महाकवी याने माझा पाठपुरावा करावा! काय माझे भाग्य! काय हृदयंगम कल्पना आहे! आता कोणत्या संदर्भात त्या महाकवीने हे उद्‌गार काढले आहेत, ते मी पाहात नाही बसत. शेक्सपिअरच्या नाटकांचा ज्याने अभ्यास केला आहे, तो माझ्यावर खवळेल आणि म्हणेल की, तुमचा हा उतारा बरोबर नाही. त्याचा संदर्भ वेगळा आहे. त्याचा चुकीचा अर्थ तुम्ही आपल्या मतलबाकरिता घेत आहात. हे वाक्यसुद्धा तुम्ही बरोबर वाचले नाहीत. या टीकाकारांना माझे उत्तर असे आहे की, उतारा घेताना मनुष्य त्यातील समर्पक, समर्थन करणाराच भाग तेवढा घेतो व बाकीचा टाकून देतो. 'यद्रोचते तद् ग्राह्यं, यन्न रोचते तत्त्याज्यम्।' मी तेच केले नाही का?

पण हे टीकाकार, शेक्सपिअरचे अभ्यासक, अध्यात्मवादी व इतरही माझ्यावर संतापतील. कारण मूळ उताऱ्याचा भलताच अर्थ मी लावला.

या महिलेला आवडलेल्या पुस्तकातलाच आणखी एक उतारा मी देऊ शकेन. तो उतारा असा :-

"Consider the lilies of the field; they toil not; neither do they spin."

''शेतात उगावणारी ही सुंदर फुले पाहा. ही कधी कष्ट करतात का?''

मी खूप विचार केला व एकांतवास सेवन करायला हिमालयात आलो पण आध्यात्मिक विचारांच्या ढगातून खाली उतरून आपल्या पायाजवळचे खरे जग पाहून घे, असेच तो गिरिराज मला कळकळीने सांगेल.

खरे बोलायचे म्हणजे या निवांत एकांतात जो मी आलो आहे, तो काही विरक्त झालो म्हणून नव्हे. ऐहिक सुखोपभोगांची मी घृणा करतो, असे नाही. पण त्यांच्यावाचून माझे चालू शकेल. एखाद्या गिरिकंदरात निवांतपणे बसून खाली दूरवर न्याहाळीत बसण्याची मला लाज वाटत नाही. ज्ञानदेवतेची आराधना तिच्या पायापाशी बसून अगदी एकांतात करावयास हवी. तर ती प्रसन्न होते. मी सुद्धा गर्दीत, माणसांत वावरलेलो आहे. व्हेनिसमध्ये असताना, फ्लोरिअन हॉटेलमध्ये चहा घेत असताना सभोवार किती माणसे येऊन बसतात, हे पाहण्याचा मला मोठा शोक होता. तसाच फ्रान्समध्ये असताना रस्त्यावरच्या हॉटेलमध्ये बसून जवळून रस्त्यावरची ये-जा करणारी माणसे पाहायचा मला नाद होता. पण या गोष्टी माझ्या वैचारिक जीवनास आवश्यक

नव्हत्या. निसर्ग असा आहे की, काही काळ आपण त्याच्यापासून दूर जरी गेलो तरी एखाद्या प्रेमळ नवऱ्याप्रमाणे माणसाला त्याच्याकडेच पुन्हा गेले पाहिजे.

माझ्या मनात आणखी एक उतारा सारखा घोळत राहिला. तो शेवटचा असा उद्‌धृत करून टाकतो :

‘‘कोणी असे तत्त्वज्ञान सांगेल की, समाजाच्या दृष्टीने चिंतन करीत बसणे म्हणजे अगदी सर्वांत मोठा गुन्हा आहे. पण अगदी अत्युच्च संस्कृतीच्या दृष्टीने माणसाने चिंतन करीत बसणे हेच योग्य आहे.’’

एखाद्या चित्रकाराला सुंदर चित्र काढायची जर स्फूर्ती झाली किंवा एखाद्या संगीतज्ञाला सुरांचा मेळ घालून श्रवणमधुर चीज निर्माण करायची असेल तर त्याने दारे लावून एका खोलीत एकटे बसावे व आपले काम झाल्याखेरीज बाहेर येऊ नये.

अशा वेळी त्या कल्पक कलावंताला आपल्या कलेतील असामान्य अशी चीज निर्माण करायची असेल तर त्याने ती तयार करीत असताना दुसऱ्या कोणाला तेथे उभे राहू देऊ नये व त्यानेही आपली जागा सोडून बाहेर जाऊ नये. पूजा करायच्या वेळी देवळात जसे आपण शुचिर्भूतपणे वागतो, तसेच कलानिर्मितीच्या वेळी सुद्धा कलावंताने शुचिर्भूतता, पावित्र्य पाळले पाहिजे. निवांत एकांतात त्याला कल्पना सुचतील. स्फूर्ती जागृत होईल. जनसंमर्दात तिचा कोंडमारा होतो. कल्पना जागच्या जागीच विरतात. प्रतिभेचा उदय पवित्र, कलात्मक वातावरणात, जेथे जनांचा पायरव होत नाही, अशा परिसरात होतो. कारण कलावंताला आपल्या कल्पना मूर्त करताना फार चिकित्सा करावी लागते. या स्थूल जगतातील साहित्याचा, दुःखाचा अगदी कमीत कमी आधार घ्यावा लागतो. बाकीच्या सगळ्या कल्पना, सारी दृश्ये सूक्ष्म जगतातील असून ती त्यास पार्थिव सृष्टीत आणावी लागतात. सर्वसाधारण लोकांना हे सगळे चमत्कारिक व विलक्षण वाटेल पण असामान्य कृती निर्माण करावयाला कलावंताला ही सारी पथ्ये पाळायला लागतात. अध्यात्मसाधना ज्याला करावयाची आहे, तो जसा एकांतवास सेवन करतो, तद्वत कलावंतानेही एकांतवास सेवन करावा. कलावंतही एक साधकच होय. साधकाचे अधिदैवत जरी निर्गुण असले तरी ते दैवत मूर्त झाल्यावर सगुणच होते.

मला स्वप्नात आदेश मिळाला की, तू हिमालयात जा व तेथे एकांतात, निःस्तब्ध वातावरणात चिंतन कर. त्याच्याही पाठीमागे नियतीचा काहीतरी हेतू असेलच. मी काय करावे, हे माझ्या आत्म्यापेक्षा व परमात्म्यापेक्षा लोकांना जास्त कळते काय? नाही. मी स्वतःशी प्रतारणा करणार नाही व उगाच इतरांची निरर्थक नक्कल करणार नाही. बाईसाहेब, तुम्ही व मी भिऊन जाऊन सामान्य लोकांसारखे वागू नये. त्यांच्यासारख्या

चुका करू नयेत तर अंतरात्म्याच्या संदेशाबरहुकूम आचरण करावे. भिण्याचे काही कारण नाही. आपले यत्किंचितही नुकसान होणार नाही. नियती आपली काळजी घेईल. तिच्याविषयी आपण पूर्ण विश्वास बाळगला पाहिजे. नुकसान व्हायचेच नाही. जरी झाले तरी ते थोडाच काळ असेल व ते सुद्धा पुढे चक्रवाढव्याजाने भरून येईल. अदृश्य असे जे 'सत्य' आहे, त्याचा अंमल अगदी काटेतोल असतो. त्यावर आपण विश्वास ठेवावा; आपण फसणार नाही.

मी हा जो निर्णय घेतला, त्याचे आणखी एक कारण आहे. काही वर्षांपूर्वी असाच एकदा मी ध्यान लावून बसलो होतो. ध्यान फार छान लागले आणि त्यात मला एक संदेश मिळाला. संदेश काहीएक काम करण्याबाबत होता. संदेश चार सिद्धयोग्यांकडून मिळाला होता. पृथ्वीवरील मानवप्राण्याचे पारलौकिक कल्याण साधून देण्याचे कार्य हे सिद्धयोगी करीत असतात. हे सिद्धयोगी दुसऱ्याच एका ग्रहावरचे रहिवासी अंतरिक्षातून येऊन पृथ्वीच्या अगदी जवळ आले व मला संदेश देऊन गेले.

त्या संदेशाचे मी पालन करीत आहे. त्याप्रमाणे मी भ्रमंती सुरू केलेली आहे. ते सिद्धयोगी जसे मला हलायला सांगतात त्याप्रमाणे मी स्थाने बदलीत राहतो. लोक मला काय म्हणतील, याची मी पर्वा करीत नाही. कीर्ती, प्रतिष्ठा यांचे मला आकर्षण नाही. मला त्यांची जरुरी नाही. फार पैसा मला नको. साधारण व्यवस्थितपणे राहता आले म्हणजे झाले. तसेच प्रवासखर्च भागला म्हणजे झाले. ऐहिक सुखांचा एखादा डोस मी मधूनमधून घेतो. हे कार्य मी अंगीकारले; पण त्याचा सार्वजनिक भाग पुरा करण्याचे काम नाकारले. इतरांनी ते करावे व लोकांकडून शाबासकी घ्यावी. या कामाची मूलभूत बैठक सिद्ध करण्याचे काम शांततेत व गुप्तपणे करणे माझ्या स्वभावाला पसंत पडते. साहित्यसेवा हा गौण विषय आहे. परमेश्वर माझ्या पाठीशी आहे अशी माझी भावना आहे. मग इतरांच्या मदतीची काय जरूर?

या महिलेने, माझ्या बाबतीत जो परिच्छेद लागू करून, त्यावर खूण केली आहे, अशा तऱ्हेची खूण दुसऱ्या कोणी केली असती तर माझ्या भावना दुखावल्या असत्या. पण ही महिला माझी मैत्रीण असल्यामुळे तिने संकोच बाळगला नाही. सैन्यातील एका कर्नलची ती बायको आहे. आता ती विधवा व वयस्क आहे. माझे खासगी व्यवहार तिला माहीत आहेत व माझ्या व्यवहारात ती आपुलकीने मला मदत करते. तेव्हा तिच्या सूचनांचा मी विचार करतो. त्याबद्दल राग मानत नाही. कधी कधी तिच्या सूचनांचे मला हसू येते, कारण ती प्रेमाने लिहीत असते, तिरस्काराने नव्हे.

* * *

'सुज्ञता' या शब्दाची काय विचित्रशी व्याख्या लोक करतात, हे पाहण्यासारखे आहे. काही महिन्यांपूर्वी एका विश्वविद्यालयात माझे व्याख्यान झाले. सुमारे १६० मैल अंतरावरचे ते ठिकाण होते. ज्या विषयात मला गोडी आहे, त्या विषयाबद्दल बोलल्याशिवाय मला कसे राहावणार! अर्थात विद्यार्थ्यांनी आपला जो मुख्य गाभा म्हणजे अभ्यास तिकडे लक्ष पुरविले पाहिजे हे मी त्यांना सांगितलेच. माझ्या व्याख्यानाचा विषय 'स्फूर्तीचे, प्रतिभेचे तत्त्वज्ञान' असा होता. लेखन, कला, व्यवसाय, संशोधन, जीवन व धार्मिक संस्कार अशा अनेक क्षेत्रांत काम करावयास माणसाला स्फूर्तीची गरज असते व ज्या कामात मेहनतीला स्फूर्तीची जोड लाभते, ते काम उत्कृष्ट होते, असे मी विद्यार्थ्यांना सांगितले. अभ्यासाबाबतही मी त्यांना एक-दोन व्यावहारिक सूचना दिल्या. पुढे ध्येय काय ठेवावे, याविषयीही मार्गदर्शन केले.

या माझ्या व्याख्यानाचा वर्तमानपत्रात अहवाल आला. त्यानंतर आणखी एका विश्वविद्यालयातील मंडळींचे शिष्टमंडळ मला भेटावयास आले. आमच्याकडेही असेच एक व्याख्यान द्या, म्हणून त्यांनी मला विनंती केली. आता या मंडळींच्या गावी जायचे म्हणजे आणखीन दूरवरचा प्रवास. मला सार्वजनिक सभांत भाषणे करणे आवडत नाही. म्हणून व्याख्यानाची आमंत्रणे मी नाकारतो. या मंडळींना मी उत्तर दिले, 'तुमचे रीतसर आमंत्रण येऊ द्या.' पुढे त्यांच्या विश्वविद्यालयाच्या ॲकॅडमिक कौन्सिलची सभा झाली. मला भेटावयास आलेल्या मंडळातील प्राध्यापकांनी मला बोलावण्याच्या ठरावाला पाठिंबा दिला. पण कौन्सिलच्या मुख्याने आपले वजन खर्च केले व ठराव फेटाळून लावला. तेव्हा अर्थात त्यांचे आमंत्रण मला आले नाही.

हा जो माझ्या व्याख्यानाला विरोध झाला, त्याचे कारणही जरा चमत्कारिक होते. ज्याने मला विरोध केला तो युरोपियन, अगदी इंग्लिशमन होता. त्याचा विरोध एवढाच होता की, 'जो गोरा मनुष्य स्थानिकांमध्ये मिसळतो, त्यांच्यात वावरतो व योगीलोकांत, त्यांच्या आश्रमात प्रामुख्याने आपला काळ घालवितो तो वेडाच असला पाहिजे.'

जर शहरातून खेड्यात जाणे, काम सोडून देऊन विश्रांती घेणे, ती सुद्धा मधूनमधून व थोडा वेळ, हे 'वेडेपणा'चे लक्षण असेल तर मी वेडेच राहावे असे मला वाटते. शहाणे होण्याची काही जरुरी नाही. जर आध्यात्मिक सत्याचा शोध घेत राहणे किंवा ध्यानस्थ बसणे 'डोके फिरल्याचे' लक्षण असेल, तर परमेश्वराने माझे डोके कधी दुरुस्तच करू नये, अशी मी त्याला प्रार्थना करीन. या दीडशहाण्या व कोत्या मनाच्या प्राचार्याला अशांत अशा जगात मन:शांतीचा शोध घेणे जर वेडेपणाचे वाटत असेल, तर त्याने मला खुशाल वेडे समजावे. या आधुनिक जीवनात मनुष्याचे मन भीतीने व

धसक्याने सारखे संत्रस्त होत असते. त्यात बाह्य जीवनाचा विसर पाडून अंतरंगामध्ये शांतीचा शोध घेणे व आत्म्याची ओळख करून घेणे हेच माझ्या दृष्टीने शहाणपणाचे, सुज्ञतेचे लक्षण आहे.

आता माझे हे विरोधक दर रविवारी चर्चमध्ये भक्तिभावपूर्वक जात असतील. पण येशू ख्रिस्ताबरोबर क्रुसापर्यंत जायला ते तयार होतील काय? येशू ख्रिस्ताने जे काही सांगितले ते पूर्ण अर्थ लक्षात घेऊन सांगितले, यावर त्यांनी कधी विचार केला आहे काय? चर्चमधील दर रविवारच्या जत्रेला जी गर्दी होते, त्यांपैकी पुष्कळशा ख्रिस्ती लोकांपेक्षा हिंदू म्हणून जन्मास आलेला एक महात्मा ख्रिस्ताची शिकवण पाळीत असतो, ही गोष्ट त्यांना कधी पटेल काय? स्वर्गातील राज्य पृथ्वीवर आणू म्हणून येशूने लोकांपुढे ध्येय ठेवले. ते आजच्या किती ख्रिस्ती लोकांना कळते? त्या राज्यांमध्ये शरीराचा वर्ण पिंगट असला तरी प्रवेश करायला आडकाठी येत नाही, ही गोष्ट या विरोधकांच्या कधी ध्यानात येईल काय?

व्यासपीठावर उभे राहून बोलायला सुरुवात करण्यापूर्वी प्रत्येक उपदेशकाला उमेदवारी करावी लागते, प्राध्यापकांच्या हाताखाली नव्हे तर जीवनाच्या छत्राखाली. मी त्या विरोधकाला आपले 'सर्मन' झोडायला लागण्यापूर्वी एक तरुण उमेदवार म्हणून गोरगरिबांबरोबर राहावयास लावीन. त्याला मी निर्जन गिरिकंदरात व दुर्गम अरण्यात पुस्तकांखेरीज व एकटा असा त्या एकांतात राहावयास लावून त्याला आत्मशोधन करावयास लावीन. एकतर परमेश्वर भेटेपर्यंत किंवा ह्या अध्यात्मात न पडण्याचा त्याने निश्चय करीपर्यंत त्याला तेथे बसवून ठेवीन. इतर लोकांना धर्माविषयी उपदेश करावयाचे त्याला बंद करावयास लावून प्रथम त्याला आत्मशोधन करावयास लावीन. स्वत:चीच जागृती करावयास लावीन. इतका त्याला तयार केल्यावर मग जी प्रवचने तो इतरांच्यापुढे देऊ लागेल, ती जरा वेगळी असतील. चर्चमध्ये जी माणसे साधारणपणे येतात किंवा बिशप लोक जशी ती 'सर्मने' देतात, तशी याची 'सर्मने' असणार नाहीत. याची 'सर्मने' कळकळीची असतील. स्वानुभवावर आधारलेली असतील. ज्याला ईश्वर म्हणजे काय, याची कल्पना नाही त्याला, तो कसा आहे, हे समजावून देण्याचे धाष्टर्य जो कोणी उपदेशक करतो, त्याच्या श्वासाश्वासात स्वानुभवाची जी प्रचीती दिसून येईल, तशी प्रचीती त्याच्या शब्दाशब्दांत उमटू लागेल. ही कसोटी मी प्रत्येक उपदेशकाला लावीन. मग तो ख्रिस्ती पाद्री असो की बौद्ध भिक्षू असो किंवा भगवान श्रीकृष्णाच्या किंवा अन्य अवतारी पुरुषाच्या नावाने आपल्या श्रोतृजनाला उपदेश करणारा हिंदू साधू असो.

कोणत्याही धर्मपंथाला मी आपली निष्ठा अर्पिली नाही, हे माझे मोठे भाग्यच

समजतो मी! कोणी असा एखादा भेटतो व मला विचारतो, तेव्हा त्याला बेचैन करून टाकणारे असेच काही उत्तर मी देतो व मग तो पुढे काही विचारीत बसत नाही.

कोणत्याही धर्मात, कोणत्याही तत्त्वज्ञानात माझ्या आत्म्याच्या जहाजाला नांगरून ठेवण्यास आधार मिळत नाही. चित्स्वरूपी परमात्म्यावर माझा विश्वास आहे व ते तर सर्वव्यापी आहे. जेथे त्याचा कानोसा घ्यावा, तेथे त्याच्या अस्तित्वाचा पडसाद उठतो.

आम्ही येशू ख्रिस्ताचे अनुयायी आहोत असे उघडपणे सांगतात पण त्यांच्या शिकवणुकीचा ज्यांना कधी अर्थ कळला नाही, किंवा ज्याच्या आज्ञा ते कधी पाळत नाहीत, अशा पुरोहितांना त्यांच्या किंवा इतर कोणत्याही ठोकबंद, साचेबंद विचारांचा नाही, अशाची आगंतुकी आवडत नाही. पण ज्या मनुष्याची आंतरिक दृष्टी तो स्वत: व इतर लोक यांच्यामध्ये अडसर ठेवते किंवा तो स्वत: व इतर धर्मपंथ यांच्यामध्येही भेद किंवा अंतर दर्शविते, तो स्वतंत्रपणे विचार करावयास मोकळा राहतो. त्याने धैर्याने आपल्यासभोवार असलेल्या रूढ धर्मांच्या, पंथांच्या जरा बाजूलाच उभे राहावे व स्वतंत्रपणे विचार करावयास लागून कोणाच्या रागालोभाची पर्वा न करण्यास शिकावे. म्हणजे मग त्याच्या आचरणामुळे नियतीच त्याला परममुक्तावस्था प्राप्त करून देईल. मग इतर लोक एकमेकांवर मनातून किंवा शब्दांतून द्वेषभावनेने शिव्याशाप देत राहोत; मानवप्राणी वर्णभेदावरून एकमेकांशी भांडोत; निरनिराळे धर्मपंथ क्षुल्लक कारणावरून एकमेकांच्या उखाळ्यापाखाळ्या काढीत राहोत; त्या स्थितप्रज्ञाला त्यांचा विधिनिषेध राहणार नाही. त्याला असे वाटेल की, दुसऱ्या कोणत्यातरी ग्रहावरून तो या भूगोलावर निरीक्षक म्हणून अवतरलेला आहे.

अशा स्थितप्रज्ञाला दुसरा कोणी समकालीन नसतो व त्याला तशी गरजही वाटत नाही. सनातनी, पुराणमतवादी लोकांना त्याचे स्वतंत्र विचार आवडत नाहीत आणि सुधारक लोक त्याला भोळसट म्हणतात. पण त्याची त्याला पर्वा नसते. सत्य जे निरंतर शांत व गंभीर असते, ते कालातीत असते. त्या सत्याला कशाचीही बाधा होत नाही. ते सत्य आज ना उद्या एकदम किंवा हळूहळू प्रकट झाल्याखेरीज राहणार नाही.

माझी ही अशी अलिप्त, संगरहित मनोवृत्ती असल्याने सर्व धर्मांतले लोक माझे मित्र होतात. तसेच शत्रूही होतात. मी या सर्वांपासून तसा अलिप्त राहतो. कारण माझे निजधाम कोठे आहे, हे मला पक्के ठाऊक आहे.

त्या अवगुंठित सूर्यनारायणाचे पवित्र किरण सर्वत्र पसरतात. त्यांच्यामध्ये व माझ्यामध्ये कोणतीही मतप्रणाली अडसर टाकू शकत नाही.

भविष्यकाळात काय होणार आहे? स्फिंक्स राक्षसीच्या गूढ वक्तव्याचा अर्थ समजून देण्याच्या कामावर नियतीने माझी योजना केलेली आहे, जणू शापच तो. कामही असे आहे की, भविष्य आपल्याजवळ ठेवण्यात मजा आहे. पण या संशयग्रस्त लोकांत जर ते प्रकट केले, तर ते कोणास आवडणार नाही.

या ठिकाणी माझा मुक्काम थोडाच काळ आहे व काही कालावधीने तो करुणाघन परमेश्वर मला येथून माझ्या निजधामापर्यंत पोहोचवणार आहे. हे निजधाम म्हणजे कोणतीतरी तारका असावी. त्या तारकेचा हरित-धवल प्रकाश मी वर रात्री आकाशात शोधीत राहतो. त्या मूलधामाची मला कितीकिती ओढ असते. हा शोध घेताना मला किती आनंद वाटतो. आनंद पण सुप्त आनंद, तो कोणाला माझ्या मुद्रेवरून दिसून येणार नाही.

ही मुंबईतील महिला, भले होवो तिचे. माझ्या या उद्योगाला नावे ठेवीत आहे. गूढ व अवगुंठित रहस्याचा शोध घेण्याचा हा माझा नाद तिला पसंत नाही पण तिने नकळत एक मोठी मदत मला केली. मी जेव्हा या प्रवासाला निघालो, तेव्हा माझ्याजवळ एकही पुस्तक नव्हते. पण तिने घाईघाईने एक पुस्तक माझ्या सामानात टाकले. ते म्हणजे बायबल. येशू ख्रिस्ताचे नाव घेतल्याबरोबर माझ्या कानात काही गूढ संवेदना उत्पन्न होतात. आता हे पुस्तक मी समग्र वाचणार. आता बायबलचे हे अधिकृत प्रकाशन सर्वस्वी सत्याला धरून आहे, असे मी कधीच मानले नाही किंवा त्यात ख्रिस्ताची जीवनकथा व त्याची शिकवण सगळीच्या सगळी दिली आहे, हेही मला कबूल नाही. पुष्कळशा महत्त्वाच्या गोष्टी संग्राहकांनी गाळून टाकल्या आहेत व जे छापले आहे, त्याचे भाषांतर सुद्धा बरोबर वठलेले नाही. शिवाय, येशूच्या जीवनाचा अठरा वर्षांचा वृत्तांत बारा ते तीस वयापर्यंतचा - कोणासही माहीत नाही. खऱ्या हकिकती सुद्धा अगदी बिनचूक अशाही सांगितल्या गेलेल्या नाहीत तरीपण इतक्या उणिवा असूनही, मी मोठ्या प्रेमाने बायबल हातात धरतो. हे पुस्तक तिने मला भेट म्हणून दिले आहे तेव्हा ते मी काळजीपूर्वक जतन करून ठेवणार आहे.

त्या बाईला मी असे सांगतो की, जीवन म्हणजे काय, हे समजून घेण्याचा आपण प्रयत्न केला पाहिजे. नुसते वरवर पाहून उपयोग नाही. येशूला जीवनाचा अर्थ कळला होता. जीवनात जे प्रसंग घडून येतात, त्यावरून जीवनाचा मूलभूत पाया जो काही आहे, त्याचा पत्ता लागत नाही. आंतरिक शांतीचा शोध न घेता तो नुसती इतरांची नक्कल करून जीवन जगतो, तो स्वत:चेच नुकसान करून घेतो.

पुष्कळ तत्त्ववेत्त्यांची व उपदेशकांची शिकवणूक जग विसरून गेले पण येशूचे शब्द

तसे विसरले गेलेले नाहीत. का? कारण उघड आहे. येशू स्वानुभवाचे बोल बोलत होता. ते बोल त्यांच्या अंतरात्म्यातून तोंडावाटे बाहेर उमटत होते. बाकीचे उपदेशक नुसते आपले पांडित्यच लोकांपुढे दाखवीत. येशूचे शब्द त्याच्या वेळच्या लोकांना उद्देशून होते पण त्यांची सत्यता ही पुढच्या पिढ्यांनासुद्धा अनुलक्षून आहे. बाकीच्या उपदेशकांचे शब्द त्यांच्या हयातीपर्यंतच टिकले. पुढे लोक ते विसरून गेले. ते बोलत पण जपून बोलत. त्यांना लोकमताची भीती वाटे व प्राप्तीकडे त्यांचे लक्ष असे. त्यांचे म्हणणे असे की, ''माणसाला जगायचे आहे, त्याला खावयाला भाकरी पाहिजे. नुसते तेजाकडे किंवा प्रकाशाकडे पाहून त्याचे पोट भरणार नाही.'' गरीब बिचारे! त्यांना काय माहीत की, ज्यांना तेजाचे किंवा प्रकाशाचे दर्शन होते, त्यांच्या पोटापाण्याचीही व्यवस्था परमेश्वर करतोच. मुक्या प्राण्यांच्या पोटापाण्याची जेथे व्यवस्था होते, तेथे शहाण्यासुरत्या माणसांची कशी नाही होणार? परमेश्वर असा दुबळा नाही की, तो आपल्या प्रजेला हवेवर सोडून देईल. सॉक्रेटिसचे भाषण अजून लोक विसरले नाहीत. त्याने सुद्धा भाकरीची कधी काळजी केली नाही... कोणत्याही माणसांच्या शब्दांची किंमत त्यांच्या आध्यात्मिक विशिष्ट गुरुत्वावर अवलंबून असते.

माझ्या माहितीप्रमाणे देवासमान असणाऱ्या येशूचे उद्‌गार फार संस्मरणीय आहेत. त्या उद्‌गारांच्या अर्थावर टीकाकार व वेदांती वाटेल ती टीका करोत, अर्थ काढोत, परंतु साध्या निरागस मनुष्याला त्याच्या उद्‌गारांचा अर्थ समजून घ्यायला काही अडचण पडायची नाही. कारण त्यांचा अर्थ अगदी उघड आहे. येशू काही वेदांती नव्हता. बायबलमध्ये (नव्या करारात/ न्यू टेस्टॅमेंट) असे काही नाही की, जे दुर्बोध किंवा मोघम आहे.

मागे जशी पॅलेस्टाईनमध्ये आली होती तशीच वेळ आजही आली आहे. नितांत सत्याचा आविष्कार व्हावा व ते प्रकटपणे बोलले जावे. संदिग्ध, अर्थशून्य अशी नुसती बडबड नको.

* * *

पण दुर्दैवाची गोष्ट अशी आहे की, आध्यात्मिक विषयावर आम्हाला काही बोलता येत नाही. आमची वाचा खुंटते.

तसेच 'परत ख्रिस्ती धर्माकडे चला', 'परत हिंदू धर्माकडे चला' अशा ज्या घोषणा आज युरोपात किंवा भारतात ऐकू येतात, त्यातही काही अर्थ नाही. त्या धर्माचा खरेखुरेपणा आजमावण्यात आपण बराच वेळ घालवला. त्या धर्माच्या उपदेशकांना हे जग सोडून जाऊन आज इतकी वर्षे लोटली, पण त्यांच्या उपदेशाचा अर्थ जर आम्हाला

अजून कळला नाही, तर तो पुढेही कळणार नाही. आपण आपली फसवणूक करून घेऊ नये. पुन: भूतकाळात जाण्यात अर्थ नाही. प्रत्येक धर्मात जी मूळची शिकवण असते, तीच मुख्य शिकवण असते. तर तीच आपण नीट समजून घेऊया. नुसते पाठीमागे जाण्यात अर्थ नाही. घड्याळाचे काटे मागे फिरवता येत नाहीत. भूतकाळाची काळजी भूतकाळालाच घेऊ द्या. 'मृतांनी आपले स्वत:चे दफन करून घ्यावे' असे जे येशूने उद्‌गार काढले, त्यांचा अर्थ हाच आहे. ''आपण जिवंतकाळात राहिले पाहिजे. त्याच्याशी आपल्याला कर्तव्य आहे; भूतकाळाशी नव्हे.'' जगाचा उद्धार करण्याकरिता परमेश्वर पुन: अवतार धारण करणार आहे. जुन्या धर्मातला जोर आता संपला आहे. जे ख्रिस्ताचे खरे अनुयायी होते, ते हुतात्मे होते. त्यांना सिंहापुढे फेकले जात होते, त्यांची क्रूर हत्या होत होती.

तेव्हा सत्याचा आपण अर्थ समजून घेऊया. त्यावरील साचेबंद मतांची पुटे काढून टाकून त्याचे खरे स्वरूप ध्यानात घेऊया.

पूर्वीच्या काळातले चमत्कार आता फिरून होत नाहीत. आता नवीन जगाला आपले चमत्कार करून दाखवायला अवसर द्या. स्फूर्ती काही भूतकाळापासूनच घ्यावी लागते असे नाही.

ब्लेक नावाचा एक संत अध्यात्मात प्रगत होता. त्याला वाटे की, येशू ख्रिस्त पुन: अवतार घेणार; त्याप्रमाणे पुन: तो या भूलोकात अवतरला आणि समजा कॅम्डेन टाऊनमध्ये आला तर त्याला कोणी ओळखणार नाही.

त्याचे कारण सरळ आहे. कारण आमच्या या खोट्या शिक्षणामुळे आमची अशी समजूत करून दिली आहे की, स्वर्गातून देवदूत पृथ्वीवर उतरायचा म्हणजे तो रथातून उतरणार. त्या रथाचे घोडे म्हणजे अगदी तेजस्वी व वेगवान आणि त्यातून उतरणारी व्यक्ती म्हणजे स्वप्नात दिसते तशी तेजस्वी पण अंधुकशी. पण येशू हा जर पुन: उतरला तर तो अगदी सामान्य माणसाप्रमाणे उतरणार. रस्त्यावरून चालत जाणार. त्याच्या चेहऱ्यावर असामान्य असे काही चिन्ह दिसणार नाही. अगदी साधारण मोहल्ल्यातून, साध्या रस्त्यावरून चालत जाणाऱ्या सर्वसाधारण सुतारासारखा दिसणार.

ज्या वेळी येशू पृथ्वीवर अवतरला व लोकांमध्ये मिसळून जमावापुढे उपदेश करू लागला – त्या जमावात कितीएक दाढीदीक्षित फॅरीसीज असत – तेव्हा ते त्याच्याकडे तिरस्काराने पाहात व आपसात पुटपुटत, ''हा वेडा आहे.'' पण आजचे लोक येशूस त्यांच्याप्रमाणे वेडे समजणार नाहीत. त्या दाढीदीक्षित फॅरीसीजनी पुढे जेव्हा पाहिले की तो बोलतो त्याप्रमाणे वागतो आहे व देवळात सराफी धंदा करणाऱ्या सावकारांना

हाकून लावतो आहे, तेव्हा ते त्याची दखल घेऊ लागले. त्यानंतर जेव्हा त्यांनी पाहिले की, आपली प्रतिष्ठा धोक्यात आली आहे व बहुजनसमाजावरचे आपले वजन कमी होऊ लागले आहे, तेव्हा त्यांना येशूबद्दल जरा गंभीरपणे विचार करावा लागला. मग त्याला नाहीसे करून टाकावे, असे त्यांनी ठरविले. त्यांना येशूची भीती वाटू लागली. कारण त्याच्या उपदेशाने लोक अगदी मंत्रमूढ झाले होते. भ्रम आणि मोह यांच्या दीर्घ निद्रेतून उठावयास ते तयार नव्हते. त्यांना भ्रमनिरासाचे भय वाटत होते. तत्त्वापेक्षा पूर्वग्रह व सत्यापेक्षा अहंकार यांस ते जास्त किंमत देत होते. ते परमेश्वराला गुंडाळून ठेवावयास तयार होते, कारण त्याच्यावर ते विसंबून राहिल्याने त्यांचे नुकसान होत होते. काय दुष्ट, मूर्ख लोक! त्यांचे काहीएक नुकसान होणार नव्हते. झाला तर फायदाच होणार होता.

केवढी खेदाची गोष्ट आहे! येशूने स्वत:च्याच अनुभवाने सांगितले, ''प्रेषित ज्या भूमीत जन्मास येतो, तेथे त्यास कोणी किंमत देत नाही.''

म्हणून तो ज्यूडा सोडून देऊन परत गॅलीलीत गेला व तिकडे जाताना त्याला समारीयामधून जावे लागले... आता जेकबची बावडी वाटेवरच होती. प्रवासश्रमाने थकूनभागून गेल्यामुळे तो त्या विहिरीवर जरा बसला. त्या विहिरीवर पाणी भरावयास एक बाई आली. येशू तिला म्हणाला, ''बाई, जरा प्यायला पाणी दे.'' तेव्हा ती बाई रागाने उसळून म्हणाली, ''लाज नाही वाटत तुला माझ्याकडे पाणी मागायला. तू यहुदी, मी समारीयामधली. यहुदी व समारियन्समधून विस्तवही जात नाही.'' पण येशू शांतपणे त्या बाईला म्हणाला, ''बाई, पाणी परमेश्वराने निर्माण केले व ते जो तुला मागत आहे त्यास तू ओळखलेस तर तू पाणी दिल्याशिवाय राहणार नाहीस. तू जर परमेश्वराकडे पाणी मागितलेस तर तो तुला ताजे, मधुर पाणी देईलच.'' तेव्हा ती बाई म्हणाली, ''बरे, पण तुझ्याकडे पाणी काढायला पोहरा कुठे आहे? आणि विहीर किती खोल आहे! मग तुला मी ताजे पाणी कसे काढून देऊ?'' ते ऐकून येशू म्हणाला, ''जो या विहिरीचे पाणी पिईल, त्यास पुन: तहान लागेल. पण मी दिलेले पाणी जो पिईल त्यास पुन: तहान लागणार नाही. पण मी जे पाणी प्यायला देईन, ते पाणी जरा वेगळ्या विहिरीतील असेल. ती विहीर म्हणजे जीवनाचा अखंड झरा.''

तेव्हा ती बाई जरा चपापली व येशूला म्हणाली, ''बाबा, तू तर एखाद्या मसीहाप्रमाणे बोलतोहेस.''

त्यावर येशू म्हणाला, ''बाई, माझ्यावर विश्वास ठेव, प्रेषिताची वाणी खरी ठरायची वेळ येऊन ठेपली आहे. नव्हे, आलीच आहे. कारण परमेश्वराची पूजा करणारे

आता त्याच्या निर्गुण स्वरूपाची व सत्याची पूजा करू लागतील. कारण परमेश्वराला तशीच पूजा आवडते. परमेश्वर निर्गुण आहे. तो एक तत्त्व आहे. आणि ज्यांना त्याची पूजा करावयाची असेल, त्यांनी या तत्त्वाची व सत्याची पूजा करावयास हवी.''

'मी आलो, मी पाहिले, मी जिंकले' हे ज्यूलियस सीझरचे शब्द येशूला लागू करता येणार नाहीत. त्याने अंत:करणे जिंकली, पण फार थोड्या लोकांची. यहुद्यांपैकी बहुसंख्य लोकांवर त्याच्या शिकवणुकीचा काहीही परिणाम झाला नाही, ही वस्तुस्थिती आहे. तो त्या लोकांत जसा गाजावाजा न करता आला, तसाच लोकांच्या विशेष लक्षात न येण्यासारखाच तो लोकांतून उठून गेला. आता त्याच्या निर्याणाचे इतिहासकार व धर्मशास्त्री वाटेल तितके स्तोम माजवोत, पण त्याच्या निर्याणाच्या वेळी कोणी काही अक्षरसुद्धा लिहून ठेवलेले नाही.

तरी पण :

तेवढ्यात त्याच्या काही शिष्यांनी जवळ येऊन त्यास विनविले, ''गुरो, काही तरी खा.''

पण तो त्यांना म्हणाला, ''माझे खाणे वेगळे आहे. ते तुम्हाला माहीत नाही.''

त्यावर शिष्य एकमेकांना विचारू लागले, ''कोणी गुरूकरिता खाण्यासाठी काही आणले आहे काय?''

तेव्हा येशू त्यांना म्हणाला, ''माझे भक्ष्य म्हणजे ज्याने मला येथे पाठविले त्याची इच्छा पूर्ण करणे व त्याने सांगितलेले काम पुरे करणे.''

येशू ख्रिस्ताचे पुनरुत्थान झाले ही गोष्ट नास्तिक लोकांना कबूल करणे कठीण वाटते. पण बुद्धिवंत गूढवादी याच्याही पलीकडे जातात. त्यांच्या मते सारे बायबल नुसत्या रूपक गोष्टींनी भरलेले आहे व सारे धर्मोपदेशक मानवी आत्म्याचे केवळ प्रतीक होत. माझ्या मते, ही नास्तिक व बुद्धिवादी मंडळी नुसता तर्कच करीत बसतात. विचार मुळी करीतच नाहीत. ज्यांनी आत्मशोधन करून हृदयस्थ परमात्म्यास शोधून काढले आहे, असे महात्मे निपजू शकत नाहीत काय? आणि असे महात्मे निपजले असतील तर त्यांच्या हकिकती, गोष्टी का लिहू नयेत? काही थोड्या चुकीच्या असतील. येशू ख्रिस्त, भगवान कृष्ण, गौतम बुद्ध, ऑसिरिस हे सर्व गूढवादी होते. महंमद पैगंबर अगदी अलीकडचा, पण तोही गूढवादी. त्याच्याही जीवनाभोवती कथा जमू लागल्या पण त्याचे अस्तित्व व त्याची शिकवण कोणी नाकारीत नाही. पण खरी अडचण अशी आहे की, त्यांच्या पवित्र जीवनाच्या ऐतिहासिक वृत्तांताभोवती

भाकडकथांचे, अनुमानांचे रान माजलेले आहे.

येशू ख्रिस्ताचा विलक्षण गुण म्हणजे दुसऱ्यास आपला अनुयायी ताबडतोब करून टाकायचा. गॅलिलीच्या समुद्राच्या किनाऱ्याकिनाऱ्याने तो जाऊ लागला. त्यात दोन कोळी आढळले. मासे काढण्याचा आपला नित्याचा उद्योग ते करीत होते. त्यांच्याशी तो काही थोडे शब्द बोलला व ताबडतोब त्याने त्यांची मने बदलून टाकली. माणसांमध्ये आपले जाळे, पण निराळ्या प्रकारे टाकावयाचे त्याने त्यांस शिकविले. एका कुंभाराचा मुलगा आपल्या बापाची गाढवे कुठे चुकली होती ती शोधावयास जात होता. त्याला वाटेत येशू ख्रिस्ताचे दर्शन झाले. बस, एकदम त्याच्या मनाचे परिवर्तन झाले. आता एक नव्या शोधार्थ तो बाहेर पडला... सॉल दमास्कसला चालला होता. वाटेत त्याला येशू भेटला, पण अदृश्य स्वरूपात. त्या अदृश्य मूर्तीपुढे त्याने लोटांगण घातले...

पण मतपरिवर्तनाचे येशूचे हे सामर्थ्य म्हणजे काही चमत्कार नव्हता किंवा ते सामर्थ्य सगळ्यांपुढे चाले असाही प्रकार नव्हता. कारण तो फॅरिसीस मंडळींचे मतपरिवर्तन करू शकला नाही. अजूनही त्यांच्या मतात काही फरक आला नाही. असे हट्टी, दुराग्रही, दीडशहाणे सर्व काळात व सर्व ठिकाणी जन्मास आलेले आहेत. नुसत्या यहुदी लोकांतच नव्हे तर सर्वच समाजात असे लोक आढळून येतात.

पण येशू आपल्या स्वतःच्या अनुयायांचे मतपरिवर्तन करू शकला. त्याचे तेवढेच कार्य होते. त्यांच्याकरिताच, आपल्या लेकरांकरिताच तो जन्मास आला होता. अवतारी महात्मा एवढेच करू शकतो. ज्या कार्याकरिता तो अवतार घेतो, तेवढेच कार्य करून तो जातो. परमेश्वराने काय किमया केली आहे. प्रत्येकाला विचारस्वातंत्र्य दिले आहे. कोणाच्याही विचारस्वातंत्र्यावर किंवा इच्छेवर दुसरा कोणीही दडपण आणू शकणार नाही. आपल्याला अंतर्मुख व्हायला पाहिजे हे खरे, पण ते स्वेच्छेने, अंतर्यामातल्या ऊर्मीने. दुसऱ्याच्या दडपणाने किंवा मध्यस्थीने नव्हे.

परमेश्वर अशा साधकांना आपल्याकडे ओढून घेतो की, जे त्याच्याकडेच लक्ष लावून असतात. जे जाणीव पूर्ण ठेवून मनाने किंवा अजाणतेपणाने परमेश्वरप्राप्तीची इच्छा धरून असतात. येशू ख्रिस्ताच्या वेळी सुद्धा तसाच प्रकार होता. महात्म्यांना हे माहीत असते. त्यांना माहीत असते की, द्राक्षे द्राक्षवेलींवरच सापडतात, काट्याकुट्यात नव्हे.

९

पर्जन्यकाल येण्यापूर्वीचे वादळ - माझ्या भेटीस पशूही येतात - कपड्यांचा प्रश्न

अजून पावसाळ्याला अवकाश होता. पावसाळ्याच्या अगोदर येणारी वादळी हवा सुरू होण्यासही तसे काही कारण नव्हते. पण तशी हवा आज एकदम, अचानकपणे पडू लागली. सध्या तरी हिमालयावरील वातावरण चमत्कारिक होऊ लागले होते. दररोज हवेत वेगवेगळे बदल, काही अनुकूल, काही प्रतिकूल. जवळच क्षितिजाच्या कडेवर हे बदल व्हावयास सुरुवात झाली. क्षितिजांची कड उंच आकाशापर्यंत भिडलेली. पर्वतांच्या शिखरांची करवतीच्या दात्यांसारखी ओळ व त्यांवर साचलेले बर्फ. त्यांच्यावर कापसासारखे ढग जमू लागले.

या अशा अचानकपणे पडणाऱ्या पावसाचा एक फायदा होता. तो म्हणजे, आमचा पाण्याचा प्रश्न सुटू लागला. आतापर्यंत आम्ही पाणी अगदी जवळच्या अशा झुळूझुळू वाहणाऱ्या पाण्याच्या

झऱ्यापासून आणीत होतो. तरी हा झरा अर्धाएक मैलाच्या अंतरावर होता. पण आता तो प्रश्न उरला नाही. पितळी हंडा नुसता दरवाजाबाहेर वळचणीखाली ठेवायचा व निसर्गाला आपले काम करू द्यायचे. हळूहळू हंडा भरू लागतो. पाऊस जोराचा असल्यावर हंडा लवकर भरतो. पण पावसाचा तसा नेम नसतो. एकदा कधीतरी येऊन जातो.

रात्री कधीकधी कडाक्याची थंडी पडायची. विशेषेकरून दक्षिणेकडच्या उष्ण हवामानातून येणाऱ्या माणसाला तर ती फार कडक वाटते. दिवस मावळल्यावर ढग शिखरांवर जहाजासारखे तरंगत असत व कधीकधी एकत्र जमून येत. तिबेटकडून येणारे भयाण वारे बर्फाच्छादित शिखरांवरून येत असताना शिट्ट्यांचा आवाज होई. ते वारे माझ्या बंगल्यावर जोराने मारा करीत. कधीकधी काळे काळे धुके हवेत पसरायचे व सभोवारचे काहीएक दिसायचे नाही. बंगला एकटा पडायचा. सभोवार धुक्याची दाट जाळी. पलीकडचे काहीएक दिसायचे नाही.

पण हिमालयावरील वादळाच्या तुलनेत हे म्हणजे काही नाही. हे वादळ किती भयंकर असते हे मला माहीत आहे. जितके भयंकर तितके अफाट व भव्यही. एका आठवड्यात अशी दोन वादळे झाली.

या वादळास संध्याकाळच्या सुमारास सुरुवात होई. तापमान एकदम खाली यायला लागे. मग ते एकसारखे उतरूच लागे. थंडीला आता सुरुवात होणार, म्हणून मी लोकरीचा गरम शर्ट व त्यावर जाड कॉलरीचा स्वेटर घालू लागे आणि दारातून आता वादळ कसे सुरू होणार हे पाहू लागे. आणि मग शिखरांच्या ओळीवर मेघांचा गडगडाट होई व हळूहळू सोसाट्याचा वारा सुरू होई. मग पाण्याच्या थेंबांचा वर्षाव. मधूनमधून गारांचे खडे पडू लागत. असे वाटे की, हे भयानक वादळ पर्वताच्या खाली सुरुंग लावून त्यास उखडून टाकीत आहे. पण हिमालयाच्या खडकात अभ्रक, चुनखडीचा, फरशीचा दगड व काचेचा दगड भरपूर आहे. त्यामुळे निसर्गाने खडकांना उखडून टाकण्याचे कितीही प्रयत्न केले तरी ते प्रयत्न यशस्वी होणार नाहीत हे मला माहीत आहे. पण मेघांच्या गडगडाटापूर्वी होणारा विजांचा चमचमाट तर अपूर्वच. काय शोभायमान व सुंदर दृश्य ते! त्यामुळे मेघांच्या गडगडाटाने निर्माण होणारी भीषणता कमी व्हायची. विजांचा हा चमचमाट म्हणजे काही विद्युत्प्रकाशाची केवळ एक लकेर नव्हे. तो चमचमाट म्हणजे पांढऱ्या स्फटिकाच्या प्रकाशाच्या तेजाचा नुसता कल्लोळ. गोल आकाराचे ते तेजाचे लोळच लोळ सभोवारच्या काळ्याभोर पार्श्वभूमीवर अधिकच तेजस्वीपणे उठून दिसायचे.

सोसाट्याच्या वाऱ्याने माझ्या उंच फर वृक्षांची टोके गदगदत. हा वारा एखाद्या एक्स्प्रेस आगगाडीच्या वेगाने पुढे सरके. त्याबरोबर वृक्षांच्या फांद्या उखडून पडत व इतस्तत: विखरून जात. हे पिसाट वारे खाली मैदानावर कोसळून पडत व झाडांची पाने झाडून टाकीत. पाऊस यायचा तो सुद्धा अगदी मुसळधार. मोठमोठ्या पागोळ्या तासन्तास सारख्या जोरात पडत राहायच्या. या सगळ्या वर्षावाची पूर्तता गारांच्या बेसुमार माऱ्याने व्हायची. एकेक गार म्हणजे खेळातली गोटी. बंगल्याच्या छपरावर हा मारा व्हायचा.

या गारा कधीकधी फार विध्वंस करून टाकीत. त्यांचा आकार कधी-कधी लिंबाच्या आकाराएवढा असे. कधीकधी वादळ संपल्यानंतर माझ्या बंगल्याच्या भोवती मरून पडलेल्या पाखरांचे देह दृष्टीस पडत. त्यावरून पर्वतशिखरांवर काय हाहाकार उडाला असेल, याची कल्पना करता यायची. आणि शेजारीच उंचच उंच असा एखादा देवदार वृक्ष उन्मळून पडलेला दिसायचा. वीज कोसळून त्या वृक्षाचे शतश: तुकडे झालेले असायचे.

आज सकाळी जो मी उठलो, तो मेघांच्या गडगडाटाने. त्या गडगडाटाचे प्रतिध्वनी खालच्या दऱ्यांतून निघत होते. बाहेर वादळाचे थैमान चालू होते. अंधुकसा करडा प्रकाश होता पण सूर्य उगवल्याचे चिन्ह नव्हते. दारातून त्या उदास दृश्याकडे पाहात होतो. समोर दूर अंतरावर देवदार वृक्षांची रांगच्या रांग उभी होती. सीमेवर रखवाली शिपायांची जणू पलटणच. त्या रांगेच्या पलीकडे पांढरे धुके पडलेले होते. त्याचा थर इतका जाड होता की, त्यापलीकडचे काहीसुद्धा दिसून येत नव्हते. दाट अरण्य तर नाहीसेच झाले होते. खडकांच्या व शिखरांच्या हिमाच्छादित खुणा दिसत नव्हत्या. जणू ती शिखरे व ते अजस्र खडक अस्तित्वातच नव्हते. आमचे हे स्थान समुद्रसपाटीपासून जवळजवळ दहा हजार फूट उंच होते. आम्ही अशा उंच बेटावरच होतो की, खाली दुधाळ पांढऱ्या रंगाचा धुक्याचा सागरच आमच्याभोवती पसरलेला होता. अशा अवस्थेत भारत, तिबेट, इंग्लंड हे भूप्रदेश मला खरे असतील असे वाटेनासे झाले. जणू ही केवळ नावे. कल्पित देशांची. हा भूगोल त्या शुभ्रधवल अवकाशात विरून गेलेला... आणि आम्हीच फक्त त्या प्रलयातून वाचलेले प्राणी. ईथरमध्येच एका इवल्याशा तरांड्यावर जीव मुठीत धरून बसलेले.

या भूप्रदेशावर पसरलेला हा धुक्याचा महासागर ओलसर होता. त्यातून घरंगळणारे पाणी खाली दरीत वाहून जात होते. दरडीवरून प्रपाताच्या रूपाने उड्या मारीत होते व मध्येच आडव्या येणाऱ्या उंचवट्यांभोवती नाचत-बागडत खाली जात होते. हे दृश्य पाहिल्यावर इंग्लंडमधील हिवाळ्यातील धूम्रधूसर गंधकसदृश वर्णाच्या धुक्याचे दृश्य

माझ्या मन:चक्षूंपुढे उभे राहिले पण त्या धुक्याला हिमालयातील धुक्याची सर नाही. हे धुके अगदी धवल वर्णाचे, निर्मळ आणि ते मनुष्याला इतके एकाकी करून टाकते की, जीवन त्याला भेसूर वाटू लागते व एकदम विरक्ती येते.

ही वादळे अधूनमधून आली तर त्याचे काही वाटत नाही, पण त्याबरोबर येणारा तो झोडपणारा पाऊस व ढगांचा गडगडाट यांमुळे मला माझे पर्वतशिखरावरील स्थान हलवावे लागले व ध्यान बंगल्यात बसूनच करावे लागले. त्यामुळे मला ध्यानाला योग्य अशी पार्श्वभूमी मिळेनाशी झाली. पर्वतशिखरावरच्या जागी आसपास कसा फुलांचा सडा पडायचा व पानांचा पाचोळा जमायचा. बंगल्यात मला माझ्या लाकडी बिछान्यावरच आसन मांडावे लागे व भिंतीवरच्या एखाद्या मोकळ्या जागी दृष्टी केंद्रित करावी लागे. माझ्या अनुपस्थितीबद्दल माझे मित्र झालेल्या देवदार वृक्षांना काय वाटत असेल, कोण जाणे. मला ते डरपोक समजत असतील. पावसाला मी भितो असं त्यांना वाटत असेल. त्यांना पावसाचे काही वाटत नाही. कितीही मुसळधार पाऊस आला तरी तो आघात ते सहज सहन करू शकतात.

पण वादळे फार वेळ टिकायची नाहीत. पाऊस पडायचा एकदम थांबे. हवा कोरडी होई आणि मग एकदम बरे वाटे. धुकेही हळूहळू विरळ होत जाई. पाइपमधून निघणाऱ्या तंबाखूच्या धुराची वलये जशी हळूहळू पसरत जाऊन हवेत मिसळून जातात, त्याप्रमाणे हे धुकेही विरळ होत होत हवा स्वच्छ होई आणि मग एकदम ऊनही पडायला लागे. ऊन पडायला लागल्याबरोबर खारी बिळातून बाहेर येत व ऊन खायला बसत. त्यांचे मण्यांसारखे चमकणारे डोळे एखाद्या वृद्ध माणसाच्या डोळ्यांसारखे दिसतात. मला ते अगदी दुष्ट वाटले. पुन्हा एकदा हिमालयाच्या गिरिशिखरांनी आपली तोंडे वर काढली. वातावरण स्वच्छ झाले. चांगले ऊन पडले. गिरिशिखरांची कड स्पष्ट दिसू लागली. त्यावरील बर्फ सूर्यप्रकाशात चमकू लागले. पुन्हा आकाश पूर्ववत् निळे दिसू लागले व एक प्रकारची ऊब वातावरणात खेळू लागली.

खाली मैदानात उन्हातान्हात हिंडण्यापेक्षा येथली ही वसंतऋतूची उबदार हवा शतपटीने बरी.

पुन्हा मी आपली काठी हातात घेतली व पश्चात्तापपूर्वक शांतिधामाचा रस्ता पकडला. रागावलेल्या देवदार वृक्षांची क्षमा मागितली व माझ्या ध्यानाच्या जागेवर मेणकापड टाकून आसन घातले.

माथ्यावरून एक गरुड पक्षी उड्डाण करीत पुढे चालला होता. तिबेटी धर्मगुरूंच्या शिकवणीची मला एकदम आठवण झाली. ती शिकवण अशी : ''ज्याप्रमाणे कळपातले

एकच मेंढरू गरुड पक्षी घेऊन आकाशात उड्डाण करतो त्याप्रमाणे तुमच्या डोक्यातील असंख्य विचारांपैकी एकच विचार उचला व त्यावर मन एकाग्र करा.''

जंगलातील रानफुलांवर पाकोळ्या बसू लागल्या. सगळीकडे अगदी कसे शांत झाले. ती शांतता फक्त कोकिळेच्या सुस्वरांनी भंग होई. पुन्हा उबदार हवा लागल्यावर पक्षी आनंदले व त्यांनी मधुर आलाप काढायला सुरुवात केली. हिमालयातील त्या वनांमध्ये पक्षी स्वच्छंदपणे विहार करीत. माझा मित्र जो देवदार वृक्ष, त्याने सुद्धा आनंदित होऊन आपला तुरा हलविला. साठएक वयाचा तो वृक्ष असावा, म्हणून त्या वयाला अनुरूप अशी त्या वृक्षाच्या टोकाची मंद व प्रौढ हालचाल होती. डोक्यावर ठिपके-ठिपके असणारा तुरा व केशरी रंगाची मान असलेला Hoopoe पक्षी हळूहळू माझ्या समोरून इकडून तिकडे गेला.

हवामानात व उष्णतामानात असा एकदम फरक होणे हे हिमालयातील निसर्गाचे एक वैशिष्ट्य आहे. एक वैभव आहे. निसर्ग पुन्हा सुखदायक झाल्यावर मला माझे आसन सुखासन वाटू लागले. त्यात दिव्यत्वाचा भास होऊ लागला. मनामध्ये पवित्र विचार येऊ लागले. माझे मन अंतर्मुख होऊ लागले. त्याबरोबर परमात्मस्वरूपाचे ओझरते दर्शन होऊ लागले. माझ्या दोषांवर पांघरूण घातले जात आहे असे वाटू लागले. ते दोष कोठे निघून गेले ते कळेना.

माझ्याप्रमाणे सर्व माणसांनी अहंभाव विसरून आपल्या व्यक्तित्वाला विसरून जावे व काय अनुभव येतो, त्याचा आस्वाद घ्यावा.

* * *

माझ्या नोकराने येऊन सांगितले की, वादळात घड्याळाचा चक्काचूर झाला. तेव्हा वेळ काय झाली हे समजेनासे होऊन स्वयंपाकास केव्हा सुरुवात करावी, हे त्यास कळेना. त्यामुळे तो जेवण कधीकधी अशा वेळी तयार ठेवी की, त्या वेळी मला अजिबात भूक नसायची, तर जेव्हा भुकेने माझा जीव कासावीस होई त्या वेळी त्याने स्वयंपाकास सुरुवात सुद्धा केलेली नसायची.

घड्याळाचा चक्काचूर झाल्याने वेळ किती झाली, हे समजावयाचे साधन नाहीसे झाले. नोकराच्या सोयीकरिता तरी उन्हाच्या कलत्या रेषेवरून वेळ काय झाली हे काढावयाच्या उद्योगाला मी लागलो. मी एक अरुंदशी लाकडाची फळी घेतली व ती बंगल्याच्या पाठीमागे जमिनीत रोवली. ती फळी घासून गुळगुळीत केली व मग जेव्हा सूर्योदय, मध्यान्ह व सूर्यास्त होई तेव्हा जमिनीवर फळीची छाया जेथे पडे, तेथे खुणा

करून त्या ठिकाणी दगड पुरले. त्यामुळे वेळ काय झाली आहे, याचा अंदाज यायचा व मग न्याहारी, जेवण व चहा केव्हा घ्यायचा, हे ठरविता यायचे. आता जोपर्यंत सूर्याचे ऊन पडत राहील, तोपर्यंत आमचे हे पुराणकालीन घड्याळ व्यवस्थित चालू राहील. जसजसा ऋतू बदलत जाईल, तसतशी छायेची लांबी कमी-जास्त होत राहील एवढेच.

आपण वेळेचे गुलाम आहोत. वेळापत्रक हे आपल्या जीवनाचे एक महत्त्वाचे अंग झालेले आहे. तसे पाहिले तर मानवाचा आत्मा हा त्रिकालाबाधितच आहे.

* * *

या टेहरी राज्यात शेती फार थोडी आहे. कारण शेतीला जमीनच आहे कुठे? शेतकऱ्यांच्या नांगराच्या फाळाला माती अशी लागतच नाही. खणले तर खाली पहाडी रानटी जंगल किंवा उघडाबोडका खडक किंवा दगड. म्हणून येथे प्रमुख व्यवसाय गुराख्याचा व धनगराचा. खुशाल गुरे व शेळ्या-मेंढ्या डोंगराच्या उतरणीवर चरायला सोडाव्या व आपण त्यांची राखण करावी. हा एवढाच व्यवसाय करता येण्यासारखा असल्याने येथे लोकवस्तीही बेताचीच आहे. असाच एक धनगर मला वाटेत भेटला. गुरे व शेळ्या-मेंढ्या हाकीत जवळून चालला होता. त्याचा आवाज मोठा कर्कश. अंगातले कपडे फाटके. या भागातल्या धनगरांचे असतात तसे. उंचशी, वरती निमुळती होत जाणारी टोपी, अंगावर घट्ट बसणारे बाह्यांपर्यंतचे जाकीट, सैलसा जुना शर्ट व लुंगी. त्याचा जबडा थोराड व त्यावर खुरटी काळी दाढी. त्याचे डोळे लुकलुकणारे. सूर्याच्या उन्हाची तिरीप वाचविण्याकरिता डोळे बारीक करण्याची त्याला सवय लागलेली. शरीराचा वर्ण तपकिरी. हात छातीवर धरलेले व कमरेला कुकरी. त्याचा संपूर्ण चेहरा खडबडीत. ऊन, पाऊस खाल्लेला. पायात काही नाही, पाय धुळीने माखलेले.

मी पत्रे टाईप करीत होतो. सकाळच्या कोवळ्या उन्हात बसून काम करावयाची मी सवय लावून घेतली होती. त्या धनगराने माझ्याकडे पाहिले. दूर अंतरावरून माझ्याकडे तो टक लावून पाहात होता. नंतर बऱ्याच वेळाने तो माझ्याकडे येऊ लागला आणि जवळ आल्यावर दोन्ही हात जोडून त्याने मला नमस्कार केला व 'सलाम' हे शब्द उच्चारले व खाली वाकून माझ्याशी बोलू लागला. त्याच्या उजव्या हाताला एक बँडेज कसेतरी बांधलेले होते. तो सांगू लागला, "मी येथे जवळच काही मैलांच्या अंतरावर झोपडीत राहतो. माझ्या हाताला जखम झालेली आहे. आपण गरिबांचे मायबाप. जखम झालेल्या हाताला काही औषध द्याल काय?" एवढे बोलून

तो एकदम थांबला व गप्प बसला.

हातावर बांधलेली बँडेजची पट्टी काढून काय जखम झाली आहे, हे मी पाहून घेतले. जंगली जनावराने त्याच्या हाताचा चावा घेतला आहे असे मला आढळून आले. मांसाचा एक मोठा लचका तोडलेला होता; त्यामुळे जखम भयंकर दिसत होती. जनावराच्या दातांचे करवतीसारखे व्रण स्पष्ट दिसत होते. त्याने त्याच्यावर जे घाणेरडे कापड गुंडाळलेले होते, त्यावरून सेप्टिक होण्याची भीती होती. जी जखम वारंवार धुता येत नाही, ती स्वच्छ ठेवावी, त्यावर कचरा वगैरे बसू नये, ही काळजी घेण्याचे त्या गरिबाला माहीत नव्हते. माझ्याजवळ जंतुनाशक असे काहीच औषध नव्हते. नुसत्या बोरिक ॲसिडच्या सोल्युशनने मी ती जखम धुऊन काढली, पुसली. तिच्यावर बोरिक ॲसिडची पावडर पसरली. एक किरकोळसे मलम लावले. त्या मलमाने जखम लवकर भरून येईल असे मला वाटले. त्यावर एक स्वच्छ पातळ कापडाचे वेष्टण घालून नवीन बँडेज बांधून टाकले. शिवाय त्याला थोडीशी बोरिक पावडर, थोडेसे मलम व बँडेजची पट्टी दिली आणि ती कशी बांधावयाची, हेही शिकविले.

त्याने फिरून मला सलाम केला व मग कड्याच्या कडेकडेने आपला कळप घेऊन जात-जात तो नाहीसा झाला. त्याचा चेहरा आता खुशाललेला - एखाद्या शाळकरी मुलासारखा.

त्याच्या निरागस स्वभावाचा मला हेवा वाटला. हे पहाडी लोक निसर्गाच्या अगदी कुशीत वावरतात, त्यामुळे त्यांचा स्वभाव सरळ, साधाभोळा होत जातो. त्यांना नीतिपाठाचे धडे कोणी आवर्जून द्यावे लागत नाहीत की, त्यांच्या बुद्धीला काही मोठे बिकट प्रश्न सोडवावे लागत नाहीत. प्राचीन काळच्या भारताचे इतिहासकार सांगत असतात, या देशातले प्राचीन काळातले लोक इतके सरळ व प्रामाणिक होते की, कोणी आपल्या घरातील दारांना कुलुपे लावीत नसत. या पूर्वापार चालीचे काही अवशेष या पहाडी भागात अजून दिसून येतात. त्यामुळे आजही हे लोक तितकेच प्रामाणिक असतात, असे मला आढळून आले.

बाह्य जगाशी त्यांचा संबंध फार थोडा राहतो व आधुनिक जीवनाशी तर त्याहून थोडा. पैशाची हाव त्यांना सुटलेली नाही की शिक्षणाने त्यांच्या सुखात वाढ अशी झालेली नाही. अगदी साधेभोळे व शांतताप्रिय लोक असतात हे. अगदी गरिबीत दिवस काढतात पण सुखी असतात. मला त्यांचा हेवा वाटतो हे खरे. पण ज्ञान मिळविण्याची माझी पिपासा तितकीच तीव्र आहे व त्याकरिता योग्य ती किंमत देण्याची माझी तयारी आहे. मी भूतकाळ विसरू शकत नाही. शिवाय त्या आत्ताच

येथून खाली गेलेल्या माणसाच्या जीवनमानाची देवघेव करण्याची माझी तयारी नाही.

या माणसांच्या म्हणीही विचित्रच असतात व आपले विचार प्रकट करण्याची पद्धतीही चमत्कारिक असते. नशिबापुढे कोणाचे चालत नाही हे सांगण्याची त्यांची म्हण अशी : 'असेल माझा हरी तर देईल खाटल्यावरी'. माणसांचे हितसंबंध एकमेकांशी गुंतलेले असतात हे सांगण्याची त्यांची पद्धत अशी : 'कोणी कितीही मोठा जरी झाला तरी स्वत:ची हजामत स्वत: करू शकत नाही.' आयुष्य नश्वर आहे हे सांगावयाचे झाल्यास ते म्हणतील : 'माणूस म्हणतो, काळ निघून जातो. काळ म्हणतो, माणूस निघून जातो.' एखाद्याच्या बाबतीत आता काही करणे उरले नसल्यास ते म्हणतील : 'मानाच्या पुढे आता गावच नाही' व आपले खांदे आखुडते करतील. मान हे तिबेटच्या सरहद्दीवरील शेवटचे गाव.

* * *

या आठवड्यात दोन भल्यामोठ्या काळ्या विंचवांनी माझ्या झोपावयाच्या खोलीत प्रवेश केला. या थंड हवेत व उत्तरेकडील भागात विंचू सहसा सापडत नाहीत. इजिप्तमधले विंचू पिवळे. पण दोन्हीही विंचूच, दंश त्यांचा सारखाच विषारी.

निसर्गदेवता काय निरनिराळ्या प्रकारचे पाहुणे माझ्याकडे धाडत असते! मला एकांताची जरुरी आहे; पण एकांतवासाचा भंग एखाद्या स्वागतार्ह व्यक्तीने केला तर तो भंग झाल्याचे वाटत नाही. आताशा एक नवीन पाहुणा जवळ येऊ लागला आहे, तो म्हणजे एक रॉबिन पक्षी. मोठा समजूतदार आहे तो. त्याला माहीत आहे की, मला केव्हा एकांत पाहिजे. त्यावेळी तो बिलकूल जवळपास फिरकावयाचा नाही आणि ज्यावेळी कोणी जवळपास असले तर मला चालते अशा वेळी तो सुस्वर आलाप काढावयास सुरुवात करतो. पण माझी ही भ्रमंती थांबेल तेव्हा मी हिमालयातच – या पक्ष्यांच्या सोबतीत राहावयाचे ठरविले आहे.

हा रॉबिन पक्षी आता नवीन पाहुणा राहिलेला नसून तो कायमचाच सोबती झाला आहे. माझ्या बंगल्याभोवती चक्कर टाकून नंतर शेजारच्याच फुलझाडांच्या फांदीवर बसतो व माझ्याकडे अनेकवार नजर टाकतो. आणि मी मात्र खाली उघड्यावर, कोवळ्या उन्हात पत्रे लिहीत आहे, डायरी लिहीत आहे. सभोवारच्या दृश्यांची वर्णने, घडून येत असलेल्या हकिकतींची वर्णने, काही मुलाखतींचे वृत्तांत व ध्यानात येणारे अनुभव, सारे लिहून काढीत आहे. त्या लेखनात मी माझे हृदय, माझ्या भावना शब्दांत व्यक्त करीत आहे. पुढे काही वर्षांनी त्यांची आठवण राहावी या उद्देशाने.

हा माझा आवडता उद्योग आहे. या उद्योगात किती वेळ जातो, ते कळत नाही. खिशात बिस्किटांचे तुकडे ठेवून देतो. मधूनमधून ते त्या पक्ष्याच्या पुढ्यात टाकतो. हळूहळू त्याला माझा विश्वास वाटू लागतो, भीती नाहीशी होते. हळूच फांदीवरून खाली येऊन तो ते तुकडे उचलतो व जवळजवळ येऊ लागतो. मग काही वेळाने तो इतक्या जवळ येऊन बसतो की, त्याच्या उघडलेल्या चोचीत मी बिस्किटाचे तुकडे त्याला खाऊ घालतो. त्याच्या छातीचा भाग सोनेरी वर्णाचा असे. तो मी डोळे भरून पाहून घेई. मला काय आनंद होई हे सांगता येत नाही. असे वाटे की, निसर्गदेवतेची अशी आराधना केल्यामुळे ती प्रसन्न होऊन माझ्याकडे त्या पक्ष्याच्या रूपाने जणू संदेश पाठवीत आहे की, 'वत्सा, तू प्रसन्नचित्त राहा.' त्या पक्ष्यावर मी हळूहळू प्रीती करू लागलो. त्याने दररोज असे यावे व माझे मनरंजन करावे असे वाटे. माझ्या बंगल्याच्या वळचणीखालीच त्याने आपले घरटे केले होते. रात्रीच्या वेळी निवाऱ्याला तो त्या घरट्यात बसून राही.

या पक्ष्याच्या उलट एक कावळाही असाच माझ्या शेजारी ठाण मांडून राहात असे. तो 'काव काव' फार करीत असे. पण त्याचे घरटे फार उंच. शेजारील देवदार वृक्षाच्या टोकाशी. वाऱ्याची एक झुळूक आली की, त्याला वाटे आपले घरटे आता कोसळून पडणार. म्हणून तो आपल्या घरट्याला अगदी धरून राही. ते कोसळून पडू नये म्हणून काय त्याची धडपड! मला मोठी गंमत वाटे. एकदा काय झाले, बरेच दिवस तो दिसलाच नाही. इतके दिवस तो दिसल्याखेरीज राहायचा नाही. तेव्हा त्याच्या शोधार्थ मी बाहेर पडलो. शेवटी तो मला माझ्या घराशेजारीच आढळला. त्याच्याशेजारी अनेक कावळे बसलेले होते. त्यांची सभा चालू होती व त्यात गंभीर विषयाची चर्चा त्यांच्या कर्कश शब्दांत चालू होती. या आमच्या कावळ्याचा आवाज घोगरा असून लपण्यासारखा नव्हता. जणू काय एखादा लाउडस्पीकर. त्याच्या आवाजावरून प्रत्येक जनावराला, पक्ष्याला, किड्यामुंगीला तो कोठे बसलेला आहे, हे ताबडतोब कळे. तो कावळाही जमिनीवर चोच उघडून त्या रॉबिन पक्ष्याप्रमाणे जागच्या जागी उड्या मारीत राही व बिस्किटाचे तुकडे चोचीत कोंबी. त्याची ती मोठी चोच, त्याचे ते दफनविधीला साजेसे काळे कुळकुळीत पंख, मी टाईपरायटरवर टाईप करीत असताना माझ्याकडे पाहण्याची त्याची ती संशयी नजर, मधूनमधून कर्कश ओरडणे, या सर्व गोष्टी कितीतरी वर्षे माझ्या स्मृतिपटलावर कोरलेल्या राहतील. तो रॉबिन पक्षी माझ्या दरबारातली जर नर्तकी-गायिका असेल तर तो कावळा विदूषक म्हणावा, इतका दोघांमध्ये विरोधाभास होता.

दररोज संध्याकाळी अंधार पडण्याच्या अगोदर, सूर्यास्ताच्या वेळी, असाच आणखी

एक पक्षी तेथे यायचा. तो पक्षी म्हणजे एक कोकिळा. माझ्या बंगल्याशेजारी एक सपाट खडक होता. त्या रंगमंचावर हे पक्षी येऊन बसायचे. एखाद्या मुलाला शिट्टी दिली म्हणजे तो ती सारखी वाजवीत बसतो, त्याप्रमाणे ही कोकिळा सारखी कूजन करीत त्या खडकावर बसायची. तिचा आवाज अर्थात शिट्टीच्या आवाजापेक्षा गोड असायचा!

आणखीन एक कबुतरांचे प्रेमी युगुल त्या खडकावर मधूनमधून बसायला यायचे. त्यांचा तुरा तपकिरी असायचा. ती कबुतरे अगदी माझ्याजवळ यायची आणि मोठ्या कुतूहलाने माझी हालचाल पाहायची. मीही त्यांच्याकडे कौतुकाने पाहात बसायचा. मोठे प्रेमळ जोडपे होते ते. एकमेकांच्या दृष्टीच्या टप्प्याच्या आड कधीही जायची नाहीत.

आणखीन एक माझा सोबती म्हणजे रातकिडा. तो माझ्या दृष्टीस कधी पडत नसे. पण त्याचा आवाज मला सारखा ऐकू येत असे. कावळा ज्या झाडावर राहात असे, त्याच झाडावर त्याचे वास्तव्य असावे. अर्थात तितक्या उंचावर नव्हे पण त्याचा कर्कश आवाज नियमाने काही ठरावीक वेळा ऐकू यायचा.

आणखीन एक माझा चमत्कारिक सोबती म्हणजे एक गरीबशी मुंगी. तिने माझ्या अंगठ्याच्या नखाच्या पोकळीतच आपले वारूळ केले होते. तिथेच ती आसपास तासन्तास फिरत राहायची. कधीकधी मी हातावर साखर ठेवीत असे, तेव्हा ती नेमकी तेथे साखर खायला यायची. मग मी माझा हात लिहिताना कसाही फिरवीत असो. अंगठ्याला रग लागली म्हणजे मी तिला दुसऱ्या अंगठ्यावर नेऊन बसवीत असे. तेथेही ती तितक्याच संतोषाने वावरत असायची.

तापदायक म्हणजे एक गोमाशी. तिचा आकारही मोठा होता. एक दिवस माझ्या शर्टमध्ये तिने आपली नांगी घातली व माझ्या अंगाचा कडकडून चावा घेतला. तेव्हा तिचे अस्तित्व मला जाणवले! त्या चाव्याने मी हैराण झालो. कितीतरी दिवस मला तिचा दंश सहन करावा लागला पण पुढे मला ती डसेल असे वाटत नाही.

मधूनमधून नाकतोडेही मला भेट देऊन जायचे.

याखेरीज प्राणिसृष्टीतील व कीटकवर्गातील आणखी काही अभ्यागत, सुखकर व त्रासदायक, माणसाळलेले तसेच रानटी - मधूनमधून माझ्या जवळपास फिरकून जात. पण पुन्हा कधी येत नसत. एकदा काय झाले - दुपारचा असा मी जेवण करीत होतो. माझ्या पाठीमागे काही पावले वाजल्यासारखी वाटली. विशेष आवाज होत नव्हता. चोराच्या पावलांसारखा. मला कळेना - माझ्यामागून कोण येत आहे. वाघरू का

चित्ता? मी वळून पाहिले. तर हा पाहुणा कोणी वाघ किंवा चित्ता नसून पहाडी बोकड होता!

हा बोकड पांढऱ्या रंगाचा असून मोठा भुकेलेला दिसला. त्याच्या कळपातून वाट चुकून भटकत राहिलेला होता. माझ्या घराचे दार उघडे होते. तेथल्या अन्नाच्या वासाने तो माझ्या पाठीमागे येऊन उभा राहिला.

रात्रीच्या वेळी कधीकधी नीलवर्ण आकाशाखाली पौर्णिमेच्या चांदण्यात त्या गहनारण्याच्या कडेला मी बसत असे. त्यावेळी खालून दूरवरून काही चमत्कारिक आवाज कानी येत. ती जंगली वस्ती घाबरून जायची. रात्र पडली की रानातले हिंस्र पशू संचारार्थ बाहेर पडत. वरती झाडावर घुबडासारखा आवाज करणारा एक पक्षी फांदीवरून लोंबकळत असे. झाडांमधून काजवे चमकत. कधीकधी त्या ठिणग्यांच्या चित्रविचित्र आकृती दृष्टीस पडत.

* * *

गिरिशिखरावर ज्या कपड्यांत मी ध्यान करीत बसे, तेच कपडे घालून खान्याला बसत असे. खान्याकरिता पांढराशुभ्र इस्त्रीचा शर्ट घालण्याची मी तसदी घेत नसे. त्याचा मला जरा त्रासच होत असे. या पहाडी मुलुखात मी शहरी रीतिरिवाज विसरत चाललो की काय कोण जाणे, पण मला येथे किती मोकळे मोकळे वाटे; अगदी नैसर्गिक वातावरणात वागणे मला किती आनंददायक वाटे. समाजात माणसे, स्त्रिया व पुरुष दोघेही साध्या वागण्यात किती नियम, बंधने घालून टाकतात. तशा तथाकथित सुसंस्कृत जीवनातील रीतिरिवाजांकडे मी पाठ फिरविली आहे. निसर्गानेच हे मला शिकविले आहे.

आता मी येथे दाढी करतो. तसे पाहिले तर तपस्व्याला दाढी शोभते. पण दाढी ठेवायची अजून माझी तयारी नाही.

एका इंग्लिश माणसाशी माझी नुकतीच ओळख झाली होती. तो फॉरेस्ट रेंज ऑफिसर होता. तीन वर्षांपासून पंजाबमधील एका विरळ लोकवस्तीच्या भागात त्याला काम करावे लागत असे. तेथे त्याला दुसरा एखादा युरोपियन किंवा सुशिक्षित हिंदी मनुष्य क्वचितच भेटायला मिळे. पण तो दररोज संध्याकाळी जेवायच्या वेळी, एखाद्या मोठ्या मेजवानीच्या प्रसंगास शोभेल अशा भोजनवेशात - काळा डिनर-ड्रेस घालून, पांढरी कडकडीत कॉलर घालून - बसायचा. हा सोहळा पाहायला फक्त त्याचा खानसामा असायचा. अशा इतमामाखेरीज त्याला जेवणाची चव लागत नसे,

असे तो म्हणायचा. मला त्याचे बोलणे खरे वाटे व कौतुकही.

पण जो मनुष्य समाजात राहात नाही, रानावनात, गिरिकंदरात राहतो, सोबतीला ज्याला अडाणी, रानवट माणसे व पशुपक्षीच मिळतात, त्याने पोशाखाबाबत व स्वत:च्या नीटनेटकेपणाबद्दल काय धोरण ठेवावे, हा एक बिकट प्रश्नच आहे. माझ्या मते शहरी जीवनात कोट, कॉलर, टाय घालायला पाहिजेत. पण येथे त्यांची काय जरुरी? या नैसर्गिक जीवनात माणसाने कसे मोकळे वागायला पाहिजे, स्वच्छंदपणे राहायला पाहिजे. त्याला या बाह्य उपाधीचे लोढणे कशाला?

प्रसाधनांकडे व कपड्यालत्त्यांकडे किती लक्ष द्यावे, हा वैयक्तिक प्रश्न आहे. मोठमोठ्या हॉल्समधील समारंभांच्या वेळी अनेक स्त्री-पुरुष समोर वावरत असताना, शरीराकडे, वेषाकडे जितके लक्ष देणे जरूर आहे तितके लक्ष अशा निर्जन एकांतवासात देणे जरूर वाटणे हा प्रत्येकाच्या आवडीचा, हौसेचा प्रश्न आहे. पुष्कळदा मनुष्य स्वच्छता, टापटीप, नीटनेटकेपणा स्वत:च्या सौंदर्यान्वेषक दृष्टीच्या समाधानाकरिता पाळीत असतो. दुसऱ्यासाठी नव्हे. तेव्हा हा प्रश्न वैयक्तिक आवडीचा व स्वभावधर्माचा आहे. येथे या डोंगरी मुलुखात, अरण्यात त्याला काही निर्बंध लागू नाहीत. येथे त्याने स्वच्छंदपणे वागावे, दुसऱ्या कोणाच्या दडपणाखाली त्याने आपले व्यक्तिस्वातंत्र्य गमावू नये.

सुप्रसिद्ध तत्त्वज्ञ कार्लाइल माणूसघाणा होता. त्याला भरघोस दाढीही होती. त्याने कपड्यालत्त्यांवर एक मोठे गमतीदार विवेचन केले आहे. तो म्हणतो, ‘‘माणसाची परीक्षा लोक त्याच्या कपड्यांवरून करतात. शिंप्याच्या, कपड्यांच्या व्यापाऱ्यांच्या जाहिराती हेच सत्य अनेक प्रकारांनी सांगत असतात. फॅशन व चोखंदळपणा हेच जगावर आपला अंमल गाजवीत असतात. अतिश्रीमंत व संतमंडळी या अमलाखाली येत नाहीत. त्यांनी आपल्या अंगात वाटेल तसे घामट, मळके कपडे घातले तरी चालतील. त्यांना लोकमताची, समाजाची पर्वा नसते. लोकही त्यांना नावे ठेवीत नाहीत. त्यांचे वागणे, कसेही असो, ते संपादून घेतात. पण अशी माणसे किती थोडी. बोटांवर मोजण्याइतकी. इतरेजनांनी मात्र आपले कपडे व्यवस्थित करायला हवेत. त्यात काही चूक झाली तर त्यांची इभ्रत एकदम खलास व्हायची; नालायक व पोशाखी लोकांकडून त्यांची कुचेष्टा व्हायची.

१०

एका योग्याची आणखी एक भेट - काश्मीर ते कैलास पर्वतापर्यंतचा त्याचा साहसपूर्ण प्रवास - पश्चिम तिबेटमधील त्याचे भ्रमण - त्याचे गुरू - त्या बर्फात ते दिगंबर स्थितीत कसे राहिले?

असा संध्याकाळच्या वेळी समोरच्या पहाडावरील नागमोड्या पायवाटेच्या रेषेकडे मी पाहात होतो. त्या पायवाटेवर माझ्या बंगल्याच्या दिशेने एक भगवी कफनी अंगात असलेला वाटसरू वाटचाल करीत होता. तो पुढे सरकत सरकत बंगल्याच्या व्हरांड्यावर येऊन पोहोचला. तो येणार, याची मी वाटच पाहात होतो.

कारण दोनच दिवसांपूर्वी त्याचे मला पत्र आले होते. त्यात त्याने लिहिले होते की, तो यात्रेस चालला होता, मला भेटण्याकरिता रस्ता सोडून तो येणार होता व काही दिवस राहून परत जाणार होता.

त्या वाटसरूचे नाव योगी प्रणवानंद. त्यांच्याचबरोबर तिबेटमधून कैलास पर्वताच्या यात्रेला जायचे मी ठरविले होते. त्या यात्रेला जायला लष्करी परवाना मला मिळाला नाही म्हणून त्यांची मोठी निराशा झाली होती. जेव्हा त्यांना कळले की, परवाना मला

मिळणारच नाही. तेव्हा एकट्यानेच ती यात्रा करण्याचे त्यांनी ठरविले. त्यांना परवान्याची जरुरीच नव्हती. तिबेटमध्ये भारतातील यात्रेकरूंना जायची परवानगी होती. फक्त त्यांना तिथे फार दिवस राहता येत नसे.

बंगल्यासमोरील वाळूच्या रस्त्यावरून ते आत आले. आमची नजरानजर झाली. मी त्यांना हात जोडून किंचित वाकून नमस्कार केला. त्यांनीही मला तसाच नमस्कार केला.

त्यांचे व्यक्तिमत्त्व भरदार होते. डोळे मोठे व पाणीदार होते. चेहऱ्यावर भरगच्च दाढी होती व डोक्यावरील केस थेट खांद्यापर्यंत आलेले होते. त्यांच्या अंगावर भगव्या रंगाचे दाट कपडे होते व त्यावर एक पारव्या रंगाचा पावसाळी कोट होता.

मी त्यांच्यापुढे आसन केले. त्यावर ते बसले. त्यांची मुद्रा गंभीर व दुसऱ्यांवर छाप पाडणारी होती. आम्ही दोन-एक तास बोलत बसलो व नंतर ध्यानाकरिता दुसरीकडे गेलो. त्यानंतर मी संध्याकाळचे जेवलो. स्वामीजींनी काही खाल्ले नाही. फक्त शेळीचे थोडे दूध व फळ घेतले.

नंतर रात्री आम्ही बराच वेळ बोलत बसलो. कितीतरी गोष्टी आम्हाला बोलण्यासारख्या होत्या.

कैलास पर्वत व मानस सरोवर यांची यात्रा स्वामीजींना फार आवडली. तेथला स्वामीजींनी घेतलेला एक फोटो माझ्या खोलीमध्ये मी लावून ठेवला आहे. ही यात्रा त्यांनी दोनदा केली. पहिली १९२८ मध्ये. त्या वेळी त्यांनी जो मार्ग घेतला, तो पश्चिमेकडूनचा व अगदी सर्वांत लांबचा होता. ते प्रथम काश्मीरमध्ये गेले. व तेथून गंगटोकला गेले व परत काश्मीरला आले. नंतर १९३५ मध्ये दुसऱ्यांदा गेले. त्या वेळी ते अलमोड्याहून गेले. हा मार्ग दक्षिणेकडूनचा, सगळ्यात जवळचा, बिनधोक्याचा व सुरक्षित होता.

आता नंतर ते परत भारतात जाणार, अलमोड्यास जाऊन येणार व परत तिसऱ्यांदा कैलासाच्या यात्रेवर निघणार. पण या वेळी ते नुसते यात्रिक म्हणून जाणार नाहीत, तर तेथे एका बौद्ध मठात सबंध वर्षभर राहून येणार. या मठाचे नाव त्रुफुलको किंवा जरीधीपू. मोठा मठ आहे हा. या मठात ध्यानात व अभ्यासात वेळ घालविणार. पश्चिम तिबेटमध्ये रहिवासी असे ते एकटेच हिंदू योगी. तिबेटी लोक त्यांना मोठ्या आदराने ओळखतात व म्हणून त्यांनी स्वामीजींना तेथे राहायला परवानगी दिली आहे.

आणि मग आता आठवले आणि वाईटही वाटले की, माझ्याजवळच्या

कागदात एक सीलबंद केलेला लखोटा आहे व तो लखोटा याच त्रुफुलको मठाच्या मुख्य लामाच्या पत्त्याचा आहे. त्या लखोट्यात एक पत्र आहे. पत्रातला मजकूर असा आहे की, मला तेथे राहायला द्यावे व ध्यान व अभ्यास करायला मोकळीक द्यावी. हे पत्र तिबेटमधील एका अधिकाऱ्याने लिहिले आहे. हा मठ मानस सरोवराच्या दक्षिण तीरावर आहे व तेथून कैलास पर्वताचे पवित्र दर्शन होते. पण आता काय त्याचे! पत्त्यावरची सुंदर तिबेटी लिपीतील लिहिलेली ती अक्षरे कोणता लामा आता वाचणार!

प्रणवानंदजींचा भारताशी पत्रव्यवहाराचा संबंध आता सात-आठ महिने तरी राहणार नाही. कारण पावसाळ्यात शेवटी हिमालयातील शिखरांवरून बर्फ वितळू लागेल व तिबेट व भारत यांमधील मार्ग बंद होतील. स्वामीजींना मी म्हणालो की, तिबेटमधील कडाक्याची थंडी तुम्ही कशी सहन करणार? पण ती सहन करायची त्यांची तयारी आहे असे ते म्हणाले.

भिंतीवर कैलास पर्वताचे चित्र टांगलेले होते, त्याला फ्रेम वगैरे काही नव्हती. त्या चित्राकडे झोपण्यापूर्वी आम्ही बराच वेळ पाहात बसलो. कैलास पर्वताच्या शिखरावर धवल हिम व बर्फ यांची किनार आहे. त्याच्याकडे पाहताना स्वामीजींचे डोळे पवित्र भावनेने व आदराने भरून गेलेले होते. त्यांना कैलास पर्वताबद्दलचे प्रेम इतर कोणत्याही स्थानापेक्षा किंबहुना स्वत:च्या मातृभूमीपेक्षाही जास्त वाटत होते हे उघड दिसून येत होते.

ते बोलू लागले, ''ह्या संन्यासाश्रमामध्ये व योगाभ्यासामध्ये मला समाधान मिळाले आहे. मला उदास कधीही वाटत नाही. संन्यास घेऊन, प्रपंच सोडून मला जवळजवळ तेरा वर्षे झाली... या दीर्घ कालावधीत मला फक्त एकदाच औदासीन्य वाटले. ते केव्हा? तर गतवर्षी कैलासाहून परत भारतात मधले रस्ते बर्फामुळे दुर्गम होण्यापूर्वी परत येताना. मी तिथले बर्फाळ हवामान सहन केले. तेथे अन्नाचे, सरपणाचे दुर्भिक्ष्य. ते सहन केले. माणसाला अगदी ज्या अनिवार्य अशा सोयी हव्या असतात त्या मिळाल्या नाहीत म्हणून खंत बाळगली नाही. कारण या सर्व अडचणी शरीराबाबतच्या होत्या. त्यामुळे माझ्या मनाला काही क्लेश झाले नाहीत. ते ठिकाण सोडून जातानाच मला फार क्लेश झाले नाहीत. माझ्या भावना दुखावल्या गेल्या व यातना झाल्या. कैलास - नावच किती मनाला वेड लावणारे! त्याचे सौंदर्य तर वर्णावयासच नको. आणि आध्यात्मिक दृष्ट्या म्हणावयाचे झाले तर त्या गिरिशिखरापासून अतिसूक्ष्म अशा आकर्षण लहरी प्रसृत होतात व त्या आपल्यापर्यंत पोहोचल्या म्हणजे मनाला अतिउच्च अशा आध्यात्मिक आनंदाचा लाभ होतो. मी भारतातील बहुतेक तीर्थांची, क्षेत्रांची

यात्रा केलेली आहे. पण कैलास पर्वत व मानस सरोवर यांचे जे महत्त्व आहे, ते अन्य ठिकाणी नाही. ह्या पर्वतापासून व सरोवरापासून ज्या आध्यात्मिक लहरी सभोवार पसरतात, त्या लहरी जेव्हा आपणास गुरफटून घेतात तेव्हाचा आनंद अन्य ठिकाणी मिळत नाही. येथले लोक सांगतात की, कित्येक सिद्धयोगी या परिसरात सूक्ष्म देहाने वावरतात. मला ते सगळे खरे वाटते. आणि मानस-सरोवरावर, त्या सरोवराच्या नीलहरित जलाशयावर जेव्हा सूर्यास्ताचे प्रतिबिंब पडते, त्या वेळची शोभा काय वर्णावी! क्वचितच असे मनोहारी व आल्हाददायक दृश्य पाहावयास मिळत असेल. उत्तरेस कैलास पर्वत व दक्षिणेस मांधाता पर्वत या दोन अत्युच्च शिखरांच्या मध्ये हे दिव्य सरोवर एखाद्या अजस्र पाचूच्या खड्यासारखे दिसते. अगोदरच या विस्तीर्ण जलाशयातील पाणी पाहणाऱ्याला वेड लावते. त्यात संध्यासमयीचे नाहीसे होत जाणारे रश्मिकिरण त्या पाण्याच्या पृष्ठभागावर अधिकच चमकून दिसतात. मग वातावरण भारल्यागत वाटू लागते. मी तर खरोखरीच भारावून गेलो. माझे मन शून्यावस्थेत जाऊ लागले. पुष्कळदा मला ते दिव्य दृश्य पाहातपाहात समाधी लागायची. तिबेटमधील मोठमोठे सिद्धयोगी लामा या सरोवराच्या सभोवारच्या मठातच आपली साधना करीत असतात. त्यांपैकी कित्येक निर्वाणाचा अनुभव मिळविण्यासाठी अहोरात्र झटत असतात. तुम्ही जर माझ्याबरोबर या वेळी आला असता तर माझा आनंद द्विगुणित झाला असता. पण नियतीच्यापुढे कोणाचे चालत नाही. कदाचित पुढील वर्षी तिबेट सरकारचे धोरण सौम्य होईल व तुम्हाला परवाना मिळेल. तसे झाल्यास मी परत भारतात येईन व तुम्ही मोकळे असाल तर तुम्हास घेऊन जाईन.''

मग ते उठले, मला नमस्कार केला व झोपी गेले.

दुसऱ्या दिवशी आम्ही बाहेर पडलो व अरण्यात हिंडू लागलो. सगळीकडे देवदार वृक्ष. वरती त्यांच्या पसरणाऱ्या फांद्या व खाली त्यांच्या सुईसारख्या टोकदार पानांचा चुरा. काही थोडीशी रानटी गुलाबाची फुले आढळली. त्या फुलांच्या पाकळ्या करवतीसारख्या दंतुर. मध्येच एखादा सोसाट्याचा वारा येई आणि झाडे हलवून टाकी. मग झाडांच्या फांद्यांवरून पानांचा चुरा खाली पडे. हे देवदाराचे एकेक झाड एखाद्या विस्तीर्ण ख्रिसमसच्या झाडासारखे दिसे. जणू हे अरण्य म्हणजे सांताक्लॉजचे घरच. कोणी सांगावे, एखादे दिवशी त्याची-माझी ह्या अरण्यात भेट व्हायची. त्या पांढऱ्या दाढीच्या वृद्ध माणसाला भेटायला मला फार आवडेल. मी त्याला थोडे प्रश्न विचारीन. लहानपणी मला तो स्वप्नात भेटायचा व स्वप्नातच मला तो कितीतरी खेळणी द्यायचा. पण स्वप्नेच ती. कधी प्रत्यक्ष हातात खेळणे मिळेल तर शपथ.

भटकता भटकता एका स्वच्छशा सावलीच्या जागी आम्ही येऊन बसलो. खाली मैदानावर भटकताना उन्हाच्या पिवळसर प्रकाशाने डोळे दिपून गेले. त्या मानाने येथली हवा व सौम्य सूर्यप्रकाश किती सुखद. आम्ही बोलतच बसलो. नंतर आम्ही आमच्या ठरीव विषयाकडे वळालो व स्वामीजी आपले पूर्वचरित्र सांगू लागले. कैलासाच्या पहिल्या यात्रेची हकिकत सांगण्याबद्दल मी त्यांना विनंती केली. स्वामीजींनी आपली काळीकुळकुळीत भरघोस दाढी जरा कुरवाळली व बोलायला सुरुवात केली.

* * *

''आम्हाला बाहेर पडून आठ वर्षे झाली. एका सोबत्याबरोबर, गुरुबंधूबरोबर, मी घराबाहेर पडलो. आमचे गुरू स्वामी ज्ञानानंद. ते कैलासाची यात्रा करून आले होते म्हणून प्रवासाची मोठी मनोरंजक हकिकत आम्हाला ते सांगत असत. ती ऐकून आम्हालाही ही यात्रा करावीशी वाटे. यात्रेचा मार्ग बिकट व धोक्याचा. पण तो सगळा त्रास सहन करावयास आम्ही तयार झालो. आम्ही प्रथम काश्मीर संस्थानात गेलो. तेथे श्रीनगरला काही कपडे व सामान बरोबर घेतले. कारण तिबेटमध्ये बर्फ अगदी ध्रुव प्रदेशातल्यासारखा होता.

''नंतर आम्ही काश्मीरच्या निसर्गसुंदर खोऱ्यातून पुढे जाऊ लागलो. त्या खोऱ्यापलीकडची पर्वताची ओळ ओलांडली. सिंध नदीच्या मार्गाने कारगिलला जाऊन पोहोचलो व तेथून लेह या मोठ्या गावी येऊन पोहोचलो. लेहला जायचा रस्ता प्रसिद्ध अशा झोजी-ला खिंडीतून होता. त्या खिंडीपर्यंत जायचा रस्ता फार धोक्याचा होता. घसरून पडायची फार भीती. हा रस्ता डोंगरांवरून कडेकडेने खडक कापून तयार केलेला होता. डोंगरांना वळसा घालून वरवर जात होता. या रस्त्यावरून जाताना आम्हाला बर्फाचे पूल लागले व पुष्कळदा बर्फावरूनच प्रवास करावा लागला. कधीकधी रस्ता उभा सरळसोट व फसवा असायचा. कारण हिमपर्वत मध्येच पडून राहायचे व पडताना त्यांच्याखाली जे काही दुर्दैवी प्राणी सापडायचे, त्यांचे जागच्या जागी दफन व्हायचे. त्यांच्या वजनाखाली, बर्फ जर घसरडे असले तर, ते हिमपर्वतही हळूहळू खाली सरकत जायचे. मध्येमध्ये त्याच्यात भेगा पडायच्या. त्या भेगांवरून आम्हाला उड्या मारून जावे लागले. लामायुरुपाशी हा रस्ता संपायचा. त्याच्या खाली खोलखोल दरी. जगातली सर्वांत खोल अशी ही दरी आहे. तिचा तळ दिसतच नाही. गडद अंधाराने ती भरलेली दिसते.

''लेहला पोहोचल्यानंतर आम्ही तेथील एका बौद्ध मठात गेलो. बौद्धांचा एक सिद्धयोगी मैत्रेय याचा येथे एक अजस्र पुतळा आहे. तिबेटी लोकांची अशी

समजूत आहे की दोन हजार वर्षांनी जगाच्या उद्धाराकरिता हा महान तपस्वी पुन्हा अवतार घेणार आहे. पुतळा जरी बैठकीच्या आकृतीचा असला तरी इतका उंच आहे की, मूर्तीचे स्कंध त्या दालनाच्या आढ्यातून वरती जातात; व डोके म्हणजे त्या इमारतीचा आणखी एक मजला.

''लेह हे लहानसे, रमणीय शहर आहे. चार कारवानांचे महामार्ग येथे एकत्र येतात. एक रस्ता मध्य आशियात यारकंदकडे जातो. दुसरा तिबेट व चीनकडे जातो. आणि बाकीचे दोन हिंदुस्थानकडे वेगवेगळ्या मार्गांनी येतात.

''आता आम्ही लडाखमध्ये येऊन पोहोचलो. लडाख म्हणजे छोटे तिबेट. हा भाग पूर्वी तिबेटचा होता. पण शंभरएक वर्षांपूर्वी काश्मीरच्या महाराजांनी तिबेटपासून जिंकून घेतला. त्यामुळे काश्मीर राज्याचा आज तो एक सुभा आहे. पण तेथली संस्कृती, रीतिरिवाज सारे तिबेटी आहे.

''नंतर आम्ही आग्नेय दिशेकडे वळलो व हेमिस या गावात येऊन पोहोचलो. लडाखमधील सर्वांत मोठा मठ येथे आहे. या मठात भुताटकीचा वास आहे. येथे भुतांची सोंगे घेऊन लामामंडळी नाचतात. हे लामा आपल्या डोक्यावर भुतांचे मोठे भयानक मुखवटे घालतात. एकएक मुखवटा पिशाच्च योनीतील एका विशिष्ट पिशाच्चाचा चेहरा असतो. नाचताना पायात घुंगरे घालतात. हा मठ एका अरुंद दरीच्या काठावरच्या मोठ्या खडकावर आहे. पण मठातील मुख्य लामाचे आसन, ध्यानाची एकांतातील बैठक, इमारतीच्याही उंचावर एका दूरच्या शिलाखंडावर आहे.

''भारताची सीमा ओलांडून तिबेटमध्ये प्रवेश केल्यावर एकदम थंडी वाजू लागली. अजून थंडीचे दिवस जरा लांबच होते. वरती हिमपर्वतांची ओळच लागून राहिलेली होती. तिथून शरीर गोठवून टाकणारे बर्फाळ वारे वाहू लागत. आमचे हात व कान पार गोठून जायचे. घोड्याचा लगाम सुद्धा आम्हाला नीट धरता यायचा नाही. लगाम नीट धरायला आम्हाला कित्येक दिवस लागले. मधेमधे थांबून वाळलेल्या पानांची आम्ही शेकोटी पेटवायचो व हातांना ऊब द्यायचो. पण गंमत अशी की, एका बाजूला शेक दिला तरी दुसरी बाजू तेवढ्यात गोठून जायची. तुम्ही कल्पना करा; आमचे किती हाल झाले असतील. तशात आम्हाला उष्ण हवामानाची सवय. माझा जन्म दक्षिण भारतात राजमहेंद्रीला झाला व माझे शिक्षण पंजाबात लाहोरला. दोन्ही ठिकाणे उष्ण हवेबद्दल विख्यात. तिबेटमध्ये जाण्यापूर्वी, हवामानात कसकसे फरक होत जातील हे पाहण्याकरिता मी जवळ एक थर्मामीटर घेऊन गेलो होतो. या सीमेवरील व कैलास पर्वतामधील सरासरी उष्णतामान गोठणबिंदूच्या जवळजवळ होते.

‘‘आम्ही पुढे चाललो. कैलास पर्वताची यात्रा म्हणजे महायात्रा. एकदा सुरुवात केल्यावर परत फिरणे नाही. वाटेत मृत्यू आला तरी पर्वा नाही, असा यात्रेकरूंचा निश्चय. आम्हाला या प्रवासात फार त्रास झाला. एक तर या लोकांची बोली उमजायची नाही. दुसरे असे की, प्रत्येक मुक्कामाला घोडी मिळतच असे नाही. कधीकधी आम्हाला त्या बर्फाळ जमिनीवरून पायीच प्रवास करायला लागायचा. कधीकधी खाद्यपदार्थ मिळण्याची अडचण. थंडी इतकी की, पुष्कळ खेड्यांतून लोक वर्षातून एकदा तरी स्नान करतात की नाही कोणास ठाऊक!

‘‘ग्यामिना या व्यापारी पेठेत येऊन पोहोचल्यावर आमच्याबरोबरचा जो वाटाड्या होता तो आम्हाला सोडून गेला. का म्हणे तर पुढे वाटेने व्यापाऱ्यांचा एक मोठा तांडा चालला होता, त्यांना वाटेत लुटारूंनी लुटले. त्यांचा माल व त्यांची अंगावरची वस्त्रे सुद्धा काढून नेली. पश्चिम तिबेटमध्ये हे लुटारू बहुधा हत्यारबंद असतात. त्यामुळे वाटसरूंना प्रवास करणे धोक्याचे वाटते. आता ज्या वाटेवर लुटारूंनी हा डाका घातला, त्याच वाटेने आम्हाला जायचे होते. वाटाड्याखेरीज आम्हाला पुढे जाता येत नव्हते. येथे सुद्धा परमेश्वराने आम्हाला सांभाळून नेले. आम्ही पुढे जायला सुरुवात केली. पुढे आम्हाला एक व्यापारी भेटला. त्याची-आमची दोस्ती झाली. त्याने आम्हाला खाण्याचे पदार्थ पुरविले व मदतीस एक वाटाड्या दिला.

‘‘आता एका आपत्तीतून आम्ही बाहेर पडलो तर दुसरी आपत्ती दत्त म्हणून उभी. आमच्याबद्दल खोट्या बातम्या उठल्या की, आम्ही ब्रिटिश सरकारचे हेर आहोत व आम्ही जी संन्याशांची वस्त्रे धारण केली आहेत हे सारे ढोंग आहे. तिबेटी लोकांनी आमच्यावर पाळत ठेवली व आमचे खरे स्वरूप काय आहे, हे शोधून काढण्याकरिता फार खटपट केली. तेव्हापासून माझ्याजवळचा कॅमेरा मी लपवून ठेवला व त्याचा उपयोग फार गुप्तपणे केला. कसेही करून आम्ही त्यांच्या संशयाचे निराकरण केले व एकदाचे त्यांच्या कचाट्यातून निसटलो.

‘‘तिबेटी लोकांची चहा पिण्याची पद्धत मला शिकायची होती, पण ते जमले नाही. त्यांची चहा करण्याची पद्धत अशी होती, चहा एक तास उकळून त्याचा काढा करायचा व मग त्याच्यात शिळे लोणी व मीठ टाकायचे. मी तो चहा एकदा घेण्याचा प्रयत्न केला, पण पहिल्याच घोटावर मला जी ओकारी झाली त्याने जवळजवळ मी अर्धा तास निपचित पडलो होतो.

‘‘आणखीन एक चमत्कारिकशी गोष्ट माझ्या नजरेस आली. जळण म्हणून काटेरी झुडुपांचा ते उपयोग करीत. दुसरे सरपण त्यांना मिळतच नसे. आता हे सरपण

जरी हिरवे व ताजे असायचे तरी जुनाट व सुक्या लाकडाप्रमाणेच ते जळायचे.

‘‘दारचेनला आम्हाला एक तिबेटी घरंदाज इसम भेटला. मोठा आतिथ्यशील होता तो. तो व त्याचे कुटुंब एका राहुटीमध्ये राहात होते. त्यांनी आम्हाला आपल्या राहुटीमध्ये काही दिवस राहू दिले व अन्नही पुरविले. पहिल्याच दिवशी सकाळी मी जो उठलो तो त्या गृहस्थाची साडेतीन वर्षांची सगळ्यात धाकटी मुलगी दृष्टीस पडली. आता तेथे इतकी कडक थंडी होती की, हवेचे उष्णतामान गोठणबिंदूच्याही खाली गेले होते. पण तिच्या अंगावर फक्त कातड्याचे एक पांघरूण. बाकी काही नाही. पण तश्शी ती पडून राहिली. तिने मी जागा आहे असे पाहिल्यावर बिछान्यावरून ताबडतोब खाली जमिनीवर उडी मारली व ती राहुटीच्या बाहेर निघून गेली. तिथे तिने बर्फाच्या एका ढिगावर अंग टाकून दिले. व बर्फातच आपले तोंड खुपसून दिले व माझ्याकडे टक लावून पाहिले. काही वेळाने तेथून उठून ती आपल्या बिछान्याकडे आली व अंगावर कातड्याचे पांघरूण घेऊन झोपली. काही वेळाने मी हालचाल करून बिछान्यावरून उठू लागलो. त्याबरोबर दुसऱ्यांदा तिने राहुटीच्या बाहेर उडी मारली व बर्फाच्या ढिगावर अंग टाकून त्यात तोंड खुपसून बसली. या तिच्या चमत्कारिक वागण्याचा मला अर्थच कळेना. तेव्हा वाटाड्याच्या मध्यस्थीने मी तिच्या बापाला विचारले.

‘‘त्याने मला असे सांगितले की, रात्री बर्फ फार पडते व राहुटीच्या बाहेर आमचा जो रखवालीचा कुत्रा आहे तो त्या बर्फात गाडला जातो. फक्त त्याचे नाक व डोळे बर्फाबाहेर राहतात. कुत्रा सबंध रात्रभर उठण्याची हालचाल करीत नाही. कारण जरा हालचाल केली तर बर्फ वितळून तेथे पाणी होईल. तेव्हा रात्रभर तो तसाच उजाडेपर्यंत निपचित पडून राहतो. हे तिबेटी कुत्रे फार भयंकर, मोठ्या आकाराचे असतात व लांडग्यासारखे माणसाला फाडून टाकतात. तिच्या बापाने मला असे सांगितले की, त्या मुलीला असे वाटले की, उठल्यावर मी राहुटीच्या बाहेर जाईन व माझ्यासारख्या परक्या माणसाला पाहिल्यावर तो कुत्रा मला फाडून टाकील. म्हणून बाहेर उडी टाकून ती माझी हालचाल पाहात राहिली व माझी उठायची चिन्हे दिसू लागल्यावर ती पुन्हा कुत्र्याला धरून ठेवण्याकरिता बाहेर पडली. कुत्रा बाहेर बर्फात रुतलेला होता आणि मला दिसण्यासारखा नव्हता. तिला माझा बचाव करायचा होता. तिला माझी बोली काही येत नव्हती. अजाण बालक, पण किती शहाणे व कनवाळू. मला वाटते, हे गुण तिचे वडिलार्जित असावेत. कारण तिचा बापही मोठा धार्मिक व आध्यात्मिक प्रवृत्तीचा होता. प्राणायामाचे काही धडे मला शिकवा म्हणून तो मला सारखा विनवीत होता आणि मीही त्याला योगसाधनेच्या काही पद्धती शिकविल्या.

“सीलिंगच्या पुरातन मठात जवळजवळ एकशेऐंशी ब्रह्मचारी संन्यासी आहेत. सात वर्षाच्या कोवळ्या पोरापासून सत्तर वर्षांच्या म्हाताऱ्यापर्यंत सर्व वयांचे साधक आहेत. या मठात एक प्राचीन पद्धतीचा छापखाना आहे. एक वृद्ध लामा तो छापखाना चालवितो. खिळे जुळविण्याऐवजी तो छापावयाच्या मजकुराचे पान लाकडी ठोकळ्यावर कोरून काढतो आणि अशा पद्धतीने सगळे पुस्तक मोठ्या मेहनतीने तयार केले जाते. त्या वृद्ध लामाबरोबर एक मुलगा काम करतो. हा वृद्ध लामा वारल्यावर तरुण लामा त्या छापखान्याचे काम करणार. पुस्तक चांगले तयार करीत. त्याचे बाह्यांग तर फारच आकर्षक असे. पुस्तकाच्या पानांचा कागद तीन प्रकारचा असे. काही कागद कामचलावू, काही उच्च प्रतीचा तर काही अगदी उच्च प्रतीचा; रॉयल सुपरफाइन. पुस्तकाची जेव्हा शेवटली आवृत्ती काढीत, तेव्हा त्यात कागद फार जाडा वापरीत. सर्व अक्षरे सोनेरी छापीत.

“ताकलकोटच्या जवळ आम्ही आलो तेव्हा रात्र झाली व अंधारात आमचा रस्ता चुकला. आम्ही असे असहायपणे भटकत असता एक धिप्पाड तिबेटी माणूस आमच्या रोखाने धावत आला व त्याने आपल्या हातातील कट्यार आमच्यावर उपसली. माझ्या सोबत्याला त्याने खाली पाडले व माझ्या मानेत आपल्या कट्यारीचे टोक खुपसले व ओरडून विचारले, “कोण तुम्ही?” मला वाटले, माझी शेवटची घटका येऊन ठेपली. तरी पण गंभीरपणे मी उत्तर दिले, “आम्ही गरीब साधू आहोत. आम्हाला तुझ्या कट्यारीची किंवा धमकावणीची भीती वाटत नाही.” हे ऐकून या वाटमाऱ्याला हसू कोसळले. त्यानंतर तो जेव्हा शांत झाला तेव्हा म्हणाला, “मी काही तुम्हास दुखवणार नाही. तुम्ही लोक असे अचानकपणे भेटलात तेव्हा म्हटले थोडी गंमत करावी.” मोठा विलक्षण प्रकार आहे हा गमतीचा!

“मानस सरोवरापासून सहा मैलांवर एक पर्वत आहे. त्याच्या पायथ्याशी आम्ही येऊन पोहोचलो. तेथे पुणरी या ठिकाणी एक मोठा सुंदर मठ आहे. मठाच्या इमारतीच्या भिंतींना पांढरा रंग फासला होता व कळसाला तांबड्या रंगाचीच किनार होती. त्या रात्री आम्ही तेथे झोपलो. सकाळी एका तरुण लामाने आम्हाला ग्रंथालयात नेले. तिबेटमधील प्रत्येक मठात त्यांचा स्वत:चा एक संस्कृत ग्रंथसंग्रह असतो. त्या ग्रंथसंग्रहातील काही जुन्या संस्कृत पोथ्या हजार वर्षांहूनही जुन्या असाव्यात. बौद्ध महंतांनी त्या भारतातून येथे आणल्या असाव्यात. बौद्ध महंतांचा काही काही काळात धर्मच्छल झाला होता. पुणरी मठाच्या ग्रंथसंग्रहात बौद्ध महंतांचे सुंदर पुतळे आहेत. जुन्या पुस्तकांच्या मध्ये घडवंच्या ठेवल्या आहेत व त्या घडवंच्यांवर हे पुतळे मांडून ठेवलेले आहेत. भिंतींवर रेशमी पडदे टांगलेले आहेत. त्या पडद्यांवर चिनी पद्धतीची

सुंदर व किमती चित्रे काढलेली आहेत.

“आमच्या वाटाड्याने मग आम्हाला भिंतींच्या एका गवाक्षात नेले. त्या गवाक्षाच्या दोन्ही बाजूंस जाड पडदे होते व वरती एक भव्य रेशमी छत होते. ग्रंथसंग्रहालयामधील सर्व खिडक्यांवर रेशमी पडदे होते व त्यांमुळे प्रकाशही बेताचाच होता. म्हणून गवाक्षासमोर दोन लहान तुपाचे दिवे लावलेले होते. त्यामुळे घडवंच्यांवर काय मांडून ठेवले होते ते समजायला मला दोन-चार मिनिटे लागली आणि काय आश्चर्य! तेथे मांडून ठेवलेल्या त्या पुतळ्यांमध्ये एक पुतळा पुतळा नसून खराखुरा जिवंत मनुष्य! तो सोळा वर्षे वयाचा दिसत होता. तो त्या सगळ्या मठाचा मुख्य लामा होता. मठातील सर्व लामा, लहान-मोठे, त्याला फार मान देत व सर्वसाधारण लोक तर देवासमान मानीत. तुम्हाला माहीतच आहे की, तिबेटचा दलाई लामा काय किंवा इतर महत्त्वाच्या मठातील मुख्य लामा काय, यांची कशी निवड करतात ती. ती निवड मठाचे महामंडळ पूर्वदेहीच्या काही खाणाखुणांच्या आधाराने करते. वृद्ध लामा पुन्हा जन्म घेतो. ते जन्माला आलेले बालक खाणाखुणांवरून शोधून काढतात. इतक्या उच्च दर्जास योग्य असे शिक्षण त्याला काळजीपूर्वक देतात. हा जो पुणरी मठाचा तरुण महालामा आहे, त्याची निवड अशीच झाली. पूर्वीच्या लामांच्या जवळच्या पुष्कळशा वस्तू याच्या पुढ्यात महामंडळाने ठेवल्या. त्यांत इतरही काही फालतू वस्तू मिसळून ठेवल्या. पण या तरुण लामाने पूर्वीच्या लामांच्या वस्तू अगदी बिनचूकपणे न घुटमळता निवडून काढल्या व बाकीच्या बाजूला ठेवल्या.

“तो आमच्यासमोर पद्मासन घालून अगदी निश्चल, दगडासारखा बसलेला होता. एक हात गुडघ्यावर व दुसरा पुढ्यात. तळवा व आंगठा वरती केलेला असा.

“त्याची ती ध्यानस्थ मुद्रा पाहून मी फारच प्रभावित झालो. मुद्रेवरून तो बुद्धिमान व गंभीर दिसत होता. त्याचा वर्ण हस्तिदंतासारखा फिकट दिसत होता व मुद्रेवर कारुण्यभाव दिसत होता. मला तर तो प्रत्यक्ष बुद्धासारखा, पण लहान वयातला, वाटला. कोणत्याही व्यक्तीच्या भोवतालचे आध्यात्मिक वातावरण मला भासमान होते. त्याच्या सान्निध्यात आदराच्या भावना माझ्या मनात इतक्या उचंबळून आल्या की, मला वाटले, त्याच्यापुढे साष्टांग दंडवत घालावा. असा दंडवत मी तिबेटमध्ये अजून कोणत्याही लामापुढे घातलेला नाही. मला इतके लामा व महंत आजपर्यंत भेटले, पण माझ्या गुरूशिवाय कोणापुढेही मी नतमस्तक झालो नाही. माझ्या मनातल्या आदरयुक्त भावना त्या मुख्य लामाने जाणल्या व थोडी हालचाल करून आपला उजवा हात पुढे करून माझ्या नतमस्तकावर ठेवून मला आशीर्वाद दिला. नंतर त्याने आपल्या

मांडीखालून एक पितळी तबक काढले. त्या तबकातून काही सुके जर्दाळू काढून मला प्रसाद म्हणून दिले. भारतातही असाच प्रसाद देतात. तरुण महालामाबद्दल माझे फार चांगले मत आहे. आध्यात्मिक दृष्ट्या त्याची फार प्रगती झालेली होती. मला तिबेटमध्ये पुष्कळ लामा भेटले. अगदी बुद्धासारखे दिसणारे व आचरणाने वागणारे. पण या तरुणाची योग्यता वेगळीच.

''या परक्या देशातून असा प्रवास करीत आम्ही चाललो. थंडी फार कडाक्याची. कोणाचा विश्वास बसणार नाही अशी. आम्हाला फार त्रास झाला. नेहमी कोणत्या ना कोणत्या तरी संकटाशी आम्हाला मुकाबला करायला लागायचा. आमची ताकदही कमी झाली. आम्हाला खायला कधी मिळायचे नाही. हात-पाय गारठून जायचे पण शेवटी आम्ही मानस सरोवरावर जाऊन पोहोचलो. वाटेने खडकातून जाता जाता माझे बूट अगदी फाटून गेले होते. या पवित्र सरोवराचे दर्शन घेण्याची माझी कित्येक वर्षांपूर्वीची इच्छा पुरी झाली. ज्या वेळी आम्ही तेथे पोहोचलो तेव्हा संध्याकाळ झाली होती. सरोवराच्या काठाला वरवर निमुळती होत जाणारी एक लहान टेकडी होती. त्या टेकडीवर एक लहानशी गुहा होती. रात्री त्या गुहेत आम्ही मुक्काम केला. गुहेत एक छोटीशी बंगली होती. त्या बंगलीत आम्ही एकदाचे जाऊन पोहोचलो व निवांत पडलो. फार थकून गेलेलो असल्यामुळे आम्हाला ताबडतोब झोप लागली.

''रात्री दहाच्या सुमारास आम्ही उठलो. बिछान्याजवळची खिडकी उघडली व बाहेर पाहिले. समोर विस्तीर्ण जलाशय होता. पाणी इतके स्थिर, जणू काचेसारखे दिसत होते. वरती पौर्णिमेचा चंद्र आपला सौम्यधवल प्रकाश त्या सरोवराचा पृष्ठभाग उजळून टाकीत होता. मध्येच एखादी थंडगार वाऱ्याची झुळूक यायची व त्या गडद नील अशा जलाशयावर तरंग निर्माण करायची. त्यातूनच एखादी लाट निर्माण व्हायची व सरोवराच्या संथ अशा पृष्ठभागावरील नीरवतेचा भंग व्हायचा. कधीकधी या लाटा वरती उचंबळून यायच्या. चंद्राचे सौम्य किरण त्या विस्तीर्ण जलाशयाच्या पृष्ठभागावर चमकून निघत आणि त्याच्या मध्यभागी तारका व चंद्र यांची प्रतिबिंबे स्पष्ट उठून दिसत. त्या दिव्य सरोवरावर राजहंस स्वैरपणे विहार करीत. त्यांच्या चोची तांबड्या दिसत. किनाऱ्यावर लाटा आदळत. किनारा म्हणजे फक्त बारीक वाळू. झाड नाही की एखादा मोठा खडक नाही. लाटा आदळताना एक प्रकारचा सुरेल ध्वनी निघायचा व तो सतत निघत असल्याने एक मधुर संगीत निर्माण व्हायचे. मग एखादे वेळी आकाशात काळे दाट ढग जमू लागायचे व त्यांची काळीसावळी छाया त्या जलाशयाच्या पृष्ठभागावर पडायची. त्या जलाशयाच्या आसमंतात, वातावरणात आध्यात्मिक विचारांचे तरंग निर्माण व्हायचे व मन कसे अगदी प्रसन्न होऊन जायचे. या जगाचा पूर्ण विसर

पडायचा. एका दिव्यलोकात आपण वावरत आहोत असे वाटायचे. माझे हृदय तर आनंदातिशयाने उचंबळून निघे. मनातून इतर विचार नाहीसे होऊ लागत व एकाग्रता येऊ लागे. एका गूढ, दिव्य अशा आनंदात माझे चित्त बुडून जाई. त्या आनंदाचे वर्णन करणे अशक्य आहे.

‘‘आमच्या यात्रेचा शेवटचा टप्पा म्हणजे कैलास पर्वत. कैलास पर्वताची सगळीकडे ख्याती. त्या पर्वताचे मला जे पहिले दर्शन झाले ते असे : हिमशिखरांमध्ये व बाजूला अगदी चिकटलेला असा बर्फाच्छादित पर्वत. घुमटासारखा त्याचा आकार दिसत होता. पर्वतावरचे बर्फ पॉलिश केलेल्या रुप्यासारखे चकाकत होते. म्हणूनच त्यास ‘रुपेरी पर्वत’ असेही नाव आहे. पुराणात लिहिले आहे की, भगवान शिव या धवल गिरिराजावर ध्यानस्थ बसतात. बौद्धांच्या समजुतीप्रमाणे गौतम बुद्ध येथे ध्यानस्थ असतात. आता पार्थिव शरीराने ते तेथे बसणे शक्य नाही; पण सूक्ष्म देहाने त्यांचे वास्तव्य तेथे असावे असे मलाही वाटते. येथील अत्युच्च वातावरणात वायुलहरी काही वेगळ्याच. लोहचुंबक जसा आपल्याभोवती अदृश्य असे चुंबकीय क्षेत्र निर्माण करतो, त्याप्रमाणे काही दिव्य, मनास जिंकून टाकणारे, ऐहिक जीवनाचा विसर पाडणारे वातावरण निर्माण करतात. माणसाचे चित्त भारावून जाते व त्यात गूढ संवेदना निर्माण होतात. ताबडतोब व नकळत ध्यान लागते. अशा वातावरणासारखे दिव्य वातावरण मला अन्यत्र अनुभवास आले नाही. म्हणून मी त्या भागातील एखाद्या बौद्ध मठामध्ये एक वर्ष राहण्याचे ठरविले आहे.

‘‘कैलास पर्वत व मानस सरोवर यांची यात्रा पुरी करावयाची म्हणजे कैलास पर्वताची तीस मैलांची व मानव सरोवराची पन्नास मैलांची प्रदक्षिणा घालावी लागते. तशी दोन्ही ठिकाणांची प्रदक्षिणा मी घातली. सावकाश चाललो व वाटेतल्याही पवित्र स्थानांचे दर्शन घेतले. येथे माझी यात्रा संपली. आता परत मी काश्मीरला कसा आलो याची हकिकत सांगत बसत नाही. मी सुखरूप परत आलो. परत सात वर्षांनी कैलासाची दुसरी यात्रा केली. पण यावेळी जवळच्या रस्त्याने, म्हणजे अलमोड्याकडून गेलो. आणखीनही एकदा पुन्हा जाण्याचा विचार आहे.’’

स्वामीजींची हकिकत सांगून संपली.

आम्ही परत त्या अरण्यातून आपल्या निवासस्थानी शांतपणे हळुवार पावले टाकीत आलो.

* * *

त्यानंतर त्यांचा मुक्काम थोडेच दिवस होता. तेवढ्यात त्यांनी मला तिबेटी जीवनाबद्दल

थोडी माहिती सांगितली. ल्हासाला लष्करी भेट देण्याच्या वेळी सर फ्रान्सिस यंगहसबंड यांना तेथील लोकांच्या भाबड्या समजुतीबद्दल जो अनुभव आला, तोच अनुभव स्वामीजींना लडाखमध्ये आला. लडाखी लोकांनी त्यांना सांगितले की, त्यांचा देश काश्मीरच्या महाराजांनी आपला सेनापती जनरल जोरावरसिंग यास पाठवून १८४८ मध्ये जिंकून घेतला. तो तिबेटच्या स्वारीवर निघाला होता. लडाख त्याला वाटेतच भेटले. लडाखी लोकांची सुद्धा अशीच भाबडी समजूत होती की, काश्मिरी फौजेच्या सेनापतीच्या अंगी काही दैवी शक्ती आहे व त्यामुळे शिशाची बंदुकीची गोळी त्याच्या अंगात शिरत नाही. त्याच्या फौजेने तिबेटचा पश्चिम भाग काबीज केला होता. ज्या ठिकाणापर्यंत तो जाऊन पोहोचला होता ते ठिकाण मानससरोवरापासून काही लांब नव्हते. पण चीनच्या बादशहाने भलेमोठे सैन्य तिबेटच्या मदतीस पाठविले व त्यांनी केवळ संख्याधिक्याने जोरावरसिंगाचा पराभव केला. तो त्यांच्या हाती सापडला व त्याला गोळी घालून ठार मारण्यात आले. पण ती गोळी शिशाची नसून लोखंडाची होती. नंतर त्याच्या शरीराचे तुकडे तुकडे करण्यात आले.

तिबेटी लोकांनी स्वामी प्रणवानंदांबद्दल जो इतका आदर दाखविला, त्याचे कारण त्यांचे भारदार व्यक्तिमत्त्व, त्यांची कळकळ, निष्ठा व आध्यात्मिक बैठक हे बहुधा असावे. भारतामधून जे योगी तिबेटमध्ये येतात, त्यांत हे सर्वश्रेष्ठ असावेत अशी त्यांची समजूत झाली म्हणून त्यांनी त्यांना तिबेटमध्ये राहू दिले. तिबेटमधील बौद्ध मठात राहणारे हे एकमेव हिंदू योगी होत. दुसरे योगी म्हणजे त्यांचे मित्र राहुल. तेही कधीकधी ल्हासाला राहतात. राहुल हे बौद्ध भिक्षू आहेत पण त्यांचा जन्म भारतातील बिहार प्रांतात झाला व त्यांचे शिक्षण श्रीलंकेत सिलोन येथील एका मठात झाले. त्यांना हिंदू योगी म्हणता येणार नाही.

राहुलजी मला काही वर्षांपूर्वी भेटले होते. ते जन्माने भारतीय असून त्यांची चेहरेपट्टी तिबेटी होती, याचे मला जरा आश्चर्य वाटले. त्यांनी भिक्षूचा वेष धारण केल्यावर त्यांना कोणीही लामाच समजतील. रेशमी पेंटिंग्जचा एक पुरातन संग्रह त्यांनी मला दाखविला होता. संग्रह चांगला मोठा व मौल्यवान होता. अशी चित्रे पाहावयासही दुर्मीळ होती. तो संग्रह त्यांना निरनिराळ्या वरिष्ठ लामांनी भेटीदाखल दिलेल्या चित्रांचा होता. त्या संग्रहातील चित्रे रेशमी लांबलचक पडद्यावर काढलेली होती व ते पडदे मठातील भिंतींवर टांगलेले होते. राहुलजी लोकांच्या विश्वासास पात्र ठरलेले होते. ल्हासाच्या त्या मठात त्यांना जेव्हा वाटेल तेव्हा ते राहू शकत, इतका मान ते त्यांना देत असत. तिबेटमधील प्रवासात एका ठिकाणी एक प्रचंड असा पोथ्यांचा संग्रह त्यांना आढळून आला. तो त्यांनी तेथून उचलून आणण्यात यश मिळविले. त्या

पोथ्यांची पाने ताडपत्राची होती व त्यांवर संस्कृत अक्षरे लिहिलेली होती. अर्थात ते बौद्धधर्मीय वाङ्मय होते. या सगळ्या पोथ्या हजारएक वर्षांपूर्वी भारतातच होत्या. त्या बौद्धधर्मीय असल्याकारणाने बौद्ध धर्माच्या शत्रूंकडून किंवा माथेफिरू ब्राह्मणांकडून नष्ट झाल्या असत्या. त्या त्यांच्या हाती पडू नयेत म्हणून कोणीतरी त्या तिबेटात पळवून नेलेल्या होत्या व त्याची तिबेटी भाषेत भाषांतरेही केली होती. त्यावरून परत संस्कृत अनुवाद करण्याची राहुलजींची इच्छा होती. या पोथ्यांचा संग्रह इतका अफाट होता की, तो सगळा ग्रंथसंभार परत भारतात आणण्यास त्यांना वीसएक खेचरे लागली. प्रत्येक खेचराच्या पाठीवर बोजा भरपूर लादलेला.

ज्या भूमीत बौद्ध धर्म जन्माला आला, त्या भूमीतून तो आता बहुतेक नाहीसा झालेला आहे. तो समूळ नष्ट होऊ नये, त्या धर्माची अल्पशी ज्योत तरी तशीच तेवत ठेवावी अशी राहुलजींची मनीषा होती.

त्यानंतर अशाच एका दिवशी दुपारी आम्ही एका लहानशा ओढ्याच्या काठी बसलो होतो. प्रणवानंदजी आपल्या गुरूंबद्दल, स्वामी ज्ञानानंदजींबद्दल सांगू लागले : ‘‘माझ्या गुरुजींचा जन्म आंध्र प्रांतात सधन घराण्यात झाला. त्यांच्या वयाच्या सतराव्या वर्षी स्वप्नात परमात्म्याने त्यांना दर्शन दिले व गृहत्याग करावयास सांगितले. पण त्यांना त्या स्वप्नाचा अर्थ नीटसा कळेना व त्यांनी त्या आज्ञेचे ताबडतोब पालन केले नाही. परत त्यांना दुसऱ्यांदा स्वप्नात दर्शन दिले व तोच संदेश दिला. या वेळी त्यांच्या मनात परस्परविरोधी विचारांचे काहूर माजले. संदेशाचे पालन करून घर सोडावे की प्रपंचातच राहावे, त्यांना काही उमजेना. संसार सोडून जायला त्यांचे मन तयार होईना व त्यांनी अळंटळं करण्यास सुरुवात केली. तेव्हा तिसऱ्यांदा त्यांना दृष्टांत झाला. यावेळी परमात्म्याने त्यांच्या शरीरास स्पर्श केला व आज्ञापालन करण्याचे सामर्थ्य दिले. आणि मग त्यांनी घर सोडले, संसाराचा त्याग केला व ते सत्यशोधनाकरिता बाहेर पडले व नाहीसे झाले. गुरूच्या शोधार्थ निघाले. ते प्रथम उत्तरेकडे गेले. मग पश्चिमेकडे वळले. काही वर्षांनी त्यांना त्यांचे गुरू भेटले. भेट झाल्यावर ते गुरू एवढेच म्हणाले की, तुझे परमार्थाचे ध्येय तुझ्या हातातच आहे. पण त्यांनी पाहिले की, आपला चेला चांगलाच प्रगत आहे आणि खरोखर तसेच होते. कारण त्यांना एकदा चांगलीच समाधी लागली व ती उतरल्यानंतर त्यांच्यात आमूलाग्र बदल घडून आला.

‘‘पण त्यांना अनुभूती परिपक्व, स्थिर व अभंग करावयाची होती. तेव्हा त्या उद्देशाने ते टेहरी राज्यात आले व १९२३ साली गंगोत्रीस एकांतवासात राहू लागले. तेथे असताना त्यांना एक अनुभव आला. त्यात त्यांच्या आध्यात्मिक साधनेची कसोटी

लागली. त्यांना एकदा तेथे एक मोठा वाघ भेटला. पण त्याने त्यांना काही केले नाही. तो त्यांच्या पुढ्यात मागले पाय टेकून निपचित बसला. त्यांच्या नजरेला नजर लावली. मग निमूटपणे जवळच्या जंगलात निघून गेला.

‘‘ते त्या परिसरात सर्व हिवाळाभर राहिले. तेथे इतकी थंडी व बर्फाचा इतका वर्षाव व्हायचा की, कोणी तेथे राहावयास धजावत नसे. बर्फाचा थर सात फूट जाड असायचा. जमीन मुळी दिसायचीच नाही. हिवाळ्यात तेथे धान्य-धुन्य, दूध वगैरे काहीही मिळायचे नाही. पण टेहरी संस्थानातील अधिकाऱ्यांनी त्यांना अधूनमधून अन्नाचा पुरवठा करण्याची व्यवस्था केली होती. पण आमचे गुरुजी त्या बर्फात एक लंगोटी घालून राहात; अंगावर दुसरे काही वस्त्र नाही. ज्ञानानंदजी एका गुहेत राहात; त्या गुहेला झापड नव्हते किंवा आत काही शेकोटी वगैरेची व्यवस्था नव्हती. एवढ्या थंडीत ते असे उघडे दिगंबर राहात. एकदा त्यांना कोणीतरी विचारले, की एवढ्या कडक थंडीत तुम्ही दिगंबर कसे राहू शकता? त्यावर त्यांनी उत्तर दिले, ‘‘गंगोत्रीत असताना माझ्या गुहेसमोर एका शिळेवर बसून मी ध्यान लावीत असे. मला समाधीही लागत असे. तेव्हापासून मला शीतोष्णबाधा व्हायची थांबली. एके दिवशी मला अंतर्यामातून संदेश मिळाला की, तू अंगावरचे सगळे कपडे काढून टाक. तो अंतर्यामातून मिळालेला संदेश म्हणजे परमेश्वराची आज्ञा. ती आज्ञा मी पाळली. आता मला थंडीचा काही त्रास होत नाही.’’ कल्पना करा त्या निर्जन, बर्फाच्छादित प्रदेशात, हिमपर्वतांचे अजस्र कडे उंच शिखरांवरून खाली दरीत वारंवार सरकत असताना, त्यातील गोटे अंगावर कोसळण्याची सारखी भीती, सोबतीला कोणी नाही, फक्त हिमालय, मधून एखादेवेळी श्वापदे चुकून फिरकायची व कधी साधे भोळे पहाडी खेडूत फेरफटका करून जायचे, अशा ठिकाणी राहायचे म्हणजे काही शरीरी माणसाला हे शक्य नाही. त्यांना कधी अधूनमधून एक पहाडी खाण्यापिण्याचे आणून देई. त्याला जर तुम्ही त्यांच्याबद्दल विचारले तर मोठ्या भक्तिभावाने, आदराने त्याचे डोळे चमकत व बोलताना त्याचे हृदय उचंबळून येत असे.’’

आणि मग स्वामी प्रणवानंद बोलावयाचे एकदम थांबले. त्यांचे डोळे मिटायला लागले. श्वासोच्छ्वास करताना त्रास पडू लागला. मला वाटले, त्यांना चक्कर आली की काय. पण तसे काही झाले नाही. ते शांत झाले व हळूहळू समाधीत गेले. त्यांचे शरीर निश्चल व गंभीर झाले. त्यांच्या खांद्याची किंचितशी हालचाल मंद श्वासोच्छ्वास करताना व्हायची.

आणि थोड्याच वेळात एकंदर वातावरणात काही महत्त्वाचा बदल होत आहे याची

मला जाणीव होऊ लागली. कोणीतरी दिव्य शक्ती किंवा एक उच्च स्तरावरची जाणीव तेथे येऊ लागल्याचा भास होऊ लागला. ती येण्यापूर्वी एक गूढशी निःस्तब्धता, नीरवता तेथे वावरू लागली. मी स्वामीजींच्या समोर पद्मासन घालून ध्यान करीत बसलो होतो. स्वामीजींना काही महत्त्वपूर्ण संवेदना होत असाव्यात हे मला कळून चुकले. आता पुढे काय होते आहे, याचा अंदाज मी मनाने करावयास लागलो.

त्यांच्या अंतःचक्षूंपुढे, तृतीय नेत्रापुढे एका महात्म्याची मुद्रा दृश्यमान होऊ लागली. त्या महात्म्याच्या डोळ्यांवर चष्मा, हनुवटीवर दाढी व पसरट नाक. त्या मुद्रेवर एक प्रसन्नसे स्मित विराजू लागले. माझ्यावर एक दृष्टिक्षेप आणि नंतर एक संदेश.

मी ताबडतोब उमजलो.

स्वामीजींचे गुरू स्वामी ज्ञानानंद तेथे प्रत्यक्ष अवतरले. सिद्धयोग्यांच्या पद्धतीप्रमाणे त्यांनी आपले मन, आपला आत्मा सूक्ष्मदेहाने आपल्या शिष्यापर्यंत आणला व त्याच्या व्यक्तित्वात आपले व्यक्तित्व ओतले. क्षणभर ते दोन आत्मे जणू एकवटले. त्यांची अंत:करणे एक झाली. आत्म्याचे असे हे दुसऱ्या आत्म्यामधील अवतरण कोणालाही मुग्ध, आश्चर्यचकित करून टाकील. येशू ख्रिस्त म्हणाला होता ना, ''मी व माझा पिता एकच होत.'' थोड्याफार प्रमाणात व वेगळ्या शब्दांत तोच अर्थ. गुरु-शिष्यसंबंधाचे हे खरे स्वरूप. हेच खरे रहस्य. म्हणूनच योगशास्त्रात आत्मसमर्पणाची महती गायिलेली आहे. पण ऐहिक विचारांच्या मूर्ख लोकांना याचा काही अर्थ कळत नाही व काहीतरी जडवादी अर्थ या अवस्थेला ते चिकटवून देतात. गुरूला आपल्या शिष्याकडून आत्मैक्यत्वाची अपेक्षा असते; त्याच्या धनदौलतीच्या समर्पणाची अपेक्षा नसते. तशी अपेक्षा असणे म्हणजे निव्वळ बुवाबाजी, ढोंगबाजी आहे. समर्पण म्हणजे गुरु-शिष्यसंबंधात आत्मैक्यत्वाप्रत नेणारा सोपा राजमार्ग.

अर्धा एक तास आम्ही दोघेजण अगदी निःस्तब्ध बसलो. गुरूच्या अस्तित्वाने पुलकित झालेल्या शिष्याची व माझी त्या स्थळी निर्माण झालेली उच्च प्रतीची, उच्च स्तरावरील वैचारिक स्पंदने अवग्रहण करण्याची खटपट चालू होती. गुरुजी माझ्याशी बोलत, पण शब्दविरहित भाषेत; आणि ती नि:शब्द भाषा मी जाणून घेण्याचा सारखा प्रयत्न करीत होतो. बाह्य जगाला याचे इंगित काय समजणार! त्यांच्या जड दृष्टीला फक्त दोघे वेडे पीर दिसणार. एकाचे डोळे मिटल्यासारखे व दुसऱ्याचे उघडे. पण माझ्या डोळ्यांना तर ती दिव्य मूर्ती स्पष्ट दिसत होती. त्या मूर्तीच्या आगमनामुळे मला स्थूल देहाचा पूर्ण विसर पडला होता व मी एका उच्च स्तरावर वावरत होतो.

शेवटी त्यांची समाधी उतरली. त्यांनी मान वळविली व हातरुमालाने आपले डोळे

पुसले. आम्ही दोघे तसेच बसून राहिलो. अगदी एकमेकांकडे दृष्टी लावून नव्हे, पण स्तब्ध. नंतर आम्ही उठलो व बाहेर नदीच्या तीराने चालू लागलो. आमचे बोलणे सुरू झाले पण इतर विषयांवर; वरच्या प्रसंगावर नव्हे. हा अनुभव काही बोलण्याचा विषय नव्हता. तेव्हा त्याच्याविषयी आम्ही काहीच बोललो नाही.

परत बंगल्यात आलो. स्वामीजींनी आपल्या गुरूसंबंधीची जी हकिकत सांगितली, त्यावर मी विचार करू लागलो. मी माझ्या मनःचक्षूंपुढे त्यांची मूर्ती आणली. ते गंगोत्रीजवळ मृगाजिन घालून ध्यानास बसलेले आहेत. मृगाजिनाच्या खाली बर्फ. बाजूस सारखा हिमवर्षाव होत आहे. त्यात निम्मे-अधिक ते बुडून गेलेले आहेत आणि तिबेटकडून येणारे थंडगार वारे अंग जणू फाडून काढीत आहेत. अशा या गोठवणाऱ्या थंडीत, एकान्तात राहून शरीराचे रक्षण कसे करीत आहेत? गंगोत्रीची समुद्रसपाटीपासून उंची अकरा हजार फूट पण सभोवारच्या बर्फाच्छादित शिखरांची उंची वीस हजार फूट. अशा त्या ठिकाणी कडक थंडीचा हिवाळा त्यांनी कसा काढला असेल आणि तो सुद्धा दिगंबर, नग्न स्थितीत? जवळपास उष्णता किंवा अग्नी यांचे साधन नाही. काय हठयोगाची साधना! किती प्रखर देहदंड व तो स्वत:च लादून घेतलेला. आणि या दिव्यातून ते कसे सहीसलामत बाहेर पडले? शरीरधर्म म्हणून काही असतातच ना. शीतोष्णबाधा शरीरास सहन करावी लागतेच ना. त्यांच्या जागी दुसरा कोणी सामान्य माणूस असता तर त्याचा केव्हाच निकाल लागला असता. पण निसर्गाचे हे नियम स्वामी ज्ञानानंदांनी आपल्या तप:सामर्थ्याने व खडतर योगसाधनेने गुंडाळून ठेवले.*

आणि त्यांनी हे कसे करून दाखविले?

याचे उत्तर दोन प्राचीन धर्मग्रंथात दिलेले आढळून येईल. तसेच बुद्धगयेस काही वर्षांपूर्वी मला एक तिबेटी तपस्वी भेटला होता. त्याने जे मला सांगितले त्यावरूनही या प्रकारासंबंधी बोध होईल.

* टेहरी संस्थानचे मेडिकल ऑफिसर डॉ. डी.एन. नौत्याल, एम.बी.बी.एस. यांनी स्वामी ज्ञानानंदांची प्रकृती ते यात्रेहून परत आल्यानंतर तपासली. स्वामीजींची नाडी आता कायमची नेहमीपेक्षा तीस अंश कमी झाल्याचे त्यांना आढळून आले.

पहिला ग्रंथ म्हणजे 'हठयोगप्रदीपिका'. हठयोगाविषयी मूलभूत आधारग्रंथ. यम, नियम, आसन, प्राणायाम यांविषयी निरनिराळे सिद्धांत बांधून त्यांचे प्रत्यक्ष शारीरिक आचरण कसे करावे, हे सर्व त्यात सांगितले आहे. इंद्रियांचे दमन करून इच्छाशक्ती कशी वाढवावी व नंतर कडक थंडी व कडक उन्हाळा कसा सहन करावा, याविषयी त्या ग्रंथात सांगितले आहे. दुसरा ग्रंथ म्हणजे श्रीमद्‌भगवद्‌गीता. योग व वेदान्त यांची

सुंदर सांगड जगद्विख्यात ग्रंथात घातलेली आहे. या शीतोष्ण 'सुखदु:खेषु समः संगविवर्जित:।।' - साधकाने आपले चित्त पूर्णतया इंद्रियव्यापारातून बाहेर काढावे व अंतर्मुख करावे. म्हणजे कोणत्याही प्रकारच्या द्वंद्वाची, शीत, उष्ण वगैरेची बाधा होणार नाही.

तिबेटी तपस्व्यापासून मला जे ज्ञान झाले ते असे : अत्युच्च श्रेणीच्या लामांमध्ये काही असे सिद्धयोगी असतात की, काही शारीरिक-मानसिक प्रक्रियांद्वारा ते आपल्या शरीरात प्रखर उष्णता निर्माण करू शकतात. या उष्णतेस ते 'टोमो' म्हणतात. त्या प्रक्रियांमध्ये दीर्घ श्वसनाबरोबर इच्छाशक्ती व कल्पनाशक्ती यांची सांगड घालतात. प्रथम ती दिव्य शक्ती येण्याबाबत एक प्रकारचे रहस्यमय समंत्रक आवाहन केले जाते. नंतर ती शक्ती प्रत्यक्ष स्वरूपात मूर्त होते व त्याचे प्रतिबिंब म्हणून अग्नी निर्माण होतो. नंतर त्या अग्नीच्या शिखा सभोवार पसरविल्या जातात व त्याबरोबर साधक दीर्घ श्वसनाचा अभ्यास करू लागतो. हे दीर्घ श्वसन कुंडलिनीच्या षट्चक्रांस मूलाधारापासून सहस्रारापर्यंत जागृत करते. या योग्यांची सिद्धांतपद्धती अशी की, हा जो अग्नी निर्माण होतो, तो शरीरातील वीर्य गरम करतो. हे वीर्य नंतर मग काही प्रक्रियांद्वारा सर्व नाड्यांतून वाहावयास लावतात. शेवटी योग्यास समाधी लागते व त्या समाधीत त्याचे चित्त, त्याने स्वत:च निर्माण केलेल्या प्रतिबिंबित अग्नीवर केंद्रित होते. त्या तिबेटी तपस्व्याच्या मते या साधनेने शरीरातून थंडीची संपूर्ण संवेदना बाहेर काढली जाते व साधकाला आपल्या शरीरात गोडशी, उबदार संवेदना अनुभविता येते; मग तो तिबेटमधील अगदी अतिशय कडक थंडीमध्ये वावरत असेनाका. काही साधक ही साधना करीत असताना मुद्दाम बर्फगार पाण्यात बसून राहतात, असेही त्यांनी मला सांगितले.

असेच काही दिवस गेले व स्वामी प्रणवानंदांच्या निघण्याची वेळ येऊन ठेपली. आता प्रवास मोठा होता. त्यांनी आपली कफनी शरीराभोवती अधिक आवळून घेतली. उबदार कपडे घातलेला त्यांचा देह आता लिपू लेख खिंड ओलांडून जाणार होता. ही खिंड सोळा हजार फूट उंचीवरची. ही खिंड आता ओलांडायला हवीच होती. नाहीतर मग तेथे बर्फाचे थरच्या थर पडून रस्ता बंद व्हायचा. तिबेटच्या उंच पठारप्रदेशावर त्यांना या वर्षीच जायचे होते. तेव्हा आमच्या या प्रवासाच्या गोष्टी आम्हाला आवरत्या घ्याव्या लागल्या. मधूनमधून परमार्थचिंतनात जे आम्ही क्षण व्यतीत करीत होतो, त्यास आता आम्हाला विराम द्यावा लागला.

आता आणखी एक वर्ष किंवा त्याहूनही जास्त दिवस मला त्यांचा आत्मविश्वासपूर्ण

व निर्भय चेहरा दिसणार नाही की त्यांचा ठणठणीत जोरदार आवाज ऐकू येणार नाही. आता ते कैलास पर्वत व मानस सरोवराच्या परिसरातले दिव्य, आनंदपूर्ण वातावरण चाखत राहणार. तरीपण आमच्यामधील हा अंतर्यामीचा दुवा कायम टिकणार व तेथल्या वातावरणाच्या अनुभवाचे वृत्त ते मला मधूनमधून त्या दुव्याच्या अदृश्य अशा तारायंत्रामार्फत पाठवीत राहणार.

त्यांनी आपले मस्तक होकारार्थी हलविले. ते म्हणाले, ''होय आणि कोणातरी व्यापाऱ्याबरोबर मी तुम्हाला कैलास पर्वतावरचेच अगदी काही दगडगोटे पाठवून देईन. एखाद्या स्मरणिकेपेक्षा त्यांचीच किंमत जास्त. त्या गोट्यांवरून चालून पाहा म्हणजे तुम्ही कैलास पर्वतावरच चालत राहाल आणि मग तुम्हाला तेथे जायला सरकारी परवाना मिळाला नाही, याचे दुःख वाटणार नाही.''

११

तत्त्वज्ञान व विनोद - चार्ली चॅप्लिनवरील माझे विचार - त्याची शांततापूर्ण कला व प्रतिभायोगाचे आधुनिकीकरण करण्याची आवश्यकता, बैरागी, तपस्वी होऊ नये - कामवासना व योग यांचे खरे स्वरूप

हिमालयातील या माझ्या आश्रमातल्या खोलीत एका धीरगंभीर प्रकृतीच्या मित्राने जर प्रवेश केला व भिंतीवर चुलीजवळील फडताळाच्या वरती टांगलेले एक मोठे चित्र त्याने पाहिले तर तो ते चित्र नुसते पाहातच राहील आणि त्याचे माझ्याविषयी मन जरा कलुषित होईल. समाजाच्या बाहेर जे आवर्जून राहतात, त्यांची ही अशी अपरिहार्य अधोगती होते असे त्याला वाटेल. त्याला वाटेल की, मला म्हातारचळ लागला आहे किंवा विरक्त जीवन व्यतीत करण्याची मी घाई केली आहे. माझ्याकडे पाहून तो जरा तिरस्काराने मान वळवील.

ज्या कारणामुळे त्याचे माझ्याविषयीचे मन कलुषित होईल ते कारण म्हणजे, ते सांगायला मला जरा लाज वाटते – दुसरे तिसरे काही नसून प्रख्यात विनोदी नट चार्ली चॅप्लिन याचे एक भव्य

चित्र. ते चित्रही काही मोठे चित्र होते असे नव्हे, किंवा चित्रातले रंगही काही पक्के तेलातले नव्हते, की त्याची फ्रेमही काही मोठी कलाकुसरीने पूर्ण अशी लाकडी फ्रेम नव्हती. चित्र अगदी साधे होते. साध्या वर्तमानपत्री कागदावर शाईच्या रेघोट्या खरडून ते चित्र काढलेले होते. चित्रपटगृहामध्ये चित्रपटाच्या ज्या जाहिराती लावतात, त्यांपैकी चार्ली चॅप्लिनच्या चित्राची जाहिरात मी काही दिवसांपूर्वी भिंतीवरून काढून आणली होती व ते चित्र खोलीत भिंतीवर लावून टाकले होते.

माझ्या निवासस्थानाच्या पहाडी मुलुखात तशी चित्रपटगृहे नव्हती. त्या टेहरी-गढवाल राज्यात, लाइटनस्टीन व साँ मरिनोसारख्या चिमुकल्या युरोपियन देशांप्रमाणे चित्रपटगृहे नाहीत. तेथे पांढऱ्या पडद्यावर मानवी जीवनातील सुखदु:खांचे प्रसंग चितारणारी चित्रे हालचाल करीत नाहीत. ही चित्रपटगृहे म्हणजे विसाव्या शतकातील देवळेच. या देवळात नटनटींची पूजा होते. परंतु या पहाडी मुलुखात अशी देवळे चालायची नाहीत. अशा देवळात येथला कोणीही पहाडी गुराखी आपल्या कष्टाच्या कमाईचे चार आणे खर्च करून हे पडद्यावरील जादूचे खेळ पाहणार नाही.

पण माझ्या एका मित्राने या एकान्तवासात मनाला जरा करमणूक व्हावी म्हणून मासिकांचा गठ्ठाच पाठवून दिला आहे. एका वर्तमानपत्राचा तो संपादक म्हणून काम करतो. आता ही मासिके, वर्तमानपत्रे शिळी असतात व त्यात ती आणावयास पोस्टमन लोकांना किती यातायात पडते. किती डोंगरदऱ्या पायांखाली तुडवाव्या लागतात. परंतु त्यामुळे बाहेरील जगात काय चालले आहे, हे कळते तरी. म्हणून मला ती वाचावीशी वाटतात आणि अशाच एका वर्तमानपत्रात मला हे चार्ली चॅप्लिनचे चित्र मिळाले. चित्र फार छान, अप्रतिम आहे. चार्लीचा सुंदर व किंचितसा करुणाजनक चेहरा त्या चित्रात चांगलाच उमटलेला आहे. असे हे चित्र मिळाल्याबद्दल मी त्या वर्तमानपत्राचा ऋणी आहे.

त्या चित्राशेजारची चित्रे चांगली भव्य अशी होती, पण चार्लीचे चित्र त्याच्या शेजारी असू नये याला काही कारण नव्हते. त्या चित्राच्या उजव्या बाजूस मेघाच्छादित आकाशाचा एका मासिकात सापडलेला फोटो लावलेला होता व डाव्या बाजूस बर्फाच्छादित कैलास पर्वताचा खराखुरा फोटोग्राफ लावलेला होता. तो मला योगी प्रणवानंदांनी आमच्या संकल्पित यात्रेचे जेव्हा फिसकटले, त्यावेळी दिलेला होता. चार्ली चॅप्लिनचे चित्र मी त्या दोन चित्रांमध्ये लावून ठेवले. जरा चमत्कारिकच. जगाच्या दृष्टीने मला काही कलात्मक दृष्टी अशी नव्हतीच.

माझ्या या उच्चभ्रू पाहुण्याने माझ्या या विचित्रशा मांडणीवर नुसत्या उपहासापेक्षा

मला ऐकू जाईल असा अभिप्राय व्यक्त करण्याचे मनात आणले असते, तर त्याला काय उत्तर द्यावे, ते मला शोधून काढावे लागले असते. आता त्या उत्तराने त्याचे समाधान झाले असते की नाही, ही गोष्ट वेगळी, पण माझ्या या कृतीबद्दल माझ्याजवळ तशीच जोरदार कारणे होती.

आता मी या बाउलर हॅट घालणाऱ्या, सैलशी पँट घालणाऱ्या लंडनवासी बुटक्या माणसाला एखाद्या तरुण सिनेमाशौकिन माणसासारखे का मानतो? या प्रश्नाचे माझे पहिले उत्तर अगदी साधे आहे. चार्ली चॅप्लिन मला खूप हसवितो. त्याचा अभिनय मी प्रथम वीस वर्षांपूर्वी पडद्यावर पाहिला अन् मी एकदम खूश झालो. माझ्या हृदयात त्याने जे स्थान मिळविले, त्याचा मला खेद वाटत नाही. ते स्थान अगदी निश्चल आहे. त्या हृदयात त्याच्याच शेजारी जराजर्जर तत्त्वज्ञानाला स्थान आहे. परमेश्वराच्या कृपेने मी दोघांनाही सारखेच महत्त्व देतो. आयुष्यात अनेक बऱ्यावाईट प्रसंगांतून मी गेलो. अनेक संकटेही कोसळली पण तत्त्वज्ञानाला जे मी माझ्या हृदयात स्थान करून दिले, ते अजून ढळले नाही. तितकेच अढळ स्थान त्या विनोदी नटाला मी दिलेले आहे. मनोव्यापाराच्या गूढ अवकाशात मी खूप भ्रमण केले पण माणसाने हसू नये, विनोदबुद्धी बाळगू नये असा दंडक मला कोठेही घालून दिलेला आढळला नाही.

ह्या नश्वर, क्षणभंगूर जीवनात दिवस हसतखिदळत काढावे. आयुष्यात मौजमजेला, विनोदाला जरूर स्थान आहे. आयुष्यात अंमळ विनोद नाही म्हणजे आमटीत मीठ नाही. म्हणजे आमटीरूपी आयुष्य बेचव. आयुष्यात बरेवाईट प्रसंग निभावून न्यायचे म्हणजे हसले हे पाहिजेच. परमेश्वराने आपल्याला जर विनोदबुद्धी दिली नसती तर हे जीवन फार कष्टमय झाले असते, असे एका विनोदी फ्रेंच लेखकाने म्हटले आहे. त्याने आणखीन असे म्हटले आहे की, ''ही विनोदबुद्धी आपल्यामध्ये आहे म्हणून ठीक आहे, नाहीतर बहुतेकांनी आत्महत्या केली असती.'' व्हॉल्टेअरने उगीच नाही म्हटलं, ''जेव्हा आपण हसतो तेव्हा जगणे सुसह्य होऊन जाते.''

माझे दुसरे उत्तर असे की, चॅप्लिन माझ्या मनामध्ये कारुण्यभाव जागृत करतो. सिनेमात तो जेव्हा रस्त्यावरून भीतभीत, अडखळत जातो, तेव्हा त्याच्या मनात एक प्रबळसा न्यूनगंड वावरत असतो. आपण म्हणजे जणू कीटकवत्. तेव्हा मला त्याच्याबद्दल वाईट वाटते. त्याची दया येऊ लागते. त्याच्यामध्ये जगातील लक्षावधी कातर प्रकृतीची माणसे मूर्त झालेली मला दिसून येतात. त्या सगळ्यांची मला करुणा येऊ लागते. त्या लक्षावधी माणसांची असहायता, त्यांचे दुर्दैव, समाजाने त्यांची केलेली उपेक्षा व त्यांच्यावर केलेले निर्घृण प्रहार हे सर्व चार्ली चॅप्लिनच्या गोंधळून गेलेल्या नेत्रांत प्रतिबिंबित झालेले मला आढळून येतात. असे म्हणतात की, सिनेमातील

चित्रांमध्ये आपण स्वत:ला नायक समजावे व चार्लीला आपण हीन समजून त्याला अपमानित करावे, मग त्याची भूमिका आपल्याला बरोबर समजून येते. मला स्वत:ला लहानपणी सामाजिक अन्यायाविरुद्ध लढावे लागले व त्याच वेळी मी मनाशी ठरविले की, जगाची पर्वा करायची नाही.

तिसरे कारण असे की, चॅप्लिनमध्ये व माझ्यामध्ये पुष्कळच साम्य आहे, असे मला वाटते. उदाहरणार्थ, आमचे धंदे घ्या. तो एक विनोदी नट आहे. जगातल्या कटू सत्यापासून पळवाट कशी काढावी, हे दाखविण्याचा तो प्रयत्न करतो. मी तसा उथळ, अनपढ तत्त्वज्ञानी. मीही जगातील कटू सत्यापासून आपला बचाव कसा करावा, हेच सांगतो. माझी पद्धत वेगळी, मन:शांती हा माझा मार्ग.

विनोदबुद्धी हा एक गूढ, रहस्यमय मनोधर्म परमेश्वराने मनुष्यप्राण्याला बहाल केला आहे. स्वर्गातून पतित होऊन मनुष्यप्राणी जेव्हा पृथ्वीवर उतरला, तेव्हा त्याने आपले दिव्यत्व गमावले. त्याची नुकसानभरपाई या मनोधैर्याने केली. दुर्दैवाच्या घोर आघातांपासून, उदास परिस्थितीपासून, अप्रिय, कटू सत्यापासून, अप्रिय माणसांपासून, किंबहुना आपल्या स्वत:च्या अहंप्रियतेपासून जर बचाव करायचा असेल तर माणसाने हसायला लागावे. त्याचा फार उपयोग होतो. जो मनुष्य आपल्या स्वत:च्याच गुणावगुणांबद्दल हसतो, त्याने थोड्याफार प्रमाणात देहभाव विसरलेला असतो. आध्यात्मिक तत्त्वज्ञाचे हेच ध्येय असते. या सर्व दैहिक व्यापारांपासून मुक्तता व्हावी हा त्याचाही उद्देश असतो. फक्त त्याची पद्धती वेगळी. तो फक्त आपले विचार स्थगित करतो, शांत करतो. कारण त्याला माहीत असते की, कोणतीही गोष्ट आपल्या विचारांचा ताबा प्रथम घेतल्याखेरीज आपल्याला बाधा देत नाही.

या तीन कारणांखेरीज माझ्याजवळ अन्य कारण देण्यासारखे नाही. इतर लाखो लोकांप्रमाणे चार्ली चॅप्लिनचा मी जर चाहता असलो तर त्याचे चित्र भिंतीवर टांगून ठेवण्याची मला लाज वाटू नये.

त्याची लोकप्रियता काही विलक्षणच आहे. एखाद्या मोठ्या राजकारणी पुढाऱ्याप्रमाणे त्याच्या नावाला आंतरराष्ट्रीय महत्त्व आलेले आहे. त्याचे चित्रपट लाखो लोक पाहात असतील; त्याचा अंदाज मला करता येत नाही. मी त्याचे बहुतेक चित्रपट पाहिले आहेत. (आता या माझ्या भ्रमंतीमुळे एकदोन चित्रपट पाहण्याचे माझे राहिले.) तो जेव्हा पॅरिसला गेला तेव्हा त्याला पाहण्याकरिता लोक अक्षरश: वेडे झाले. एका मंत्र्याने तर त्याच्या कोटावर बहुमानाचा बिल्ला लावला. अमेरिकेतील मोटारींनी गजबजलेल्या शहरात ज्याप्रमाणे त्याचे नाव होते व त्याला प्रेम मिळत असे तसाच आदर व प्रेम

त्याला आशिया खंडातील मोठमोठ्या शहरातदेखील मिळायचा. रशियन लोकसुद्धा आपल्या कम्युनिस्ट कमिशनरांना जेवढा मान देतात, जेवढा आदर दाखवितात, तितकाच मान व आदर ते चॅप्लिनला देतात. कारण त्याची भाषा विश्वव्यापी आहे. ती सर्व लोक - गोरे, पिंगट, पिवळे, काळे समजू शकतात. त्यात कुठे उणेपणा येत नाही. कारण त्या भाषेत जसा विनोद असतो, तसा कारुण्यभावही ओतप्रोत भरलेला असतो.

त्याची लहानशी टूथ ब्रशसारखी मिशी, त्याची हातातली विनोदी काठी, त्याचे भलेमोठे ओबडधोबड बूट व त्याचे गमतीदार कपडे हे आता जगप्रसिद्ध झालेले आहेत. इतर कोणालाही साधणार नाही असा त्याचा अभिनय, असहायतेने ओतप्रोत भरलेले त्याचे हावभाव, त्याची ती दीन, ठेचाळलेली, ठोकरा खात जाणारी देहाकृती, त्याचा तो निरागस, बालसदृश अभिनय या सर्व गुणांमुळे त्याने आपल्या सर्वांच्या अंत:करणांचा ठाव घेतला आहे. त्याच्या विदूषकी अभिनयाला जोड नाही. त्याची ती चालण्याची वेडीवाकडी पद्धत कृत्रिम नसून उत्स्फूर्त असते. ती त्याने लंडनमधल्या एका म्हाताऱ्या टांगेवाल्याकडून उचलली. त्याचे पाय असेच काही आडमाप होते की, त्याला भल्यामोठ्या आकाराचे बूट घालायला लागायचे व अशाच वेड्यावाकड्या पद्धतीने तो रस्त्यावरून चालायचा.

त्याच्या अभिनयात दोन्ही गुणांचा मिलाफ असे. गंभीर भारदस्तता व हास्यास्पद पोरकटपणा. त्याच्या अभिनयातील मौज, विनोद, मूर्खपणा हा साध्या प्रसंगांतून निर्माण होतो व ते प्रसंग तो स्वत: शोधून काढतो. ते प्रसंग ठरीव साच्याचे नसतात किंवा लोकांच्या परिचयाचे नसतात. विदूषकी प्रसंग म्हणजे रस्त्यावरून जाताजाता उघड्या गटारामध्ये पडणे, आईस्क्रीम किंवा पुडिंग तोंडावर फेकून देणे असा सर्कशीतला विनोद त्याच्या अभिनयात नसतो. त्याची पँट सैल खरी पण त्याच्या वागण्यात लहरी भारदस्तपणा असतो, गांभीर्य असते. त्यामुळे त्याच्या अभिनयाचा वीट येत नाही. त्याचे चित्रपट कलात्मकतेत, रचनेत, निर्मितीत, मार्गदर्शनात परिपूर्ण असतात. त्याच्या टीकाकारांपेक्षा तो स्वत:च आपल्या कामाबद्दल आग्रही असतो. तो नुसता कलावंत नसून एक प्रतिभाशाली कुशल योगी आहे. प्रत्येक काम कलेच्या दृष्टीने परिपूर्ण करण्यावर त्याचा मोठा कटाक्ष असतो.

त्याचे ते मुग्ध नाट्य इतर बोलणाऱ्या नटांच्या बडबडीपेक्षा अधिक परिणामकारक असते. नाहीतरी अनादि कालातली माणसे एकमेकांशी खुणांनी, हावभावांनीच बोलत असत आणि कित्येक युगे असाच व्यवहार चालत आला. नंतर मग कुठे आवाजांनी

व शब्दांनी ती बोलायला लागली. म्हणजे मुग्ध नाट्य ही सर्वांत प्राचीन अशा कलांपैकी एक आहे. चॅप्लिनचे न हलणारे ओठच जास्त बोलके असतात. त्याने पडद्यावर कधी बोलूच नये असे मला वाटते. तो जर बोलायला लागला तर हा परिणाम कितपत टिकेल, याची मला खूप भीती वाटते. मूक चित्रपटच चांगला. त्याची ती बावळट, अंगावर घट्ट घातलेल्या कोटातील ठेंगणी मूर्ती आपल्या मूक अभिनयाचा कधी त्याग करणार नाही अशी आपण आशा करूया. तो मूक अभिनय राणा भीमदेवी घोषणांपेक्षा प्रेक्षकांचे चित्त अधिक ओढून घेतो पण आता बोलपटांचे युग अवतरले आहे. त्यालाही कदाचित बोलायला लावील, कोणी सांगावे?

परमेश्वराने असा प्रसंग आणू नये. त्याचा मूक अभिनय अबाधित राहो. त्यात चित्रपट-निर्मात्याचे काही नुकसान होणार नाही. आशिया व आफ्रिका खंडांमध्ये जेथे त्याचे चित्रपट जातात, तेथे तेथे लोक त्याच्या मूक कामावरच खूश होऊन जातात. तो बोलायला जर लागला तर त्याची भूमिका बदलून गेली असे त्यांना वाटेल. त्यांचे मनरंजन होणार नाही. त्यांचे समाधान होणार नाही, त्यांना वाटेल की, आपल्या लाडक्या नटाचा अध:पात झाला. त्यांच्या मनाचा कल, अलंकारिक शब्दांत सांगायचे म्हणजे, आपल्या एका जुन्या म्हणीत सांगावा लागेल : ''बोलणे जर रुपे असेल तर गप्प बसणे सोने आहे.''

आता हे मात्र विलक्षण व सूचक आहे की, ज्या साली त्याचा जन्म झाला, त्याच साली एडिसनच्या कैनेटोस्कोपचा शोध लागला. आधुनिक बोलपटांची यंत्रणा या कैनेटोस्कोपवर आधारलेली असते.

चार्ली चॅप्लिनचा अभिनय चमत्कारपूर्ण आहे, तितकीच त्याची वाटचाल विस्मयकारी यशोमंदिराकडील आहे. भाग्यचक्राच्या एका फेऱ्यातच अगदी थोड्या महिन्यांत दोन खंडांमधील कोट्यवधी लोकांपुढे त्यांची मूर्ती उभी राहिली व त्याच्या कीर्तिमंदिराचा पाया घातला गेला. या अकल्पित यशामुळे तो भांबावून तसाच सुखावूनही गेला ही गोष्ट वेगळी. एका मामुली नटाचा मुलगा आपल्या मुग्ध नाट्याच्या कलेतील यशामुळे नटसम्राट झाला. त्याची कीर्ती जगभर पसरली. लहानपणी त्याने अगदी हलाखीत दिवस काढले होते. त्या दीनवाण्या स्थितीत त्याला जगाचे जे अनुभव आले, ते त्याने पडद्यावर चित्रात मूर्तिमंत उभे केले. त्यामुळे गोरगरीब, उपेक्षित वर्गाच्या प्रेक्षकांत तो सर्वत्र प्रिय झाला. तो त्यांना जसे हसवायला लावी, तसे त्यांच्या डोळ्यांना तो पाणीही आणी. पडद्यावर चितारलेल्या त्याच्या हालअपेष्टा पाहिल्यावर गोरगरीब प्रेक्षकांना आपल्या स्वत:च्या आयुष्यातील खडतर प्रसंग सहन करायचे सामर्थ्य येई. त्याची

प्रमुख भूमिका असलेले चित्रपट बहुधा आनंदपर्यवसायी नसत. 'नंतर ते सुखाने नांदले' अशा थाटात त्या कथानकाचा शेवट होत नसे तर तो शेवट वास्तववादी असे. म्हणजे सुखदु:खमिश्रित. बौद्धांचे तत्त्वज्ञान हेच सांगते की, जीवन सुखदु:खमिश्रित आहे. चार्ली चॅप्लिनच्या अंतर्यामी नैराश्य तसे पुरेपूर बाणलेले होते व त्याचे प्रेक्षकही जीवनातल्या अनुभवांनी नैराश्यवादीच बनलेले होते. त्यांच्या मते कथानकांचे आनंदपर्यवसान हे अवास्तव असते. चार्लीची ती ठेंगणी व बावळटशी मूर्ती ज्या बालिश चेष्टा करायची व आलेल्या प्रत्येक आपत्तीशी हसतमुखाने तोंड द्यायची, त्यामुळे प्रेक्षकांनाही दैववादाशी प्रसन्नचित्ताने मुकाबला करण्याचे सामर्थ्य येई.

अशा रीतीने प्रत्येक सिनेमागृहात निदान दोन तास माणसे मजेत घालवितात. निदान तेवढा वेळ तरी मनाच्या चिंता विसरतात. विचारांचे दडपण बाजूस ठेवतात. जहाजाच्या तळास मगरी जशा घट्ट आवळून बसतात तशा आधुनिक काळातील जीवननौकेस अवरुद्ध करणाऱ्या अडचणी, संदेह यांपासून किंचित्काळ तरी प्रेक्षक सुटकेचा नि:श्वास सोडू शकतात.

युरोपमधील एका खेडेगावातील सुसज्ज अतिथिगृहात मी राहिलो होतो. तेथे थोड्याच दिवसांपूर्वी चॅप्लिनही उतरला होता. अतिथिगृहातील मुख्य दालनात पिआनो होता. त्याच्यावर त्याच्या हस्ताक्षराची तसबीर टांगलेली होती. अतिथिगृहाच्या मालकिणीशी मी बोलत होतो. त्याच्या प्रतिभेची मुक्तकंठाने मी प्रशस्ती करीत होतो. तिने माझे सगळे बोलणे ऐकून घेतले व ती इतकेच म्हणाली की, ''पण तो बोल्शेविक आहे ना!''

ते असे झाले. ती बाई जेव्हा चॅप्लिनशी बोलत होती तेव्हा बोलण्याच्या ओघात चॅप्लिनने अर्थशास्त्रासंबंधी बरेच विचार प्रकट केले व मॉस्कोला क्रेमलीनच्या राजवाड्यात जी प्रचंड राज्यक्रांती होत होती, त्या घटनेबाबत बरेचसे औत्सुक्य दाखविले. त्यामुळे तिचा तसा ग्रह झाला असावा. पण तो तिचा ग्रह चुकीचा झालेला होता. तिला वाटे की, हे बोल्शेविक क्रांतिकारक तिच्याही देशाला वेढतील व त्यांची तिला भीती वाटायची. प्रत्येक घटनेत, मग ती साधीसुधी का असेना, तिला लाल रंग दिसायचा. चॅप्लिनचे व्यक्तित्व जबरदस्त आहे व तो फार उच्च श्रेणीचा कलावंत आहे. त्यामुळे तो समाजसत्तावादाच्या तत्त्वांनी भारावून जाणार नाही. त्याच्या व्यक्तित्वाचा, त्याच्या सामर्थ्याचा, त्याच्या विलक्षणपणाचा पुरावा म्हणून ही गोष्ट सांगता येईल की, जरी साऱ्या चित्रपटसृष्टीने बोलपटांच्या श्रेष्ठत्वापुढे मान तुकविली असली तरी चार्ली चॅप्लिन असा एकटाच नट आहे, की ज्याने मुग्ध अभिनयाचा झेंडा अजून फडकवीत ठेवलेला आहे.

परंतु त्याची राजकीय, आर्थिक मते कशीही असली तरी त्याची ती साधीभोळी निरागस ऋजुता, खासगी जीवनात दिसून येणारा त्याचा विनयशील व भावनाप्रधान स्वभाव यांवरून हे स्पष्ट दिसून येते की, हॉलिवूडमधील प्रचंड यशाने इतर नटांप्रमाणे तो फुशारून गेलेला नाही, तो बदललेला नाही.

* * *

प्रेमाशिवाय जीवन अपुरे राहते. स्त्री व पुरुष एकमेकांना पूरक आहेत. ब्रह्मचारी राहण्याकडे कोणाच्याही मनाचा स्वाभाविक कल नसतो.

चार्लीचे वैवाहिक जीवन जरी अपयशी ठरले असले तरी त्याचा दोष त्याच्याकडेही नाही की त्याच्या बायकांकडेही नाही. दोन साधी सरळ स्वभावाची माणसे जी इतर जगाशी छान वागतात ती विवाहाने एकत्र आली आणि त्यांनी आपला स्वभाव परस्परांशी जुळतो की नाही, हे पाहिल्याखेरीज संसार करू लागली तर परिणामी परस्परांची स्वभावभिन्नता त्यांना कळून आल्यावर त्यांच्या हलाखीस सुरुवात होते. त्यांच्या स्वत:तील दोष उफाळून वरती येतात. त्यांना एकमेकांपासून मुक्त करा न् पाहा, पूर्ववत् कशी छान वागायला लागतात की नाही!

त्याच्या पहिल्या बायकोने त्याच्यावरती घटस्फोटाचा दावा केला होता. त्यात तिने जी कारणे दाखविली होती त्यावर मी अनेकदा विचार केलेला आहे. तिची तक्रार अशी की, त्याचा स्वभावच विचित्र आहे. तो कुठे कधी समुद्रकिनाऱ्यावर जायचा व तेथे एकटाच तासन्‌तास बसून राहायचा. तो नेहमी गप्पच बसायचा. स्वत:शीच विचार करीत असायचा. त्याला एकान्त आवडायचा व समाजापासून दूर अशा कॅलिफोर्नियन डोंगरावर तो एकटा भटकायचा.

त्यांचे लग्न झाले होते पण ते एकत्र आले नव्हते. पुरुष घाईघाईत लग्न करतात व बायका निवांतपणे त्याचे परिणाम सोसत राहतात. गरीब बिचारी चॅप्लिनची बायको. वयाने व मनाने लहान. तिला चार्लीच्या विलक्षण स्वभावाचा, त्याच्या प्रतिभेचा उमज पडेना. लोक ज्या गोष्टी त्याज्य समजतात, त्या हा आवर्जून का करतो, याचा तिच्या संकुचित मनाला बोध होईना. हा एकान्तात ध्यान लावून का बसतो, याचा तिला अर्थ कळेना. जर हा घटस्फोट झाला नसता तर त्याचा चार्लीच्या व्यवसायावर अनिष्ट परिणाम झाला असता व त्याला इतर अनेक नटांप्रमाणे व्यवसायातून निवृत्त व्हावे लागले असते. आणि मग पूर्वीच्या मोठेपणाच्या, यशाच्या नुसत्या आठवणी उगाळीत जीवन कंठावे लागले असते.

त्याच्या प्रतिभेचे विशेष म्हणजे त्याची मननशील वृत्ती व एकान्तप्रियता.

वैवाहिक जीवन जेव्हा जड, बंधनदायक वाटते तेव्हा त्यातून घटस्फोटाच्या मार्गाने बाहेर पडणे फार चांगले; नाहीतर संसारातून बाहेर पडायची, संन्यस्त वृत्तीनेच राहण्याची पाळी यायची.

बुद्धिवंत, कलावंताने प्रपंचात पडू नये.

प्रसिद्ध कादंबरीकार थॉमस बुर्क एकदा म्हणाला की, ''माझ्या पाहण्यात चॅप्लिनइतका दुःखी मनुष्य अजून आला नाही.''

असे का? याचे कारण फार दूर शोधायला नको. चार्ली चॅप्लिन हा एक तपस्वी आहे. त्याची नैसर्गिक प्रवृत्ती आध्यात्मिक आहे. त्याचा पिंड योग्याचा आहे.

त्याने माझ्याबरोबर येथे ह्या हिमालयात राहायला हवे. मग एकमेकांच्या मूक आध्यात्मिक सहवासात कसा छान वेळ जाईल! सूर्यास्ताच्या वेळी सूर्याचे सरकते किरण या गिरिशिखरांना सोनेरी करून टाकत असल्याचे दृश्य पाहात राहायचे. असे कितीतरी प्रसंग आमच्यावर येतील, ज्यांचे कधी चित्रण व्हायचे नाही की ज्यांचे कोणी फोटोग्राफ घेणार नाही आणि शेवटी आम्हाला आमच्या अंतर्यामाचा, हृदयस्थ जनार्दनाचा शोध लागायचा. पण आता त्याच्यावर विचार करण्याचे पुरे. चित्रपट संपायच्या वेळी तो जसा आपले खांदे असहायतेने हलवतो, हातातली काठी फिरवतो आणि आपल्या दृष्टीआड होतो, तसे मलाही आता करावयास पाहिजे - काय गमतीदार, प्रेमळ, जगावेगळा माणूस!

या नाजूक प्रश्नावर मी आणखी विचार आज केला. मी जर चॅप्लिनला योगी होण्यासाठी पाचारण केले तर पहिली गोष्ट ही घडून येईल की, लोकांचा माझ्याविषयी फार गैरसमज होईल. 'योगी' या शब्दाचे अनेक अर्थ आहेत. काही सुसंगत तर काही विसंगत. हॉलीवूडच्या या उदासीन विनोदी नटाला त्याचा युरोपियन पेहराव काढावयास लावून अंगावर भगवी छाटी, डोक्याला त्याच रंगाचा साफा व लाकडी खडावा मी त्याला घालावयास लावणार नाही. उलट त्याने आपल्या नेहमीच्या पडद्यावरील पोशाखात या गिरिशिखरांवर चढून यावे, सकाळची रपेट करावी. हेच मी अधिक पसंत करीन. नव्हे, त्याला तसे करावयास भाग पाडेन. आणि तशा पोशाखात व रुबाबात, अंगावर आखुडसा शर्ट, कोट, डोक्यावर जुनी हॅट व पायात जाडजूड बूट अशा वेशात आल्यास माझ्या देवदार वृक्षाला त्याचा परिचय करून देणे मला फार आवडेल.

मला अशी भीती वाटते की, त्याची योगी माणसाबद्दलची कल्पना चुकीची होईल.

भारतातून असे अनेक लोक अमेरिकेत येतात. अमेरिका संपन्न आहे, तेथे अतिश्रीमंत शिष्य किंवा भक्त सहज मिळतात. म्हणून पुष्कळसे इंग्रजीमध्ये बडबडणारे स्वामी किंवा निमंत्रणावाचून आपणच होऊन येणारे धर्मगुरू येथे येतात. त्यांच्यावरून तो योगी माणसाची कल्पना करील. अर्थात यात काही अपवादात्मक खरे योगीही असतात. पण बहुसंख्य ढोंगी, धंदेवाईक. हिमालयाच्या पायथ्याशी हृषिकेश नावाचे एक पवित्र स्थान आहे. तेथे एक उच्चकोटीचे योगी होते. एकदा काही अमेरिकन साधकांबरोबर मी त्यांना भेटावयास गेलो व विनंती केली की, 'यांना आपले शिष्य करा.' तेव्हा ते एकदम भडकले व मला म्हणाले, 'हे अमेरिकन लोक योगविद्येचा धंदा करतील.' त्यांच्या या उद्गारांनी मी स्तंभितच झालो. आध्यात्मिक निष्ठा, सचोटी काही भारतीयांची मिरासदारी नाही. आता या योगीराजांच्या देशबांधवांपैकी काहींनी 'योगी', 'स्वामी' अशा पदव्या धारण करून अमेरिकेत अनाहूतपणे अवतरण केले व काही दिवस तेथील जीवनाचा अनुभव घेऊन जाहीर केले की, पौर्वात्यांना दुष्ट, जडवादी पाश्चिमात्यांकडून काहीही शिकण्यासारखे नाही.

तेव्हा सांगावयाचे काय, की चॅप्लिनने कपड्यांवरून किंवा बाह्यांगावरून या मंडळींची परीक्षा करू नये. त्यांचे श्रेय वेगळे आहे. ते पसंत करू नये व पाश्चिमात्य विद्यांनी जे ज्ञान, जो अनुभव प्राप्त झाला आहे, त्या ज्ञानाचा एकाएकी त्याग करू नये. ते ज्ञान मिळवायला त्याला फार कष्ट पडलेले आहेत. पौर्वात्य विद्या म्हणून जी काही भारतात आहे, ती विद्या पुरातन खरी; पण त्या विद्येचे जे पडसाद सांप्रत काही ठिकाणी उमटतात, ते एक तर अस्पष्ट आहेत व त्यात पुन्हा विकृतही झाले आहेत. संस्कृतमध्ये एक श्लोक आहे. तो असा :

'यो ध्रुवाणि परित्यज्य अध्रुवं परिसेवते।

ध्रुवाणि तस्य नश्यन्ति, अध्रुवं नष्टमेव च।।'

सत्य हे एखाद्या चपलांगी मोहिनी स्त्रीसारखे आहे. पाश्चिमात्य तिची आराधना करतात व पौर्वात्य तिचे लाड करतात. दोघांनाही ती वश होत नाही. ती वश होईल पण त्याला ती सांगेल ती किंमत द्यावी लागेल व ती किंमत किती, हे एक गुपित आहे.

ही योगी, संन्यासी मंडळी योगाभ्यासाच्या यमनियमादिकांना पाश्चिमात्यांकरिता, त्यांच्या सोयीसाठी विनाकारण मुरड घालतात. योगाभ्यासाची पथ्ये फार. आहारविहाराच्या बाबतीत नियम, शिस्त फार कडक. ते नियम कटाक्षाने पाळावे लागतात. पाश्चिमात्यांच्या सोयीकरिता ते नियम शिथिल का करावेत? ते काही नाही. ते पूर्वापारचे नियम जसेच्या तसे पाळले पाहिजेत. ज्यांनी ते नियम घालून दिले त्यांच्या काळात तुम्हास

जायचे आहे ना? मग ते नियम कसोशीने पाळलेच पाहिजेत.

पूर्वीच्या काळात योग्याने गुहेत, अरण्यात, गिरिकंदरात किंवा नदीच्या तीरावर राहावे असे होते. ही सगळी स्थाने किती रमणीय! ज्याला एकान्तात ध्यान करायचे आहे, त्याला अशा ठिकाणी पूर्ण एकान्तवास व शांतता मिळण्यासारखी आहे. त्याला अशा ठिकाणी जाणे शक्य असेल तर त्याने तेथे जरूर जावे. पण अशा ठिकाणी त्याने दीर्घकाळ राहू नये. त्यावेळी त्याला क्षय व्हायचा. एका योग्याला असा क्षय झाल्याचे मला ज्ञात आहे. तसेच अजाणतेपणे आणखी काही रोग व्हायचे. तसे पाहिले तर एकान्तवासात जो लाभ तोच घडून आला असेल, तो तपासून पाहायचा असेल तर त्याने दाट वस्तीच्या शहरातील गर्दीत वावरावे. म्हणजे काय होईल? एकान्तवासात झालेल्या आध्यात्मिक उन्नतीची कसोटी माणसांनी गजबजलेल्या वस्तीत नाना प्रकारची प्रलोभने, आकर्षणे त्याला जर टाळता आली तर होईल. तो त्या कसोटीला उतरला असे म्हणता येईल. सत्य, मन:शांती व सुख यांच्या पाठीमागे जाणाऱ्या प्रत्येक साधकाची निसर्ग ही जननी असून ती त्याला मदतच करील. पण एखाद्या मुलाला जर आईच्या मांडीवरच कायमचे पडून राहायचे असेल तर त्या मुलाची वाढ होणार नाही. ते मोठे होणार नाही.

मला वाटते की, ज्या साधकाला खऱ्या अर्थाने योगी व्हायचे असेल त्याने नैसर्गिक परिस्थितीत काही थोडेच दिवस राहावे, कायमचे राहू नये. एकान्तवासाचा उपयोग जरूर करावा, पण दुरुपयोग करू नये. एक उदाहरण देतो. जमिनीतून भूगर्भातील पाणी काढण्याकरिता जे यंत्र वापरतात, ते प्रथम जमिनीतील काही एका खोलीपर्यंत भोक पाडीत जाते. तेथून ते मग वरती आणतात. नंतर मग दुसऱ्या वेळी ते आणखी खोलवर भोक पाडीत जाते. मग पुन्हा वरती येते. भूगर्भातून पाणी वरती येईपर्यंत यंत्र पुन:पुन्हा खोल खणीत जाते. स्वानुभूतीच्या साधकांच्या बाबतीत हेच तत्त्व लावायास हरकत नाही. त्यांनी एकान्तवास अधूनमधून काही एक विशिष्ट कालापर्यंत सेवन करीत जावा. प्रथम एक दिवस, नंतर एक आठवडा, नंतर एक महिना, नंतर एक वर्ष, नंतर काही वर्षे. अशा क्रमाने विजनवास वाढवीत जावा. मग त्यांनी लोकांत पुन्हा राहायला यावे व प्रपंच करावा. मग पुन्हा एकान्तवासात जावे. प्रपंचात राहून कंटाळा आला की, एकान्तवास सेवन करावा. अशामुळे जीवन समतोल राहते व ते सृष्टीच्या चक्रनेमिचक्राच्या तत्त्वास अनुसरून असते. असे केल्याने सामाजिक जीवन व आध्यात्मिक जीवन यांची सांगड घातली जाईल. अंतर्याम व बाह्य उपाधी एकत्र नांदू शकतील आणि जड व जीव यांचा असा मिलाफ घडून आल्याने कोणाचेही नुकसान होणार नाही.

काही लोक मठात आणि आश्रमात हयातभर राहतात. त्यांच्या दृष्टीने असे जीवन आदर्श असेल. नाहीपेक्षा ते तसे राहणार नाहीत. पण कधीकधी अशा एकांगी जीवनाचा त्यांना कंटाळा येतो. आध्यात्मिक जीवनात त्यांनी केलेली प्रगती, शहरी जीवनातील प्रलोभनांच्या पुढे, वाऱ्यामुळे फुलांमधील केसर जसे भर्रकन उडून जातात त्याप्रमाणे, भर्रकन खलास होऊन जाते. जे साधक भावनाप्रधान व बुद्धिमान असतील, त्यांनी प्रापंचिक जीवनाचा आधार घ्यावा व त्या आधारावर अध्यात्माच्या शून्यात उड्डाण करावे व आपली उड्डाणशक्ती तपासून घ्यावी.

तमोमय युगातून बाहेर पडून प्रकृतीने सुंदर सृष्टी, सुंदर स्थाने निर्माण केली. त्याचप्रमाणे मानवानेही आपल्या बुद्धीच्या जोरावर सुंदर-सुंदर निवासस्थाने तयार केली, याचे आपण कौतुक केले पाहिजे. खोट्या परिसराचा त्याग करून आपण प्रगती करू शकत नाही. परिसरात काही दोष नाही. खोट्या, चुकीच्या विचारांचा आपण त्याग करायला पाहिजे. आपल्या सर्व कटकटी मनातून, विचारांतून उद्‌भवतात.

हंगामी निवासाला मला कोठेही जरी जागा मिळाली तरी चालेल. मग ती न्यूयॉर्कमधील पार्क ॲव्हेन्यूमधील अपार्टमेंटमध्ये असो की मध्य आशियातील वाळवंटामध्ये एकच अशी राहुटी असो. मला दोन्हीही जागा आवडतील व त्या सोडतानाही मला काही खंत वाटणार नाही. कारण माझे खरे घर कोठे आहे, हे मला पूर्व माहीत आहे, ते जे येथे नाही आणि ते म्हणजे परमधाम.

तेव्हा चॅप्लिन महाशय, आपण काही त्या जुन्या संत-बैराग्यांप्रमाणे निर्जन स्थानी जाणार नाही. आपला आराम व सोय यांच्याकडे आपण लक्ष देणार. विनाकारण देहदंड कशाला? आधुनिक सुखसोयींचा भरपूर लाभ घेत आपण योगसाधना करणार आणि आपली ती साधना अधिक यशस्वी ठरेल. पूर्वीच्या योग्यांना या सुखसोयी मिळाल्या नाहीत, त्याला आम्ही काय करणार? आम्ही काय म्हणून त्यांचा त्याग करावयाचा? कलावंतांचे उदाहरण घ्या. त्यांना भरपूर खायला-प्यायला मिळाले व पैशाची चणचण नसली म्हणजे त्यांच्या हातून कलाकृती किती सुबक होतात. नुसत्या मीठभाकरीवर राहून, सावकारांचा तगादा सारखा पाठीमागे असल्यावर त्यांना आपल्या कलेच्या साधनेकडे लक्ष द्यायला सवड कुठली मिळणार? आपण दोघेही तसे कलावंतच आहोत. मन:शांतीच्या साधनेचे आपण दोघेही साधक आहोत.

योगी व्हा म्हणून तुम्हाला जे मी पाचारण करीत आहे त्याबद्दल पुष्कळसा गैरसमज होण्याचा आणखी एक मुद्दा आहे. तो म्हणजे वैषयिक वासनेचा. हे योगी लोक तुम्हाला सांगतील, की योगी व्हायचे असेल तर पूर्ण ब्रह्मचर्य पाळले पाहिजे. स्त्रियांशी

बिलकूल संपर्क ठेवायचा नाही. त्या म्हणजे पुरुषाच्या योगमार्गावरील धोंड आहेत. ते सांगतील की, तुमचे लग्न जर झाले नसेल तर बायको करू नका व लग्न जर झाले असेल तर बायको टाकून द्या किंवा जर एकत्रच राहायचे असेल तर बहीण-भावासारखे राहा. त्यांचा योगमार्ग असा कडक आहे. त्यांना तो जर सुखावह वाटत असेल तर त्यांनी त्या कडक नियमांचे पालन करावे. पण त्यांनी तो कठीण मार्ग तुमच्यावर लादू नये. अगदी कडक ब्रह्मचर्य पाळल्याखेरीज परमात्मपदप्राप्ती होणार नाही असा त्यांनी दावा करू नये. निसर्गाशी व स्वत:शी सगळ्यांनीच प्रतारणा करण्याची जरुरी नाही. अनुभूतीच्या मार्गावरील प्रत्येक पथिकाला अशा संकुचित मतप्रणालीचा स्वीकार करावयास नको. अशी काही परमेश्वराची आज्ञा नाही की, जे काही शरीरधर्म आहेत व जे नैसर्गिक रीत्या पाळावयास पाहिजेत, अशा देहधर्मांतून मनास जबरदस्तीने बाहेर खेचून काढण्याकरिता सर्वांनीच आपल्या शरीरास कष्ट द्यावेत. कामवासना ही देहधर्मापासून पृथक अशी असू शकत नाही. तिची पूर्ती करण्यात काही पाप नाही. परमेश्वराने सृष्टी निर्माण केली व तिचे सातत्य राखण्याकरिता त्याने योजिलेला हा एक सापळा आहे. ही वासना सापळा आहे. ही वासना दाबून टाकणे म्हणजे एक जुलूम आहे, एक विपरीत क्रिया आहे. मानवी शरीराच्या एकूण यंत्रणेचा तो एक भाग आहे. आपल्या शरीराच्या अन्य गरजांकरिता आपण जेवढे लक्ष देतो, तितकेच लक्ष याही देहधर्माच्या पूर्तीकरिता आपण पुरविले पाहिजे.

विरक्त राहून, ब्रह्मचर्याचे पालन करून यमनियमादी योगसाधनेचे पालन ज्यांना करावयाचे आहे, त्यांनी ते जरूर करावे. पण सगळ्यांनीच तसे करावे असे नाही.

परमात्मपद प्राप्त करण्यासाठी संसारातून संपूर्णपणे उठून जाण्याची जरुरी नाही. पराकाष्ठेचे देहदंड सोसावयाचीही तादृश जरुरी नाही. परमेश्वराच्या प्राप्तीसाठी अनेक मार्ग आहेत. हठयोगाच्या उपासकांना हे माहीत नसते व ते ह्या इतर मार्गांकडे दुर्लक्ष करतात.

साधकास ज्या गोष्टी जरूर आहेत त्या म्हणजे शुचिर्भूतता व इंद्रियदमन. शरीराला जे धर्म विहित आहेत, ते आरोग्याच्या दृष्टीने पाळणे जरूर आहे. पण त्याचबरोबर त्या धर्मांचे यथातथ्य किंवा समतोल पालन करणे तितकेच जरूर आहे. एकाच धर्माच्या पूर्तीकरिता फाजील लक्ष पुरविणे जितके चुकीचे आहे, तितकेच त्या धर्माची पूर्णतया अवहेलना करणेही चुकीचे आहे.

हठयोगाचे पुष्कळसे नियम पुरातन काळात घालून दिलेले आहेत. त्या काळातली समाजरचना व समाजव्यवस्था आजच्यापेक्षा वेगळी होती. त्या काळात जे नियम, जे

निर्बंध योग्य होते, ते नियम, ते निर्बंध आजच्या काळात तितक्याच कसोशीने सर्वांनी पाळण्यात काय स्वारस्य आहे? जुना काळ आता गेला. तो पुन्हा काही येणार नाही व आपल्याला उकरूनही काढता येणार नाही.

आध्यात्मिक उन्नती शरीराची करावयाची नसून त्यात वास करणारा जो आत्मा, त्याची करावयाची असते आणि ती उन्नती साध्य करण्याकरिता शरीराच्या अवयवांशी झुंजत न बसता त्या अवयवांवर जे सत्ता गाजविते, त्या मनाशी आपल्याला कर्तव्य आहे. मनावर जय मिळविला पाहिजे.

विरक्तीच्या विषयाबाबत अगदी पुरातन काळापासून गैरसमजच होत आलेले आहेत. या विषयाची उकल वैयक्तिक बैठकीवरच होते. व्यक्तीची नैसर्गिक विशिष्ट प्रवृत्ती आणि तिला आयुष्यात जे अनुभव आले त्यांवरच त्या व्यक्तीची विरक्तीबाबत कल्पना अवलंबून असते. हे साधारणपणे बहुतेकांच्या ध्यानात येण्यासारखे आहे.

असे काही भाग्यवान असतात, की ज्यांना निसर्गाने, दैवाने व परमेश्वराने असा व्यवसाय दिलेला असतो की, त्या व्यवसायात असताना त्यांच्या अंगी वैराग्य पुरे बाणावे व त्यांचा जगाशी संबंध येऊ नये. मी त्या भाग्यवंतांच्या बाबतीत बोलत नाही. त्यांच्यापुढे माझे मी विचार ठेवीत नाही. ते चुकीचे, वेडेपणाचे होईल. किंबहुना असे करणे हे पाप ठरेल. तसेच त्यांनीही आपले विचार माझ्यावर लादू नयेत. ज्या दैवी संपत्तीच्या प्राप्तीने ते भाग्यवान ठरले, त्या दैवी संपत्तीचा त्यांनी आदर करावा. त्यांनी आपल्या आतल्या आवाजाला एकनिष्ठ राहावे, म्हणजे त्यांचा कार्यभाग उत्कृष्ट होईल. अशांच्या दृष्टीने मठ काय किंवा आश्रम काय, अरण्य काय किंवा गिरिकंदर काय, कोठेही त्यांनी आपली कायमची वस्ती करावी, ब्रह्मचर्याचे आजीव पालन करावे व जनसंपर्क दूर ठेवावा, संसारापासून अलिप्त राहावे. मी त्यांचा आदर करतो. त्यांच्या पायांवर डोके ठेवतो.

पण असे दैववान फार थोडे असतात. त्यांची नक्कल करणारेच जास्त. अशी नक्कल करण्याने त्यांचे नुकसानच होते. ते आपली स्वत:ची फसवणूक किती काळ करणार? निसर्गाशी प्रतारणा केल्याची प्रतिक्रिया त्यांच्या नैतिक अध:पातात घडून येते.

दक्षिण भारतात मला असाच एक हठयोगी आढळला. तो अरुणाचलम् पर्वताची आठ मैलांची प्रदक्षिणा मातीत लोळून दररोज करायचा. हे प्रमुख उदाहरण माझ्यापुढे आहे. हा हठयोगी म्हातारा, अतिशय धार्मिक प्रवृत्तीचा आहे. मोठा भाविक आहे. एवढी कष्टाची प्रदक्षिणा या पवित्र पर्वताभोवती तो दररोज करीत आहे, यावरून हे स्पष्ट दिसतही आहे. पण माझे म्हणणे असे की, त्याला ज्या गोष्टीचा लाभ घडून येत

आहे, तो लाभ इतके कष्ट न करता व अगदी सरळ मार्गाने होऊ शकेल. फक्त त्या पर्वताच्या वर किंवा बाजूला एका निवांत ठिकाणी नुसते बसायचे व अंतर्मुख होऊन ध्यान करायचे, म्हणजे येथली अत्युच्च अशी आध्यात्मिक स्पंदने त्याच्या चित्तापर्यंत सहज जाऊन पोहोचतील. ही पद्धत शांतिपूर्ण असून यात कशाचेही अवडंबर नाही. पण परिणामाच्या दृष्टीने ती अधिक उपयुक्त आहे. त्यात त्रास नाही. पण या पद्धतीचा अवलंब करणे शहाणपणाचे ठरेल.

योगाभ्यासाच्या कठीण कडक नियमांचे पालन आजच्या युगात कसोशीने केले जात नाही, याचीही कारणे अशीच आहेत. ते नियम ज्या काळात घातले गेले त्याला हजारो वर्षे होऊन गेली. तो काळ सांप्रतच्या काळापेक्षा पुष्कळ बाबतीत भिन्न होता. या काळाचा तोंडवळा व आत्मा आजच्या काळापेक्षा अगदी वेगळा होता. ते नियम आजच्या काळातल्या दृष्टीने लागू करावयाचे म्हणजे त्यात जागोजाग फरक करावे लागतील. तसे फरक करून आजच्या काळाला जे सोयीचे पडतील ते करण्यातच सुज्ञपणा आहे. जुन्याच्या ठिकाणी नवे आणले पाहिजे. योगी लोकांनी आपली विद्या जर थोडी लवचिक करून ठेवली असती तर ती असाध्य अशी झाली नसती. ती विलक्षण अशी वाटली नसती व आजच्या काळापर्यंत टिकून राहिली असती. या कठोर नियमांचे पालन दुरापास्त असल्यामुळे तिची साधना कमी कमी होत जाऊन ती विद्या आज लुप्तप्राय झाली आहे. या योग्यांची विद्या व तिचे जे कसोशीने पालन करतात, त्या गोष्टी आमच्या डोक्यावरून जातात. त्यांचे आध्यात्मिक वातावरण वेगळेच वाटते. आमच्यासारख्या कच्च्या तब्येतीच्या साधकांना, त्या विद्येची साधना जमणार नाही असे वाटू लागते.

तपस्व्याच्या जीवनाचे आकर्षण आधुनिक माणसाला वाटत नाही. माझी स्वत:ची समजूत अशी आहे की, असे खडतर आयुष्य जगण्याची काही तशी जरुरी नाही. बाह्य शारीरिक जीवन व अंतरात्मा या दोघांनी एकमेकांशी सहकार्य केलेच पाहिजे व ते अगदी शक्य आहे. साधकाने बाह्य शरीराच्या अवयवांचे दमन करण्याऐवजी मनाचा निग्रह करावा. अशा मनोनिग्रहाने देहधर्माच्या पालनाशी संघर्ष होणार नाही. उलटपक्षी हृदय व अंतरात्मा यांच्याशी घनिष्ठ संबंध येत राहील. मग बाह्य शरीरासंबंधी त्याला जे नियम घालावयाचे असतील ते दुसऱ्या कोणाच्या सांगण्यावरून घालावे लागणार नाहीत, तर ते घालावयाची प्रेरणा, अंतर्मनातूनच आपोआप येऊ लागेल. दुसऱ्याचे अंध अनुकरण करण्याची जरुरी राहणार नाही.

मी जर काही शिकलो असेन तर एवढे मात्र शिकलो आहे की, विरक्ती ही मानसिक

असते. ती एक मनाची अवस्था असते. नुसती इंद्रियांची त्यांच्या गुणधर्मांपासूनची निवृत्ती ही विरक्तीला पोषक नसते, तर त्याबरोबर मनही विरक्त झाले पाहिजे. बाह्य जगाकडे पाहण्याच्या दृष्टिकोनातही आमूलाग्र बदल घडून आला पाहिजे. निसर्गदेवता तशी कनवाळू आहे. तुमची उन्नती जबरदस्तीने घडवून आणण्याची तिला घाई नाही. तेव्हा बाह्य शरीराची नैसर्गिक प्रवृत्ती हट्टाने व दुराग्रहाने स्थगित करून जबरदस्तीने विरक्ती अंगी बाणविण्यात शहाणपण नाही. कधी कधी तर अशी विरक्ती मोठे प्रयास करूनही येत नाही. तर माझे म्हणणे असे आहे की साधकाने आपल्या कर्ममार्गातील सवयींचा त्याग करण्याच्याऐवजी, त्याने आपल्या विचार करण्याच्या पद्धतींचा त्याग करावा. विचार करण्याच्या या पद्धती म्हणजे शरीरधर्माच्या भोवती उभारलेली जणू भिंत आहे. या भिंतीच्या आत चाललेल्या शरीरधर्माचे दमन करण्यापेक्षा सभोवतालच्या या विचारांच्या भिंतीच उखडून टाकाव्यात. सर्व कृतींचे आदिमूळ हे विचारात आहे, संकल्पांत आहे. सत्याचा आपल्याला शोध लागला आहे की नाही की त्या शोधाकरिताच आपली मानसिक धडपड चालू आहे, हे विचारांवरून स्पष्ट होते.

असा विचार केल्यावर योगशास्त्राबद्दल आणखी एक गैरसमजूत प्रचलित असल्याचे माझ्या ध्यानात येते. चॅप्लिन महाशय, योगीजन तुम्हाला सांगतील की, योगसाधनेला एकान्तवास आवश्यक आहे. म्हणजे सारा वेळ आपल्याला ध्यानात घालविता येईल. ज्यांना सारा वेळ ध्यानात घालविता येतो, त्यांना तो तसा घालवायला काही हरकत नाही. फार उत्कृष्ट गोष्ट आहे ती.

पण मनावर ताबा इतक्या सुलभ रीतीने बसविता येत नाही. मला बरेच साधक भेटले आहेत. या देशात व युरोपातही. पण त्यांपैकी शेकडा पाचांना सुद्धा दिवसभर ध्यानस्थ बसता येत नाही. जे साधक तसा प्रयत्न करतात, यांचे स्वत:चेच समाधान होत नाही. त्यांच्या अशा अयशस्वी प्रयत्नांनी परिणाम विपरीत होतो. त्यांच्या मनातच गोंधळ उत्पन्न होतो. मन:शांती मिळणे तर फार दूर राहिले. शेवटी काय होते? निसर्ग त्यांना परत स्वाभाविक जीवनात, समतोल जीवनात आणून सोडून देतो.

जर त्यांनी सुरुवातीपासूनच योजनाबद्ध कार्यक्रम आखला असता, दररोज काही ठरावीक वेळ ध्यानासाठी व बाकीचा वेळ इतर शारीरिक, प्रापंचिक कामे यांच्यासाठी राखून ठेवला असता तर किती छान झाले असते. विनाकारण शरीरास क्लेश देण्याचे वाचले असते. तात्पर्य काय की, ध्यान हे ध्येय नव्हे. ध्येयाप्रत जाण्याचा तो एक मार्ग आहे. पुष्कळांची याबाबत गैरसमजूत होत असते. आपण तशी चूक करून घेऊ नये. ध्येय वेगळे व मार्ग वेगळा. आता ध्यानाबद्दल मला पुष्कळ सांगता येईल. प्राचीन

काळात ध्यान कसे करीत असत व आता आधुनिक ध्यान कसे करावे, हा प्रश्न आहे. पण मी त्याबद्दल काही बोलत नाही.

ते तुम्हाला कदाचित सांगतील की निरनिराळ्या कला या जणू आमिष आहेत. बुद्धी ही सापळा आहे. असे असू शकेल. पण असलेच पाहिजे असे नाही. दुबळ्या लोकांना, त्यांच्यासारख्यांना ते धोके आहेत. पण त्यांचा मित्रासारखा उपयोग करून घेता येण्यासारखा आहे. आपण आपल्या कलांचा, बुद्धीचा दुसऱ्यासाठी उपयोग करावा व दुसऱ्यांच्या कलाकृतींचा फायदा करून घ्यावा. 'परस्परं भावयन्त: श्रेय: परमवाप्स्यथ ।।'

खरी गोष्ट अशी आहे की, कोणत्याही स्थानाचे असे खास महत्त्व नाही. संसारी, सामाजिक जीवनापेक्षा एकांतवासाचे जीवन श्रेष्ठ आहे असे नाही. एका मार्गाच्या अभिमान्यांनी आपला मार्ग श्रेष्ठ म्हणून बढाई मारू नये व दुसऱ्याच्या मार्गाची कुचेष्टा करू नये. दोन्हीत फरक नाही. पण जेव्हा काही लोक धर्मगुरूंचा, जगद्‌गुरूंचा आव आणतात आणि जुने मार्गच मुक्तीप्रत नेऊ शकतात अशी घोषणा करतात आणि जुनी जीवनपद्धतीच सर्वांना सर्वकाळ इष्ट व लाभप्रद आहे असे म्हणतात, तेव्हा तो त्यांचा दावा माझ्या बुद्धीला पटत नाही. त्यांच्या संकुचित दृष्टीची मला कीव येते. पण मी त्यांना उघडपणे खोडून काढीत नाही. आतल्या आवाजाच्या संदेशाची मी वाट पाहात आहे. तोपर्यंत मी गप्प बसायचे ठरविले आहे. आणि मग मी सर्वांना उघडपणे सांगेन की, सर्व प्राणिमात्रांचे जो निरपवादपणे जीवन आहे, आधार आहे, त्या परमात्म्याच्या विश्वव्यापी सृष्टीची, त्याच्या उदारसहिष्णुतेची, त्याच्या सर्वंकष औदार्याच्या किती आकुंचित व हीन कल्पना ते उराशी घट्ट धरून राहिले आहेत.

आपण कोणीही असू, आपले व्यवसाय कोणतेही असोत, आपण पूर्वीचे पातकी असू की नुकतेच झालेले साधू-साव असू, या सर्वांकरिता परमेश्वरप्राप्तीचा मार्ग मोकळा आहे. सर्वांनाच ती मिळणार आहे. यांत सर्व येतात. कामधंदा करणारी कष्टाळू माणसे येतात. श्रीमंत-गरीब सर्व येतात, त्याचप्रमाणे नुसते ध्यान करणारे, स्वप्नरंजन अनुभविणारेदेखील. त्यांना योग, धर्मशास्त्र, तत्त्वज्ञान समजो वा न समजो, सर्वांचाच यात समावेश होतो. सर्वच त्या जगन्नियंत्याचे कृपापात्र होऊ शकतात. मग एक दिवस असा येईल की, सर्व प्रौढ माणसांना हे नितांत सत्य समजून येईल. त्या सत्याचा साक्षात्कार घडून येईल व त्या सूत्रधार जगच्चालकाचे आपल्या जुन्यापुराण्या पृथ्वीभोवती जाळे विणण्याचे काम कमी कमी होत जाईल.

१२

नि:स्तब्धतेमध्ये परमेश्वर वास करतो - गिर्यारोहणाच्या साहसपूर्ण अनुभवातील मर्म

पुन्हा एकदा शांतिधामातील माझे दिवस कापसासारखे भुर्रकन उडून जाऊ लागले. ज्या आध्यात्मिक उद्देशाने मी येथे आलो, त्या उद्देशाचा मला कधीही विसर पडणार नाही, पडणे शक्य नाही. सगळ्या गोष्टींच्या पलीकडे मला तो उद्देश साध्य करण्याच्या दिशेने जावे लागते. तो उद्देश म्हणजे आध्यात्मिक, मानसिक व शारीरिक शांतता, नि:स्तब्धता यांचा लाभ घडवून आणणे. शिवाय तो जसा घडून येत जाईल, तसतसा टिकविणे.

या भूलोकावर अनेक देश आहेत. त्या देशांतून हजारो माणसे वावरत आहेत. इकडून तिकडे जात आहेत. उड्या मारीत आहेत. त्यांची सारखी धावपळ चालू आहे. या सगळ्या धडपडीने आपले शरीर निकोप राहावे असा त्यांचा प्रयत्न सतत चालू असतो.

याच्या उलट मी असा एके ठिकाणी मुक्काम ठेवून शुंभासारखा

बसून शरीर झिजवीत आहे आणि माझा प्रयत्न कोणता, तर त्या शरीरधर्माच्या खटपटीपासून, जाणिवेपासून स्वत:स मुक्त करणे.

माझ्या मते जो काहीही करीत नाही, तो सर्वांत जास्त क्रियाशील असतो. या म्हणण्यात काहीही अतिशयोक्ती नाही. जो मनुष्य नेहमी कामच करीत राहतो, तो वास्तविक पाहता काहीच कार्य करीत नसतो. या जगात परमेश्वराने त्याला जे पाठविले ते एका अत्युच्च उद्देशाने व तो उद्देश म्हणजे काहीही न करणे; म्हणजे कोणताही शारीरिक व्यापार न करणे. दुर्दैवाची गोष्ट अशी की, माझे हे विचार कोणासही पटणार नाहीत.

मनुष्याने काम करीत राहणे म्हणजेच जगणे. जगण्याचा हक्क जर बजावायचा असेल तर त्याने काहीतरी काम करीत राहिले पाहिजे, असे आपण समजत असतो. पण ही समजूत चुकीची आहे. सूर्याकडे पाहा, तो काहीही करीत नाही. पण त्याला स्वत:च्या अस्तित्वाचे समर्थन करावे लागते का? मनुष्य काय त्याच्याहून मोठा आहे? दररोज नियमाने तो एकदा उगवतो. तो उगवल्याबरोबर पृथ्वीवरील हजारो कामे आपोआप सुरू होतात. आपण सूर्यासारखे वागूया. निपचित पडून राहूया आणि पाहा की निसर्ग तुमच्या पायाशी लोळण घेईल व आपल्या पोषणाकरिता मोठ्या उत्साहाने तो काम करावयास उद्युक्त होईल.

अशाच आणखी काही ठिकाणी काही माणसे शेकडो विषयांवर विचार करण्यात आपली डोकी चालवून तेथील तप्त झालेल्या मेंदूतील अणूंना त्रस्त करून टाकतात. उलट माझ्याकडे पाहा. पलीकडच्या गिरिशिखरांवरचा थोडा बर्फ मी घेतो व डोक्याला लावतो. कोणत्याही तऱ्हेच्या विचारांना, मानसिक व्यापारांना पार थंडगार करून टाकतो. इकडे जगाच्या निरनिराळ्या देशात आणखी काही माणसं परमेश्वराची प्रार्थना करीत बसतात. कोणी काही विधी वगैरे करीत बसतात. कोणी देहदंड सोशीत असतात. कोणी जप, तप, मंत्र वगैरे साधना करीत राहतात आणि या सर्व चेष्टांच्या विरुद्ध बंड करून मी या ठिकाणी स्वस्थ, निपचित पडून राहिलो आहे. शांत जलाशयावर जसे तरंग येत नाहीत, त्याप्रमाणे माझ्या मनात कोणतेही विचारतरंग उठत नाहीत. हे सर्व स्वप्न आहे व तो जगन्नियंताच फक्त एकमेव सत्य आहे हे जाणून शांतपणे त्यांच्या आदेशाची मी वाट पाहात आहे.

त्या माझ्या निरुद्योगी उद्योगात मला कसलीही घाई नाही. त्या उद्योगात मला जरी अपयश आले, तरी त्याचा मला काही विधिनिषेध नाही.

आपल्या मर्त्य जीवनात जे अमर आहे, त्या तत्त्वानुसंधानाने मी आता सर्व गोष्टी

चक्रनेमिक्रवत् करतो. अखिल विश्वाचे चक्र जसे निरंतर फिरत असते, सर्जन व विसर्जन हे जसे सतत चालू राहात असते, तद्वत माझेही जीवनचक्र चालतच आहे. माझे जे काही उद्दिष्ट आहे, त्याचा लाभ मला शेवटी होणारच आहे. त्यापासून कोणीही कोणतीही शक्ती मला वंचित करणार नाही. कोणताही प्राणी मग तो मानव असो की, अर्धमानव असो, की अतिमानव असो, सुष्ट असो की दुष्ट असो, तो माझ्या जीवनप्रवाहातील पाण्याला उधाण येऊन ते मूळ प्रवाहाच्या कक्षेपर्यंत येण्यापासून अडवून धरणार नाही. हा संगम घडून येणारच; मग त्याला कितीही वर्षे लागोत की कितीही जन्म लागोत. हा संगम कोणत्या वर्षी किंवा कोणत्या निश्चित दिवशी घडून येणार, हे मला सांगता यायचे नाही; पण थांबायला माझी तयारी आहे. अनंतात विलीन होऊन जाणे हे केवळ अटळ आहे. त्याची जाणीव एखाद्या ढगासारखी माझ्या मनाभोवती घोटाळत आहे. या ढगाच्या छायेखाली मी सध्या वावरत आहे, जगत आहे.

पण हे घडून येणार असे निश्चितपणे मी कशावरून सांगू शकतो? माझ्या हृदयात इतका दृढ व खोल गेलेला हा दुर्दमनीय आशावाद कोठून निर्माण होत आहे?

ते मला काही माहीत नाही असेच मी उत्तर देईन. पण ते घडून येणार याची मला पूर्ण खात्री आहे. आकाशात दररोज उगवणाऱ्या सूर्याला मी प्रश्न विचारीत नाही. सहजप्रवृत्तीतून निर्माण झालेली ही खात्री आहे आणि ती खात्री मला पूर्णपणे पटली आहे.

गत आयुष्यात असे काही प्रसंग घडून आले आहेत, त्यावरून हा आत्मविश्वास बळावलेला आहे. अर्थात मुळातच तशी खात्री झालेली असल्याने नंतर घडलेल्या बाह्य घटनांनी त्यात संदेह निर्माण झालेला नाही. एकदा उन्हाळ्याच्या दिवसात थेम्स नदीच्या तीरावरून मी भटकत होतो आणि एकदम मनाने मी या पृथ्वीच्या अवगुंठनाबाहेर पडलो. म्यानातून तलवार जशी बाहेर काढावी तसा मी पार्थिव शरीराच्या बाहेर पडलो आणि माझा कारणदेह दूरदिगंतरी, तारकांमधून, नक्षत्रपुंजांमधून स्वैरपणे विहार करू लागला. आणि तेथे परमात्मतत्त्वाशी माझ्या जीवात्म्याचा संपर्क साधला गेला. जीवात्म्याची अंती परमात्म्याशी भेट व्हायची असते अशी जी माझी उपजत भावना होती, त्या भावनेला जबरदस्त पुष्टी मिळाली व माझी पुरेपूर खात्री झाली. प्रत्येक माणसाला परत आपल्याकडे वळवून आणणे ही परमात्म्याचीच इच्छा आहे, त्याचाच हेतू आहे, हा संदेश मला या प्रसंगी मिळाला. हा संदेश घेऊन मी पार्थिव देहात परत आलो. पण हा संदेश माझ्या हृदयाच्या भूमीवर स्पष्ट लिहिला गेला. त्या संदेशाची

मला कधी भीती वाटते तर कधीकधी मनाच्या उत्कटावस्थेने मी भारावून जातो. ते काहीही असो, त्या आश्वासनावर मी पूर्णपणे विसंबून राहतो. कारण या दिव्य शक्तीचे आधिपत्य जसे या अफाट विश्वावर, तसे माझ्यासारख्या क्षुद्र, मर्त्य माणसावरही आहे. आपल्या अस्तित्वाचा शेवट असा सुखकारक आहे ही मनोमन खात्री पटल्यामुळे, मग तो शेवट या जन्मी झाला नाही तरी हरकत नाही, पुढील कोणत्या तरी जन्मी होईल. वाट पाहायची माझी तयारी आहे. इतर सर्व माणसांची जशी गती होणार आहे तशीच माझी होणार आहे. आयुष्यात पराभूतीचे जे प्रसंग येतात, ते क्षणिक असतात. जुजबी आयुष्य जगण्यात जे काही हाल, ज्या काही अपेष्टा सोसाव्या लागतात, त्यांची बाधा आत्म्याला होत नाही. त्यालाच आपल्या स्वरूपाची एक दिवस ओळख पटणार आहे. या आत्मानुभूतीच्या पुढे इतर फालतू गोष्टी यत्किंचित स्वरूपाच्या आहेत.

मनाची अशी पूर्ण खात्री झाली म्हणजे मग माणसाने गिरिकंदरी वास करावा व जीवनप्रवाह द्रुततर होण्यास हातभार लावावा. अनंतत्वाची अशी हवा चाखल्यावर त्याची वाट पाहण्याची माझी तयारी आहे. त्याबद्दल काही तक्रार नाही. जीवनात अनंतत्वाचा रस भरलेला आहे. तेवढे मला पुरेसे आहे.

सत्याचे दर्शन होण्याची पूर्वसूचना आशा देते. जेव्हा एखादी घटना, एखादा प्रसंग, एखादा चमत्कार घडून यायचा असेल, तेव्हा आपल्या मनात तो ग्रहण करण्याची उत्कंठा अभावितपणे जागृत होते.

* * *

पर्णराजींनी गालिचा अंथरलेल्या त्या शांतिधामात अशीच एक संध्याकाळ माझ्या हृदयाला अनंतत्वाचा चटका लावून गेली. मी अंतर्मुख केव्हा होतोय, याची माझे अंतर्याम जणू वाट पाहात होते. हवा तर इतकी सुंदर पडली होती की तिच्या प्रत्येक झुळुकीत मला नितांत सत्याचा स्पर्श व्हावा. मन आपोआप अंतर्मुख होऊन जाते. काही प्रयास पडत नाहीत. चित्ताला प्रसन्नता येऊ लागते. त्यात दिव्यत्वाची छटा भासमान होऊ लागते. मन:शांतीच्या लहरींमागून लहरी माझ्या हृदयावरून ओसंडून जातात. श्वासोच्छ्वासाची क्रिया अगदी मंद होऊ लागते. अगदी कळत सुद्धा नाही.

अशा मन:स्थितीत अनंतत्वाचे दर्शन होऊ लागते. अहंकारजन्य मन:क्षोभ, हृदयाला खोलवर विद्ध करून टाकणाऱ्या जखमा, कटुता, त्यातून निर्माण झालेली घृणा, लहान-मोठ्या चिंता या माझ्या स्वभावातून पावसाळ्यात वाऱ्याच्या झोताबरोबर झाडांवरची पाने गळून पडतात, त्याप्रमाणे गळून पडू लागल्या. माझ्याभोवती इतक्या प्रखर जोराने व्यापून राहिलेल्या उच्च, विरळ वातावरणात त्या कशा टिकून राहू

शकतील? जसे मांजर एखाद्या उंदराला आपल्या पांढऱ्याशुभ्र दातांखाली पकडून धरून ठेवते, त्याप्रमाणे या परमात्मतत्त्वाने मला पुरते ग्रासून ठेवले आहे. शरीराने, मनाने व हृदयाने. अशा परिस्थितीत क्लेशदायक अशी ही विश्वे मला किती वेळ आणखी त्रस्त करणार?

पण येथे गंमत वेगळीच आहे. येथे बंदा सर्व गोष्टींसाठी तयार आहे. परमेश्वरावरच सारा भार टाकून दिला आहे. त्याच्या रोमारोमांत समर्पणबुद्धी संचारली आहे. 'परमेश्वरा, माझी अशी इच्छा काही नाही. तू करशील ते खरे.' या आत्मसमर्पणबुद्धीतच परमानंद आहे. परमेश्वराचा साक्षात्कार होऊ लागल्याबरोबर त्याची भक्ती करायला लागले पाहिजे. त्यास सर्वस्व अर्पण केले पाहिजे.

दिसावयास जरी मी पराधीन असलो तरी त्या स्थितीत किती आनंद आहे. किती स्वातंत्र्य आहे! एका अदृश्य शक्तीद्वारे वैयक्तिक अस्मितेचे, अहंतेचे बंध तडातड तोडले जातात आणि ते तुटून गेले म्हणजे सर्व चिंता, भूतकाळात झालेल्या चुकांबद्दलची रुखरूख, भविष्यकाळातली अनिश्चितता पार लयास जातात. अनुभूतीची चाहूल लागल्याबरोबर परमेश्वर जणू गर्जून सांगतो की, तुमच्या मुक्ततेची घडी आता समीप आली आहे. जणू ती त्याची आज्ञाच. आणि मग जे काही हीन, क्षुल्लक व ओबडधोबड असते, ते गळू लागते व नाहीसे होते. परमेश्वराने नुसता कटाक्ष फेकावा; की मग प्रेमाची, आदराची, विनयाची नदी दुथडी भरून वाहू लागते.

तो परमदयाघन आपल्या पाठीशी आहे ही जाणीव झाल्यावर हृदयाला किती दिलासा वाटतो. अंतरंगातले सारे संघर्ष एकदम मिटतात. शरीर व मन यांमधील झगडा थांबतो. वासना व विवेक यांमधील अंतर कमी होते. तर्कबुद्धीने आपल्या मनाचा कब्जा घेतल्यानंतर अहंकाराचा लोप होतो आणि तर्कबुद्धीच्या पलीकडे दिव्यत्वाचे दर्शन होते.

या स्वर्गाचे द्वार मला हिमालयाने उघडे करून दिले. या गिरिश्रेष्ठाच्या आश्रयाखाली मी ज्या दिवशी आलो तो खरा सुदिन.

जशी संध्याकाळ होते तशी मनातली व बाहेरची स्तब्धता वाढत जाते. आणि अशा वेळी मला येशू ख्रिस्ताच्या वचनाची आठवण होते. ते वचन म्हणजे, 'मी व माझा पिता एकच आहोत.'

तेव्हा परमेश्वरा, मी म्हणतो, "तू हे आपले उनाड पोरगे धरून ठेव. त्याला बाहेर जाऊ देऊ नकोस." या वचनाच्या अगदी खोलात गेले म्हणजे काय मौज वाटते! जगणे गोड वाटते. आपली सर्वांत मोठी निकड ही अतिव्यापक आणि इतस्तत:

पसरलेल्या जीवनाची नसून पूर्ण जीवनाची आहे. या पूर्ण जीवनाचा अनुभव प्राप्त झाला म्हणजे मग माणसे जगण्याला इतकी चिकटून का राहतात व शरीराला, मनाला व आत्म्याला होणारे क्लेश व यातना का सहन करतात, याचा अर्थ समजून येतो. कारण जगण्याला अशा प्रकारे चिकटण्याने एका शांतिपूर्ण इंद्रियातीत सुखसंवेदनेचा अनुभव प्राप्त होणाऱ्या वेगळ्या जगाच्या हवेची झुळूक लागते. जीवन म्हणजे वरदान होय, असे त्यांना अभावितपणे वाटत असते. शरीर कोठून प्राप्त होते, याचा पत्ता लागल्यावर ते वरदान आपणही देऊ शकू असे त्याला वाटते. शंभर एक वर्षांचे अगदी जास्तीत जास्त आयुष्य त्याला अपुरे वाटते. दूरदूर असलेल्या खऱ्या निरंतर जीवनप्रवाहाचे प्रस्तुतचे शारीरिक आयुष्य म्हणजे एक मंद, अस्पष्ट असे दूरवरचे प्रतिबिंब वाटते. निरंतर जीवन हा वर्तुळाचा परीघ असेल तर क्षणिक मानवी जीवन म्हणजे त्या विशाल परिघाचा एक लहानसा कंस आहे.

* * *

दार्जिलिंगहून संदेश आला आहे की, कैलास शिखर चढून जाण्याचा बेत रटलेज या गिर्यारोहकाला सोडून द्यावा लागला. जगाचे हे सर्वोच्च शिखर कोणास हार जाणार नाही. माणसाची झेप हिमालयाच्या अत्युच्च शिखरापर्यंत जाऊन पोचत नाही. रटलेजची तुकडी शिखरापासून अगदी दोन-तीन हजार फुटांपर्यंत जाऊन पोचली होती; पण नंतर हवा एकदम बिघडली. वादळांचा सतत मार खात असलेल्या, सर्व जगावर नजर फिरविणाऱ्या त्या शिखरांच्या भुजांच्या जवळपास आता अधिक काळ राहणे म्हणजे जिवाची आशाच सोडून देण्यासारखे होते.

भारतमातेच्या मुकुटावरील हिऱ्याची उपमा या कैलास शिखरास देता येईल. निसर्गदेवतेने हा मुकुट स्वत:च भारतास बहाल केला आहे.

तथापि रटलेज व त्याचे सोबती आता जरी खाली उतरू लागले तरी त्यांच्या विक्रमास यत्किंचितही उणेपणा येत नाही. जेवढे धाडस करता आले तेवढे त्यांनी केले. यापेक्षा जास्त पुढे जाणे अशक्य होते. या प्रयत्नाकरिता वर्षातले सहाच महिने त्याला मिळाले. मे महिन्यापूर्वी थंडी असह्य व जूनच्या मध्यानंतर पावसाळा सुरू. कडाक्याच्या थंडीत शरीर गोठवून टाकणारी हिमवादळे, गारांचा वर्षाव व पावसाच्या सरी जेव्हा या शिखरावरून पलीकडे जातात तेव्हा कर्णकठोर-भीषण आवाज करीत जातात. त्यांच्या तावडीत जर मनुष्यप्राणी सापडला तर तो जिवंत बाहेर पडायचा नाही. शिखराच्या उतरणीवरून हिम सारखे पडत राहते. त्याची जमिनीवरची जाडी सारखी वाढत जाते. त्याखाली मुडदे सरळ गाडले जायचे. अशा या अडचणींतून व कष्टांतून पुढे प्रवास चालू

ठेवण्याऐवजी माघार घेणेच शहाणपणाचे होते. निसर्गदेवतेला आणखी क्रुद्ध होण्यास अवसर देण्यात काय अर्थ आहे?

कैलास शिखरावर आरोहण करणे हे शक्य कोटीत आणण्याचे श्रेय माझे आदरणीय मित्र सर फ्रान्सिस यंगहजबंड यांजकडे आहे. त्यांचा स्वत:चा जन्म या हिमालय प्रदेशातच झाला. त्याचे वडील एका जुन्या ब्रिटिश लष्करी परंपरेच्या घराण्यात जन्मास आले होते व त्या घराण्याचा भारताशी संबंध पिढ्यान्‌पिढ्यांचा होता. सर फ्रान्सिस यांना त्यामुळे या हिमाच्छादित शिखरांचे लहानपणापासून आकर्षण होते. अगदी १८८७ मध्ये त्यांनी एक मोठा विक्रमच करून दाखविला होता. मध्य आशियाच्या बाजूने त्यांनी अज्ञात व दुर्लंघ्य अशी मस्तांग खिंड ओलांडली होती. ती खिंड ओलांडण्याकरिता त्यांनी चीनच्या सरहद्दीवरून तीन हजार मैलांच्या धोक्याचा प्रवास एकट्याने केला. खिंड ओलांडल्यावर ते गोबीच्या वाळवंटात शिरले. ते वाळवंट अफाट. जणू त्याला कोठे सीमाच नाही. वाळवंट वैराण, निर्मनुष्य. त्या वाळवंटात ते प्रवास उंटावरून फक्त रात्रीच करू शकत. या अफाट वाळवंटात माणसाचा कोठेही मागमूसही नव्हता. आणि मस्तांग खिंड ओलांडल्यावर त्यांच्यासमोर जगातील दुसऱ्या नंबरचे गिरिशिखर दिसू लागले. 'का' नावाचे हे सुप्रसिद्ध शिखर. कैलास पर्वतापेक्षा फक्त सातशे फूटच उंचीने कमी.

त्या अद्वितीय दर्शनाने त्यांचे सगळे अंग थरारून गेले. ते बीज त्यांच्या मनोभूमीत चांगलेच रुजले व आणखी तीस वर्षांनी नंतर रॉयल जिऑग्राफिकल सोसायटीचे अध्यक्ष या नात्याने सर फ्रान्सिस यांनी माउंट एव्हरेट कमिटी स्थापन केली.

या कमिटीचे पहिले काम म्हणजे एव्हरेट शिखरावर जाण्याच्या बाबतीत, ज्या राजकीय स्वरूपाच्या अडचणी होत्या त्या दूर करणे. कारण नेपाळी व तिबेटी लोक, या निमित्ताने का होईना, आरोहकांना आपल्या मुलुखातून व सरहद्दीतून जाऊ देण्यास नाखूश होते. पण तो विरोध इतका प्रखर होता की, लॉर्ड कर्झनसारख्या हट्टी माणसाला ते भारताचे व्हाईसरॉय असतानासुद्धा या लोकांनी आपल्या सरहद्दीतून जाण्यास परवाना दिला नाही. 'माउंट एव्हरेस्ट' हे शिखर कैलास शिखराइतके जरी नसले तरी फार पवित्र आहे. कोणाही पाश्चिमात्याचे पाय कैलास शिखराला ते लागून देणार नाहीत. शिवाय तिबेटमध्ये धर्मगुरूंचे तर फार प्राबल्य आहे.

कर्झनसाहेबांना यश आले नाही, पण या कमिटीला ते आले. हे पहिले काम उरकल्यानंतर पुढचे काम म्हणजे आर्थिक साहाय्य मिळविणे व गिर्यारोहणाच्या व्यवस्थेशीर तयारीस लागणे. या कमिटीने गेल्या काही वर्षांत निरनिराळ्या वेळी गिर्यारोहणाचे पाच

कार्यक्रम आखले होते व शिखर काबीज करण्यासाठी आपल्या प्रयत्नांची पराकाष्ठा केली होती. पण ते सर्व प्रयत्न निष्फळ ठरले. अर्थात हे अपयश सुद्धा गिर्यारोहणाच्या इतिहासात गौरवशाली समजले जाते.

पण 'एव्हरेस्ट' शिखराने जरी आपल्याला अपवित्र पाय लागू दिले नाहीत तरी त्याहूनही दुसऱ्या कमी उंचीच्या शिखरांवर माणसाने पदार्पण केलेले आहे. पंचवीस हजार फूट उंचीच्या 'कामेत' शिखरावर काही वर्षांपूर्वी फ्रँक स्मिथ यांनी एक धाडसी तुकडी नेली होती. त्यांचे पाय त्या मऊशा हिमात रुतले. त्यांना सुळक्यांवर चढावे लागले व दगडासारख्या घट्ट झालेल्या बर्फात बर्फ कापून पाय ठेवायला जागा त्यांना करून घ्यावी लागली. एक पाऊल चुकले तर एकदम खालच्या गर्तेत कपाळमोक्षच व्हायचा. १९३३ मध्ये तेवीस हजार फूट उंचीवरचे 'त्रिशूळ' शिखर चढण्यात लेफ्टनंट ऑलिव्हर यांनी यश मिळविले. त्या वर्षी उन्हाळ्यात सुट्टी काढून त्यांनी हा पराक्रम करून दाखविला. या साहसात त्यांची ताकद पार खलास झाली. दम निघाला. पण शेवटी यश मिळाले. एरिक शिफ्टन यांनी 'नंदादेवी' शिखर काबीज करण्याची मोहीम काढली. तिकडे जाताना दुर्गम पहाड त्यांना तुडवावे लागले. पण ते ओलांडल्यावर त्यांना एक विस्तृत पठार लागले. या भागात अजून कोणी गेलेले नव्हते. डॉ. पॉल यांनी 'कांचनगंगा' शिखर चढण्याचा दोनदा प्रयत्न करून पाहिला. ते वर २५,६०० फुटांपर्यंत गेले. शिखर अगदी दृष्टिपथात आले, पण शिखराच्या बाजूवर हिम व बर्फ यांचा इतका घसरडा थर जमून राहिला होता की, तेथे पाय रोवण्यास त्यांना काही जागा मिळेना. शिवाय वरून बर्फाचा कडा कोसळण्याची भीती उत्पन्न झाली. तेव्हा ते परत फिरले. दोन वर्षांपूर्वी 'नंगा' पर्वतावर जाण्याचा मर्कल यांच्या जर्मन तुकडीने प्रयत्न करून पाहिला. त्या तुकडीतील निम्म्यांना आपला जीव गमवावा लागला. मर्कल यांचीही तीच गत झाली. अणकुचीदार दगडांसारख्या बर्फाच्या खडकांवरून जाताना त्यांचे पाय फुटून रक्तबंबाळ झाले. तेवीस हजार फुटांवरच्या एका बर्फाच्या गुहेत शेवटी त्यांनी आश्रय घेतला व तेथेच या आयुष्याचा रामराम घेतला.

येथे या मध्यहिमालयाच्या टेहरी-गढवाल भागात १९३३ मध्ये पालिस आणि त्यांचे सोबती येऊन गेले. ते गंगोत्रीला निघाले होते. वाटेत माझ्या या अरण्यातील बंगल्याजवळून बहुधा गेले असावेत व एक-अर्धी रात्रही या बंगल्यात काढली असावी. गंगोत्रीला २०,००० फुटांवर त्यांना शिखरांचा एक पुंजच आढळला. त्यांनी १८,००० फुटांपर्यंत प्रथम आरोहण केले. खाली केदारनाथ भागाकडे उतरले आणि नंतर मग २०,००० फुटांपर्यंत चढून गेले. तेथून ते 'सातोपंथ' या २२,००० फुटांच्या शिखराकडे वळले, ते शिखर चढण्यात यश मिळविले. या गिर्यारोहणाने ते अतिशय थकून गेले.

त्यांनी विश्रांतीसाठी गंगोत्रीजवळच्या हरसिल गावी काही दिवस मुक्काम केला. विश्रांती घेतल्यावर ते पुन्हा निघाले व खडकाळ नीला खिंडीतून ते एका हिमनदीपर्यंत जाऊन पोहोचले. तेथून ते उतरत उतरत तिबेटी सरहद्दीवरच्या स्पिती खोऱ्यात जाऊन पोहोचले. तेथून त्यांनी आपला मोर्चा 'लिओ पार्गीयल' या शिखराकडे वळविला. या शिखराची उंची २२,००० फूट. शिखरांपर्यंत जाऊन पोहोचताना त्यांनी वाऱ्याचा, गारांचा मारा सहन केला. विजांचा चमचमाट सारखा व्हायचा. दाट धुके पडायचे. मार्ग दिसायचा नाही. त्यात गात्रे बधिर करणारी कडाक्याची थंडी. तीही त्यांनी सहन केली व शेवटी यश मिळविले.

याखेरीज आणखी कोणत्याही हिमालयातील गिरिशिखरावर कोणीही चढून गेलेले नाही. गिर्यारोहणात यश मिळविणारेही फार कमी निघाले. ममरी हा गिर्यारोहक नंगा पर्वत चढून जाण्याकरिता निघाला. पण तो कोठपर्यंत जाऊन पोहोचला हे कोणालाही कळले नाही. त्याचे पुढे काय झाले, हेही कोणाला माहीत नाही. अब्रूझीच्या ड्यूकला 'के-२' हे शिखर चढून जाण्यास केवळ अशक्य असे आढळून आले. पण माणसाने सारखे प्रयत्न करीत राहिले पाहिजे. शरीराने व मनानेही. त्यांच्या संशोधनबुद्धीस व ताकदीस निसर्गावर मात करण्याची साधने सापडतील... हिमालयापेक्षा कमी उंचीच्या युरोपमधील आल्प्स पर्वतावर नाही का त्याने झेंडा लावला? हिमालयावर तो आज ना उद्या आपली विजयपताका फडकावीलच.

पण जगातील अत्युच्च प्रदेशावरील हिमनद्या ओलांडावयास सुळक्यासारखी दिसणारी शिखरे चढून जाण्यास गिर्यारोहकांची शरीरसंपत्, चिकाटी तशीच समृद्ध असावयास पाहिजे. पुष्कळांची तशी नसते. इतक्या उंचीवर हवेत ऑक्सिजनचा पुरवठा अत्यल्प असतो. एक श्वास घ्यायला किती वेळ लागतो व तो घेतल्यावर दम लागून माणूस हैराण होतो. तसेच वायूच्या दाबात सारखा फरक होत असतो. त्यामुळे या हवामानात तो रुळला नाही तर त्याच्या पाठीमागे तीव्र डोकेदुखी लागते. गिर्यारोहकाचे हृदय मजबूत असावयास हवे. फुफ्फुसे विस्तृत व चांगली मजबूत असावयास पाहिजेत. हातपाय बळकट असावयास पाहिजे. नाहीतर त्याने माझ्यासारखे करावे. सुमारे १०,००० फुटांपेक्षा किंचित कमी अशा उंचीवर आपला डेरा उभारावा. नाहीतर मृत्यूशी मुकाबला करण्यास तयार व्हावे.

झोंबणारी थंडी व हाडे मोडून काढणारे सोसाट्याचे वारे, वारंवार उद्भवणारी वादळे यांमुळे हिमरेषेच्या पलीकडील हिमाच्छादित प्रदेशात प्रवास करणे म्हणजे दुरापास्त. गोठणबिंदूच्या खालच्या थंडीने शरीर बधिर होऊन जाते. रुधिराभिसरण मंदावते,

श्वासोच्छ्वास मंदमंद होत जातो. एका दमात तीन-चार वेळा श्वास घेतला तरी पुरेसा होत नाही. शिवाय दर पावलाला ही भीती भेडसावते, एखाद्या वेळी सुळक्यावरून जाता जाता पाऊल चुकायचे आणि एकदम खाली कोसळून भुईसपाट व्हायचे. या अतिशीत हवेत माणसाची पोटातील इंद्रिये बिघडून जातात. काम करेनाशी होतात. तेव्हा जे सशक्त आहेत, तरुण आहेत, ज्यांची छाती, पोट, हात, पाय वगैरे इंद्रिये या हवामानात बरोबर काम करू शकतील, त्यांनीच हे साहसाचे काम हाती घ्यावे, येथे येरागबाळाचे काम नोहे!

हिमालयावर हे जे आक्रमण गिर्यारोहक वारंवार करीत असतात, त्यांच्या प्रयत्नांच्या पाठीमागे एक प्रकारचा आध्यात्मिक हेतू असतो. त्या प्रयत्नांना आध्यात्मिक महत्त्व असते. जो साहसी पुरुष या कामास उद्युक्त होतो व कितीही उंच चढावे लागले तरी ज्याचा हुरूप कमी होत नाही, त्याच्या ठिकाणी जरा वेगळे गुण असतात. इंद्रियांचे वर्चस्व झुगारून देऊन तो इंद्रियातीत जीवनाकडे झेप घेऊ लागतो. त्याला आपल्या धनदौलतीची पर्वा नसते. त्याला आपल्या जिवाची तमा नसते. याचा अर्थ असा की, जो आध्यात्मिक मार्गावरचा पथिक आहे, त्याने आपला आतला आवाज जसे सांगेल तसे चालले पाहिजे. मग तसे करताना त्याला कितीही यातना व छळ सहन करायला लागो, त्याने त्याची पर्वा करू नये. पुष्कळ हुतात्म्यांनी हे करून दाखविले आहे. त्यांनी आपल्या प्राणांच्या आहुती दिल्या आहेत. भूपृष्ठावरील नेहमीच्या खुणेच्या जागेपासून बाहेर पडून आपला वेगळा रस्ता काढला पाहिजे व पर्वतशिखरांवर आरोहण करताना आपला स्वतःचा असा वेगळा रस्ता शोधून काढला पाहिजे. त्याचप्रमाणे सत्याच्या शोधासाठी जो बाहेर पडला आहे, त्यानेही धर्म व तत्त्वज्ञान यांच्या नेहमीच्या परिचित अशा रूढ समजुतींपासून बाहेर पडले पाहिजे. डोळे सतत उघडे ठेवून चालले पाहिजे. पुढे कसे पाऊल टाकायचे, हे स्वतः ठरविले पाहिजे व सत्याचा शोध स्वतः घेतला पाहिजे. ते सत्य त्याला आपल्या अंतर्यामीच आढळून येईल आणि एक दिवस निसर्गाचा आत्मा त्याच्यासाठी काढून ठेवलेली भारी मौलिक चीज त्याला प्रदान करून टाकील.

पण हिमालयातील या गिर्यारोहणाचे आंतरिक मर्म तरी कोणते? संगीताच्या निरनिराळ्या सुरांच्या पट्ट्यांप्रमाणे सर्व उन्नत साधकांच्या हृदयांतून त्याच भावनांचे सुरेल ध्वनी बाहेर पडत नाहीत काय? त्याचप्रमाणे यात्री होण्याची इच्छा ही आपणा सर्वांमध्ये मुळातच असते, नाही का? स्वस्थ बसून राहण्यात समाधान मानणे हे आपण पापच समजत नाही का?

आपल्या या भूगोलाच्या सपाट पृष्ठभागातून ही तेजस्वी शिखरे बाहेर पडून हिमालय पर्वतावरील आकाशामध्ये घनदाट ढगांतून बाहेर पडून उंचच उंच अशी आकाशाला जणू भिडलेली दिसतात. याच्यावरून असे दिसत नाही काय की, सामान्य माणसांतून बाहेर पडून काही अत्युच्च पदाला पोहोचलेली माणसे या शिखरांप्रमाणे परमात्म्याला गवसणी घालण्याचा प्रयत्न करीत असतात! उत्क्रांतीच्या तत्त्वाच्या भाषेत सांगायचे म्हणजे, अशी माणसे ही उत्क्रांतीच्या लहरींच्या सर्वोच्च लहरींच्या टोकांवरच वास करीत नाहीत काय? अतिमानुष मानवाचे नित्शेचे स्वप्न जरूर साकार होईल, पण तो जसा आकार रंगवितो तसा ओबडधोबड राहणार नाही. आजही अशी एकान्तप्रिय माणसे काही थोडीथोडकी नाहीत. ही म्हणजे ध्येय व मदनतीस दोन्हीही होत. दोन्ही भूमिका ती बजावतील. प्रबुद्ध गुरू व आज्ञाधारक शिष्य, दोन्हीही तयार आहेत. आपल्या भावी उन्नतीचे निदर्शक असे हे आजचे चित्र आहे.

फ्लॉरेन्स डान्टेने जे भूवरील स्वर्गाचे चित्र काढले आहे, त्यातही स्वर्ग पर्वतावरच वसला आहे असेच त्याने दाखविले नाही काय? जपानी चित्रकार आपल्या देवादिकांची चित्रे काढतात, त्या देवांचे वसतिस्थान ते आपल्या फुजियामा पर्वताच्या हिमाच्छादित शिखरावर दाखवितात. फुजियामा हा जपानमधील पवित्र असा उंच पर्वत. जणू भारताचा कैलास पर्वत. फुजियामा एके काळी ज्वालामुखी पर्वत होता. आज सुप्त आहे. या पर्वताच्या दर्शनास जपानच्या कानाकोपऱ्यातून लोक येतात व दर्शन घेऊन आपापल्या गावी परततात. परतताना पर्वताचे भौतिक सौंदर्य व आध्यात्मिक वैशिष्ट्य यांमुळे ते अगदी मंत्रमुग्ध होऊन जातात.

आपल्या सर्वांच्या वर, मग आपण साधी माणसे असू की साहसी गिर्यारोहक असू, दूरदूर कोठेतरी विधात्याने धवलगिरी निर्माण केलेला आहे. त्या पर्वताचे ते रुपेरी शिखर चमकत असलेले दिसत आहे. ते तेथे निरंतर वसलेले आहे. शिखरावर आपणा सर्वांना जायचे आहे. तेथे पोहोचायला बराच कालावधी लागणार आहे. कदाचित युगेही लागतील. आपणही कैलास शिखराचे यात्रिक झाले पाहिजे. आपण भेकड माणसांसारखे नुसते घरकुलामध्येच बसून राहायचे की काय? नाही. हातात काठी घ्यायची, मन तयार करायचे, दृढनिश्चय करायचा आणि चालायला लागायचे. या जगात राहिल्यानंतर अशाच यात्रेला आपण निघाले पाहिजे.

१३

चित्त्याशी गाठ - निसर्ग क्रूर का असतो?

आज संध्याकाळच्या सुमारास असाच अरण्यातून फिरत होतो. माझ्या बंगल्यापासून सुमारे पंधरा मिनिटांच्या रस्त्यावरून परत फिरत होतो. एकदम आठवण झाली. या गिरिकंदराची शोभा पाहात असताना एका गोष्टीचा विसर पडला. ती गोष्ट म्हणजे या निर्जन अरण्यात वन्य पशूही वास करतात व स्वच्छंदपणे भ्रमणही करीत असतात. इतक्यात माझी नजर माझ्या उजव्या हाताच्या दिशेने अमनस्कपणे जरा दूरवर गेली व एका जाळीतून एका अनोखी रंगाची चमक त्या संध्याकाळच्या मंद प्रकाशात चमकून गेली. मी थांबलो. एका झाडाच्या पानांमध्ये अर्धवट दडलेला व विलक्षण स्थितीत बसलेला एक चित्ता माझ्या दृष्टीस पडला. तो झाडावर बसलेला होता. जमिनीपासून सुमारे बारा यार्ड उंच अशा दोन सरळ-सपाट फांद्यांच्या चिमटयात तो पहुडलेला होता. त्याने आपल्या पुढल्या पायांमध्ये डोके खुपसलेले होते. अपुऱ्या ताणलेल्या

त्याच्या अंगावरचे ठिपके चांगले ठळक दिसत होते.

जनावर गाढ झोपेत होते.

दुपारचे ऊन. सूर्यनारायण आपले किरण भूतलावर अगदी उभेच्या उभे आणून सोडीत होता. त्यामुळे हवेत एक प्रकारची दमट उष्णता पसरली होती. त्या उष्णतेने व्याकूळ होऊन जनावराला झोप लागली असावी. जनावर असे उघड्यावर दिसायला दुसरे काही कारण नव्हते. झाडावर बसून ते स्वस्थ चित्ताने निपचित पडले होते. याचेही कारण समजायला अडचण वाटली नाही. रानातल्या ओढ्यांच्या काठाकाठाने चित्त्याला निपचित पडून राहण्यासारख्या पुष्कळच जाळ्या होत्या. साधारणपणे हा प्राणी रात्रीचा बाहेर पडतो. फक्त अंधारातच भटकण्यामुळे त्याच्या नजरेला एक असाधारण तीक्ष्णता आलेली असते. आता हा झाडावरचा चित्ता अवेळीच बाहेर पडलेला आहे. सगळ्या जंगली जनावरांत चित्ता फार शांत. रात्रीचा हळू पावलांनी आवाज न करता चोरासारखा गुपचूपपणे चालतो. आपल्या भक्ष्याला अगोदरच जागे करण्याऐवजी तो झाडावर चढून फांद्यांत गुरफटून बसला आहे. तेथून त्याला सभोवारचे पाहता तर यावे, पण स्वतः कोणाच्या दृष्टीस पडू नये. वेळ आली म्हणजे भक्ष्यावर उडी घालावी, अशा विचाराने तो पहुडलेला आहे.

मी घाबरून गेलो. मी चालून चालून दमलेलो होतो व शक्य तितके लवकर मला माझ्या मुक्कामावर जायचे होते. जर पुढे चालावे तर ज्या झाडावर तो चित्ता पहुडला होता त्या झाडाजवळून जायचे व त्या आवाजाने तो कदाचित जागा व्हायचा. परत मागे फिरायची तर माझी तयारी नव्हती व आहे तिथे थांबण्याची तर मुळीच इच्छा नव्हती. बरे, जवळ स्वतःचा बचाव करण्यासाठी हत्यार काय तर एक बारीकशी बांबूची छडी व ती सुद्धा मी वाटेतच उचललेली. चित्त्याशी सामना करावयाचा म्हटले तर त्या छडीचा काड्यांच्या पेटीतल्या काडीइतकाच उपयोग व्हायचा.

तेव्हा पुढेच चालून जाण्याशिवाय दुसरा मार्ग नव्हता. तेव्हा मी जणू पावलाच्या तळव्यांवर, काही आवाज न करता चालू लागलो. पण माझ्या या खबरदारीचा काही उपयोग झाला नाही. अरण्यातील त्या शांत वातावरणात अगदी थोडासा आवाज जरी केला तरी तो मोठ्याने ऐकू यायचा. झाडाचे एक पान जरी खाली गवतावर पडले तरी त्या सळसळण्याचा आवाज ऐकू यायचा. तेव्हा झाले काय तर पानांच्या आधाराने अगदी ज्या जागी तो पहुडला होता त्या जागेच्या जवळूनच जाताना नेमका तो जागा झाला.

आता ही वेळ अशी होती की दुसरे काही करता येण्यासारखे नव्हते. नुसते

दगडासारखे ताठ उभे राहायचे व पुढे काय होते ते पाहायचे. चित्त्याने आपले मांजरासारखे असलेले डोके वर उचलले. नंतर आपले सुंदरसे मऊ शरीर ताठ केले व माझ्याकडे जणू प्रश्नार्थक मुद्रेने बारीक नजर करून तो पाहू लागला. त्याचे डोळे भयानक पिवळसर-हिरवे. जणू माझ्याकडे पाहून आग ओकीत होते. मीही तशाच प्रश्नार्थक मुद्रेने त्याच्याकडे रोखून पाहिले.

माझी तशी घाबरगुंडी उडाली होती. नाडी तर भर वेगाने धावत होती. तसा मी काही शूर पुरुष नव्हतो की माझ्याजवळ वाजवीपेक्षा जास्त ताकदही नव्हती की माझे शरीरही काही दणकट नव्हते. मी म्हणजे एक फाटका माणूस. माझा व्यवसाय आत्मचिंतनाचा. तेव्हा माझ्या अंतरंगातूनच मी धैर्य धारण केले व ताठ त्याच्याकडे निर्भयपणे पाहू लागलो.

माझ्या या निर्भयपणे ताठ उभे राहण्याने त्या चित्त्याच्या नजरेत रागाची छटा येऊ लागली. संतापून त्याने आपला जबडा थोडासा उघडला व त्या जबड्यातले त्याचे सुळक्यांसारखे दात माझ्याकडे तुच्छतेने जणू पाहू लागले. त्याने कान टवकारले. तो डोक्याच्या बाजूस वळला व एक मोठा गुरगुरण्याचा आवाज करून त्याने झाडाच्या अगदी पलीकडच्या भागाकडे चटकन उडी मारली. ती उडी अशाच दाट पानांच्या फांद्यांच्या बेळक्यावर बसून, तिचा आवाजही झाला. उडी मारताना त्याच्या पाठीची कमान चक्क दिसत होती. मी लगेच तेथून निसटलो. बराच वेळ त्याची लांब, काळ्या टोकाची शेपटी दिसत होती. नंतर तो दाट अरण्यात निघून गेला.

टेहरी संस्थानामध्ये जंगलात आणखीही काही वन्य पशू आहेत. अस्वल हे तर जागोजाग दिसते. बिबळ्या वाघही मधूनमधून हिंडताना दिसतो. रानडुक्कर त्याने केलेल्या नासाडीमुळे शोधून काढता येतो, तर वाघ काही भागातच दृष्टीस पडतो. पण साधारणपणे जनावरे दिवसा गुपचूप पडून असतात व रात्री अंधार व्हायला लागल्याबरोबर बाहेर पडतात. मग रात्री त्यांचे चमत्कारिक आवाज, भयानक गुरगुरणे ऐकू येते. चुकूनमाकून एखादे जनावर रानाचा किंवा पाणवठ्याचा आश्रय सोडून आसऱ्याला या भागातही फिरकते. एकदा माझ्या विजेच्या दिव्याचा प्रकाश एका लहानशा अस्वलाच्या तोंडावर पडला. काही वेळाने ते माझ्या बंगल्याभोवती फिरायला लागले व पाठीमागच्या निजण्याच्या खोलीच्या दाराच्या काचेतून आत डोकवायला लागले.

पर्वताच्या उतरणीवरून रानटी काळविटांचे, रानटी ठिपक्याठिपक्या हरणांचे कळपच्या कळप दृष्टीस पडतात, तर कधीकधी असाही प्राणी आढळून येतो की, जो काही बोकडासारखा तर थोडा थोडा हरणासारखा दिसतो. हा प्राणी बावळटसा व भित्रा

असतो. हे प्राणी स्वभावतः गरीब, निरुपद्रवी असतात, पण त्यांच्यावर बलिष्ठ रानटी प्राण्याने हल्ला केला तरच ते लढवय्ये बनतात. मग त्यांची मजबूत शिंगे कामास येतात व नुसत्या शिंगांच्या भोसकण्याने ते शत्रूला पळवून लावतात. कधीकधी रानटी हरणांच्या कळपाचा एखादा बिबळ्या वाघ पाठलाग करतो. हरणांची भेकड वृत्ती जाते व बचावाकरिता तीही त्या बिबळ्यावर तुटून पडतात.

या भागात भुंकणारे हरीणसुद्धा आहे. मोठा सुंदर प्राणी असतो हा. त्यांचे पाय किती बारीक व नाजूक असतात.

एखाद्या वेळी काळ्याकुट्ट केसांचे पहाडी अस्वल भेटते. मग ते आपल्यावर हल्ला करील की आपल्या वाटेला जाणार नाही हे त्याच्या लहरीवर अवलंबून असते. त्याची ख्याती एक दुष्ट, हिंसक व गलिच्छ प्राणी म्हणून आहे.

एका तरुण शिकाऱ्याची येथील लोक गोष्ट सांगतात. हा एकदा शिकारीला बाहेर पडला. वरती पहाडाच्या उतरणीवर दाट झाडीत त्याला एक अस्वल दिसले. त्याने आपली बंदूक झाडली. गोळीने अस्वलाला किंचितसे जखमी केले. अस्वल चवताळून उठले. उतरणीवरून मोठ्या वेगाने खाली उतरले व त्या शिकाऱ्याला पकडून त्याने खाली दरीत फेकून दिले. बिचारा शिकारी कोसळून ठार झाला.

मनुष्य व हिंस्र पशू हे जसे आजच्या युगात एकमेकांशी शत्रुवत् वागतात, तसे ते अतिप्राचीन काळात वागत नव्हते. आजचे हे मनुष्यवंशशास्त्रज्ञ, पुरातत्त्वप्रवीण असे सांगतात, पूर्वी असा एक काळ होऊन गेला जेव्हा मनुष्यही पशूसारखा गुहेतच राहात असे. त्याच्या आसपास हिंस्र पशू इतस्ततः संचार करीत पण ते सहसा एकमेकांच्या वाटेस जात नसत. याचा पुरावाही मिळू शकतो. त्या काळातले गाडले गेलेले दगडी कोळशांचे दगडी खडक हे स्पष्ट दाखवितात. दुर्दैवाने आमचे पुस्तकी शास्त्रज्ञ फार लांब जात नाहीत. काही एका काळापर्यंत ते इतिहासाचा मागोवा घेतात. पुढे कंटाळतात व थांबतात. पण शास्त्र फार दूरवर जाते. हे सांप्रतचे संशोधक खोल जात नाहीत. त्यांना जे वरवरचे ज्ञान प्राप्त होते, त्यावरच ते सिद्धांत बनवितात. जसा दुसऱ्या एखाद्या ग्रहावरचा रहिवासी या भूतलावर गेल्या महायुद्धाच्या काळात उतरावा व त्याने युद्धाची खाई प्रत्यक्ष पाहावी. परत आपल्या ग्रहावर गेल्यावर तेथल्या रहिवाशांना सांगावे की, पृथ्वीवरचे रहिवासी हे भयंकर हिंस्र प्राणी आहेत. ते नेहमीच आपापसात युद्ध करीत असतात. महायुद्धाच्या काळाच्या जरा पाच-एक वर्षे तो अगोदर आला असता तर त्याला तेथील चित्र वेगळे दिसले असते, त्याचा अहवालही वेगळा झाला असता.

माझे हे म्हणणे सिद्ध करायला माझ्याजवळ काही तसा पुरावा नाही. मी काही असे

भूगर्भात गाडलेले कोळशाचे खडक पुढे आणू शकत नाही. प्राचीन मानव प्राणी कशा परिस्थितीत राहात असावा, याचा स्पष्ट पुरावा माझ्याजवळ नाही. आजचा हा भूगोल काही आजकालचा नाही; त्याच्या पृष्ठभागावर फार मोठ्या उलथापालथी झालेल्या आहेत. काळाच्या उदरात या ज्या प्रचंड उलथापालथी झाल्या आहेत, त्यांनी युगायुगांपासून जतन केलेले पुरावे नष्ट केलेले आहेत. असा काळ किती लोटला असेल, कोण जाणे. भूमातेला आपल्या प्राच्य इतिहासाचे अवशेष जतन करून ठेवण्याची बिलकूल जरूर वाटत नाही; ज्यावरून आजच्या थोड्याशा शास्त्रज्ञांना काही साधन मिळावे. ज्या योगे त्यांनी आपली बुद्धी व तर्क चालवून नवीन सिद्धांत पुढे मांडत बसावे. आपल्या पृष्ठभागावर काय काय घडून आले आहे, ते तिला पुरते माहीत आहे. आता ही आमची आजकालची मंडळी त्याबद्दल काही बडबडोत; त्या बडबडीचे तिला काही महत्त्व वाटत नाही.

पण मी जर असे पुराव्याखेरीज प्रतिपादन करू लागलो की, निसर्गाचा पहिला हेतू सृष्टीमध्ये भयानकता निर्माण करण्याचा नव्हता, 'जीवो जीवस्य जीवनम्' हेतू नव्हता, तर त्या विरुद्ध होता, तर लोक ते मानणार नाहीत. परस्परांवर जीवन अवलंबून असल्याचे एक अगदी परिचित उदाहरण म्हणजे माशी व कोळी. कोळी माशीला आपल्या जाळ्यात यायला पाचारण करतो, हे मी स्वतः या प्रश्नाविषयी विरोधी भूमिका घेऊन ती खोडून काढू लागलो तर निसर्गाची सुरुवात जीवाजीवात परस्पर शत्रुत्वाची नसून परस्पर साहाय्यतेची होती हे सिद्ध करण्यास माझ्याजवळ पुरेसा पुरावा आहे. तो पुरावा मोठमोठ्या शास्त्रज्ञांना सुद्धा निरुत्तर करील. त्यांचे नुसते तर्क असतात. ते जाणून न घेतलेलेच बरे. तो माझ्याजवळचा पुरावा काही आधुनिक मानवी साधनांतून मी गोळा केलेला नाही; की ज्या साधनांबद्दल आधुनिक जग मोठा आदर दाखविते. आजच्या काटेतोल परीक्षकांना माझा पुरावा पटणार नाही, त्यांचे समाधान होणार नाही, हे मला माहीत आहे. तेव्हा त्यांचे समाधान करण्यात मी कालापव्यय करणार नाही. मी एवढेच सांगतो की, समाधी किंवा अर्ध-जागृतीसारखी अशी एक अवस्था असते, जी प्राप्त झाल्यावर माणसाला इंद्रियातीत ज्ञान होऊ लागते. त्याच्याशी अदृश्य शक्ती बोलू लागतात. अशा तऱ्हेने मला हे आपल्या मानववंशाच्या अलिखित इतिहासाचे ज्ञान झालेले आहे.

असे जे मला ज्ञान प्राप्त झाले त्यावरून असे कळून आले की, सृष्टीच्या सुरुवातीच्या काळात सत्प्रवृत्तीचेच पूर्णतया वर्चस्व होते. जड देह हा जीवाचा आज्ञांकित होता. त्या काळातला मानवप्राणी हा एका दिव्य अंतःस्फूर्तीच्या आदेशानुसार वागत होता. त्याला असत्य, कपटभाव, दांभिकता ही माहीत नव्हती. आपले हित कशात आहे हे

जाणून घेण्यास त्यास या अवगुणांची जरुरी नव्हती. त्या काळात बलिष्ठाने दुबळ्या माणसांवर वर्चस्व गाजविण्याचा प्रकार नव्हता; तसा प्रकार असणेही शक्य नव्हते. कारण त्या काळातला मानव परमेश्वराला आपला पिता समजत असे व तो त्या एकमेव देवाची पूजा करीत असे.

त्या काळात इतर प्राण्यांना मनुष्याची भीती वाटत नसे; तशी भीती वाटण्याचे कारणही नव्हते. त्यांना एकमेकांची सुद्धा भीती वाटत नसे. निसर्ग त्यांना पुरेसे भक्ष्य पुरवीत असे. त्याला हिंसेची जरुरी नव्हती. त्या काळात 'जीवो जीवस्य जीवनम्' या दंडकाची जरुरी नव्हती. कोणास तो माहीतही नव्हता.

* * *

आता जर मी म्हटले की, मी हे जे या लोकांना समजावून देत आहे; त्यांची खात्री पटविण्याची माझी तशी काही इच्छा नाही; तर मी एक प्रश्न विचारतो. नेपोलियनची एक गोष्ट सांगतात. एकदा रात्री त्याने आपल्या प्रासादातली शयनघरातली खिडकी उघडली व बाहेर पाहिले. समोर विस्तीर्ण आकाश पसरलेले होते. जागोजाग तारे चमकत होते. हे दृश्य पाहिल्यावर त्याच्या तोंडातून उद्‌गार निघाले, ''या सर्व अफाट विश्वाचा कोणी कर्ता नाही असे म्हणताच येणार नाही. असे म्हणणाऱ्याचे बोलणे मला बिलकूल पटणार नाही.'' तर प्रत्येक शहाण्या माणसाने, ज्याचे शहाणपण नुसते पुस्तकी नसून आयुष्यातील निरनिराळ्या अनुभवांनी प्रौढ झालेले आहे, त्याने स्वतःला हाच प्रश्न विचारावा.

आता, पुढे या कर्त्याचे, ईश्वराचे अस्तित्व मानले तर त्याच्यापुढे दुसरा प्रश्न उभा राहील. तो प्रश्न म्हणजे जगात हे जे दुःख भरले आहे, पाप भरले आहे, ते कशाकरिता? हे परमेश्वराने मुद्दाम निर्माण केले की तसा काही मनात उद्देश नसताना ते निर्माण झाले? या प्रश्नाची उकल करावयाची म्हणजे ही गोष्ट मान्य करावयास पाहिजे की, हे सारे विश्व म्हणजे त्याच्या लीलेचा खेळ आहे. तसा पुरावा आहे. जगाची रचना, मानवी स्वभावाची रचना मिश्र स्वरूपाची आहे. त्यात सुखदुःख आहे. चांगले आहे तसे वाईटही आहे.

हा प्रश्न तसा फार जुना आहे. अगदी पुरातन काळापासून ते थेट आजच्या काळापर्यंत विचारी लोक हा प्रश्न सोडवीतच आले आहेत. पण कोणालाही तो सुटला नाही. मग मी तरी तो प्रश्न सोडविण्याची खटपट का करावी?

आपणास उपलब्ध आहेत ते परमेश्वराचे संदेश निरनिराळ्या काळांतून जे धर्म उदयास आले त्यांमधून मिळतात. ते तसे आपण मान्य करावेत की न करावेत. पण

"यत्र यत्र धूमः तत्र तत्र वह्निः" या न्यायाप्रमाणे ते धर्म विनाकारण उदयास आलेले नाहीत. आपल्याचपैकी काही प्रगत झालेले आत्मे - साधारण माणसे ज्या स्तरापर्यंत जाऊ शकत नाहीत, तेथपर्यंत जाऊन - परमेश्वराचे संदेश घेऊन येतात. हे मानणे वेडसरपणाचे नाही. हे बुद्धीला पूर्णपणे पटते. हे सर्व धर्म ईश्वर मानतात व तो सत्प्रवृत्त, परमदयाळू असून सर्व प्राणिमात्रांवर प्रेम करतो, कृपा करतो, असेच सांगतात.

जर असे सांगणारा प्रत्येक धर्मशील पुरुष, साधू, संत, प्रेषित जे आजपर्यंत हे सत्य सांगत आले ते धादांत खोटे सांगत असतील किंवा लोकांची फसवणूक करीत असतील तर जगात नैतिक मूल्येच अशी काही राहणार नाहीत. माणसे वेडी होतील किंवा पशूसारखे वर्तन करतील. वैयक्तिक स्वार्थाखेरीज दुसरे ते काही मानणार नाहीत. सर्वत्र अनाचार, अनीती बोकाळेल. सगळा गोंधळ उडून जाईल व मनुष्यमात्राला भविष्याची आशाच उरणार नाही. पण गंमत पाहा, लोक ख्रिस्ती धर्मापासून च्युत होतील पण येशू ख्रिस्तास सर्वस्वी विसरणार नाहीत. नष्टप्राय होणाऱ्या हिंदू धर्मापासून दूर जातील पण धर्मांतर्गत साधुसंतांकडे अजूनही आदरानेच पाहतील. म्हणजे ईश्वर हा परमदयाघन आहे ही श्रद्धा फार मोलाची आहे. त्यामुळेच जीवनात आशेला स्थान निर्माण झालेले आहे, जीवन सुखावह झाले आहे.

आता हे सगळे लोक साधारण सुविद्य आहेत, ते उत्क्रांतितत्त्व मानतात. मनुष्यप्राणी हा रानटी अवस्थेतून उत्क्रांत होत होत सुसंस्कृत होत चालला आहे, हा सिद्धांत ते मानतात. आता हे तत्त्व म्हणजे काही कपोलकल्पित कल्पना नाही तर क्रमशः आकार धारण करणारी एक सुसंगत कहाणी आहे. मी पूर्वी म्हटलेलेच आहे की, शास्त्रज्ञांना या कहाणीचे अर्वाचीन कालातलेच काही थोडेसे भाग माहीत झालेले आहेत. त्यांना जर पूर्वीची सगळी हकिकत कळली तर नक्कीच त्यांना आपले सिद्धांत बदलावे लागतील.

निसर्ग निर्दयी आहे, क्रूर आहे, हिंसक आहे, त्याने अत्यंत रानटी अशी पशुवत् आचरण करणारी माणसे व क्रूर पशू प्रथम निर्माण केले, ही कल्पना गेल्या शतकातील सुशिक्षित माणसांत रूढ आहे.

मी या सुशिक्षित माणसांना असे विचारतो की, परमेश्वर हा परमदयाळू कल्याणप्रद आहे असे जर तुम्ही मानता, तर मग या सृष्टीच्या निर्मितीची सुरुवात अशी हिंसक प्रजा निर्माण करून त्याने कशी केली असेल?

यावर माझे म्हणणे असे आहे की, परमेश्वराने सृष्टीच्या निर्मितीची सुरुवात आपल्या स्वभावानुसार उत्कृष्ट अशीच केली. त्याने प्रथम उच्च स्वभावाची माणसे व सुंदर प्राणी

निर्माण केले. हे म्हणणे तर्कबुद्धीला पटण्यासारखे आहे. परमेश्वराचा प्रारंभीचा हेतू फार स्तुत्य होता. त्याने चांगली प्रजा निर्माण केली. पण त्या प्रजेची, माणसांची, पशूंची त्यांच्या आपापल्या कर्मानुसार अवनती झाली. परमेश्वराची तशी इच्छा नव्हती.

माणसाच्या अधोगतीची, पतनाची हकिकत जी बायबलमध्ये दिली आहे, ती जरी रूपकात्मक असली तरी खरी आहे.

आपण होऊन पडणे व दुसऱ्याने धक्का मारल्यामुळे पडणे यांत फरक आहे. तो फरक आपण समजून घ्यायला पाहिजे. परमेश्वराने आपण होऊन काही मनुष्याला या गर्तेत लोटून दिले नाही. तसेच त्याने जी माणसे निर्माण केली, ती काही कळसूत्री बाहुल्यांसारखी नुसती स्वयंचलित यंत्रे केली नाहीत. ज्या अर्थी आपले पतन झाले त्या अर्थी पतन होण्यासाठी आपल्याला त्याने पूर्ण स्वातंत्र्य दिले होते.

जरी या विश्वातील सर्व धर्ममार्तंडांनी, पैगंबरांनी, जे आजपर्यंत होऊन गेले त्यांनी एकत्र जमून मला सांगितले, की या सृष्टीचा कर्ता दुष्ट, निर्दय व रानटी होता तरी त्यांचे म्हणणे मी मानणार नाही. सर्व मनुष्यजातीने टाहो फोडून जरी मला हे सांगितले तरी मला ते पटणार नाही. मी त्यांच्याकडे पाठ वळवीन.

ते सर्व चुकीचे आहेत याचा माझा अंतिम निर्वाळा हाच की, माझा अंतरीचा स्वानुभव. जे मला अंतर्यामातून पटले आहे ते सिद्ध करायला बाह्य पुराव्यांची जरूर काय? जरी मला त्रिकालदृष्टी दिली तरी ते मी कबूल करणार नाही. विश्वाची अनेक स्थित्यंतरे मी जरी या कालातीत दृष्टीने पाहिली तरी माझी खात्री पटायची नाही. मला जे पटले आहे त्याची कारणे फार वेगळी आहेत. ती कारणे अधिक गूढ, अधिक मौलिक आहेत व माझ्या दृष्टीने अधिक निर्विवाद आहेत.

आयुष्य जसजसे व्यतीत होत आहे, तसतसे माझे हे परमात्मपदाच्या दिशेने मार्गक्रमण चालू आहे. हे मार्गक्रमण सावकाशपणे चालू आहे. मध्ये मध्ये थोडाथोडा मी थांबतो. कधी कधी मार्गावरून चालताना पाय घसरतो. तरी माझी गती थांबलेली नाही. परमेश्वराजवळ मी जसजसा जाऊ लागत आहे, तसतसा मला त्याच्या असीम, अपार कृपादृष्टीचा अनुभव येऊ लागत आहे व ती कृपादृष्टीच मला उद्धरून वर घेत आहे असे वाटू लागते.

पण माझे हे विचार कितीही ओजस्वी व अनुभवसिद्ध असले तरी जडवादी लोकांना, ज्यांना अंतर्यामाची ओळख झाली नाही, मग ते कितीही शिकलेले असोत, पंडित असोत, स्वतःला सर्वज्ञ समजोत – त्यांना हा केवळ कल्पनाविलास वाटेल, खेळ वाटेल.

१४

एका नेपाळी मानकऱ्याशी भेट - फकिराचा व एका मृतात्म्याचा चमत्कारिक परिचय - एका सुंदर नदीचा आम्हाला शोध लागला - एका पिसाळलेल्या हत्तीशी गाठ - नेपाळातील बौद्ध धर्माचे स्वरूप - कृष्ण व बुद्ध यांची तुलना

नेपाळचे प्रिन्स मुसोरी समशेर जंग बहादूर राणा यांची जेव्हा माझी मागे भेट झाली होती, त्या वेळी हिमालयातील गिरिकंदरांमध्ये वास करून आत्मशोधन करण्याचा माझा विचार असल्याचे मी त्यांना बोललो होतो. त्या वेळी माझ्या विचारांना त्यांनी चांगला प्रतिसाद दिला होता. तेही म्हणाले की ‘‘हे संसारसुख व कामधंदा सोडून थोडा वेळ आपणही तुमच्याबरोबर राहू.’’ हा माझा गिरिकंदरवास फार थोड्याच दिवसांचा आहे, असे त्यांना कदाचित वाटले असावे. मी त्यांना एकदम हसत हसत म्हणालो, ‘‘सरदारसाहेब, या की तेथे एक दिवस चहा घ्यायला.’’ असे म्हणून आम्ही ते बोलणे थट्टेवारी नेले.

त्यानंतर आजपर्यंत सरदारसाहेबांचे काहीही वृत्त माझ्या कानी नव्हते आणि आज ते एकदम दत्त म्हणून माझ्या शांतिधामात

अगदी अचानकपणे काहीएक पूर्वसूचना न देता येऊन उभे ठाकले. त्यांच्याबरोबर दोन नोकर होते, एक उमदा घोडा होता.

''चहा घ्यायला आलात तर!'' अशा उद्‌गारांनी मी त्यांचे स्वागत केले. त्यांना पाहिल्याबरोबर मी आश्चर्यचकित झालो. ते आश्चर्य ओसरल्यावर मी त्यांच्या सत्काराला - अतिथिसत्काराला लागलो.

''चहा नको,'' सरदारसाहेब म्हणाले, ''चहाखेरीज दुसरे काहीही चालेल.'' आता त्यांना चहाखेरीज दुसरे काय द्यावे, मला विचार पडला. निर्जन ठिकाणी आता पाण्याखेरीज मी दुसरे काय देणार...? ''ठीक आहे, पाणी चालेल.'' ते एकदम कबूल झाले. आता त्यांच्या ज्ञातिधर्माच्या रिवाजाप्रमाणे ते पाणी त्यांच्या नोकराने आपल्याबरोबर आणलेल्या खुज्यातून द्यायला हवे!

पण माझे पाणी त्यांनी घेतले. ते स्वच्छ, निर्मळ पाणी प्राशन करीत असताना मी मनाशी विचार करू लागलो. कुठे मी या डोंगरखोऱ्यात भुतासारखा एकटा राहणारा. मला कोण भेटायला येणार? पण थोडेफार पाहुणे आले की भेटायला. आता सरासरीने हिशोब करायचा म्हणजे आतापर्यंतच्या दिवसांत जितके पाहुणे आले त्यावरून, आता जोपर्यंत येथे माझा मुक्काम आहे त्या कालावधीत निदान आणखी दहा तरी पाहुणे यायला पाहिजेत. यावरून एक गोष्ट मात्र स्पष्ट दिसून येते की, या विसाव्या शतकात रॉबिनसन क्रूसोसारखी गत कोणाची व्हायची नाही. मग तो कोणालाही माहीत नाही अशा पॅसिफिक महासागरावरील एखाद्या बेटावर अडकून पडलेला असो, की एखाद्या दुर्गम पर्वतशिखरावर जेठा मारून बसलेला असो. कोणीतरी त्याला तेथे शोधून काढायला येईल व त्याच्या शांततेचा, एकांतवासाचा भंग करून टाकील. तेथपर्यंत पोहोचायला जर खुश्कीची किंवा सागरी वाहनसाधने नसतील तर हवाई जहाजे त्याला धुंडून काढतील.

पण मी काही गावंढळ माणूस नाही. लोक भेटायला येतात; फार चांगली गोष्ट आहे. मी त्यांचा कृतज्ञ आहे. नशीब माझे; अशी चांगली थोर माणसे मला भेटायला येतात. ही मंडळी आली म्हणजे आमची बौद्धिक व आध्यात्मिक विषयांवर चर्चा चाले. मनाला आनंद वाटे. मला वाटते, ही मंडळी मला या दुर्गम डोंगरी प्रदेशात मोठा कष्टदायक रस्ता तुडवून भेटायला येतात, त्यांना काही अंतरीची ओढ वाटत असावी. काही आप्तसंबंध, जो प्रत्यक्षात कधी दिसून येत नाही. पण त्यांना माझ्याकडे ओढून आणतो असे काहीतरी पूर्वजन्मीचे ऋणानुबंध असले पाहिजेत. या पाहुण्यांच्यामुळे माझ्यावर सर्वस्वी एकाकी जीवन कंठण्याची पाळी आली नाही हे खरे. ते येतात ते

अंतःकरणातील प्रेमाने येतात. यापेक्षा माझ्यासारख्या परदेशी माणसाने कोणत्या मोठ्या गोष्टीची अपेक्षा करावी?

राणासाहेबांचे वय तेहेतीसच्या आसपास असावे. त्यांचा तोंडवळा मंगोलियन घाटाचा. सुंदर. नाक जरा बसके, पिवळसर वर्ण व किंचित पसरलेले डोळे. त्यांची उंची कमी. माझ्यापेक्षा तर ते बिलकूल उंच नव्हते. अरबस्तानच्या कर्नल लॉरेन्सचे या बाबतीत माझ्याशी साम्य होते. दोघांची उंची बेताबाताची. सैन्यात दाखल होतेवेळी उंची कमी म्हणून लॉरेन्सला घेत नव्हते. नेपोलियन बादशहा बुटका म्हणून जगप्रसिद्ध आहे. त्याला 'छोटा कॉर्पोरेल' हे टोपणनाव दिले होते. पण राणासाहेबांचा आवाज मोठा, पहाडी. ते सुस्वभावी, विनोदी, पण नेपाळच्या पहाडी लोकांप्रमाणे डिवचल्यावर एकदम भडकणारे, असे होते.

नेपाळच्या महाराजांचे ते पुतणे होते. महाराजांशी ते अगदी राजनिष्ठ होते. काही वर्षांपूर्वी सरहद्दीच्या किरकोळ बाबीवरून नेपाळ सरकारचा तिबेटशी बेबनाव घडून आला होता. त्याचे युद्धात पर्यवसान होण्याची शक्यता होती. पण शेवटी तो प्रसंग टळला. तेव्हा राणाजी म्हणाले, ''तिबेटने समजूतदारपणा दाखविला, उत्तम झाले. नाहीतर त्यांची धडगत नव्हती.'' ते नेहमी अभिमानाने म्हणत, ''ब्रिटिश इंडियन आर्मीत गुरखा पलटणी अगदी सर्वोत्कृष्ट असतात. त्यांचे ऑफिसरही तेच असतात.''

संध्याकाळचे जेवण मी जरा लवकरच केले. जेवण आटोपल्यावर आम्ही त्या पांढऱ्या देवदार वृक्षांनी परिवेष्टिलेल्या बंगल्याच्या बाहेर पडलो व चालू लागलो. माझ्या शांतिधामाच्या जवळ नेणाऱ्या चढणीवर मी त्यांना घेऊन गेलो. तेही आजूबाजूस हिंडून आले. सुळकेच सुळके असलेले ते डोंगर, खोल दऱ्या पाहून त्यांनाही बरे वाटले. बराच वेळ ते सृष्टिसौंदर्य न्याहाळीत होते. ते संपल्यावर मी त्यांना आपल्या शांतिधामाकडे घेऊन गेलो. तेथे आम्ही बसलो. त्या निवाऱ्याच्या खाली पसरलेल्या निसर्गसौंदर्याने नटलेला तो रंगमंच पाहून त्यांनी आश्चर्याचे व कौतुकाचे उद्‌गार काढले.

''ही जागा तुम्ही छान निवडलीत. तुमच्या उद्देशाच्या दृष्टीने पाहता ही जागा अगदी योग्य अशी आहे.'' नंतर आम्ही जुन्या हकिकतींवर बराच वेळ बोललो. मग मी माझ्या आवडत्या विषयाकडे - योगाकडे वळलो. राणाजींनी योगशास्त्राबद्दल आपल्या पूर्वायुष्यातले काही अनुभव मला सांगितले. त्यांचेही शिक्षण पाश्चिमात्य पद्धतीनुसार झालेले होते. प्रत्येक विचारशील पौर्वात्याच्या रक्तात अतींद्रिय शक्तींबद्दल विश्वास पुरेपूर भरलेला असतो. तो विश्वास पाश्चिमात्य पद्धतीच्या वैज्ञानिक शिक्षणाने किंचितही कमी होत नाही, असे मला आढळून आले.

ते म्हणाले, ''हठयोगाबद्दल मला मोठी आस्था वाटते. अर्थात तो शिकविण्याकरिता मला एक गुरू होता; त्याच्याशी मधूनमधून अजूनही मी विचारविनिमय करतो. पण त्या गुरूची भेट होण्यापूर्वीच मी बऱ्याचशा हठयोगाच्या आसनांत तरबेज झालो होतो. माझा सिद्धांत असा, की काही पूर्वजन्मातच मी हठयोगाचा अभ्यास केलेला आहे. मी प्रथम योगासने करावयास सुरुवात केली. मग मला असे आढळून आले की पुष्कळशी कठीण अशी आसने मला सहज करता आली. आता जरी मी काही वर्षे ही आसने करीत नाही, तरी सहा-सात आसने आताही सहज करून दाखवू शकेन.''

''येथे या ठिकाणी करून दाखवाल काय?''

''जरूर.''

त्यानंतर राणाजींनी काही योगासने करून दाखविली. ती आसने माझ्या माहितीतली होती. प्रथम त्यांनी 'मयूरासन' करून दाखवले. ते आसन केल्यावर शरीर मोरासारखे दिसते. दुसरे, त्यांनी मला 'शलभासन' करून दाखविले. तिसरे, 'गर्भासन' करून दाखवले. चौथे, त्यांनी 'सर्वांगासन' करून दाखवले. हे आसन मला ब्रह्माने करून दाखवले होते. या ब्रह्माच्या जीवनाविषयी व योगाभ्यासाविषयी मी माझ्या 'भारतातल्या आध्यात्मिक रहस्याच्या शोधात' पुस्तकात सविस्तर वर्णन दिले आहे. त्यानंतर त्यांनी मला 'धनुरासन' करून दाखवले.

हठयोगाच्या आसनांच्या सरावाने माणसाचे शरीर चपळ व हलके होते याचा पुरावा म्हणजे राणाजींचे शरीर होय. वास्तविक त्यांचे वय ३३ होते. पण ते एकोणीस वर्षाच्या तरुणासारखे तरणेबांड दिसत होते. त्यांची तब्येत चांगली धडधाकट, आहार मोजका : ते एकच वेळ जेवीत; कधी कधी तर जेवणही ते घेत नसत. त्यांच्या मते, बहुतेक माणसे जरुरीपेक्षा जास्त खातात व ते पचविण्याकरिता अनावश्यक काम करून शरीराच्या इंद्रियांना नाहक झिजवितात.

हठयोगातल्या 'बस्ती' या साधनेबद्दल ते बोलू लागले. या साधनेत पोट व आतडी पाण्याने धुवून काढावयाची असतात. त्याकरिता ते नदीत कमरेपर्यंतच्या पाण्यात उतरत व पाणी पोटात घेत. ही बस्ती अशा पद्धतीने घेणारे अजूनही पुष्कळ आहेत असे त्यांनी सांगितले.

''मला नाही वाटत कोणा युरोपियन मनुष्याला ही बस्ती करता येईल.'' मी उत्तर दिले. ''आता काही लोकांनी कृत्रिम साधनांनी याची नक्कल केली आहे. आम्ही त्याला एनिमा म्हणतो.''

त्यावरून ते म्हणाले, ‘‘माझा मुलगा फक्त बारा वर्षांचा आहे. पण तो बस्ती या पूर्वापारच्या पद्धतीने करतो.’’

संध्याकाळ झाल्यावर आम्ही बंगल्याकडे परतलो. क्षितिजावरचा नीलिमा अंधुक होत जात होता. दिवस व रात्र यांच्या दरम्यानची ती संधिकालची वेळ : मला तो संध्यासमय पाहायला फार आवडतो. जणू निसर्गदेवता आपल्या हातात रंगांचे तबक घेऊन कुंचल्याने त्या गिरिप्रदेशावर व क्षितिजावर विविध रंगांची चित्रे चितारते. ती दक्षिण क्षितिजावरील सुंदर चातुष्पथ तारका आता मावळण्याच्या पंथाला आली आहे. मिथुन नक्षत्राचा दिक्प्रदेश म्हणजे कॅस्टर व पॉलक्स यांचा प्रीतिसंगम. तो दिक्प्रदेश आता वायव्य सीमेवर दिसतो. पूर्ण क्षितिजावरचा नीलश्वेत छटेचा अभिजित नक्षत्रातील पहिला तारा म्हणजे सर्व ताऱ्यांत तेजस्वी.

दुसऱ्या दिवशी सकाळी एका कड्यावरच्या पायवाटेने आम्ही जाऊ लागलो. कडा उतरून दरीतून पुढे जात जात एका मोठ्या शिखरापर्यंत पोहोचण्याचा आमचा विचार होता. त्या शिखराच्या पार्श्वभागी दंतुर कडांची हिमाच्छादित शिखरे. ती शिखरे ढगांतून वरती येऊन सकाळच्या उन्हात मशालीसारखी चमकत होती. त्या शिखरांवरून खाली वाहात येणाऱ्या हिमनद्या पांढऱ्या सुतासारख्या दिसत होत्या.

ज्या भूप्रदेशातून आम्ही जात होतो, तेथे शिकारीला भरपूर वाव होता. टेहरी-गढवालच्या अरण्यातून व डोंगरांतून वन्य पशू जागोजाग दृष्टीस पडत. रात्रीच्या वेळी मला जेव्हा झोप येत नसे, तेव्हा कितीकदा या जंगली जनावरांचे भेसूर आवाज माझ्या कानी येत व रात्रीची निःस्तब्ध शांतता ते आवाज भंग करून टाकीत. मग मला वाटे, की मी जर शिकारी असतो तर या टेहरी-गढवाल भागात शिकारीची केवढी चंगळ झाली असती!

पुढे जाता जाता आम्हाला चढण लागली. पायाखाली खडकांचे बारीक बारीक तुकडे व लहान लहान दगड. हे सर्व वादळी वाऱ्यामुळे डोंगरमाथ्यावरून खाली घरंगळत होते. हे वादळी वारे कधी कधी आवर्तासारखे भयानक असत. वाटेत कधी ओढे लागले. त्यांच्या कडेकडेने मार्ग काढून समोरच्या पर्वतशिखरांच्या दिशेने आम्ही चालू लागलो. पुन्हा आम्हाला एक चढण लागली. ती चढल्यावर पुन्हा आम्ही खाली देवदार वृक्षांच्या राईमध्ये उतरलो. उतरताना आम्हाला त्रास झाला. उतरण अगदी जणू कड्यावरून. त्यामुळे उतरताना आम्हाला कधी झाडांच्या मुळ्या किंवा अणकुचीदार दगड धरून उतरावे लागले. असे काही मैल अंतर तुडविल्यावर पुढे दाट धुके दिसू लागले. पुढचे काही दिसेना व पावसाची भीती वाटू लागली. तेव्हा आम्हाला थांबावे

लागले.

सुदैवाने काही वेळाने धुके वितळू लागले. ते वितळल्यावर आमच्या पायाखालची जमीन आम्हाला दिसू लागली व समोरची पर्वतशिखरांची दंतुर रांग पुनरपी स्पष्ट होऊ लागली. देखावा जादूच्या कांडीसारखा एकदम बदलला व आम्ही पुढे झाडांच्या कमानीतून रस्ता काढीत चाललो.

पुन्हा आमच्या बोलण्याचा विषय या पहाडी भूप्रदेशाचाच विषय निघाला. नेपाळबद्दल पुष्कळ गमतीच्या हकिकती त्यांच्या तोंडून ऐकायला मिळाल्या. गमतीच्या अशा की नेपाळचे राज्यकर्ते आपल्या देशाला पवित्र व रहस्यमय समजतात. ते परकीयांना, विशेषत: युरोपियन लोकांना, नेपाळमध्ये प्रवेश करण्यास सहसा परवानगी देत नाहीत. तेही आपला देश सोडून, अगदी तिबेटमध्ये सुद्धा बहुत करून जात नाहीत. तसे पाहिले तर नेपाळ हा बंदिस्त देश आहे. युरोपियनांना त्या देशाबद्दल काही माहीत नाही. भारतापासून तराई जंगलामुळे नेपाळ वेगळाच देश बनलेला आहे. तराई जंगल घनदाट, हवा उष्ण, पाणी खराब. मलेरियाचे आगर. त्यामुळे हे जंगल तुडवून भारतातून सहसा कोणी पलीकडे जात नाही.

''या महायुद्धानंतर युरोपमध्ये काही भागात हुकूमशाहीचा अंमल सुरू झाला आहे. हुकूमशाहीमुळेच राज्यकारभार चांगला चालतो आणि मला वाटते, तुमच्या देशातील लोकांनीही त्याच राज्यपद्धतीचा अवलंब केलेला दिसतो.'' मी शेरा मारला.

राणाजींनी उत्तर दिले, ''होय. पन्नास वर्षांपूर्वी जे नेपाळने केले, ते आज युरोप करीत आहे. माझे काका म्हणजे नेपाळचे महाराज नेपाळवर एकछत्री राज्य करीत आहेत. त्यांच्या कारभारावर कोणाचेही नियंत्रण नाही. ते अगदी पूणार्थाने राज्य करीत आहेत. पण ते फार प्रजाहितदक्ष आहेत. लोकांचे कल्याण व्हावे याच हेतूने ते आपले अधिकार वापरतात. उदाहरणार्थ पाहा, दोन वर्षांपूर्वी नेपाळमध्ये मोठा भूकंप झाला. पाचशे मैल लांबीच्या या देशाचा कोनान् कोपरा हादरून निघाला. आमचे राजधानीचे शहर, काठमांडू तर जणू कोसळून पडले. स्वतः महाराज एका राहुटीत राहावयास गेले. तेथे ते बरेच दिवस राहिले. लोकांनी व त्यांच्या आप्तेष्टांनी त्यांना परोपरीने सांगितले की, 'पुन्हा राजवाड्याची दुरुस्ती करून तेथे राहायला जा.' पण त्यांनी उत्तर दिले, 'माझ्या सर्व प्रजाजनांची राहण्याची पुनरपी सोय झाली म्हणजे मी राजवाड्याच्या पुनर्बांधणीचे काम हातात घेईन. एक दगड सुद्धा मी माझ्याकरिता वापरणार नाही.' ''

''महाराज उत्तम घोडेस्वार आहेत. ते घोडा अगदी बेफाम हाकतात. पहाडाच्या अगदी खोल उतरणीवरून सुद्धा ते घोडा चालवू शकतात. आमच्या घोडदलातले

अगदी उच्च अधिकारी सुद्धा घोड्यावर मांड ठेवण्यात महाराजांची बरोबरी करू शकत नाहीत.''

त्यानंतर मला ते पुढे सांगू लागले,

''हे आमचे शेरपा गुरखे : गिर्यारोहणाच्या प्रत्येक मोहिमेमध्ये या लोकांची फार मदत होते. हे लोक आमच्याच देशाचे रहिवासी. कांगलाचेन खिंडीजवळ यांची वस्ती आहे. या मोहिमांमध्ये जे यश या गिर्यारोहकांना मिळते, त्या यशात या शेरपांचा फार मोठा वाटा असतो. त्यांच्या मदतीखेरीज तुमच्या ब्रिटिश गिर्यारोहकांना इतक्या उंच पर्वतशिखरांवर जाताच यावयाचे नाही.''

कड्याच्या टोकाला जाऊन पोहोचल्यावर आम्ही तेथे थांबलो व बसलो. ते अद्वितीय सृष्टिसौंदर्य न्याहाळण्याकरिता आम्ही आमच्या दृष्टीला पूर्ण अवसर दिला व मनाने त्या सौंदर्याच्या निर्मात्याचे – परमेश्वराचे चिंतन करू लागलो. मी शांतपणे ध्यान लावले. जवळजवळ अर्धा तास मी ध्यानात होतो. राणाजीही माझ्या शेजारी ध्यानस्थ बसले. आम्हा दोघांभोवती शांततेची वलये – धूम्रवलयांसारखी पसरू लागली व त्याची जाणीव मला होऊ लागली. मी त्यांच्या शेजारी बसलो होतो. मी आपल्या मनाला त्याचा दैहिक आधार सोडून देऊन जेथून ते अपक्ष झाले त्या पवित्रशा उत्पत्तिस्थानाकडे ते आता हळूहळू निसटू लागले. काही अडचणी न येता ते आता अंतर्यामीत जाऊ लागले. त्या अंतर्यामात तेथे सर्व काही परिपूर्ण, निःस्तब्ध व दिव्य. या अवस्थेत वेळ कसा जातो, हेच मुळी कळत नाही. कारण काल ही जाणीवच नाहीशी होऊ लागली; त्याचे बंधन वाटू लागले. माझा वैयक्तिक अहंकार व बुद्धीचा अभिमान यांची फाटकी लक्तरे मी टाकून देत आहे याचीच मला जाणीव होऊ लागली. मी एकदम विनम्र होऊ लागलो. ज्या निसर्गदेवतेने हे अद्वितीय सौंदर्य व अनुपम भव्यता निर्माण केली, तिच्यापुढे पवित्र वस्त्रे परिधान करून बसलेलो आहे असे मला वाटू लागले. मी म्हणू लागलो, ''जगदंबे, मला तुझ्या पदरात घे. मी तुझे लेकरू आहे.'' माझ्या डोळ्यांत अश्रू आले. ''तुझ्याच कृपेची सावली व प्रेमाची पाखर या लेकरावर पडू दे'' अशी मी विनवणी करू लागलो. निसर्गदेवतेच्या ऐश्वर्याच्या या आविष्कारापुढे जीव व परमेश्वर यांच्यामधील नात्याचा नवा अर्थ लागू लागतो. संध्याकाळच्या समयी सागरावर जशा मंदशा लहरी येत जाव्यात, त्याप्रमाणे या नव्या अर्थाच्या जाणिवेचे मनावरून मंदसे तरंग निघून जातात.

जेव्हा आम्ही या ध्यानातून उठलो व निवासाकडे परत जाण्यास निघालो, तेव्हा आपली एकमेकांस खरी आत्मिक ओळख झाली या समाधानाचे मृदू हास्य आम्हा

दोघांच्या मुखांवर विराजू लागले. जे मनात आम्हाला वाटू लागले, त्याचा आम्ही शब्दांमध्ये बिलकूल उच्चार केला नाही.

आज संध्याकाळी राणाजींनी एक मोठी विलक्षण हकिकत मला ऐकविली. या हकिकतीतील अनुभव त्यांना कित्येक वर्षांपूर्वी आलेला होता.

'ए सर्च इन् सीक्रेट इजिप्त' या तुमच्या पुस्तकात तुम्ही कैरोमधील एका जादूगाराची हकिकत दिली आहे; आपल्याला काही जिन (समंध) वश आहेत असे तो जादूगार म्हणे. असाच एक इसम मला भेटला आणि मग जे काय घडले ते इतके आश्चर्यकारक की काही बोलू नका. ते काही हातचलाखीचे किंवा भास होण्याचे काम नव्हते. जे काय मी डोळ्यांनी पाहिले, त्याच्यावर माझा विश्वास बसेना. ते सर्व हे समंध करू शकतात यावर तुमचा विश्वास आहे की नाही हे मला माहीत नाही. अशा अतिमानुष शक्तींबद्दल ज्यांना विशेष माहिती आहे तेच हा प्रकार समजावून देऊ शकतील.

''एक फकीर माझ्याकडे आला व मला म्हणाला की, 'अशा समंधाबद्दल मी काही प्रयोग करणार आहे. माझ्या त्या प्रयोगात सामील व्हा.' तो गढवाली होता. माझा अशा या प्रयोगावर बिलकूल विश्वास नव्हता. तेव्हा मी काही या भानगडीत पडत नाही, असे त्याला स्पष्ट सांगितले. पण तो नाउमेद झाला नाही. मी नाही म्हटले तरी कित्येक दिवस तो अगदी माझ्या पाठीशी लागला होता पण मी कबूल होईना. शेवटी तो म्हणाला, 'मी प्रयोग करणार; तुम्ही कबूल व्हा अथवा न व्हा. माझी त्या समंधाशी बऱ्याच वर्षांची जुनी दोस्ती आहे.' त्याचे कोणतेही काम समंध करून देतो असे तो म्हणे. 'आता हा जादुगिरीचा किंवा भुते बोलवायचा धंदा टाकून देऊन आध्यात्मिक योगासारख्या विषयाचा मी अभ्यास करणार आहे,' असे त्याने मला सांगितले. 'पण हे करण्याकरिता आपल्याला त्या समंधाची दोस्ती सोडून द्यावी लागेल', असे तो म्हणाला. पण समंध याला कबूल होईना; तो म्हणू लागला की, 'दुसरा कोणीतरी मालक मला शोधून दे, तोपर्यंत मी नाही सोडणार तुला!' तेव्हा फकीर दुसऱ्या मालकाच्या शोधात लागला. म्हणजे त्याच्या गळ्यात हे समंधाचे लफडे टाकले की, तो मोकळा झाला. ते लफडे माझ्या गळ्यात टाकून देण्याचा तो विचार करू लागला असावा. त्याने मला का निवडले, याचे कारण मला समजेना. पण 'मला या लफड्यात पडायचे नाही' असे मी त्याला सारखे सांगत राहिलो.

''एकदा रात्री दोनच्या सुमारास मी एकदम अचानकपणे उठलो. खोलीत धूर व ज्वाळा पसरल्याने जसा मनुष्य गुदमरून जातो तसा मी गुदमरून गेलो. मी तसा जागाही नव्हतो की झोपलेलाही नव्हतो. अर्धवट स्थितीत होतो. मग कानात एक आवाज ऐकू

येऊ लागला. 'तुझा हट्टीपणा तुला महाग पडणार.' हे ऐकल्यावर मला जास्तच गुदमरल्यासारखे वाटू लागले. मला वाटले की, आता आपली शेवटची घटका येऊन ठेपली. सुदैव असे की, अशा या वेळी मला माझ्या गुरूचे स्मरण झाले. माझे गुरू हे महान योगी असून कांगडा मुलुखात त्यांचे वास्तव्य असे. मी त्यांची मनात प्रार्थना केली व 'माझे रक्षण करा' म्हणून त्यांना विनविले. माझे गुरू महान योगी होते. त्यांचे योगसामर्थ्य प्रभावी ठरले. माझ्या मनाला हायसे वाटू लागले. तो धूर हळूहळू नाहीसा होत चालला व मला जे गुदमरल्यासारखे वाटत होते, तेही हळूहळू वाटेनासे झाले.

''दुसऱ्या दिवशी तो अवलिया फकीर माझ्या घरी पुन्हा आला. त्याचे अगदी पहिले शब्द असे, 'तुम्हाला काल रात्री गुदमरल्यासारखे का झाले माहीत आहे? मी सांगतो, तुम्ही त्या राक्षसाचे मालक होण्यास नकार दिला म्हणून तो तुमच्यावर फार संतापला होता व तुम्हाला काही शिक्षा द्यावी असा त्याचा विचार होता. पण तुमचे जे गुरू आहेत, ते महान सिद्धयोगी आहेत. त्यांनी तुम्हाला वाचवले. तुम्हाला त्याने त्रास दिला, मला वाईट वाटले. तुमच्या मदतीला यावे अशी माझी फार इच्छा होती; पण दुर्दैवाने आता माझी त्याच्यावर बिलकूल सत्ता राहिली नाही. तेव्हा माझा नाइलाज झाला. त्यादिवशी त्या समंधाला तुमच्या कच्छपी लावावे म्हणून तुमच्या नकळत मी प्रयत्न केला. त्यात मला जर यश मिळाले असते तर तुम्हाला कल्पनातीत फायदा झाला असता पण त्याकरिता मी जे काही मंत्रबिंत्र केले, त्यात काही चूक झाली. त्यात आवश्यक अशी जी काळजी घ्यायची होती ती निष्काळजीपणामुळे किंवा विस्मरणामुळे माझ्या हातून घेतली गेली नाही. परिणाम असा झाला, त्या समंधावर माझी काही सत्ता चालेना. तुमच्या गुरूपुढेही त्याची काही मात्रा चालली नाही, तेव्हा तो आता माझ्यावर उलटलेला आहे. पुढल्या पौर्णिमेच्या आत तुझा मुडदा पाडतो अशी त्याने मला धमकी दिली आहे. त्यामुळे आता लवकरच आपले मरण ओढवणार अशी मला भीती लागून राहिली आहे.'' इतके बोलून राणाजी श्वास घेण्याकरिता थांबले.

श्वास घेतल्यानंतर त्यांनी गोष्ट पुढे चालू केली, ''अशी त्या फकिराची विलक्षण हकिकत. मला तर ती सर्व खोटी वाटली. माझे शिक्षण वगैरे झाले असल्याने त्याच्या हकिकतीवर माझा विश्वास बसेना व तो जो खुलासा वगैरे देऊ लागला तो मला बिलकूल पटेना. मला एक थोडासा भास झाला इतकेच मी समजलो. पण थांबा...''

''माफ करा; पण एक प्रश्न विचारतो; तुम्हाला जो अनुभव मिळाला त्याबद्दल त्याने तुम्हाला सांगण्यापूर्वी तुम्ही त्याला सांगितले होते काय?''

''एकही शब्द नाही; कोणासही नाही,'' राणाजींनी ठामपणे उत्तर दिले. ''तो

माझ्या घरी येण्यापूर्वी त्याला सगळे कळून चुकले होते. पण पुढे काय झाले ते ऐका. अरबी भाषेतील सुरस व चमत्कारिक गोष्टींपैकी एखादी गोष्ट वाचल्याचे तुम्हाला वाटेल. पण तुम्हाला आता या पूर्वेकडील लोकांची चांगली ओळख झाली असेल. सहसा खऱ्या न वाटणाऱ्या गोष्टी खऱ्या असतात हे तुम्हाला आता माहीत झाले असेल.''

एवढे बोलून ते थांबले; नंतर एकदम त्यांचा चेहरा गंभीर झाला.

''त्यानंतर थोड्याच दिवसांनी त्याला दम्याने व क्षयाने झपाटले. ही हकिकत सांगितल्यानंतर बरोबर अठरा दिवसांनी तो वारला. पौर्णिमेच्या एक दिवस अगोदर. ज्याप्रमाणे त्या समंधाने दम दिला होता तसेच.''

* * *

आणखी असाच एक दिवस रेंगाळत गेला. या पृथ्वीचे आणखी एक दिवस सूर्याच्या भोवती परिभ्रमण झाले. आणखी असेच एक दिवस, आम्ही गिरिकंदरावर भटकून आलो.

एक दिवस घनदाट झाडीच्या दरीतून आम्ही दीड-एकशे फूट खाली आलो. उतरताना झाडांच्या खोडांना हातांनी धरून सावकाश उतरलो. उतारावरून सरळ खाली न उतरता कडेकडेने सरपटत गेलो. खालीही झाडांची दाट गर्दी होती.

अशा रस्त्याने आम्ही जवळ जवळ अर्धा-एक मैल गेलो. नंतर एकदम डावीकडे वळण घेतले व मग पुन्हा एका सुळक्यासारख्या खडकावरून आणखी एका घनदाट झाडांच्या झाडीत खाली दरीत उतरलो. बहुतेक झाडे देवदार वृक्षांची होती. मधूनमधून ओक वृक्ष व रानटी फुलझाडे. एखाद्या जंगली जनावरापासून जसे पळून जावे, तसा आमचा हा संचार होता; कारण पाऊल रोवून ठेवायला आम्हाला कुठे जागाच मिळाली नाही. जिकडेतिकडे अणकुचीदार खाली जाणारे खडक; त्यामुळे आम्हाला नकळत पुढे पुढे जावे लागले. कोणाला वाटेल, आमची घसरगुंडीच झाली. पण तसा काही प्रकार नव्हता. आधार म्हणजे आमच्या जाडजूड काठ्यांचा. अशा तऱ्हेने आम्ही अल्पावधीत जवळजवळ पंचवीसशे फूट खाली उतरून विक्रम करून दाखविला. दरीच्या तळाशी आम्ही जाऊन पोहोचलो. वाटेत रस्ता काढायला फार धडपड करावी लागली. झुडुपे, झाडे, काटेकुटे; नुसतेच खुंट, दगड, खडक आणि माती; यांवरून आम्हाला रस्ता काढावा लागला. खाली येऊन व्यवस्थितपणे पोहोचल्यावर श्रमांचे चीज झाले, म्हणून आमचीच आम्हाला धन्यता वाटू लागली.

आणि त्या नंतर आमच्या डोळ्यांसमोर अतिशय सुंदर असे निसर्गसौंदर्य दृष्टीस पडले. आम्ही ज्या ठिकाणी येऊन पोहोचलो, ते एका विस्तृत नदीचे पात्र होते. नदीचे बहुतेक पाणी आटलेले होते. पात्र तसे वीस-पंचवीस फूट रुंदीचे होते, पण ते आता तीन-चार फुटांवर आलेले होते. एखाद्या लहानशा ओढ्यासारखे बारीक झालेले होते. पात्रात चोहीकडे, आमच्या बाजूस आत खडक व वरून खाली कोसळून पडलेले कडे. भडक, तांबड्या, पिवळ्या रंगांची टणटणीची फुले चोहीकडे झुडपांतून, हिरवळीवरून इतस्तत: विखुरलेली. नदीच्या दोन्ही बाजूंना टणटणीचे जणू रानच माजले होते असे दिसले. त्यांच्या पलीकडे हिरवीदाट झाडी व मधून नदीचे शुभ्रसे सिकतामय पात्र. ते जणू एखाद्या सिमेंट कॉंक्रीटच्या रस्त्याप्रमाणे दिसत होते. पात्रातले पाणी मधूनमधून जोराने वाहात असे; उतरणीवरून वाहता वाहता मध्येच त्या प्रवाहाला धबधब्याचे स्वरूप येई, कधी प्रचंड शिलाखंडांना ते वळसा घालून जाई; तर कधी लहान लहान दगडांतून खळखळ वाहताना एक प्रकारचा मधुर स्वर निर्माण करी. पात्रातले अभ्रकाचे, चुनखडीचे, लहान लहान दगडाचे तुकडे व वाळू चमकून निघे. त्या चमकीत नीलवर्णाची छटा दिसे. सूर्यप्रकाशाचे किरण पडल्यावर तर त्यांमधून इंद्रधनूचा गोफ विणल्याचा भास होई. पात्राच्या बाजूंना खडकाच्या अजस्र भिंती व वर निळेभोर आकाश. मधूनमधून क्षितिजावर कापसासारखे मऊ मऊ शुभ्र मेघ इतस्ततः मंद मंद संचार करीत.

आम्ही पात्रातला प्रवाह ओलांडून पुढे एका मोठ्या सपाट खडकावर ऐसपैस जाऊन बसलो. पाणी आमच्या पायाशी झुळूझुळू वाहात होते. अनिमिष नेत्रांनी आम्ही ते अप्रतिम निसर्गसौंदर्य न्याहाळीत होतो. खडकांच्या आसपास पडलेले सूर्याचे किरण जणू क्रीडा करीत असताना दिसत होते. एकाच ठिकाणी निसर्ग वन्य, भव्य, भयानक असा असलेला पाहण्याचे असे हे स्थान विरळ. ते पाहण्याचा, डोळे भरून पाहण्याचा आम्हास मोह आवरेना. त्या स्थानाची ओढ आमच्या मनाला इतकी लागली की तिथून उठायला आमचे मन तयार होईना. एखाद्या लोहचुंबकासारखे आम्ही त्या जागी चिकटून बसलो. ती ओढ इतकी अवर्णनीय होती. एका संस्कृत कवीने म्हटलेले आहे, 'देवांची शेकडो युगे जरी खर्ची पडली तरी मला हिमालयाच्या थोरवीचे वर्णन तुला सांगता यायचे नाही.' या पंधराशे फूट लांब असलेल्या पृथ्वीच्या मानदंडाच्या विविध सौंदर्याचे कोणीही वर्णन करू शकेल असे मला वाटत नाही. कोणी कितीही रसभरित वर्णन केले तरी ती अतिशयोक्ती कधीच व्हावयाची नाही.

नदीच्या पात्रातून जरा हिंडून यावे असे राणाजींचे म्हणणे पडले. तेव्हा काठीचा आधार घेऊनच वाळवंटातले गोटे तुडवीत मोठमोठ्या शिलाखंडांवरून उड्या मारीत आम्ही नदीच्या पैलतीरावर जाऊन पोहोचलो. अर्धा-एक मैलाचे रुंद पात्र होते ते.

दोन्ही बाजूंना उंचच उंच पहाड, त्यावर सुळके. काही काही ठिकाणी हे सुळके सरळसोट उभे. त्यांच्यावर चढून जाणेच अशक्य. हे चुनखडीचे उंचच उंच खडक एखाद्या अजस्र गॉथिक कॅथेड्रलच्या भिंतीसारखे दिसत. जणू एखाद्या भूकंपाने त्या कॅथेड्रलचे मनोरे व भिंती आडव्या जमिनीवर कोसळून पडलेल्या असाव्यात. मधूनमधून आम्ही थांबत असू व गप्पा मारीत बसू व खडकांवरून पुढे जाणाऱ्या ओढ्याच्या खळखळणाऱ्या पाण्यातून जो सुस्वर संगीताचा ध्वनी निर्माण होई, तो ऐकत होतो. महिनाभरात तो ओढा राहणार नाही. त्याच्या जागी फूं फूं करणाऱ्या अफाट नदीचे पात्र तयार होईल. पावसाळा आता डोक्यावर आलेला आणि मग असे नदीच्या पात्रातून भटकणे अशक्य होऊन जाईल.

आम्ही परत फिरलो. दमलो खरे, पण मनाला समाधान वाटले. आम्ही घरी जावयास निघालो. त्या दरीच्या काठावरची उंचच उंच अशी भिंत आमच्या डोळ्यांसमोर उभी राहिली. आता पुन्हा पंचवीसशे फूट चढून जायचे म्हणजे साधे काम नव्हते. दम निघून जायचा. तेव्हा श्रमभार हलका करण्याकरिता आम्ही वाटेल त्या विषयांवर बोलू लागलो. मधूनमधून थट्टामस्करी करू लागलो. एवंच चढण चढण्याकरिता धडपड करू लागलो.

परतताना वाटेत जंगल लागले. ती वनश्री पाहण्याकरिता आम्ही थोडे थांबलो. सौंदर्य रानटी खरे, पण अत्युत्कृष्ट. या जंगलात अस्वले असतात, हे मला माहीत होते. तेव्हा मी राणाजींना घाई केली. कारण आता संध्याकाळ होऊ लागली होती. पण माझी सूचना त्यांनी हसण्यावारी नेली.

''नेपाळात चिकार अस्वले आहेत. काही भागात तर ती इतकी आहेत की, गावातल्या बायका बाहेर पडताना हातात विळा-कोयता घेऊनच बाहेर पडतात; कारण अस्वलाचा हल्ला केव्हा येईल, याचा नेम नसतो. काट्याने त्या अस्वलाला डाव्या हाताने रोखून धरतात व उजव्या हातातील कोयत्याने त्याच्यावर घाव घालतात.

''आमची खेड्यातली माणसे सांगत असतात की, एकदम अचानक अस्वल समोर आले व आपल्याजवळ काही हत्यार-पात्यार नसले तर सरळ जमिनीवर पालथे पडावे व आपण मेलेलो आहोत असे सोंग आणावे. अस्वल तुमच्या नाकाशी जरासे हुंगेल आणि निमूटपणे तेथून दूर निघून जाईल. मी काही ही युक्ती कधी अवलंबिली नाही; पण ती खरी असावी अशी माझी खात्री आहे. पण कायहो, तुम्ही कधी अस्वलाचे विव्हळणे ऐकले आहे काय? आम्ही एकदा अस्वलाची शिकार केली होती. काही दिवसांपूर्वी. त्याला गोळी लागली पण ते मेले नाही. कितीतरी वेळ विव्हळत होते;

अगदी माणसांच्या आवाजासारखे.

‘‘घोडे घाबरून किंचाळते तेव्हा तुम्ही त्याचा आवाज कधी ऐकला आहे का? त्याचा आवाज काहीसा माणसाच्या आवाजासारखा वाटतो. एकदा मी, माझा भाऊ व नोकर असे नेपाळातील पहाडावरून एका अरुंद, खडकाळ अशा कड्यावर कोरलेल्या पायवाटेने घोड्यावरून जात होतो. माझ्या भावाला घोड्यावर बसून जायचा कंटाळा आला, तेव्हा तो खाली उतरला व घोड्याचा लगाम हातात धरून पायी चालू लागला. चालता चालता वाट अगदी अरुंद झाली. ती ओलांडताना घोड्याचा पाय घसरला. त्याचा मागचा भाग कड्याच्या खाली गेला पण पुढच्या दोन पायांनी त्याने कड्याची कड घट्ट आवळून धरली व खाली पडू नये म्हणून धडपड चालविली. माझ्या भावाने त्याचे डोके धरले व आम्ही सगळे त्याला वरती उचलून घेऊ लागलो. घोड्याचे पुष्कळसे अंग कड्याखाली होते व पुष्कळ प्रयत्न करूनसुद्धा आम्हाला त्याला वरती काढता येईना. आपण आता खाली कोसळून पडणार हे त्या प्राण्याला समजले असावे व तो विव्हळू लागला. आम्ही त्याला वरती उचलून काढायचा फार प्रयत्न केला, पण आमचा काही इलाज चालेना. कारण एक तर त्याचे वजन भारी होते व ज्या आधारावर उभे राहून आम्ही त्यास वर ओढत होतो, तो आधारही काही भरभक्कम नव्हता. घोड्याची कडा आवळून धरायची ताकद जशी कमी होऊ लागली, तसे ते आक्रोश करू लागले. त्याचे ते करुण रुदन खरोखरीच माणसासारखे होते. शेवटी आमच्या पकडीतून ते निसटले व एकदम खाली दरीत कोसळून पडले. पडता पडता करुण आक्रोश करीत होते. दरीच्या अगदी तळाशी गेल्यावर त्याच्या किंकाळ्या थांबल्या. वरून त्याचे शरीर मांसाच्या एखाद्या ढिगासारखे दिसत होते.

‘‘माझा एक नोकर मला सांगत होता, त्याला एकदा पशूसारख्या माणसांची एक टोळी भेटली. असे प्राणी नेपाळच्या अंतर्भागात काही जंगली मुलुखात आढळतात. ते नेहमी लपून राहतात व माणसांच्या दृष्टीस पडू नये म्हणून प्रयत्न करतात. त्यांचे शरीर दाट केसांनी झाकलेले असते. माणसापेक्षा त्यांचा आकार, देहयष्टी लहान असते व त्यांचा तोंडवळा अर्धवट माणसासारखा व अर्धवट चिंपांझी वानरासारखा असतो. आमची जुनी माहीतगार माणसे या प्राण्यांबद्दल फार जुन्या काळापासून सांगत आलेली आहेत; पण आता हे प्राणी जंगलात शोधून काढणे मोठे कठीण काम झालेले आहे.

‘‘आता या वन्य पशूंबद्दल आणखी काही सांगतो. एकदा माझी हत्तीशी शर्यत लागली. आम्ही पुष्कळजण एकदा शिकारीला निघालो. आम्ही हत्तीवर बसलो होतो आणि नदी ओलांडताना एक हत्ती पाण्याबाहेर निघाला. आपल्या दातांच्या सुळक्यांनी

पाठीवरल्या माहुताला गदगदा हालवून त्याला खाली पाडून मारण्याचा तो प्रयत्न करू लागला. एकदा हत्ती पिसाळल्यावर त्याला समजाविण्याचा प्रयत्न करणे व्यर्थ असते. तेव्हा त्या हत्तीवरचा माहुत हौद्यातून दुसऱ्या हत्तीवरच्या हौद्यात उडी मारून बसला व त्याने कसाबसा आपला जीव वाचवला. त्या पिसाळलेल्या हत्तीपासून आम्ही त्वरेने दूर निघून गेलो. पण दुर्दैव असे की, दिवस उतरल्यावर आमचा जेथे कँप (छावणी) होता, तिकडे जाण्याचा रस्ता त्याच नदीच्या ठिकाणावरून होता. तेथे आम्ही परतताना येऊन पाहिले, तो तो पिसाळलेला हत्ती आमची जणू वाटच पाहात तेथे उभा होता. आम्हाला पाहताच त्याने आमच्यावर एकदम हल्ला चढविला व आमच्यापैकी एकाच्या तंगडीला आपल्या सोंडेने विळखा घातला. एका क्षणात तो आपल्या हौद्यातून बाहेर खेचला गेला. त्या हत्तीने सोंडेने त्याला वर हवेत उचलून निशाणासारखे फडकाविले. त्या माणसाला जेव्हा वाटले, आता हत्ती आपल्याला दगडावर आपटून ठार करणार, तेव्हा त्याने इतकी भयानक किंचाळी मारली की, त्याच्या आवाजाने तो हत्तीसुद्धा भ्याला आणि त्याने त्या माणसाला खाली जमिनीवर सोडून दिले. तो माणूस जमिनीवर पडला पण त्याला काही लागले नाही. तो ताबडतोब दुसऱ्या हत्तीवर चढला व त्याने आपला जीव वाचवला. पण हातची शिकार हुकल्यामुळे ते जनावर आणखीच पिसाळले व आमच्या पार्टीवर पुन्हा घसरले. एवढंच काय, अगदी माझ्यावरच त्याने नेम धरला. आता माझी घाबरगुंडी उडाली. आता येथे ताकदीचे काम नसून डोक्याचे काम होते. तेव्हा मी काय केले, माझ्या हत्तीच्या पाठीवरून मी जमिनीवर उडी मारली आणि थेट जंगलाच्या झाडीत धूम ठोकली. तो पिसाळलेला हत्ती आपली सोंड हवेत उडवीत, मोठमोठे चीत्कार करीत माझा पाठलाग करू लागला. कधीही पळालो नव्हतो इतक्या वेगाने मी पळालो. माझ्या अंगातून अक्षरश: घामाच्या धारा वाहात होत्या. एकदा तर मानेपाशी त्याचे गरम उच्छ्वास ऐकू आले. मला माहीत होते की, पळण्यापेक्षा दुसरा कोणत्याही प्रकारचा बचाव मी करू शकत नव्हतो. त्यामुळे मी अगदी जोरजोराने पळत होतो. मी अक्षरश: जमिनीवरून उडत चाललो होतो. अखेर हत्तीला माझा पाठलाग करता येईना, मी बचावलो.

"मग संध्याकाळी अशी कडकडून भूक लागली की, काही विचारू नका. पहाडातली ती मोकळी हवा व धावल्यामुळे झालेला भरपूर व्यायाम. भुकेल्या पोटी नुसता कोंडासुद्धा चालतो. रोमचा सिसरो म्हणत असे, भूक हे सगळ्यात रुचकर असे तोंडी लावणे आहे. मग कसलेही अन्न चालते. खाण्याचे हे पॅकबंद केलेले डबे नुसते उघडायचे. आतले पदार्थ मग अगदी ताज्या पदार्थासारखे वाटतात."

त्यानंतर मग तीन दिवस आम्ही त्या भागातील प्रेक्षणीय ठिकाणे पाहून घेतली.

राणाजींची भेट अगदी योग्य वेळी झाली. त्या अवधीत माझ्या परिसराची मला जास्त ओळख झाली. शिवाय शरीराला थोडा व्यायामही झाला. आम्ही मोठमोठ्या कड्यांवरून त्यावर कपारीसारख्या खोदलेल्या पायवाटेने जायचो. खाली तुटलेला कडा व वरती उभाच उभा सुळका. या पहाडी मुलुखातले रस्ते हे असेच. कधी कधी आम्ही डोंगरशिखरांवर चढून जायचो. या डोंगरांवर विटकरी रंगाच्या खडकांचे थरच्या थर जणू फेकून दिलेले असायचे. कधी कधी आम्ही घनदाट अरण्यात शिरायचो व दरीखोरी पाहात हिंडायचो. डोक्यावर गिधाडे घिरट्या घालीत. आकाशाचा रंग सारखा बदलत राही. ही गिधाडे फार उंच उड्डाण करीत असतात. थोडाच वेळ उड्डाण करून मोठमोठ्या अंतराचा पल्ला गाठतात. त्यांचे ते पसरलेले पंख एखाद्या हवाई जहाजाच्या पंख्यासारखे दिसतात. उडताना पंख बिलकूल हलवत नाहीत. कित्येक मैल अगदी निश्चल पंखांनी क्षितिजाशी समांतर अंतरावर ते संथ, मोठ्या वेगाने उडत राहतात. पाहणाऱ्याला आश्चर्य वाटते की, हे सगळे त्या पक्ष्यांना कसे काय जमते?

हे इकडचे सगळे कडेपठार नुसते खडकांनी भरलेले आहे. येथे साधे गवत सुद्धा उगवत नाही. पण जंगलातील भाग म्हणजे घनदाट अरण्य... जिकडे तिकडे हिरवीगार झाडी. पण पिंगट रंगाच्या खडकांवर जागोजाग रानफुले स्वैरपणे उगवलेली. त्यांच्या पाकळ्या, तुरे अगदी एकाच रंगाचे व बारीक. जणू जपानमधील एखादी लहानशी फुलबाग. पांढरी लहान लहान फुले, तांबडी, पिवळी व पांढरी टणटणीची फुले. जागोजाग वाटेत ताटवे भेटत. खडकांच्या कपाऱ्यांमधून नानाविध रंगांची फुले आपले शेंडे डोकावीत. मध्येच एखादे झेंडूच्या फुलांचे झाड मोठ्या दिमाखाने मिरवी. त्या फुलांचा पिवळाधमक रंग हिरव्या पार्श्वभूमीवर मोठा उठून दिसे. मधूनमधून कड्यांवरून हिमालयातील रानटी रॉजबेरीची झुडुपे डोकवायची. त्यावर तांबडसर कच्ची फळे लागून राहायची. पण ती काढता मात्र यायची नाहीत; जरा कोठे ओणवे झाले तर तोल जायचा. खाली हिरवळीवर कधी कधी जाईसारख्या पांढऱ्या फुलांचा सडाच घातलेला दिसायचा तर कधी कधी जांभळी, घंटेच्या आकाराची फुले, वाऱ्याच्या झोताबरोबर जागच्या जागी बागडत असायची. इंग्रजी पिवळा गुलाबसुद्धा मला काही ठिकाणी आढळला.

अंधार पडायच्या सुमारास या हरितवर्णी गिरिशिखरांवर जांभळी छटा यायची; उघड्या मैदानावर गुलाबी वर्ण चढायचा आणि मग जेव्हा सूर्यास्त झाल्यानंतर हिमाच्छादित शिखरांवरचा रक्तिमा विरळ होत जायचा, तेव्हा एकंदर वातावरणात शांततेचे, स्तब्धतेचे साम्राज्य पसरू लागायचे. हिमालय म्हणजे जणू शांततेचे प्रतीक. या स्थिर, गंभीर, नितांत शांत अशा परिसरात मोटरगाड्यांचे हॉर्नस् किंवा ट्रॅमगाड्यांच्या घंटांचे आवाज,

बसेसची खडखड, माणसांचे थवेच्या थवे पिसाटासारखे इकडून तिकडे जाणारे, यांचे काही नावनिशाण नाही. यांत्रिक जीवनात दिवस कसा भर्रकन उडून जातो. आजचा दिवस म्हणता म्हणता नकळत कालचा दिवस बनून जातो. पण येथे अगदी क्षितिजाची कड लागेपर्यंत सगळीकडे प्राणिमात्र नितांत, अबाधित शांतता अनुभवितात. समाधान म्हणून काय चीज आहे, हे फक्त त्यांनाच माहीत असते.

अशीच एक पडत्या दुपारची वेळ; माध्यान्हीचा सूर्य आपले किरण लंबरेषेने पृथ्वीवर आणून सोडीत होता. भ्रमरांचा गुंजारव आसपास चालू होता. निरनिराळे पक्षी, झाडांवर इतस्ततः विहार करीत होते; चिवचिव करीत होते. त्यांच्या कूजनाव्यतिरिक्त वातावरणात दुसरा कोणताही आवाज होत नव्हता. जीवन इतके सुखद, शांत व सोज्ज्वळ असेल, याची कुणाला कल्पना करता यायची नाही. तिकडे उत्तर दिशेला दूर दूर युरोपमध्ये युद्धाचे वातावरण निर्माण झाले आहे. जिकडेतिकडे संघर्ष, तणाव, धाकधूक. तिकडे पूर्वेला तितक्याच दूर अंतरावर चीनमध्ये अंतस्थ बंडाळीची रणधुमाळी माजून राहिलेली आहे. राष्ट्राचे तारू फुटलेले आहे. तिकडे पश्चिमेकडे आफ्रिकेत अबिसिनियात राजवाड्यात रक्ताचे पाट वाहात आहेत.

सुधारलेल्या जगातील दाटवस्तीच्या शहरांमध्ये जंतूंसारखी माणसे इकडून तिकडे धावपळ करीत आहेत. अहंकाराने व स्वार्थाने अंध व मदोन्मत्त होऊन या पृथ्वीच्या भूभागाच्या तुकड्यांसाठी एकमेकांशी भांडत आहेत. आणि इकडे वीस एक अत्युच्च शिखरे अगदी कशी आपली मस्तके धरणीवरती उत्तुंग अशी धरून शांतपणे बसली आहेत. आपल्या वैभवाचा, सामर्थ्याचा व भव्यतेचा त्यांना बिलकूल अहंकार नाही; किंबहुना त्याची जाणीवही नाही.

येथे आम्ही आमच्या बंगल्याच्या व्हरांड्यात छायेखाली, प्रिन्स मुसोरी समशेर जंग बहादूर राणा व मी निवांतपणे वेताच्या प्रशस्त आरामखुर्चीवर नुकतेच रुचकर जेवण घेऊन, भोजनोत्तर मनात जी समाधानाची, पूर्तीची छटा येते ती अनुभवीत बसलो आहोत.

राणाजींनी एकदम गौतम बुद्धाचा विषय बोलायला घेतला. आता, त्या महात्म्याविषयी त्यांच्या मनात आला म्हणून आले, ते सभोवारच्या अहिंसापूर्ण शांततेमुळे आले की सहज मनात विचार आला म्हणून आले, देव जाणे. ते काही असो. ते सांगू लागले, ‘‘नेपाळने जगाला नुसते शूर शिपाई पुरविले नाहीत तर आणखीनही काही पुरविले आहे. तुम्हाला माहीत आहे का की गौतम बुद्धाचा नेपाळशी घनिष्ठ संबंध होता? त्याचा जन्म नेपाळच्या हद्दीत झाला. नेपाळमधील रुम्मीदेईचे पाच एकराचे वन

बुद्धाची जन्मभूमी म्हणून तीस कोटी लोकांना पवित्र वाटत आलेली आहे. आशिया खंडातील बौद्ध लोकांना ही धर्मभू व पुण्यभू वाटते. सुमारे २२०० वर्षांपूर्वी सम्राट अशोकाने या स्थानावर स्मारक म्हणून शिलालेख कोरून ठेवलेला आहे. तो आजही तसाच तेथे आहे व त्या शिलालेखावरची अक्षरे आजही स्पष्ट दिसत आहेत.

''आणि नंतर जेव्हा मुसलमान आक्रमकांच्या विरोधामुळे व प्रत्यक्ष छळणुकीमुळे, तसेच पुराणमतवादी ब्राह्मण पुरोहितांच्या कारवायांमुळे सुमारे एक हजार वर्षांपूर्वी बौद्ध धर्माचे भारतातून उच्चाटन झाले, तेव्हा पुष्कळसे भिक्षू व बौद्ध पंडित, जे आपला वाडवडिलांचा बौद्ध धर्म सोडावयास तयार झाले नाहीत, ते नेपाळमधील गिरिकंदरांमध्ये पळून आले. तेथे त्यांना सुरक्षितता मिळाली. त्यामुळेच आज आमच्याकडे हजारो दुर्मिळ पोथ्या, प्राचीन हस्तलिखिते, ताडपत्राच्या पानांवर लिहिलेले ग्रंथ, पुतळे, मूर्ती व अन्य वस्तू मंदिरांत, मठांत सुरक्षित आहेत. या सर्व वस्तू त्या पुरातन काळात या निर्वासितांनी आणलेल्या होत्या. त्यामुळेच सांप्रतच्या नेपाळचा धर्म हा बौद्ध धर्म व हिंदू धर्म यांचे एक मिश्रण आहे. नेपाळी माणसाच्या दृष्टीने या दोन्ही धर्मांत विरोध नाही. वितुष्ट नाही. त्यांना दोन्ही धर्म सारखेच पूज्य. आज हिंदू देवळात येऊन पूजा करतील तर उद्या बौद्ध मठात. माझा धर्म हिंदू आहे हे तुम्हाला माहीत आहे; पण बौद्ध धर्माबद्दलही मला फार आदर आहे.

''तसेच तुम्हाला हे माहीत आहे का की, भारताच्या उत्तर सरहद्दीवर आज जरी नेपाळ, भूतान व सिक्कीम हे प्रदेश बौद्ध धर्माचे सीमेवरचे बालेकिल्ले असले तरी एके काळी या टेहरी-गढवाल संस्थानात पूर्वी बौद्ध धर्म होता. या ठिकाणापासून सरळ वीस मैलांच्या अंतरावर बाराहाट म्हणून एक गाव आहे. तेथे पुरातन मंदिरांचे व अन्य वास्तूंचे पुष्कळ अवशेष आहेत. त्या भग्न अवशेषांत एक अतिपुरातन काळातला भला मोठा पितळेचा त्रिशूळ आहे. त्या त्रिशूळावर काही अक्षरे खोदलेली आहेत. त्यात अगदी परवा परवापर्यंत जे नेपाळी बौद्ध राजे येथे यात्रेस येऊन गेले, त्यांची नावनिशी दिली आहे. सुप्रसिद्ध चिनी बौद्ध प्रवासी ह्यू-एन-त्संग हा या भागास ब्रह्मपूर नाव देतो व येथे भारताप्रमाणेही हिंदू व बौद्ध धर्म सुखाने शेजारी शेजारी नांदत आहेत असा निर्वाळा देतो.''

नंतर आम्ही बौद्ध व हिंदू या दोन्ही धर्मांबद्दल, त्यांच्यातील साम्य व मतभेद यांवर, बोलू लागलो. मी राणाजींना सांगितले की, एक बुद्धिवादी युरोपियन या भूमिकेने मला बुद्धाबद्दल जवळीक वाटते. तितकी जवळीक भगवान कृष्णाबद्दल वाटत नाही. कारण बुद्ध हा विचारप्रधान मनुष्य परमेश्वराच्या योग्यतेप्रत गेला व कृष्ण हा जन्मतःच दैवी

पुरुष होता. तो परमेश्वरच पण कधी कधी माणसासारखे वागे. बुद्धाचे चारित्र्य निष्कलंक. तरुण वयात जो थोडा संसार केला तेवढाच संसाराचा अनुभव; पुढे कडक ब्रह्मचर्य. पण कृष्णाचे चरित्र वेगळे. त्याने गोपींशी रासक्रीडा केली. पुष्कळ योग्यांनी जगाचा त्याग केला, पण त्यांनी त्या जगाची पुरती ओळख करून घेतलेली नव्हती. बुद्धाने जगाचा त्याग केला, पण त्या जगाची त्याने पुरती ओळख करून घेतलेली होती. तो राजपुत्र होता. विषयोपभोगाचे प्रसंग त्याला सहजासहजी मिळत. अशा प्रसंगांचा मोह टाळून त्याने पावित्र्य शाबूत राखिले व त्या पावित्र्याच्या जोरावरच धर्मोपदेशकाचे अत्युच्च स्थान मिळविले. पण कृष्णाचे चरित्र वेगळे. त्याने संसार केला. तो साधारण माणसासारखा वागला. त्यामुळे ते इतके प्रशंसास्पद वाटत नाही. आता हे शक्य असू शकेल की, त्याच्या निरपवाद चरित्राभोवती हरदास-कीर्तनकारांनी विविध बाललीला गुंफिल्या; चित्रकारांनी त्या लीलांची चित्रे चितारली, त्या चित्रांनी भिंती रंगविल्या; पण त्या सर्व कल्पित कथा असतील. त्याला ऐतिहासिक काही आधार नसेल. तेव्हा त्या कथांकडे आपण दुर्लक्ष करावे हे उत्तम. तथापि धार्मिक प्रवृत्तीचा मनुष्य म्हणून मी हे स्पष्ट सांगतो की, भगवान श्रीकृष्णाचा उपदेश मला सर्वोत्कृष्ट वाटतो. आता ही प्रवृत्ती माझ्या ठिकाणी जरा उशिरा जागृत झाली ही गोष्ट सोडून द्या. आपले सर्व जीवित निर्भयपणे व काही संकोच मनात न बाळगता परमेश्वराच्या पायाशी समर्पित करणे, हा जो उपदेश त्याने आपला तरुण शिष्य जो अर्जुन याला केला, तो उपदेश इतर सगळ्या माणसांनीही पाळण्याजोगा आहे. उलटपक्षी बुद्धाचा उपदेश रूक्ष आहे, अतिशय बुद्धिवादी आहे, स्वावलंबनावर, स्वतःच्या प्रयत्नावर आधारलेला आहे. परमेश्वर शरण आलेल्या, सर्वस्व समर्पण केलेल्या भक्ताकरिता सर्व काही करतो, हा भाव त्याच्या उपदेशात नाही.

गीतेमध्येच अर्जुनाला उपदेश करताना भगवान श्रीकृष्णाने आपल्या उपदेशाची पराकाष्ठा केली आहे, त्यामुळे त्याच्यावर प्रेम बसते. त्याच्याबद्दलचा आदर वाढतो. तशी गोष्ट बुद्धाची नाही. बुद्ध ज्याप्रमाणे खडतर तपाचा, त्यागाचा उपदेश करतो, तसा श्रीकृष्ण हठयोगाचा उपदेश करीत नाही. त्याचा शिष्य जो अर्जुन तो अगदी साधा, भाविक मनुष्य आहे.

मग मी राणाजींना आतल्या दालनात बोलाविले. एक लांबलचकशी पेटी उघडली व त्यातील बौद्ध कलेचा काळजीने जतन करून ठेवलेला एक उत्कृष्ट नमुना त्यांना काढून दाखविला. मला तो नमुना एकाने भेट म्हणून दिलेला होता. त्याचे नाव सांगता येत नाही. आता जगभर मी भ्रमण करणार आहे त्या वेळी ही अमूल्य भेट मी नेहमी माझ्याजवळच ठेवणार आहे. तो नमुना म्हणजे लाकडी, अडीच फूट रुंदीच्या रुळावर

गुंडाळलेले रेशमी कापडावरचे एक चित्र. त्यावरच्या अभ्र्याचे कापड फिकट पिवळ्या रंगाचे असून त्याला बाजूला दोन लाखेच्या रंगाच्या लाल फिती आहेत. हळुवार हातांनी मी तो अभ्रा बाजूला सारला व चित्र उघडे केले. चित्रातील रंग चांगले उजळ असून चित्राचा आकार चांगला मोठा होता. ज्या कापडावर ते काढले होते, त्याचा रंग पिवळा व निळा होता. चित्राच्या वरच्या व खालच्या बाजूला दोन लाकडी रूळ होते. कापडावर चित्र चांगले उठून दिसत होते. मी ते भिंतीवर खिळ्याला लावले. सगळा पट पसरून दिला. धातूच्या खोबणीत जसा इंद्रनील मणी शोभून दिसावा तसे ते चित्र शोभिवंत दिसत होते.

माझ्या मित्राने ते चित्र बारकाईने न्याहाळून पाहिले.

"खराखुरा तिबेटी मठ टांगलेला दिसतो आहे." त्यांनी एकदम उद्‌गार काढले. मग ते चित्राच्या जवळ आले व त्याची पाठीमागची बाजू त्यांनी पाहून घेतली. चित्राच्या पाठीमागे शेंदरी रंगाच्या शाईमध्ये तिबेटी लिपीमध्ये लिहिलेल्या सात उभ्या ओळी होत्या. त्यातील मजकुराने त्यांच्या म्हणण्याला पुष्टी दिली.

आता चित्राची चौकट व अभ्रा पुष्कळ वर्षे लोटल्यामुळे जीर्ण झाला होता तरी चित्र चांगले चकचकीत व ताजे दिसत होते. रंग चांगले उदार हस्ताने भरलेले होते, तेव्हा ते चित्र नुकतेच एकदोन वर्षांपूर्वीच काढलेले असावे असे वाटत होते. त्या चित्रात उभ्या सात सरळ रेषांमध्ये बुद्धाची अडतीस सुरेख लहानशी चित्रे काढलेली होती. त्या सर्व चित्रांत बुद्धाची मूर्ती नेहमीप्रमाणे पद्मासन घालून बसलेली होती. पण हातांचे निदर्शन वेगवेगळ्या पद्धतीने केलेले होते. या अडतीस हातांच्या मुद्रा ज्या दाखविलेल्या होत्या, त्यात अर्थ होता व यौगिक दृष्ट्या प्रत्येक मुद्रेचे एक विशिष्ट महत्त्व होते. चित्राच्या पाठीमागचा मजकूर त्या विशिष्ट मुद्रेचा उद्‌बोधक होता. म्हणजे सगळे चित्र उजेडात धरले की मुद्रा व त्याचे स्पष्टीकरण लगेच त्या त्या चित्राच्या खाली दिलेले आढळे. आता गंमत अशी की तो तो मजकूर जरी वेगळा वाटायचा तरी तो मजकूर म्हणजे 'ओम् अः हुम्' या प्रत्येक चित्राच्या ओठातून निघालेल्या महामंत्राचाच पुनरुच्चार थोडाफार फरक करून लिहिलेला होता. हा एक बुद्धधर्मीयांचा महामंत्र आहे. तो फार पवित्र समजला जातो. त्याचा अर्थही खोल व गंभीर असतो.

कापडाच्या मध्यभागी बुद्धाचे भले मोठे चित्र काढलेले होते. बुद्धाची मूर्ती पद्मासनात बसलेली, डावा हात गुडघ्यावर, हातांची बोटे वरती केलेली. अंगठा तर्जनीशी संलग्न. उजवा हात खाली जमिनीवर पसरलेला. ही बुद्धाची मूर्ती म्हणजे सगळ्या कापडावरची एकोणचाळिसावी. या मूर्तीचे माझ्या दृष्टीने विशेष महत्त्व होते.

आम्ही दोघे त्या चित्राकडे बराच वेळ पाहात होतो. गौतम बुद्धाच्या लहानशा चित्राकृती जणू मन:शांतीच्या प्रतीक होत्या. पाहणाऱ्यांना जणू आशीर्वाद देत होत्या. त्या सगळ्या चित्रांचा संच किती कलात्मक, किती सुसंगत! त्या मूर्तींची मुद्रा व आकृती किती सुंदर! गोपाळकृष्णाच्या पितळी मूर्ती हिंदुस्थानातील बाजारात वाटेल तितक्या मिळतात पण त्या हातात घेऊन माझ्या भावना काही उदात्त होत नाहीत हे मी प्रांजळपणे कबूल करतो. कृष्णाची हातांत मुरली धरून नृत्य करीत असणारी मूर्ती मनावर काहीएक परिणाम करू शकत नाही. पण असे असूनही कृष्णाचा उपदेश, ख्रिस्ताच्या उपदेशाइतकाच दिव्य आहे व बुद्धाच्या उपदेशाइतकाच प्रगल्भ आहे. आता असे असेल की, माझा दृष्टिकोन जरा आधुनिक आहे. मला मूर्तींमध्ये ग्रीक शिल्पाकृतींप्रमाणे साधेपणा आवडतो. मी सॉक्रेटीससारखा भर चव्हाट्यावर आध्यात्मिक चर्चा करीत बसणारा, त्यामुळे बुद्धाच्या संसारी माणसाला समजेल अशा भाषेत मला बौद्धिक ऋजुता आढळते; भगवान श्रीकृष्णाच्या उत्स्फूर्त संदेशात तो गुण मला आढळत नाही. पण दुर्दैवाने बुद्धाने ऐहिक जीवनाचा फार गंभीरपणे विचार केला. हिंदू तत्त्वज्ञान्यांच्या ग्रंथातल्या कोणत्याही एका ग्रंथाचे एक पान नुसते जरी त्याने उलटले असते तरी त्यास ताबडतोब समजून चुकले असते की, ऐहिक जीवन ही एक माया आहे, संसार हा नश्वर आहे, हा एक सागर आहे. मानवी जीवन हा त्यावरील एक तरंग आहे; आत्ता आहे तर थोड्या वेळाने नाही. जर बुद्धाने जीविताची उपेक्षा केली असती तर आशिया खंडाचा धार्मिक इतिहास वेगळा घडून आला असता.

पण आता मला ते चित्र परत गुंडाळून ठेविले पाहिजे व काळजीपूर्वक बाजूला काढून ठेविले पाहिजे.

नंतर राणाजी परतण्याच्या तयारीला लागले.

मी या एकांतवासात, झाडांशी, शिलाखंडांशी व निर्झरांशी वार्तालाप करीत असताना कित्येक दिवस निघून गेले, महिनेही. तेव्हा अचानकपणे त्यांनी येऊन मला काही दिवस सोबत केली व सुखद आश्चर्य दिले. बौद्धिक व वैचारिक मेजवानी दिली. तेव्हा त्यांच्या या सहवासाबद्दल मी त्यांचे मन:पूर्वक आभार मानले. त्यांनी माझा निरोप घेतला. घोड्यावर टांग मारली, हात हलविला व माझ्या बंगल्याखालच्या देवदार वृक्षांच्या कमानीतून ते वेगाने दिसेनासे झाले. वारा सोसाट्याचा सुटला होता. पण हातात लगाम बळकट धरून त्यांनी मार्ग काढला व ते मार्गस्थ झाले. आतापर्यंत मला भेटून जाणाऱ्यांच्या यादीत त्यांचे एक नाव घातले गेले. आकाशात संध्याकाळी तारे उगवतात व पहाटेचे नाहीसे होतात. त्याप्रमाणे हेही पथिक येतात. किंचित्काल

राहतात व नंतर निघून जातात. ज्या जगातून ते येथे आले होते ते जग पूर्ववत् चालू झाले. पण ते जग जे पाहात नाही आणि पाहू शकत नाही, त्याने राणाजींच्या मनात मूळ धरले. ते आता गुप्तपणे वाढीला लागणार, त्याचे छानदार रोपटे होणार व त्याला यथावकाश फुलाफळांचा बहर येणार, हे निश्चित.

१८

मैदान प्रदेशातील माझे रात्रीचे पहारे - आकाशातील ताऱ्यांसंबंधी - ज्योतिष खरे आहे काय? - व्याधाच्या चांदणीचे गूढ - ग्रहांवर लोकवस्ती असेल काय? - सूर्यदेवता कशाची प्रतीक आहे? - देवदार वृक्ष बोलू लागतो - मी बंगला सोडून देतो

मनुष्य एकटा असला म्हणजे दिवस भराभर जात नाहीत. मी आश्रमाजवळची निरनिराळी लहानमोठी झाडे व समोरच्या पहाडांतील खडकांचे विविध रंगांचे स्तर पाहात बसतो, पण वेळ जाता जात नाही. कधीकधी जवळपास अरण्यातले पशू येतात, त्यांच्याकडे अभ्यासू दृष्टीने पाहात असतो. हे प्राणी येथे निर्भयपणे हिंडतात, बागडतात. त्यांची कोणी शिकार करीत नाही. कधीकधी मी आकाशाकडे नुसता पाहात बसतो. ढग इकडून तिकडे सरकत जात असताना पाहणे मोठे गमतीदायक असते. कधीकधी दाट धुके जमते व ते हळूहळू वितळून जात असताना पाहाणे किती आल्हाददायक असते. कधीकधी हवेत वादळे उठतात, मेघांची गर्जना सुरू होते व लगेच मुसळधार पाऊस पडू लागतो. पूर्वायुष्यात वेळ जाईनासा झाला म्हणजे मी थिएटरमध्ये जाऊन विविध वाद्यांचे

संगीत ऐकत बसायचा. त्या वेळच्या जीवनातला व सांप्रतच्या जीवनातला केवढा विरोधाभास!

कधीकधी मी अपरात्री उठतो व चित्त्यासारखा इकडेतिकडे कसल्यातरी भक्ष्याच्या मागावर भटकत राहतो. आधुनिक जीवन जसे वेळापत्रकाप्रमाणे चालते तसे वेळापत्रक मला पाळायची या जीवनात जरुरी नाही. एका मोठ्या शिलाखंडावर रात्रीचा नऊ, दहा, अकरा, बारा तर कधी एक, दोन वाजेपर्यंत मी बसून राहतो व आकाशातील विविध तारकांचे पुंज अगदी मेष राशीपासून ते मीन राशीपर्यंतच्या नक्षत्रांचे अवकाशक्षेत्र धुंडाळीत वेळ घालवितो.

आकाशातील हे चमकणारे तारे, त्यांच्याबद्दलचे कुतूहल, खुराड्यात राहणाऱ्या व आरामशीर निद्रासुख अनुभविणाऱ्या सामान्य जनांना, बिलकूल वाटत नाही याचे मला वाईट वाटते. मी रात्रीचा वारंवार उठून ताऱ्यांकडे पाहात, त्यांच्याबद्दल विचार करीत असतो. अनंततेच्या ऐरणीवर उडालेल्या जणू त्या ठिणग्या आहेत. भारी पल्ल्याच्या दुर्बिणीतून बारकाईने निरीक्षण करणाऱ्या एखाद्या ज्योतिःशास्त्राच्या प्रोफेसराच्या तांत्रिक कौशल्याने किंवा मध्ययुगीन काळात आकाशात रात्रीच्या वेळी तारे शोधून काढून त्यावरून आपल्या जलप्रवासातील स्थानाचा अक्षांश शोधून काढणाऱ्या एखाद्या जलपर्यटकाच्या आस्थेने मी या नभोमंडळातील तारकांचा अभ्यास करू शकणार नाही. पण मी स्वस्थ बसून त्यांच्या स्वरूपाविषयी तर्क करू शकतो व ध्यानाच्या जोरावर त्यांच्याशी अतिदूर अंतरावर किंचित संपर्क साधू शकतो.

येथे माझ्या डोक्यावर ही कोट्यवधी जिवंतशी प्रकाशमान अशी विश्वे आहेत. एक अत्युच्च शक्ती त्यांच्या सुसंगत परिभ्रमणाचे गणित ठरवीत असते. ही वस्तुस्थिती जो मान्य करीत नाही, तो बौद्धिक दृष्ट्या आंधळा असला पाहिजे. या तारकांना गतीची प्रेरणा देणारी प्रवृत्ती व शक्ती ही त्यांच्यामध्येच वास करीत असते. मनुष्यप्राण्यामध्ये जशी ती प्रवृत्ती व शक्ती त्याच्या शरीरामध्ये वास करते व तीच त्याचे आत्मस्वरूप असते, त्याप्रमाणे ती प्रवृत्ती व शक्ती या असंख्य तारकांचे निजस्वरूपच होय. परमेश्वर काही त्याने उत्पन्न केलेल्या सृष्टीच्या बाहेर नाही. तारका म्हणजे तो ओढीत असलेल्या तारेवर नाचणाऱ्या कळसूत्री बाहुल्या नव्हेत आणि मनुष्यही काही दूर अंतरावरून पृथकपणे नाचविले जाणारे बाहुले नव्हे.

आणि इकडे आमची घड्याळे ग्रहांच्या गतीनुसार चालतात व आमची पृथ्वीही न चुकता सूर्याभोवती दररोज फिरत असते.

आकाशाच्या एका टोकापासून दुसऱ्या टोकाकडे मी पाहात राहतो. तिकडे उत्तरेला ध्रुवताऱ्याजवळ 'ड्रॅगन' तारा इतक्या तेजाने भ्रमण करीत असतो पण तो तारा खाली मैदानात राहणाऱ्या लोकांना दिसत नाही. हा तारा पंख असलेल्या सर्पासारखा दिसतो. हा प्राणी चिनी लोकांनी हजारो वर्षांपूर्वी आपले राष्ट्रीय बोधचिन्ह म्हणून स्वीकारलेला आहे. जगातील सर्वांत जुन्या संस्कृतीने या प्राण्याला असा हा बहुमान दिलेला आहे. उत्तरेकडील तारकापुंजांमध्ये हा तारा सर्वांत वैचित्र्यपूर्ण आहे. आकाशाच्या वायव्य दिशेच्या कडेला सप्तर्षींचा तारा पसरलेला आहे. आकाशाच्या मध्यभागी स्वाती नक्षत्राची चांदणी आपल्या नारिंगी रंगाने उठून दिसते. खाली नैर्ऋत्येला 'सेंटॉ'ची चांदणी, अर्धमानुष व अर्धाकृती अश्वाची अशी, चमकत असते आणि पूर्वक्षितिजावर आकाशगंगा एखाद्या उद्ध्वस्त धनुष्याप्रमाणे थेट दक्षिणेकडील त्रिकोणापर्यंत पसरलेली दिसते. या त्रिकोणातील ताऱ्यांचा प्रकाशही तेजस्वी असतो, पण उत्तरेकडील ढगाळ आकाशाखाली वास करणाऱ्यांना मात्र तो प्रकाश दिसत नाही.

खाली दक्षिणेस इंग्रजी 'एस' अक्षर पसरल्यानंतर जसे दिसेल त्या आकाराचा सुडौल वृश्चिक नक्षत्रातील तारकापुंज दिसतो. त्याच्याच शेजारी उजव्या बाजूस तेजस्वी ग्रह गुरू दिसतो. त्या दोघांमध्ये मला एक लहानशी तांबड्या रंगाची चांदणी दिसते, तिचा आकार फसवा वाटतो. कारण या नक्षत्रातील ज्येष्ठा ही चांदणी या सगळ्या पटावरची सर्वांत मोठी चांदणी. अशीच फसगत आपल्या सूर्याच्या आकारावरून होते. अंतरिक्षात कित्येक तारे, सूर्याहून मोठे असे, पण आकाराने लहान दिसतात.

आणि त्यावरून मला एका प्राचीन कालातील ज्योतिषाच्या शब्दांची आठवण होते. ती आठवणही तशी जुनी. आता तो ज्योतिषी, त्याचे नकाशे, त्याचे गणित, त्याचे पंचांग या भूगोलावरून नष्ट झाले आहे. त्याचे शब्द असे : "ज्येष्ठा ही नक्षत्रतारका जर तुमच्या कुंडलीत शनी ग्रहाबरोबर असेल तर लहानपणीच अंधत्व."

त्याचे शब्द खरे होते व त्याचा पडताळाही मला तो भेटण्यापूर्वीच कितीतरी अगोदर आला होता. एके दिवशी सकाळी माझ्या डोळ्यांच्या पापण्या घट्ट चिकटून बसल्या अन् सगळे जग माझ्या दृष्टीआड झाले. आणि मी कित्येक महिने असाच आंधळा राहिलो. सूर्य, तारे, रस्ते सगळे माझ्या दृष्टीने अस्तित्वातच नव्हते. पण त्या वेळी मी जे गमावले; त्याची पुढे जे लाभले त्यामुळे फिटंफाट झाली. एका नवीन जगाकडे पाहण्याची मला दृष्टी आली. त्या जगात भुतांसारखे पार्थिव डोळ्यांना न दिसणारे आभास खरेखुरे दिसू लागले. पुढे जी दोन पुस्तके मी लिहिली, ती एक दिवस

गरीब आंधळ्या वाचकांसाठी ब्रेली टाईपवर छापली जातील अशी मला त्या वेळी बिलकूल कल्पना नव्हती.

म्हणजे ज्योतिषाच्या खरेपणावर माझा विश्वास आहे असा त्याचा अर्थ होईल काय? होईलही. पण ज्योतिषांवर माझा विश्वास नाही. कारण त्यांचे ज्ञान अर्धवट असते. काही खऱ्या गोष्टी असतात. काही थापा असतात. काही भोळसट अनुमाने असतात. काही खरी तत्त्वे असतात तर काही घुसडून दिलेला मसाला असतो. ज्योतिषशास्त्रात खरे काय आहे, हे शोधून काढणाराला पुष्कळ विस्मयकारी गोष्टी आढळून येतील, तर ज्याचा या शास्त्रावर प्रथम विश्वास बसला आहे, त्याचा विश्वास उडून जाईल असा फापटपसाराही त्या शास्त्रात धुमाकूळ घालीत असतो. हे सर्व शास्त्रच अर्धवट आहे; अर्धे शास्त्रीय तर अर्धे अशास्त्रीय. एखादे भविष्य जर खरे वर्तविले तर अशा भविष्याचा गवगवाही बराच केला जातो – पण आणखी वीसएक भविष्ये खोटी ठरतात. ज्योतिषाच्या दोन पद्धती आहेत, एक या देशातली व दुसरी युरोप–अमेरिकेकडली. या देशातली पद्धत बहुधा अधिक परिपूर्ण असेल. दोन्ही पद्धतींच्या तपशिलांत काही महत्त्वाचे फरक आहेत. दोन्ही पद्धतींतले दोषही महत्त्वाचे आहेत. दोन्ही पद्धतींत काही गूढ रहस्येही होती, पण ती कालौघात नष्ट झाली. त्यामुळे दोन्ही पद्धती अविश्वासार्ह झाल्या आहेत. त्यांनी वर्तविलेल्या भविष्यात चुकीची भविष्येच जास्त : खरी ठरलेली फार कमी. पण ती खरी की खोटी, हे अगोदर ठरविणारा सर्वज्ञ कोण आहे? खात्री कोणीच देऊ शकत नाही. म्हणजे मग शहाणा मनुष्य काय करतो? तर त्यांवर तो विसंबून राहात नाही. करायचे ते तो करतो किंवा त्या भविष्यांकडे पूर्णपणे दुर्लक्ष करून अंतर्यामीच्या परमात्म्यावर सगळा भरवसा टाकतो. अंतरिक्षातील असंख्य तेजोगोल वाटेल तो प्रभाव टाकोत, पण त्याच्या हृदयस्थ परमात्म्याचा प्रवास त्याला बिनचूक वाटतो.

मग आपल्या कुंडलीमध्ये मंगळ रवीशी अनिष्ट योग करतो की शनीची साडेसाती केव्हा संपते, याचा तो विचार करीत नाही. माझ्या कुंडलीत मंगळ व रवी यांचा असाच कुयोग आहे. तसेच गुरू त्रिकोणात आल्यावर आपल्याला पाच वर्षांच्या अवधीत चांगलाच धनलाभ देणार आहे किंवा शुक्र शत्रुस्थानी गेल्यावर तीन वर्षांत घटस्फोट मिळेल अशा भविष्यांनी तो खुशालूनही जात नाही. कारण त्याला माहीत असते, की या सर्व शुभ, अशुभ गोष्टींवर अंधश्रद्धा ठेवण्यापेक्षा त्या भविष्याकडे दुर्लक्ष केलेले बरे. कारण तसे दुर्लक्ष केल्यानेच त्याच्या मनःशांतीचा भंग होणार नाही.

तसेच त्याला हेही माहीत असते की, अगदी मोठ्या ख्यातनाम ज्योतिष्याचे

भविष्य खोटे ठरते व भविष्यावर विसंबून राहिले तर नाशच होतो. त्यापेक्षा अंतर्यामातल्या परमात्म्याचा संकेत खरा असतो व त्याप्रमाणे चालल्यास माणसाला अधिक गांभीर्य, सुज्ञता व सुख यांचा लाभ होतो.

* * *

अशीच एकदा व्याध्याच्या चांदणीवर माझी दृष्टी स्थिर झाली. सकाळच्या ताऱ्यांपैकी सर्वांत तेजस्वी हा तारा क्षितिजाची कड नीलवर्ण आकाशापासून वेगळी अशी स्पष्ट दाखवितो. वेधशाळेतल्या निरीक्षकाच्या व माझ्याही दृष्टीने व्याधाची चांदणी हा आकाशातील सर्व ताऱ्यांत तेजस्वी तारा. तथापि खगोलशास्त्रज्ञाच्या दृष्टीला त्या ताऱ्याच्या अतिनील, पोलादी चकाकीची मनस्विता प्रभावित करते तशी ती माझ्याही दृष्टीला प्रभावित करते. पण त्याशिवाय माझ्या मनावरही प्रभाव टाकते.

प्राचीन मिसरमधील लोकांना हा तारा फार सुंदर वाटे. ते या ताऱ्याला 'दि डिव्हाईन सोथिस' (सिरिअस) म्हणजे 'स्वर्गाची राणी' म्हणत. उन्हाळ्याच्या मध्याच्या सुमारास हा तारा जेव्हा आकाशात उगवलेला आढळायचा, तेव्हा नाईल नदीला पूर यायचा. पुराचे पाणी दोन्ही तीरांवर पसरायचे. अन्नधान्याची समृद्धी व्हायची. त्यांनी आपल्या चित्रमय व आकृतीमय लिपीमध्ये या ताऱ्याचा उल्लेख त्रिकोणाच्या आकृतीने केलेला आहे. या आकृतीचे पिरॅमिडच्या आकृतीशी साम्य आहे. हे साम्य चटकन डोळ्यांत भरते. मिसरचे पुरोहित-ज्योतिषी जगाच्या इतिहासातील मन्वंतरांचा काळ निश्चित करण्यासाठी या ताऱ्याचा उपयोग करीत. ते एका विशिष्ट ठिकाणाहून दररोज हा तारा केव्हा उगवतो व पहाटे केव्हा मावळतो, त्याचप्रमाणे उत्तरायणाच्या दिवशीचे त्याचे क्षितिजावरती पृथ्वीपासूनचे व सूर्यापासूनचे अंतर नोंद करून ठेवीत. ते हे सर्व नमूद करीत व गणिताने ही स्थिती पुन्हा केव्हा येईल, त्याचा काळ निश्चित करीत. त्या काळाला ते 'सोथीस संक्रमणाचा काळ' म्हणत. हा काळ १४६१ वर्षांपेक्षा अधिक मोठा काळ असे. अशा तऱ्हेने उन्हाळ्याच्या मध्याच्या दिवशी सकाळी ज्या वेळी व्याध हा तारा उगवतो, ती वेळ म्हणजे प्रमुख मिसरी पंचांगाचा पहिला क्षण व ते पंचांग एका वर्षाचे नसून या प्रदीर्घ काळाचे असे. आता सगळ्यात जो मोठा पिरॅमिड आहे; त्याच्या चारी बाजूंनी जो पाया आहे, त्या पायाच्या दगडांची संख्या बरोबर १४६१ आहे. म्हणजे हा सोथीस संक्रमणाचा काळ होय.

व्याध या ताऱ्याचे दुसरे व अधिक ज्ञात असे नाव म्हणजे 'डॉग-स्टार'. पण व्याध या ताऱ्याची मिसरच्या ज्योतिषांची पहिली आकृती कुत्र्याची नसून जिराफाची होती.

या लांब मानेच्या प्राण्याला आवाज करण्याचे इंद्रियच नसते. त्यामुळे त्याच्या आकाराच्या सर्व प्राण्यांमध्ये त्याच्याइतका शांत असा दुसरा प्राणी नाही. डोके किंवा डोळे न फिरविता त्याला दोन्ही बाजूंचे दिसते. म्हणून मानवाची उत्क्रांती स्फिंक्ससदृश स्तब्धतेने रक्षण करणाऱ्या चार ईश्वरांचे तो प्राणी पूर्णतया प्रतीक आहे. व्याध हा तारा या अतिमानुष जीवांशी – ज्यांना 'शांत निरीक्षक' म्हणता येईल त्यांच्याशी – निश्चितपणे निगडित आहे आणि प्राचीन मिसरमधील शहाण्या लोकांना हा संबंध माहीत होता.

आपल्या विशाल तारकामालिकेत व्याधाची चांदणी येत नाही. तो केवळ एक परका तारा असून किंचित्काळ आपल्या पृथ्वीजवळ येतो. पण तो काही काळाने आपल्यापासून दूर अंतरिक्षात निघून जाईल. 'व्याध' ताऱ्याविषयी माहिती असणारे व त्याच्याविषयी पूज्यभाव बाळगणारे मिसरमधील लोकच केवळ नव्हते तर प्राचीन काळातले पुष्कळ मानववंश या तेजस्वी ताऱ्यास जाणीत असत व त्याच्याविषयी आदर बाळगीत असत.

पण अध्यात्मदृष्ट्या तो तारा आणखीन परका आहे. त्या ताऱ्यावर जे कोणी राहात असतील, ते पृथ्वीवरील रहिवाशांपेक्षा प्रत्येक बाबतीत शतपटीने उच्च असले पाहिजेत. बुद्धिमत्ता, शील, विधायक कार्यशक्ती आणि आध्यात्मिक दृष्टी या सर्व बाबतींत आम्हाला त्यांच्या पायाची सर यायची नाही. व्याधवासियांना जी शक्ती आहे, त्यांचे जे गुणविशेष आहेत; ते अंगी आणण्यास आम्हाला काही युगे लागतील. आमचे अस्तित्व त्यांनी अगोदरच हुडकून काढले आहे. पण इतर तारकांवरती, ग्रहांवरती काही जीव असतील हे आम्हाला माहीत नाही; एवढेच नव्हे तर तसे काही असू शकतील यावर आमचा विश्वासही बसत नाही.

मनुष्य हा नावाखाली या पृथ्वीनामक ग्रहावर क्षुल्लकसा पण गर्विष्ठ प्राणी सत्ता गाजवतो, त्याच्याबाबतीत उत्क्रांती, विकास व अवनती या क्रिया थांबलेल्या नाहीत. मनुष्य हा शब्द मूळ संस्कृत शब्द 'मन्' या शब्दापासून आलेला आहे. मन् म्हणजे विचार करणे. आता या प्राण्याला जगाच्या रंगभूमीवर अवतीर्ण झाल्याला किती युगे लोटली असतील तो काही मला मोजता येणार नाहीत. पण एक गोष्ट मात्र स्पष्ट व उघड आहे की विचार करण्याच्या शक्तीचा वापर करायला तो अलीकडेच लागला आहे व त्या शक्तीचा संपूर्णपणें वापर करायला त्याला आणखी कितीतरी पुढे जायला लागेल. व्याध या ताऱ्यावरचा कोणी गलीव्हर या पृथ्वीच्या लिलिपूटवर, अवचितपणे येऊन पोहोचेल तर त्याला या भूगोलाबद्दल तशाच पुष्कळशा आश्चर्यकारक गोष्टी नमूद

करायला लागतील व आपल्या गोलावरील रहिवाशांना त्या सांगता येतील.

जे लोक असे समजत असतील की, या भूगोलावरच या फाटक्या माणसासारखा प्राणी वास करतो व दुसऱ्या कोणत्याही ग्रहावर काही जीवजंतू नाहीत, तर त्यांच्या त्या आकुंचित दृष्टीची कीव जेवढी करावी तितकी थोडीच! जशी ही पिंगट पृथ्वी, जिच्या बाह्य कवचाचा काही भाग घन कणांचा बनलेला आहे, अंतरिक्षातून फिरते व तिच्यावरच फक्त जीवाची वस्ती आहे असे तिच्यावरचे कृमिकीटकवत् मानवनामे जंतू अगदी अट्टाहासाने मानतात, त्याचप्रमाणे हे विशाल विश्वही ईथर अवकाशामध्ये फिरत असते. त्या विश्वावर वावरणाऱ्या सर्व सजीव प्राण्यांनी या केवळ सूक्ष्मदर्शक यंत्रानेच पाहता येण्यासारख्या भूगोलनामक ठिपक्यावरच फक्त गर्दी करून सोडली आहे असे मानावयाचे की काय? या ठिपक्यावर वास करणाऱ्या जंतूंचा हा केवळ भ्रम आहे. या संदर्भात बर्नार्ड शॉच्या उद्‌गारांची आठवण होते. तो म्हणतो, "या सूर्यमालेतील सर्व ग्रहांवरील रहिवाशांकरिता हा भूगोल म्हणजे केवळ वेड्या लोकांकरिताच बांधलेला जणू एक पागलखाना आहे!"

उत्तरायणे व दक्षिणायने केव्हा होतात, त्यांच्या वेळा आम्ही बरोबर अंश न् अंश, घटका, पळे यांत निश्चित केल्या आहेत; ग्रहणांच्या वेळाही आम्ही सेकंद न् सेकंद काढलेल्या आहेत; पण विश्वाच्या इतर अवकाशात भ्रमण करणारे हे तारकागोल आम्हाला अजून अज्ञात आहेत. ते तारकागोल म्हणजे जणू आमचे महर्षी. पण आम्हाला तरी त्यांच्याबद्दल काही माहिती नसली तरी त्यांच्यापैकी काहींना आमच्याबद्दल माहिती आहे; त्यांपैकी काही आमची कीव करतात; तर काही आमची सेवा करतात. अशा महर्षींपैकी एक म्हणजे येशू ख्रिस्त. तो खरोखरच होऊन गेला किंवा अजून विद्यमान आहे याबद्दल माणसे नसता वितंडवाद घालोत. आणि ज्यांना तो होऊन गेलाच नाही असे म्हणायचे आहे त्यांनी तसे सुद्धा म्हणावे! सत्य हे अबाधित असते. दुराग्रही लोकांच्या क्षुद्र मतावर ते कधीच अवलंबून नसते.

असा मी रात्रीचा आकाशातील तारकापुंज व ग्रह न्याहाळीत तास न् तास बसतो. त्यांच्याकडे पाहात बसताना मला काय अवर्णनीय आनंद होतो, तो सांगता येत नाही. जर परमेश्वर मानायचा नसेल; कारण तो अस्तित्वात नाही; तर मी सूर्याची पूजा करावयास हवी; कारण तो दृश्य आहे. जर सूर्य अस्तित्वात नाही, आम्हाला पुरता माहीत नाही, असे म्हणावयाचे झाले तर मी निसर्गाची पूजा करावी. आणि तीही करावयाची नसेल तर मी तारकांची पूजा करावी. चंद्राची मला पूजा करावीशी वाटत

नाही. एखाद्या भुतासारखा तो एक थंडगार गोळा आहे नुसता!

उष्ण कटिबंधात पुष्कळ तारे रात्रीचे आकाशातून पृथ्वीवर पडताना दिसतात. कधीकधी धूमकेतूही दिसतात. जेव्हा एखादा तेजोगोल आकाशातून निखळून पडतो व एका टोकापासून दुसऱ्या टोकापर्यंत सर्रकन आपला मार्ग कापीत जातो, तेव्हा विश्वाच्या यंत्रणेत बिघाड करणारी केवढी प्रचंड घटना होत असावी.

एकदा मी पहाटेचा उठून आकाशाकडे मावळत्या ताऱ्यांकडे पाहण्याच्या दृष्टीने बसलो. सर्व आकाशभर तारेच तारे पसरलेले होते. चंद्रबिंब या सर्व विस्तारावर जणू देखरेख करीत होते. एखाद्या युवतीने जशी तोंडाला पावडर फासावी तसा धुरकट रंग त्या चंद्रबिंबाचा दिसत होता. नीलवर्ण आकाशाच्या पार्श्वभूमीवर लुकलुकणाऱ्या या ताऱ्यांच्या सौम्य पण द्युतिमय प्रकाशात मी एका शिलाखंडावर बसून हे निरीक्षण करीत होतो. प्रकाश किती वेगाने या पृथ्वीतलावर व विशेषतः हिमालयातील या गिरिशिखरांवर येत असावा, याचा मला काही अंदाज करता येणार नाही. दर सेकंदाला एक लक्ष मैल तरी नक्की असावा, याहूनही जास्त असावा. तसेच या ताऱ्यांचे पृथ्वीपासूनचे किती अंतर असावे, याचाही मला काही अंदाज करता येणार नाही. एक अब्ज मैल तर नक्कीच; पण तोही अंदाज कमीच ठरेल. तसेच या विशाल अंतरिक्षात हे तारकापुंज, भूगोल, सूर्य, चंद्र, उपग्रह, ग्रह, लघुग्रह किती आहेत, त्यांचीही गणना मला करता येणार नाही. येथेही या सगळ्यांची संख्या एक अब्ज मानली तरीही ती कमीच होईल असे वाटते.

या अनंत अवकाशात इतस्ततः विखुरलेल्या या विस्मयकारी सृष्टीकडे विचारपूर्वक पाहिल्यावर कोणाच्या मनात त्या विधात्याबद्दल भीतियुक्त आदरभाव निर्माण होणार नाही? कोण त्याच्यापुढे विनम्र होणार नाही? माझा आत्मा तर माझ्या शरीरातून निसटतो व या विस्मयकारी गूढावकाशामध्ये मिसळून जाऊन नाहीसा होऊन जातो...

किती दूरचा शून्यावकाशामधला गंभीर, गहन प्रभाव आहे हा! दिगंतरात विखुरलेल्या या असंख्य तेजोगोलांच्या पुढे उभे राहिल्यावर मानवाचे जीवित किती यत्किंचित वाटते! त्याची दुःखे किती क्षुल्लक वाटतात!

घड्याळाचा काटा पुढे सरकत आहे. हे विषयांतर पुरे. आकाशनिरीक्षणाचे काम पुन्हा चालू केले पाहिजे. आकाश उजळल्यावर आता ताऱ्यांचे तेज कमी कमी होऊ लागले आहे. इजिप्तमध्ये असताना असाच पहाटे मी आकाशाकडे स्फिंक्सच्या पुतळ्याशेजारी बसून पाहात राहात असे. आता हळूहळू सूर्योदय होण्याचा समय येऊ

लागला. क्षितिजावरचा अंधुकपणा जाऊ लागून त्या ठिकाणी करडा रंग येत येत त्यात नंतर किंचित निळसर रंगाची छटा येऊ लागली आहे आणि आता एकदम रक्तिमा दिसू लागला आहे व त्याबरोबर रवी महाराजांची स्वारी वरवर येऊ लागून सगळीकडे सोनेरी किरण पसरू लागले आहेत. सगळीकडे आता स्पष्ट दिसू लागले आहे. तेव्हा हिमालयाचे ते वैभव पाहण्यासाठी मी डोके वरती केले. रंगीत क्षितिजावर या गिरिराजांची हिमाच्छादित शिखरे अधिकच चमकून दिसत होती. सर्वत्र शांततेचे साम्राज्य पसरलेले होते. शिखरांभोवती रक्तवर्ण प्रकाशाचे वलय निर्माण झालेले होते.

बालसूर्याच्या किरणांनी बर्फावरती तप्तसुवर्णाच्या जणू ध्वजा उभारलेल्या दिसत होत्या. शिखरांची दंतुर रेषा त्या हरित-नीलवर्ण आकाशाच्या पृष्ठभागावर चमकून दिसत होती. पृष्ठभागावरचा रंग हळूहळू बदलत जात होता. सूर्यप्रकाश चोहीकडे पसरल्यावर हिमाच्छादित शिखरे पुन्हा ठरीव वेळी दृष्टिपथात येत होती. किरणांचे रंग बदलत जात होते. ते आता शिखरांच्या आजूबाजूस व खाली दऱ्याखोऱ्यांतून पसरू लागले होते. प्रत्येक दृश्यमान वस्तूस गुलाबी छटा आणून देत होते. शिखरांवरती बर्फावरून धूम्रधूसर वाफारे वरती आकाशात जाऊ लागलेले दिसत होते.

आता मी अस्तंगत झालेल्या तारकांचा विचार करावयाचा सोडून देऊन बालसूर्याकडे विचारांची दिशा नेली. मला वाटते, बहुतेक सर्व धर्मांत सूर्याला देवता मानलेले आहे. सर्व लोक परमेश्वराचे दृश्य स्वरूप म्हणून सूर्याची आराधना करतात, पूजा करतात. दररोज सूर्याचा जो उदय व अस्त होतो, त्यावरून प्राचीन मानवाला अखिल विश्वाचाही असाच अस्त व पुनरुद्भव होत असतो ही कल्पना सुचली असावी. सूर्य व निसर्ग हे कधीही कायमचे अस्तंगत होत नाहीत हे त्याने ओळखले. कमलपुष्प हे सूर्याप्रमाणे दिसते म्हणून हे पवित्र समजले गेले. भारत, मिसर, दक्षिण अमेरिकेतील ॲझ्टेक व समुद्रात बुडालेल्या अटलांटिक खंडातील प्राचीन रहिवासी हे या कमलपुष्पाची पूजा करीत असत. संध्याकाळच्या वेळी या फुलाच्या पाकळ्या आत ओढल्या जातात व सूर्योदयाच्या वेळी त्या पुन्हा उघडल्या जातात. यावरून त्यांना जीवमात्राच्या मृत्यूची व पुनर्जन्माची कल्पना सुचली असावी. त्या काळातील मानव हे कमलपुष्प देवळातील भिंतीवर कोरून काढीत असे. आपल्या चित्रमय लिपीत या फुलाला तो प्रमुख स्थान देत असे.

सूर्य व कमळ यांमधील साम्य अधिक दूरवर जाते. सूर्याचा उदय ओबडधोबड, घाणेरड्या जागी होतो. त्याचप्रमाणे कमळही चिखलात उगवते व डबक्यातूनच बाहेर पडून विकसित होते व नंतरच त्याचे सौंदर्य लोकांच्या दृष्टीस पडते.

यावरूनच आपण आपल्या पूर्वजांच्या दृष्टीबद्दल विचार करावा. तो असा: मानवप्राण्यांमध्ये परमात्मतत्त्व गूढ, निहित, अकल्मष असे विद्यमान असते; पण मूर्त होण्याच्या वेळी त्याच्याभोवती प्रथम किल्मिषाचे, कर्दमाचे अवगुंठन असते.

आता सगळीकडे सूर्यप्रकाश चांगलाच पसरलेला दिसू लागला व सर्व वस्तू स्पष्ट दिसू लागल्या.

* * *

घड्याळाचा काटा फिरतो आहे. दिनदर्शकावरच्या तारखांची पाने उलटू लागली. दिवसांमागून दिवस जाऊ लागले. त्यांच्याबरोबर आठवडेही जाऊ लागले. या भागात आता पावसाळा येण्याची चिन्हे दिसू लागली आहेत. नऊ महिने पाण्याची वाफ आकाशाच्या उदरात जमत होती. तिचे ढग झाले व आता बाकीच्या तीन महिन्यांत ते तापलेल्या भूमीवर जलधारांनी कोसळणार. पावसाळा लांबला किंवा अगोदरच संपला तरी पिकांचे नुकसान होते व शेतकरी हवालदिल होतो. एखादे वर्ष पाऊस पडला नाही तर हजारो खेड्यांतून दुष्काळाची अवकळा पसरते. तेव्हा समुद्रकिनाऱ्यावरचे लोक ही समृद्धी तशीच आपत्ती आणणाऱ्या वर्षाकालाचे अग्रदूतरूपी या श्यामवर्ण रौद्ररूपी मेघांच्या आगमनाची किती सचिंतपणे व उत्कंठेने वाट पाहात असावेत! देशातील काही भागात हा वर्षाकाळ सुरू झालेलाच आहे. पूर्व हिमालय प्रदेशास त्याचा स्पर्श झालेला आहे. आता मध्य भागात केव्हा सुरुवात होणार याची मी दररोज वाट पाहात आहे. परवा एक सर आली व थोडासा प्रतिसाद देऊन गेली.

आता पावसाळा सुरू झाल्यावर मला आपल्या येथल्या दैनिक कार्यक्रमात बदल करावा लागणार आहे. आता बाहेर फारसे पडता येणार नाही. बहुतेक वेळ निवासस्थानातच राहून काढावा लागणार. या मुसळधार पावसाचा, वादळी हवेचा मी आता बंदिवान होऊन मला चार भिंतींत बसून राहावे लागणार आहे. मधूनमधून थोडी उघड पडेल व ढगांच्या आडून सूर्यनारायण थोडा वेळ तोंड दाखवून आपल्या अस्तित्वाची जगास जाणीव करून देईल व पुन्हा नाहीसा होईल. नंतर पावसाच्या सरीवर सरी कोसळतील. त्या माझ्यामध्ये व बाह्य जगामध्ये जणू एक भिंत उभारून माझा जगाशी संबंध तोडून टाकतील.

टेहरी-गढवाल संस्थानच्या अधिकाऱ्यांनी माझी दुसरीकडे, अंतर्भागात, एका मोठ्या घरात, याहूनही चांगल्या ठिकाणी राहावयाची व्यवस्था केली हे आता अगदी यथायोग्य झाले. खरंतर त्यांचे माझ्यावर उपकारच आहेत. हे नवीन घर प्रतापनगरच्या उन्हाळी

प्रासादाजवळ आहे. परमेश्वर माझी किती सोय पाहतो पाहा ना. खरोखर मी दैववान आहे. कारण जर पावसामुळे मला घरातच बसावे लागणार असेल तर माझी राहण्याची सोय आरामशीर होणे जरूर आहे. अत्यंत थंडी व उष्णतेमुळे मला त्रास होऊ नये व खाण्यापिण्याचे पदार्थ उपलब्ध करून घेण्यात फार अडचणी येऊ नयेत हे पाहिले पाहिजे.

याव्यतिरिक्त माझ्या दैनंदिन कार्यक्रमात फारसा फेरफार होणार नाही. ध्यान वगैरे कार्यक्रम पूर्ववत् चालूच राहतील. माझे स्वातंत्र्य, माझा एकांतवास तितकाच अबाधित राहील. उलट माझा एकांतवास आता अगदी परिपूर्ण होईल. कारण मोठमोठे डोंगर ओलांडून या पावसात निव्वळ मला भेटण्याकरिता कोणी येणार नाही. तेव्हा माझे हे नवीन निवासस्थान अधिकच दुर्गम होणार आहे.

प्रतापनगर प्रासाद एका भागात उंचच उंच अशा डोंगरांच्या ओळीवर बसलेला आहे. हेही स्थान माझ्या सध्याच्या निवासासारखे एकांतातले. येथे फारसे कोणी येत नाही, कारण याहूनही अधिक सोयीचे प्रासाद दक्षिणेकडे टेहरी गावात व नरेन्द्रनगरात आहेत. हे लोक सांगतात की, या नव्या निवासाच्या आसपास निसर्गसौंदर्य फारच अप्रतिम आहे. पण दुर्दैवाची गोष्ट अशी की, या अशा पावसात मला बाहेर पडता येणार नाही. हे भ्रमण आता मला मनातच करावे लागेल. उच्च कल्पनांच्या शिखरांभोवती व सौम्य ध्यानाच्या दऱ्याखोऱ्यांतून मला आता मनानेच संचार करावा लागेल. ते काहीही असले तरी मनाने आता घराबाहेर पडणे आवडेनासे झाले आहे. योगाभ्यासाच्या दंडकाप्रमाणे अंतर्मुख दृष्टी करून एके दिवशी बसून ध्यान लावण्याकरिता जितका शारीरिक व्यायाम जरूर आहे, तितका माझा झालेलाच आहे. आता बाह्य जगात मला फार धुंडण्याजोगे असे काही राहिलेले नाही. आता मी स्वस्थ बसून अंतर्विश्व धुंडण्याच्या प्रयत्नाला अधिक जोराने लागले पाहिजे. तेव्हा या दृष्टीने या पावसाळ्यात प्रतापनगरचे हे माझे नवीन घर या माझ्या सध्याच्या फॉरेस्ट बंगल्यातल्यापेक्षा अधिक सोयीचे होईल. या नवीन घरात सुखसोयी चांगल्या आहेत.

आता सूर्योदय झाल्यावर मला माझ्या त्या उपदेशक रक्षकाचा, देवदार वृक्षाचा निरोप घेतला पाहिजे. मोठा थोर राजन्य वृक्ष तो. आता त्याच्याशी मला पुन्हा बोलता येणार नाही. माझी सुखदुःखे त्याला निवेदन करता येणार नाहीत. त्याच्या सुईसारख्या अणकुचीदार पर्णराजीच्या खाली मला आता ध्यानाला बसता यायचे नाही.

माझे शांतिधाम ज्या खडकाळ डोंगरमाथ्यावर आहे, तो डोंगर हातात काठी घेऊन मी चढू लागलो. डोंगराच्या सभोवती झाडी आहे. हे निरोप घेण्याचे काम काही

सुखावह नाही. त्या वृक्षांना ते कितपत आवडेल, याची मला शंका आहे. मी असा अचानक सोडून जाईन अशी त्याला कल्पना नसावी.

शेवटी त्या काटेरी झुडुपांतून आणि ऐसपैस पसरलेल्या दगडाधोंड्यांतून शांतिधामाच्या मोकळ्या आवारापर्यंत जाऊन जेव्हा मी पोहोचलो, तेव्हा मी जरा थांबलो. मला चांगलाच दम लागला होता. मी त्याच्याकडे चटकन एक दृष्टिक्षेप केला. त्या वृक्षाच्या शेवाळलेल्या मुद्रेवर जरा रागाची छटा आलेली मला दिसून आली. आपल्या काही जीर्णपत्रांच्या फांद्या खाली टाकून देऊन त्या वृक्षाने आपले दुःखाश्रू गाळले. माझ्या भावना त्या वृक्षाला कळल्या. नाहीतर त्याची मुद्रा एवढी दुःखी का दिसावी? मी शरमेने मान खाली घातली.

माझ्या नित्याच्या जागेवर, त्या पर्णराजीवर मी ऐसपैस बसलो. त्या वृक्षाकडे नजर लावण्याचे मला धैर्य होईना. माझ्या गालावर रक्त उसळून आल्याचे मला वाटू लागले. मग मला सुद्धा वाईट वाटले. या वियोगाचे दुःख मला सुद्धा होऊ लागले.

पण शेवटी मी धीर धरला. वरती वृक्षाकडे पाहून म्हणालो, ''हे तरुवरा, मला क्षमा कर. तू जाणतोसच की, हे जीवन अशाश्वत आहे. ओळख, मैत्री यांना केव्हातरी विराम द्यावाच लागतो. या जगाच्या पाठीवर, या वाळवंटात उंटांच्या काफिल्याला मधेमधे रस्ता बदलावाच लागतो. रात्रीचा मुक्काम करावा लागतो. पण माझ्यासारख्याने या तुझ्या सहवासाच्या सुखद स्मृती जपून ठेवल्या पाहिजेत.

''हे मित्रा, जीवित हे क्षणभंगुर आहे. आपल्याला आता एकमेकांचा निरोप घ्यायला पाहिजे. आपण जी मैत्री, जो प्रेमभाव संपादन करतो, ती गमाविण्यासाठी करतो. पण आपल्या आत्म्यांची तशी ताटातूट होत नाही. अनंत अवकाशात प्रेमरज्जूंनी त्यांचे पुन्हा मीलन होत असते.''

हवेत एक चमत्कारिकशी वाऱ्याशी झुळूक येऊन गेली.

आणि मग एक फुलपाखरू येऊन माझ्या डोक्यावर थोडा वेळ बसले आणि नंतर त्या देवदार वृक्षाच्या फांदीवरून दाढीसारख्या लोंबकळणाऱ्या एका वेलीवर उतरले. ही फुलपाखरे मोठी सुंदर दिसतात व ती या भागात सर्वत्र आढळतात. त्या वेलीवर ते फुलपाखरू बसलेले पाहून मला मोठी गंमत वाटली. तारुण्य व सौंदर्य हे वार्धक्य व सुबकता यांवर विराजमान झाल्याचे दृश्य दिसले. हे हिमालयातील फुलपाखरू आमच्या युरोपातील फुलपाखरापेक्षा पुष्कळच मोठ्या आकाराचे असते. त्याच्या पंखांवरचा रंग

किती गडद दिसतो. भडक रंगाचे वस्त्र ल्यालेल्या एखाद्या खानदानी सुंदर स्त्रीप्रमाणे हे पाखरू दिसते. हे फुलपाखरू वेलीला चिकटून बसते. त्या वेलीवरचा रंग अलगद उचलते व मग कोठेतरी एखादी जागा निवांतपणे बसण्याकरिता पसंत करते. माझ्या या प्रयाणाच्या वेळी दुसरे कोणी हजर नाही म्हणून ते येथे हजर झाले की काय न कळे!

सभोवार शांततेचे व स्तब्धतेचे वातावरण दाट होऊ लागले व जवळपासची वनश्री अधिक स्पष्ट दिसू लागली.

देवदार वृक्षाच्या फांद्या खाली लोंबळकत होत्या. त्यांच्या सुईच्या अग्रासारख्या दिसणाऱ्या टोकावर दवबिंदू जमा झाले होते. ते दवबिंदू अश्रूंसारखे दिसत होते. हे दृश्य पाहून माझ्यासुद्धा डोळ्यांत पाणी जमा झाले.

''हे देवदारू वृक्षा, तुला मला काही सांगायचे आहे काय?''

ती गडद स्तब्धता, निःशब्द शांतता फक्त आणखी एक मिनिटच टिकली. तिचा पुढे भंग झाला. पण शब्दांनी नव्हे, तर एका विचारलहरीने. तो तरंग वातावरणातून माझ्या मेंदूत शिरला.

''तू ज्या दुनियेतून माझ्याकडे आलास ते जग मला माहीत नाही. त्या जगातले मला काही समजत नाही. तू आज ना उद्या त्या जगात परत जाणार हे मला माहीत होते. तेव्हा तुला मी रोखून कसा धरणार? एकटेच जीवन कसे जगावे हे मी शिकलो नाही काय! मी हा असा येथे एकटा उभा आहे. या एकाकी जीवनात सर्व गोष्टी कशा सहन कराव्या हे मी शिकलो नाही काय? हे सोसाट्याचे वारे व झाडांना उन्मळून टाकणारे विजांचे चमचमाट मी सहन करतोच की नाही! मला ही सहनशक्ती, हे धैर्य कोठून आले? हे धैर्य, हे सामर्थ्य मला माझ्या अंतरंगातून आले. तेथे ते प्रथम सुप्तावस्थेत होते. आता मला कोणाचीही आणि कशाचीही भीती नाही. मरणाची सुद्धा नाही. तेही आता काही फार दूर नाही. मी स्वावलंबनावर जगायला शिकलो आहे. माझ्या तरुण मित्रा, हेच माझे तुला उत्तर. स्वावलंबी हो. तू कोठेही गेलास तरी मनाने विरक्त राहा. म्हणजे बाह्य जग तुला कमजोर करणार नाही. येथे जी तुला मन:शांती मिळाली आहे, तिची आठवण ठेव. ती तशीच तुझ्याबरोबर धावपळीच्या आयुष्यात एक अत्यंत मौल्यवान ठेवा म्हणून जवळ बाळग. हे धावपळीचे आयुष्य माझ्यापर्यंत पोहोचत नाही. हा ठेवा तुझ्याजवळ असला म्हणजे तुझ्यावर कितीही वादळे कोसळोत, तुला भिण्याचे डगमगण्याचे कारण राहणार नाही. ही गोष्ट सतत ध्यानात ठेव की, तुझ्या अस्तित्वाचे मूळ परमेश्वराकडे आहे. माझी स्वत:ची मन:शांती मी तुला प्रदान करतो.''

हे त्या देवदार वृक्षाचे अखेरचे शब्द. त्याच्याकडून माझ्याकडे येणाऱ्या या संदेशवाहक वायुलहरी यायच्या थांबल्यावर नकळत माझ्यावर काही चमत्कारिक परिणाम होऊ लागला. बाह्य जगातील शांतता माझ्या अंतरंगात प्रवेश करू लागली. मला मोहनिद्रा लागू लागली आणि समाधीसारखी अवस्था येऊ लागली. मी अगदी निश्चल, जमिनीतून उगवणाऱ्या झाडासारखा जमिनीस चिकटल्यासारखा झालो. माझे बोट हालेना की हात-पाय हालेनात.

ध्यान लावण्याचा मी आपण होऊन प्रयत्न केला नाही, की सैरावैरा धावत असणारे विचार दाबून ठेवण्याचा प्रयत्न केला नाही. तरी गुंगीचे औषध दिलेल्या एखाद्या रुग्णासारखा मी असहाय बनलो. फक्त इतकाच फरक की, माझ्या सभोवारच्या पदार्थांची मला चांगलीच जाण होती. माझे मन आत आत कसल्यातरी अत्यंत चुंबकशक्तीच्या आकर्षणाने जोरात खेचून ढकलून दिले जात आहे असे मला वाटू लागले.

हे वृक्षा, माझ्यावर तू ही काय आफत आणली आहेस!

निर्वातस्थानी दिवा जसा संथपणे जळतो, त्याप्रमाणे माझे विचार आता एके ठिकाणी येऊ लागले. खाली दरीत जशी शांतता होती तशी शांतता आता माझ्या मनात वावरू लागली.

डोळ्यांच्या पापण्या मला धड मिटता येईनात की उघडता येईनात. या अर्धवटशा समाधीस्थितीतून बाहेर पडायला मला प्रयत्नही करता येईनात. पण ही अर्धसमाधी अवस्था मला इतकी सुखदायक वाटली की, त्या अवस्थेतून बाहेर पडूच नये असे वाटू लागले.

हा अनुभव इतका उदात्त व आनंददायक, ती अवस्था इतकी इंद्रियव्यापार विसरून टाकणारी की तिचे वर्णनच मला खरोखरी करता येत नाही. आपले वैयक्तिक अस्तित्व दिव्यत्वातच रोवलेले आहे हे मला नव्याने कळून आले. या अवस्थेचे हुबेहूब वर्णन करावयाचे म्हणजे एखाद्या शास्त्रज्ञासारखे लिहिले पाहिजे आणि अगदी तपशिलात जाऊन विश्लेषण करावयास पाहिजे. पृथक्करण करण्याची शास्त्रीय पद्धत म्हणजे सुंदरतेच्या प्रदीप्त अग्नीची नुसती राख करीत बसणे. तरीपण या राखेचे सुद्धा या पार्थिव जगात, जेथे सूक्ष्म जगताचे सौंदर्य अत्यंत दुर्मिळ व दूरचे असते, तेथे स्वागत होईल.

अंतर्मुख दृष्टीने माझे सुख परिपूर्ण करून टाकले आहे. अशा अवस्थेत मी किती वेळ

होतो, हे माझे मलाच माहीत नाही. कदाचित अर्धा तास सुद्धा झाला नसेल. शेवटी परमपुरुषाने माझ्या मनाचा व अंतरंगाचा घेतलेला ताबा सोडून दिला. फक्त माझ्यामधील अतिमानव चिरकाल वास करू शकेल. नाखुषीने का होईना, शेवटी मी उठलो.

मी त्या कड्याच्या कडेवरून सरपटून गेलो व जपून देवदार वृक्षाच्या खोडापर्यंत दगडांवर व झाडाच्या मुळ्यांवर हात टेकीत खाली उतरलो. खोडाच्या सालीची एक लहानशी पट्टी मी काढली आणि परत फिरलो. ती पट्टी माझ्या हिमालयातील एकांतवासाचे जणू स्मृतिचिन्हच. ते स्मारक मी बरेच दिवस जतन करून ठेवीन. त्या शांतिधामाकडे मी शेवटचा दृष्टिक्षेप केला व पाय मागे फिरवले.

बंगल्यावर हमाल माझी वाट पाहात होते. माझे सर्व सामान ते पाठीवरून घेऊन जाणार होते. शिवाय एक धडधाकट करड्या रंगाचे घोडे तयार ठेवले होते. त्याचे कपाळ मोठे, गुडघे मजबूत व त्याच्या अंगावरचे खोगीर शोभिवंत होते. माझी निघण्याची सारी तयारी झाली.

मी घोड्यावर बसलो. रिकिबीत पाय घातले, हातात लगाम घेतला व तेथून हिमालयातीलच माझ्या नवीन वसतिस्थानाच्या दिशेने कूच केले.

१६

पुन्हा घोड्यावरून प्रवास सुरू - टेहरी राज्यातील भव्य व रम्य निसर्गसौंदर्य - कडेपठारावरून होणारा माझा प्रवास - अंधारातून अरण्यात केलेली भ्रमंती - प्रतापनगरला येऊन पोहोचलो

प्रवासी हिमालयातून घोड्यावरून दौडत जातो, हे म्हणणे खरे पाहता चुकीचे आहे. तो नुसता खोगिरावर बसून राहतो व घोड्याला सावकाश त्याच्या चालीने चालायला मुभा देतो. या पर्वताच्या कडेकडेने, जरूर त्या ठिकाणी कोरून काढलेल्या अरुंद व चढणीच्या पायवाटांच्या मार्गाने जाणे फार धोक्याचे असते. जरा पाय चुकला तर एकदम हवेत उडून जाऊन मग खाली दरीत कोठेतरी कपाळमोक्ष होण्याची भीती. घोडदौड राहू द्या पण घोड्यावर जरी थोड्या वेगाने का होईना, पण जोराने जाण्यात फार धोके आहेत. एक तर अरुंद अशा पायवाटा. शिवाय दुसऱ्याही काही अडचणी आहेत. कधी कधी चढण जास्त तर कधी कधी उतरण जास्त. कधी नाजूक वळणे तर कधी रस्ता खडकाळ. दगड-गोटे समुद्राच्या लाटांसारखे रस्त्यात मधूनमधून लागायचेच.

जवळजवळ पाऊणएक मैलाचा सुरुवातीचा प्रवास मला जंगलातून करावा लागला. नंतर मैदानात आलो. येथून पहाडाच्या अंगावरून ती नागमोडी पायवाट एखाद्या रिबनसारखी (फितीसारखी) पायथ्यापासून थेट टोकापर्यंत जात असलेली स्पष्ट दिसत होती. टोकापर्यंत गेल्यावर नाहीशी होऊन पाठीमागच्या बाजूस पुन्हा उमटलेली दिसत होती. त्या बाजूने नागमोडी वळणे घेतघेत खाली दरीत जाऊन एका कोपऱ्याशी संपली होती.

सामान वाहून नेणारे हमाल जंगलात दुसरीकडे कुठेतरी गेले होते. त्यांची-माझी भेट पुन्हा उद्या होणार. प्रतापनगरला जायला तसे सावकाशीने दोन दिवस लागतात. पण मी तो प्रवास एकाच दिवसात उरकण्याचे ठरविले. मग अगदी मध्यरात्री मुक्कामावर पोहोचलो तरी हरकत नाही.

या भागात लोकवस्ती फार विरळ. प्रवास करीत असताना क्वचितच एखादा माणूस वाटेत भेटायचा. पण माझे नशीब चांगले. माझ्याजवळ नकाशा वगैरे काही नव्हता. पण मी रस्ता चुकलो नाही. या रस्त्याने जाताना दोनतीन रस्ते कुठे फुटत नाहीत की मुख्य रस्त्याच्या बाजूला उपरस्ते नाहीत की कुठे मैलांची अंतरे व ठिकाणांची अंतरे देणाऱ्या पाट्या किंवा दगड नाहीत. प्रवाशाने पुढे जायचे किंवा मागे तरी यायचे, त्याला तिसरे काही करता यायचे नाही. अर्थात रस्ता सोडून खाली दरीत निष्काळजीपणे डोकवायचे असेल तर गोष्ट वेगळी!

मी अगदी सकाळचाच निघालो. हवेत धुके वगैरे काही पडलेले नव्हते. आकाश पूर्ण निरभ्र होते. मला समाधान वाटले. प्रथम रस्ता चढणीचा होता. बराच वेळ चालूनचालून पहाडाच्या टोकापर्यंत गेल्यावर घोड्याने धापा टाकायच्या बंद केल्या. या टोकाशी येऊन पोहोचल्यावर या सर्व भूप्रदेशाचे संपूर्ण दर्शन होते. क्षितिजापासून सभोवार अगदी तुटक असे हे निसर्गदर्शन फार मनोहारी होते. उजवीकडे हिमालयाची प्रचंड भिंत भारतातील मैदानांपासून निघून डावीकडे टेहरी-गढवाल संस्थान व तिबेट यांच्या सीमेपर्यंत जाऊन पोहोचत होती. इंद्रधनुष्यातले सारे रंग येथे दिसत होते. चंद्राच्या निस्तेज पांढुरक्या रंगापासून तो नीलमण्याच्या जांभळ्या रंगापर्यंत व गोकर्णीच्या गडद निळ्या रंगापासून लिंबोणीच्या हिरव्या रंगापर्यंत सर्व रंग येथे विखुरलेले दिसत होते. दुपार होत आली होती. सूर्याचे किरण अगदी उभे अंगावर पडत होते. त्या ऐन दुपारच्या उन्हात सर्व काही चमकून दिसत होते. आमचा रस्ता वाळूतून, मातीतून, खडकातून, फरशीतून जात होता. पहाडांच्या टोकापर्यंत पोहोचल्यावर आम्ही दुसऱ्या बाजूने खाली झरझर जाऊ लागलो.

पाच तास सतत घोड्यावर बसून प्रवास केल्यावर मला जरा खाली उतरावेसे वाटले. पण उतरायला चांगली जागा मिळाली नाही. जिकडे तिकडे सूर्याच्या उन्हाने भाजून निघालेले उघडेबोडके डोंगर, काळेनिळे खडक आणि चुनखडीचे दगड. हे दृश्य पाहून मला उत्तर इजिप्तमधील टुम्बज् ऑफ दि डेडच्या वैराण मसणवटीची आठवण झाली. या प्रवासात मला फक्त दोन प्रवासी भेटले. एक जण गंगोत्रीची पायी यात्रा करून परत येत होता. त्याचे पाय अगदी फुटलेले दिसत होते व तो खूपच थकून गेलेला दिसत होता. थोडासा आजारी, पण दृढनिश्चयी दिसत होता. दुसरा जो भेटला तो एक पहाडी शेतकरी होता. गरीब दिसत होता. मला पाहून रस्त्याच्या कडेकडेने तो जात होता. त्याच्या अंगावर धड कपडेही नव्हते. पहिल्या माणसाशी मी बोललो. दुसरा साधाभोळा इसम. तो गरीब खरा पण प्रामाणिकपणा व तत्त्वनिष्ठा या बाबतीत हुशारी दाखविणाऱ्या शहरी लोकांना तो खरेच काही धडे शिकवील असा होता.

मी एका मोठ्या खडकाच्या शेजारी फरशीवर बसलो व चहाकरिता थर्मास फ्लास्क उघडला. खोगिराला बांधलेल्या पिशवीत काही खाण्यासारखे होते. ते थोडे खाल्ले. काही घोड्याला दिले. थोडा वेळ जरा पसरून हातपाय ताणले आणि मग ताजातवाना झाल्यावर पुन्हा घोड्यावर स्वार झालो व मार्गाला लागलो.

पुढे जात असताना वनश्री बदलू लागली. कधी चढण लागायची तर कधी सपाट जमिनीवरून चालायला लागायचे. वाटेत शिखरे, सुळके भेटत, त्यांना वळसा घालून पुढे जावे लागे. कधी कडे तर कधी उंचउंच झाडे. कधी ओढे, कधी दलदल, कधी हिरवळ, अशी विविध स्वरूपाची वनश्री भेटू लागे. पर्वताचे थरच्या थर एकावर एक टाकलेले कधी नद्यांच्या पात्रात तर कधी सपाट मैदानावर असे भेटत. समुद्राच्या पातळीवरून जशा पर्वतप्राय लाटा वरती उसळून येतात, तसे सखल प्रदेशातून हे पर्वतांचे स्तरच्यास्तर वरती उठून आलेले दिसत. या सर्वांचे सुसंगत मिश्रण म्हणजे हिमालयातील वनश्री. या वनश्रीच्या अभिजात सौंदर्याचा आपण एकट्यानेच आस्वाद घेण्याचा अनुभव अगदी थरारून टाकणारा आहे. या सौंदर्यात कोठेही कृत्रिमता नाही. त्यात जितकी आकर्षकता आहे, तितकीच भयानकताही आहे. त्या अनुभवाने मन अगदी मुग्ध होऊन जाते. वृत्तीला मादकता येते. त्या मादकतेत माणसाचे विचार, त्याच्या भावना, त्याच्या आकांक्षा उदात्त होतात. कारण या प्रचंड प्रस्तरातून एक प्रकारची शक्ती आपल्याकडे येत आहे असे त्याला वाटू लागते. एक प्रकारचे चुंबकत्व आपल्या इच्छाशक्तीचा ताबा घेत आहे असे वाटू लागते. साधारण माणसाला त्याच्या जीवनात ज्या अडचणी येतात, त्या तेवढ्या त्याच्या बाबतीत दुर्लंघ्य राहात नाहीत. आणि हे असे होणे अगदी स्वाभाविक आहे. कारण निसर्गाच्या ठिकाणीच एक दिव्य

तेज असते. माणसासारखीच त्याच्या ठिकाणी एक मानसिक प्रवृत्ती असते. अतींद्रिय अवस्था ज्याला अनुभवावयास येते, त्याला ही निसर्गाची मानसिक प्रवृत्ती समजते. ती तो ग्रहण करतो व परिणामी तिच्याकडून प्रभावित होतो. हे जे मी विधान करीत आहे ते कवी म्हणून करीत नाही, तर एक शास्त्रज्ञ या भूमिकेने करीत आहे व ते मी सिद्धही करू शकतो. आणि निसर्गाचे असे हे प्रभावी, दिव्य तेज हिमालयाखेरीज अन्यत्र कुठे आढळणार? कारण या गिरिश्रेष्ठाच्या घडणीमध्ये निसर्गाने आपले विराट स्वरूप जणू ओतलेले आहे. उगाच नाही या गिरिश्रेष्ठावर देवादिकांनी आपले निवासस्थान केले!

पुढे आम्हाला एक देवदार वृक्षांचे घनदाट अरण्य वाटेत लागले. तेव्हा मला माझ्या शांतिधामातल्या परित्यक्त मित्राची आठवण झाली. पुन्हा आमची कधी भेट होईल काय?

त्या दाट झाडीच्या पानांच्या झरोक्यांमधून सूर्याचे किरण आत डोकावत होते व आत येऊन भूमीवर पडत होते. झाडांवरून शेवाळाचे तवंगच्या तवंग लोंबकळत होते. जणू त्या वृक्षांच्या त्या ध्वजपताकाच. या देवदार वृक्षांच्या राईमध्येच एखादा डेरेदार ओक वृक्ष आपल्या फांद्या आडव्या-तिडव्या पसरून त्या एकसरपणाचा भंग करीत होता.

एका दरीच्या कडेकडेने मी जात होतो. नंतर आम्हाला रूक्ष व वैराण प्रदेश लागला. पण या प्रदेशातून जाताना चढण व उतरण इतकी उभी लागली की, मधूनमधून मी घोड्यावरून खाली उतरून पायीच मार्गक्रमण करू लागलो. नाही तर कड्यांच्या खडकाळ भागातून वर-खाली जाताना धक्के लागायचे व धडपड करायला लागायची.

अशा तऱ्हेने आम्ही रस्ता कापीत चाललो. किती मैल मागे टाकले, याचा अंदाज मला करता येईना. मध्यरात्रीच्या अगोदरच आम्ही मुक्काम गाठू याची मला खात्री होती. अर्थात अशी खात्री बाळगावयास मला काही आधार नव्हता. कारण अजून जे अंतर कापायचे होते, त्या अंतरावरच्या रस्त्याची मला काही कल्पना नव्हती.

शेवटी आकाशात सूर्य खाली खाली उतरू लागला व घोडे व मी दोघेही थकून गेलो. आम्हाला भूकही लागली, तहानही लागली. तेव्हा दुसरा व शेवटचा विराम घेण्याचे मी ठरविले. माझ्या डाव्या हाताला एक कड्याची भिंत होती. त्याच्या कळप्यातून अगदी स्वच्छ पाण्याची धार बाहेर पडत होती व खालून ओढा वाहत होता. ती जागा एकदम माझ्या मनात भरली. घोड्याने एकदम अधाशीपणाने आपले नाक त्या ओढ्याच्या पाण्यात खुपसले व पोटभर पाणी पिऊन घेतले. मीही त्या निर्मळ स्फटिकवत् पाण्याची दोन भांडी पिऊन घेतली. पाणी अगदी थंडगार होते. माझे

समाधान झाले. नंतर मी त्या ओढ्याच्या काठी आसनस्थ झालो. माझी पोतडी उघडली व त्यातले उरलेसुरले खाद्यपदार्थ संपवून टाकले. काही घोड्यापुढे टाकले. घोड्याने गवतही भरपूर खाऊन घेतले. घोडे मोठे आज्ञाधारक व बुद्धिवान होते. त्याच्यावर बसून प्रवास करण्यात मला आनंद वाटत होता.

* * *

घोड्यावर बसण्यापेक्षा पुन्हा एकदा धरणीमातेवर अंग टाकून विश्रांती घेण्याची वेळ आली. जिकडेतिकडे सुवासिक फुलांचा नुसता सडा पडलेला होता. पश्चिमेकडे क्षितिजावर सूर्य आपल्या पिवळसर किरणांनी धरणीमातेला धुऊन काढीत होता. क्षितिजावरचा नीलवर्ण हळूहळू बदलत जाऊन त्यावर गुलाबी रंग येऊ लागला होता.

शेजारी कोठेतरी कोकीळ आपले मधुर आलाप काढीत होता. ह्या वेळचा त्याचा हा दैनंदिन कार्यक्रम असावा. त्याच्या आलापाला पडसाद म्हणून एक आकाशविहारी पक्षी आपली लकेर सोडीत होता. मी खाली वाकलो व एका रानफुलाला स्पर्श केला. या खडकांमध्ये घंटेच्या आकाराचे एक जांभळे फूल उगवलेले होते. त्या फुलाचा मधुर सुवास मी अवग्रहण करीत होतो. या पहाडी भागात पाहा, कशा या रानवेली दगडांच्या कपारींना घट्ट धरून सुखाने कालक्रमणा करीत असतात. तांबडी व पिवळीजर्द झेंडूची फुले बर्फातून मधूनमधून डोकावत होती. हिमालयाच्या इतक्या उंचीवर सुद्धा फुले कशी उगवतात, हे मोठे आश्चर्य आहे.

माझ्या सभोवारची ही भव्यता व हे सौंदर्य पाहून माझे मन प्रसन्न झाले. निसर्गदेवतेचे मी आभार मानले. अगदी भरपूर एकांतवास, त्यामुळे मनाला एक प्रकारचा दिलासा वाटतो. किंचितकाल जगाचा विसर पडतो. हिमालय पर्वत हे विश्रांतीचे इतके अजब ठिकाण आहे की, कामाने जर्जर झालेल्या एखाद्या उद्योगपतीने आपले सर्व उद्योग गुंडाळून ठेवावेत व येथे राहावे. पाहा, त्याच्या काळज्या कशा हळूहळू नाहीशा होतील. लोकांतून कधीकधी बाहेर पडावे. किंबहुना असे बाहेर पडणे जरूर व हितावह आहे. स्वत:मध्ये व जीवनकलहाच्या तीव्रतेने व्याकूळ झालेल्या संसारी जनांचा जमाव यांमध्ये दहा हजार फूट उंचीच्या हिमालय पर्वताच्या भिंतीचा अडसर घालावा. अशा तऱ्हेच्या गिर्यारोहणापासून पुष्कळ फायदे होतात. कार्यबाहुल्याने वाकून गेलेल्या व्यावसायिकांना तर पुष्कळ लाभ झाल्याखेरीज राहणार नाही. एक प्रकारचा नवीन दृष्टिकोन, अधिक चांगले उद्दिष्ट आणि स्फूर्ती व उत्साह यांमध्ये वृद्धी यांचा लाभ त्यांना खचित होईल. निसर्ग अगदी एखाद्या तांत्रिक तज्ज्ञासारखा थकल्याभागल्या संचालकाला आपले व्यवस्थापनाचे, उत्पादनाचे, विक्रीचे प्रश्न सुलभ व सोपे करून देण्यात

कधीकधी मदत करीत असतो. निसर्गाला सुद्धा आपल्या कामाचा 'रिपोर्ट' पेश करावा लागतोच की. फक्त तो रिपोर्ट कागदावर बारकाईने काळजीपूर्वक टाईप केलेला नसून उत्स्फूर्त अशा अंतर्मनाच्या विचारशलाकांतून तो बाहेर उमटत असतो. अंतर्मनाच्या कोणत्या गाभाऱ्यातून तो बाहेर पडतो, हे सांगता येण्यासारखे नसते. या अंतर्मनाच्या गाभाऱ्यातच माणसाच्या मनाला एकांत व शांतता लाभत असते.

पुन्हा एकदा प्रवासाच्या शेवटच्या टप्प्याला आम्ही सुरुवात केली. आता हा रस्ता अगदी छातीवरच्या चढणीचा होता. या रस्त्यावर सगळीकडे बारीक-बारीक दगडाचे गोटे व खडी होती. या खडकाळ रस्त्यावरून आमचे घोडे जपून चालले होते. या कष्टदायक व कठीण चढणीवरून चढून जाऊन टोकावर जाऊन पोहोचण्याकरिता या खराब रस्त्यावरून चालताना पाय घसरू नये म्हणून त्याला भीती वाटत होती. या भागात नुकतेच भूकंपाचे जोरदार धक्के अनेकदा बसले होते. त्यांच्या खुणा जागोजाग दिसत होत्या. बारकाईने पाहणाऱ्याच्या डोळ्याला, जमिनीला व खडकांना पडलेल्या भेगा दिसत होत्या.

अगदी गेल्याच आठवड्यात संध्याकाळी मी ध्यानाला बसलो असताना असाच एक मध्यम तीव्रतेचा भूकंपाचा धक्का बसला. धक्का सुमारे तीस सेकंद होता. पण माझे शरीर त्याने गदागदा हलविले.

पुढे आम्हाला एक मोठे नैसर्गिक सपाट वर्तुळाकार खोरे लागले. त्याच्या तलाटीत काही थोडी लहान खेडी वसली होती. पलीकडे समोर एक कमी चढाचा डोंगर होता. त्याच्या पायथ्याशी एक लहानसे खेडे होते. त्या खेड्यातली घरे बाहुल्यांच्या घरांसारखी दिसत होती.

खालच्या दरीपासून वर डोंगराच्या पायथ्यापर्यंत व तेथून हिमाच्छादित पर्वतशिखरापर्यंतचा सर्व भूभाग हा तांबड्या व नारिंगी रंगात न्हाऊन निघत होता. क्षणोक्षणी हे रंग बदलत होते. क्षितिजावर सूर्यास्त होत होता. चोहोकडे लहानशी रानटी फुले चांदण्यांसारखी चमकत होती. माझ्या पाठीमागून काळ्या रंगाच्या कोकरांचा कळप येत होता. त्यांचा बें-बें आवाज सारखा कानांवर पडत होता. मी आपले घोडे रस्त्याच्या एका बाजूला घेतले व त्या कळपाला पुढे जाऊ दिले. धनगर डोंगराच्या पायथ्याकडून त्यांना परत घरी वळवून आणीत होता. पायथ्याच्या बाजूला चरायला बरीच हिरवळ होती. त्या धनगरांच्या पायात काही नव्हते व अगदी मांडीपर्यंत वस्त्र नव्हते. अंगात एक सैलसा लांब शर्ट होता व त्यावर एक फाटके, करड्या रंगाचे जाकीट होते. डोक्यावर वाटोळी, वरती निमुळती होत गेलेली, पण बसकट टोपी होती

व ती त्याने तिरकी घातलेली होती. त्यामुळे तो जणू स्कॉच हायलंडर किंवा गुरखा दिसत होता. त्याचा चेहरा जरा गमतीदार होता पण तो साधा-सुस्वभावी दिसत होता. माझ्याजवळून जेव्हा तो पुढे गेला तेव्हा त्याने मला लवून सलाम केला.

मी त्या मेंढ्यांच्या कळपाला मुद्दाम पुढे जाऊ दिले. कारण समोर थोड्याच अंतरावर ते खेडे दिसत होते व मला त्या मेंढ्या परत त्यांच्या बांधणीच्या जागी सुरक्षितपणे बांधल्या गेलेल्या पाहायच्या होत्या. थोड्याच वेळात मी त्या खेड्याच्या वेशीपर्यंत जाऊन पोहोचलो. काही घरे व धान्याची कोठारे दिसू लागली. मोकळ्या सपाट जागेवर ती बांधलेली होती. एक घर तर कड्याच्या टोकावर बांधलेले होते. 'बें बें' करणाऱ्या शेळ्या-मेंढ्या आपल्या कळपात गेल्या व गावातली काही मंडळी मला सामोरी आली. मी घोडे थांबविले व एका खेडुताकडून वाडगाभर दही विकत घेतले. या पहाडी लोकांना दही फार आवडते. मी कोठे चाललोय, म्हणून त्यांनी मला विचारले. 'प्रतापनगर' म्हणून सांगितल्यावर त्यांनी मला घाई करायला सांगितले. पुढे एक मोठी खोल दरी आहे आणि एक मोठी चढण आहे म्हणून त्यांनी मला बजावले.

आणि त्यांनी दिलेली सूचना अगदी बरोबर होती. सूर्याचे किरण आता जास्त जास्त तिरपे पडू लागले होते. मी घोड्याला टाच मारली व अर्धाएक मैलाचे अंतर तुडविल्यावर जिच्याबद्दल मला त्या गावकऱ्यांनी आगाऊ सूचना केली होती, ती खोल दरी आली. रस्ता वळणावळणाने खाली दरीच्या तळाशी जात होता. जमिनीवर सगळीकडे दाट हिरवळ होती. ही दरी चांगली दोन तीन हजार फूट खोलीची होती. दरीमधून एक पांढरी फितीसारखी रेषा जात होती. ही रेषा म्हणजे एक नदी होती. नकाशात मी पाहिले. ही नदी म्हणजे भागीरथी. हा स्रोत गंगोत्रीपलीकडच्या १३००० फूट उंचीवरच्या हिमनदीतून बाहेर पडून खालीखाली येत होता. ती हिमनदी अगदी तिबेटच्या सीमेजवळ होती. ही भागीरथी म्हणजे गंगा नदीचा प्रमुख प्रवाह. हिमालयातून बाहेर पडेपर्यंत भागीरथीला आणखी एक नदी येऊन मिळते व मग या संयुक्त प्रवाहाला पुढे 'गंगा' हे नाव पडते. आता मला ही भागीरथी नदी ओलांडली पाहिजे. दूरवरून तिच्यावरचा एक लहानसा पुल अंधुकअंधुक एका बारीक काळ्या रेषेसारखा दिसत होता.

एक संस्कृत कवी म्हणतो, "गंगा ही विष्णूच्या पायापासून कमलपुष्पाच्या परागतंतूसारखी बाहेर निघते."

नदीच्या पात्रापलीकडे एक मोठा कड्याचा सुळका उभा आहे. त्याची उंची हजारो फूट असावी. त्याच्या बाजूस देवदार वृक्षांची झाडी. त्या कड्याच्या टोकावर कोठेतरी पांढऱ्या रंगाचा एक ठिपका संध्याकाळच्या तिरप्या किरणात उठून दिसत आहे. तोच

प्रतापनगरचा प्रासाद असावा असा मी तर्क केला. त्या प्रासादाशेजारीच माझे नवीन निवासस्थान आहे.

आता प्रवासाचा शेवटचा टप्पा फारच खडतर. नदीच्या पलीकडे असलेल्या या उभ्या कड्यावर चढून जाणे माझ्या दमून गेलेल्या घोड्याला आता शक्य नव्हते. पण पात्रापलीकडे दुसऱ्या घोड्याची व्यवस्था केलेली होती हे मला माहीत होते.

उतरणीचा रस्ता आम्ही फार थोड्या वेळात पार केला. कारण तो जरी नागमोडी वळणांचा होता तरी पायांखाली बारीक वाळू असल्याने सुगम होता. काही अगदी भारी उताराच्या ठिकाणी दोन-तीन वेळा मी घोड्यावरून उतरून त्यास बाजूस घेऊन पायी चाललो. मला आता हा मुक्काम गाठायची इतकी ओढ लागली होती की, सहसा जे धाडस मी केले नसते ते या वेळी अंगी धैर्य धरून केले.

असो, उतरण संपली. दरीच्या तळाशी नदीच्या काठावर आम्ही येऊन पोहोचलो. पलीकडच्या काठावर एक सईस आपला घोडा घेऊन उभा होता. त्याने मला सलाम केला. त्याने मला घोड्यावरून खाली उतरून घेतले. माझे अंग घामाने अगदी भिजून गेलेले होते. त्याने तपकिरी रंगाचे दुसरे घोडे माझ्या ताब्यात दिले. हे घोडे चांगले, स्वच्छ, ताजेतवाने व मजबूत होते.

खोगिरावर बसूनबसून माझी कंबर दुखू लागली होती. त्या कच्च्या पुलावरून आम्ही लटपटत जाऊ लागलो. खाली भागीरथीचा फेसाळ प्रवाह जोराने वाहात होता. या ठिकाणी तिबेटहून माल घेऊन भूतीया व्यापारी येतात. हे भूतीया लोक, अर्धे हिंदी - अर्धे तिबेटी. तिबेटमधील दूरदूरच्या गावाकडून माल घेऊन या ठिकाणी येतात. माल म्हणजे सैंधव व बोरॅक्स. येथून धान्य व कापड घेऊन परत तिबेटात जातात. त्यांच्या बैलांना घुंगूरमाळा लावलेल्या असतात. कधीकधी ते मेंढे व बोकड यांचासुद्धा वाहतुकीला उपयोग करतात. त्यांच्या पाठीवर दोन्ही बाजूला मालाच्या पडशा. पन्नास यार्ड चढून गेल्यावर एक धबधबा लागला. उंच कड्यावरून पाणी खाली कोसळत होते. त्याचा आवाज आसपास चांगला घुमत होता व तुषार उडत होते. जेथे पाणी कोसळे, तेथे फेस जमा होत असे. कारण पाणी कठीण दगडांवर आपटे व त्यामधील भेगांत पसरून जाई. धबधब्याचा आवाज जणू शत्रूची राजधानी पादाक्रांत केल्यावर विजेत्या सेनेचा जो जल्लोष कानी येतो, तसा वाटला.

भागीरथी पुढे कड्यांवरून खाली उतरण्याच्या पूर्वी दोन मोठ्या कड्यांच्या अरुंद खिंडीतून जाते. दोन्ही बाजूचे पहाड उंचच उंच सरळसोट व चुनखडीच्या दगडांनी भरलेले. जणू एखाद्या किल्ल्याच्या भिंतीप्रमाणे मला ते भासले. त्या किल्ल्याच्या

भिंती उग्रकठोर. त्यावर हिरवळ होती पण कोणी मानवाने बहुधा त्यांच्यावर अद्याप पदार्पण केले नसावे.

माझ्या पायांखालून वाहणाऱ्या जलप्रवाहात किती हिमनद्यांचे व वाहत्या बर्फाच्या शिलाखंडांचे वितळलेले पाणी मिसळून गेलेले असेल. किती पर्वतप्राय शिलाखंडांची माती, बर्फ व खनिजे या प्रवाहात कोसळून नदीच्या तळाशी जाऊन बसलेली असतील. गंगेचा हा द्रुतप्रवाह अजून साऱ्या भारताच्या उपखंडावरून, एका टोकापासून दुसऱ्या टोकापर्यंत हजारएक मैल वाहात जायचा आहे. पुढे गंगासागर जसा जवळ येत जातो, तसा हुगळीपाशी हिचा प्रवाह सप्तधारांनी वाहू लागतो व विस्तृत मुखांनी हा गंगौघ सागरात विलीन होतो. हजार मैल रुंदीच्या खोऱ्यातील तप्तभूची प्रचंड तृषा हा प्रचंड व भव्य हिमालय पर्वतच हरण करू शकेल.

या येथल्या भागीरथीच्या प्रवाहाची शोभा मी कधीही विसरणार नाही. निदान ही स्मृती दीर्घ काळ टिकेल.

मी नदीचा प्रवाह ओलांडला व पुढे तयार ठेवलेल्या घोड्यावर बसलो. समोरच्या पर्वतप्राय पहाडाकडे त्याचे डोके वळविले व घोड्याला टाच मारली. पुन्हा एकदा हंगामी निवासस्थानाच्या दिशेने मी मार्गस्थ झालो.

हा रस्ता जरा अधिक रुंद होता. डावीकडे पर्वतांची उभी भिंत व उजवीकडे नदीचे पात्र. पहिले वळण आले व नदीची सोबत तुटली. रस्ताही बरा होता, खडकाळ नव्हता. पहिले वळण गेल्यावर चढण सुरू झाली. घोड्याच्या चालीचा वेग कमी झाला. कष्टाने ते पावले टाकू लागले. पुढे जेव्हा जेव्हा वळण येई, तेव्हा घोडे न सुचविताच काही मिनिटे थांबे व मग पुढे चालू लागे. कधीकधी चढण इतकी कठीण असायची की, वाट काढणाऱ्यांनी वाट सरळ न काढता वेडीवाकडी काढायची, म्हणजे अंतर जास्त व्हायचे, पण दम कमी लागायचा.

या चढणीवर वाळूचे खडे व खडकांचे तुकडे सर्वत्र मनस्वी. त्यांपैकी पुष्कळांना जांभळा रंग येऊ लागलेला होता. बाजूला पुन्हा झाडी येऊ लागली. काही काही ठिकाणी झाडे रस्त्यावरच वाकलेली होती. त्यांच्या फांद्या जाणाऱ्याच्या मार्गात आडव्या येत. मला त्या बाजूस साराव्या लागत. या झाडीत देवदार वृक्ष मधूनमधून असत पण ओक व पाईन विपुल. काही ठिकाणी निवडुंगाचीही झाडे लागली. अगदी खऱ्या लहान झाडांच्या उंचीइतकी ती असत. त्यांच्या कमानीतून मला रस्ता काढावा लागे. त्यांची पाने म्हणजे हवेत उगारलेल्या तीक्ष्ण धारेच्या तलवारीच जणू.

* * *

आता सूर्यास्ताची वेळ समीप येऊ लागली. सूर्यप्रकाश अधिकाधिक फिकट होऊ लागला. आता घाई केली पाहिजे, हे मी समजून चुकलो. पुढे काही अंतर गेल्यावर रस्ता रुंद झाला. तेथे दहा-बारा लहानशी घरे बांधलेली दृष्टीस पडली. घरांच्या पडवीवर पहाडी लोक ऐसपैस मांडी घालून नारळाच्या कवटीचे चूर्ण चघळीत होते. तंबाखूच्या बदली या चूर्णाचे ते चर्वण करतात. एक जणाच्या मागे त्याची बायको तान्ह्या मुलाला मांडीवर घेऊन बसलेली होती. तिच्या चेहऱ्याची ठेवण मंगोलियन घाटाची होती. आणि मला वाटते, ती जन्माने अर्धी तिबेटी असावी. तिने नाकात एक भलीमोठी वाटोळी नथ घातलेली होती आणि पायांत चांदीचे वाळे घातलेले होते. डोळ्यांत काजळ घातले होते, तिचा चेहरा धीरगंभीर होता व तिने गुलाबी रंगाची साडी परिधान केली होती.

मी घोड्याला जोराने दामटण्याचा प्रयत्न केला पण जनावर अगोदरच जोराने धावत होते. रस्ता नागमोडी असल्याने अजून सात-आठ मैलांचे अंतर कापायचे होते आणि आता अंधार चोहीकडे पसरलेला होता. मी विचार करू लागलो की, आता काय करावे? येथेच कोणाच्या तरी झोपडीत रात्री मुक्काम करावा की काय. कारण अंधारात अपरिचित अशा डोंगरावरून पुढे जाणे धोक्याचे होते. पण मी पुन्हा: विचार केला की ते काही नाही. हा प्रवास आजच संपविला पाहिजे आणि घोडे खाली करून दिले पाहिजे.

आता अगदी गडद अंधार झाला. त्या अंधारात कड्यांवरची झाडे भुतांसारखी दिसायची. पण घोड्याची चाल चांगली सराईत घोड्याची होती. अगदी न घुटमळता ते पाऊल पुढे टाकायचे. कारण हा रस्ता त्याच्या नेहमीचा पायाखालचा होता. तेव्हा माझा जीव त्याच्या स्वाधीन करायचे मी ठरविले. चुकून त्याचा पाय उजव्या बाजूस जरा पलीकडे पडला असता तर आम्हा दोघांना एकदमच सद्गती मिळाली असती. या चतुष्पाद प्राण्याच्या स्वाधीन मी माझे सर्वस्व केले होते. आत्मसमर्पण केलेले होते. हा विचार मनात आल्यावर मला जरा चमत्कारिक वाटले. पण त्याबरोबर प्राणिमात्राबद्दलचा बंधुभाव जागृत झाला व सर्वभूतात्मकतेची जाणीव झाली. त्या अमावस्येच्या रात्री आकाशात ताराही दिसत नव्हता. अशा निबिड अंधारात घोडे पुढे चढत धडपडत मला घेऊन जात होते. मला त्याचे कौतुक वाटले. मी त्याच्या पाठीवर थाप मारून त्यास उत्तेजन देत होतो.

हिमालयातून प्रवास करायचा म्हणजे श्रद्धेने व विश्वासाने करावयास पाहिजे, कारण येथे तुम्ही प्रवास करताना स्वत:ला निसर्गाच्या स्वाधीन केलेले असते. दरवर्षी या

दिवसात पुष्कळ यात्रेकरू आपले जीव गमावतात. कधी एकदम वरतून कडा कोसळतो व यात्रेकरूंवर आदळतो आणि त्यांचे तुकडे तुकडे करून टाकतो.

तासाभरात तारे उगवायला लागले व त्यांच्या मंद प्रकाशात चढण अंधुक अंधुकशी दिसू लागली. एका वळणावर प्रचंड आकाराच्या शिलाखंडांचा ढीगच आढळून आला. जणू राक्षसी आकाराचे ते मैलाचे दगडच दिसत होते. भूगर्भात काय प्रचंड उत्पात झाला असावा, की पृथ्वीच्या पृष्ठभागावरच काय उलथापालथ झाली असावी, की या अजस्र शिलाखंडांची येथे अशी वखार निर्माण व्हावी. काही कळायला मार्ग नाही. समुद्रसपाटीवर हजारो मैल उंचीवर ते स्वत:ला कसे सावरून धरतात? हे अजब काम आहे.

पुढे चाललो असताना मधूनमधून मान वळवून मी क्षितिजाकडे दृष्टिक्षेप करी व कोणकोणते तारे उगवले आहेत, हे जरा पाही. करवतीसारखे दाते असलेल्या कड्याचे टोक आता फार लांब दिसत नव्हते. त्या टोकावर जाण्याकरिता मी गेले दोन दिवस पहाडातून मार्गक्रमण करीत आहे. पण ठिकाण जरी जवळ दिसत असले तरी तेथे जाण्याचा रस्ता जर नागमोडी वळणाचा असेल तर तेथपर्यंत पोहोचायला किती वेळ लागेल, याचा अंदाज करता येत नाही. माझ्यासमोर आता घनदाट अरण्य दिसू लागले. त्या अरण्याच्या अंतर्भागात रात्री बाहेर पडणाऱ्या वन्य पशूंचे कळप असतीलच, हे मला नक्की माहीत होते.

पण मी आसपासची सृष्टी विसरण्याचा प्रयत्न करीत आहे. ज्या विषयांचा आता अर्थाअर्थी काही संबंध नाही, त्या विषयावर मी आपल्या विचारांना मोकळे सोडले. मी घोड्यावर बसलो होतो. माझ्या हातात लगाम होता व मी यंत्रासारखा घोड्यावरून चाललो होतो. पण माझे डोके भलतीकडेच भरकटत होते. कोणीतरी बाई इंग्लंडमध्ये मृत्युशय्येवर पडली आहे आणि पंधरा दिवसांच्या आत ती जगाचा निरोप घेणार आहे. तिने मला दिलेले एक लहान फाउंटन पेन तिचे स्मारक म्हणून माझ्याजवळ राहणार व ते स्मारक एक संगमरवरी कोरीव कलाकृतीपेक्षा मला अधिक प्रिय वाटणार. मग माझे मन आणखी जवळ, बगदादच्या भागाकडे भरकटत गेले. तेथे मी असताना तेथल्या वकिलातीच्या इमारतीपुढे मी भाषण केले होते. त्या भाषणात मी अभावितपणे बोलून गेलो होतो की, या अरब राष्ट्रांना नजीकच्या भविष्यकाळात धोका आहे व तसेच ती राष्ट्रे बलवानही होणार आहेत. तेथे अरब राष्ट्रांपैकी एका छोटेखानी राष्ट्राचा प्रमुख आपल्या वर्तणुकीने हे भविष्य खरे करण्याच्या मार्गाला लागला आहे. त्याच्याबद्दलचे विचार माझ्या मनात येऊ लागले. त्याच्याबद्दल माझा सुहृदभाव जागृत होऊ लागला

व मनाने मी त्याच्याकडे गेलो. त्याला आशीर्वाद देऊन आलो. तो वीर पुरुष आहे. तो शेवटी आपल्या शत्रूंना नामोहरम करून टाकील. नेपोलियनचे आपल्या सेनापतीवर मार्शल 'ने'वर असेच प्रेम होते, तो त्याला 'शूरांमधला शूर' म्हणत असे.

आम्ही डोंगर चढतच होतो. घोड्याच्या खुरांखाली मैलांपाठोपाठ मैल जात होते. त्या घनदाट अरण्यात प्रवेश केल्यावर आता हा आपला लांबच लांब व एकट्याने करावा लागणारा प्रवास संपणारच नाही, असे वाटू लागले. चोहीकडे गडद अंधार. डोळ्यांत बोट घातले तरी दिसणार नाही आणि आकाशातील ताऱ्यांचा जो काही मंदसा प्रकाश यायचा, तो सुद्धा आमच्या मार्गाच्या बाजूवरच्या झाडांच्या एकमेकांत गुरफटलेल्या फांद्यांकडून बंद करून टाकला जात असे. अंधार इतका गडद होता की, मला घोड्याचे डोके सुद्धा दिसत नसे.

या सगळ्या आपत्तींत भर म्हणून आणखी एक आपत्ती होती. चढ एकदम जास्त व्हायचा. त्यामुळे गोंधळल्यासारखे व्हायचे. घोडे प्रत्येक मिनिटाला थांबायचे व दम घ्यायचे; पण मोठ्या बहादुरीने पुढे चालायला लागायचे. धापा टाकत टाकत ते पाऊल पुढे टाकायचे.

असाच अर्धा एक तास गेला. आता आणखी एक नवीन आपत्ती निर्माण झाली. येथून खडकाळ रस्ता सुरू झाला. बारीक दगड टिकले ही सुद्धा दैवाची कृपा, नाहीतर पावसाने तेही वाहून जायचे. आता प्रतापनगर जवळ येत चालले. पावसामुळे दगडगोटे वाहून जरी गेले नाहीत तरी ते जागचे हलले गेले व त्यांच्या खालची माती आसपास पसरली गेली. याचा परिणाम असा झाला की पायाखाली घसरडे झाले व घोडे वारंवार घसरू लागले.

तेव्हा मी घोड्यावरून उतरलो. कारण घोडे घसरल्यावर आमची पडायची पाळी यायची. उतरल्यावर लगाम हातात घेऊन घोड्याबरोबर त्या गडद अंधारात चालू लागलो. दोघांची चालण्याची गती अगदी मंद, गोगलगायीच्या इतकी होती कारण रस्ता अगदी खडकाळ होता.

वाटेत बेडूक डराँव डराँव करीत उड्या मारीत. चालता चालता झाडांच्या फांद्या अंगाला लागायच्या व त्या बाजूला करताक्षणीच त्यांच्यावरचे बिंदू अंगावर पडायचे.

मला वाटते, आता रात्रीच्या अकराची वेळ झाली असावी. एकदा की दोनदा घोडे लगाम दातात धरायचे व एकदम थांबायचे, डोके खाली करून अगदी मेल्यागत निश्चल उभे राहायचे. एखाद्या रानटी जनावराचा त्याला दुरून वास येत असावा. मग

मी त्याच्या तोंडावर हात ठेवून त्याला धीर द्यायचो व आता थोडा उरलेला रस्ता लवकर संपवून टाक म्हणून जणू त्याची विनवणी करायचो. पण या प्रसंगी माझाच मला राग आला. हमालांच्या ताब्यात सामान देण्यापूर्वी त्यातून टॉर्च-लाईट मी काढून घ्यायला हवा होता. हे हमाल रात्री कुठेतरी झोपडीत मुक्कामाला राहून यावेळी गाढ झोपेत असतील आणि उद्या सकाळखेरीज पुन्हा उगवणार नाहीत.

अशा रात्रीच्या वेळी जंगलातल्या एखाद्या हिंस्र व क्रूर श्वापदाच्या डोळ्यांत विजेच्या टॉर्च-लाईटच्या प्रकाशाचा झोत सोडण्यासारखी मजा नाही. म्हणजे होते काय? आपल्याऐवजी त्या श्वापदालाच भीती वाटते. मग ते आपल्या आईला हाक मारीत इकडेतिकडे धावू लागते. तुम्हाला धावायला लागत नाही. शिवाय या पद्धतीने तुम्हाला शिकार करण्यासाठी बंदूक जवळ बाळगण्याची जरुरी नाही किंवा ती बाळगण्याकरिता परवाना मिळविण्याची यातायात करण्याची जरुरी नाही. आतापर्यंत अशा शिकारी मी दिवसा कॅमेऱ्याच्या साहाय्याने व रात्री टॉर्च-लाईटच्या साहाय्याने केलेल्या आहेत आणि या माझ्या सर्व शिकारी अगदी यशस्वी झाल्या आहेत. तेव्हा ज्याला मोठी शिकार करायची आहे, त्याने त्या हत्याराचा उपयोग करावा अशी मी शिफारस करतो.

शेवटी गडद अंधकारातून मार्ग काढीत खडकाळ रस्त्यावरून जाण्याचा हा प्रवास संपला. आम्ही झाडीमधून एकदम बाहेर पडलो व त्या कड्याच्या शिखरावरच येऊन पोहोचलो. तारकांनी पुन्हा चमकण्यास सुरुवात करून आपला सुहृदभाव प्रकट केला. या टोकावर जमीन सपाट लागली. सुमारे तीस-चाळीस यार्डांच्या अंतरावर एका इमारतीची आकृती दिसू लागली. दारात एक फणस टांगलेला होता व त्याचा पिवळसर रंग दुरून दिसत होता. आता प्रतापनगराला पोहोचल्याने असे हायसे वाटले, की अखेर आपण जिंकलो.

थोड्याच अवधीनंतर घोडे मी सईसाच्या स्वाधीन केले व पृथ्वीवरल्या या माझ्या नवीन निवासस्थानाच्या व्हरांड्यात विश्रांतीकरिता पडलो. या निवासात कलाकौशल्य बरेच दिसून येत होते. माझा बिछाना उद्या सकाळपर्यंत येणार नव्हता. तेव्हा त्या निवासातल्या माणसाकडून मी दोन ब्लँकेट मागून घेतली व त्याच्याबरोबर एका मोठ्या दालनातून मला दिलेल्या खोलीत मी गेलो. तेथे एका टेबलावर पितळी दिवा ठेवलेला होता. त्या दिव्याच्या प्रकाशात मी खोली पाहून घेतली. तेथे आरामशीर बिछाना घालून ठेवलेला होता. बिछाना पाहूनच आता चांगली गाढ झोप येईल याची खात्री झाली. इतका त्रासाचा कष्टदायक प्रवास केल्यानंतर अशी आरामशीर भरपाई मिळायला नको का?

१७

हिमालयाची प्रचंड हिमशिखरे - अस्वलाने केलेला हल्ला

प्रतापनगरला आल्यावर मी पहिले थोडे दिवस शोध करीत राहिलो व मनाची खात्री पटवून घेत राहिलो. ही दोन्ही कामे करीत असताना मला फार आनंद वाटत असे. नवीन निवासाच्या सभोवार असाच स्वच्छंदपणे मी हिंडे व त्या परिसरात संशोधन करी. संशोधनाअंती मला समाधान वाटले की, निसर्ग फार सुंदर आहे व त्या सौंदर्यामध्ये मनुष्याने आणखी सुधारणा करून तो सुखावह करून टाकला आहे.

या दिवसात पाऊस आला नाही. सूर्यप्रकाश तर इतका चकचकीत पडायचा की, आता पावसाची सर येईल असे वाटत नसे. तेव्हा या नवीन जागी आलो हा माझा शहाणपणा झाला आणि माझे येथले ऐहिक जीवन सुखावह झाले. शहरी जीवनातल्या पुष्कळशा सुखसोयी येथे उपलब्ध झाल्या. आता ही गोष्ट खरी की, येथे काही

विजेचे दिवे नव्हते, की टेप रेकॉर्डर नव्हता, डांबरी रस्ते नव्हते की, दुकाने नव्हती. तरी पण शांत, आरामशीर जीवन जगण्याच्या पुष्कळ सुखसोयी होत्या. आता वर सांगितलेल्या गोष्टी येथे नव्हत्या हे खरे; पण त्याबरोबर येणारा आवाज, हृदयाची अस्थिरता, राजकीय चळवळी, दंगेधोपे, युद्धाच्या भूमका हेही प्रकार नव्हते. आणि माझ्यापुरते बोलावयाचे म्हणजे या उपरिनिर्दिष्ट सुखसोयींची मला जरुरीही नव्हती. माझ्या दारावरून कोणी विशेष जात-येत नसे. पाच पाच मिनिटाला काही टेलिफोनची घंटा वाजायची नाही. वर्तमानपत्रात येणारी बातमी मला इतकी उशिरा मिळते की, ती ज्यांनी प्रथम वाचली ते ती विसरून सुद्धा जातात. तसेच 'जाझ' या संगीताचे सुस्वर ध्वनी जे दुरून ऐकू येतात, त्याबद्दल मला काही पैसे द्यावे लागत नाही. थोडक्यात सांगावयाचे म्हणजे मी परमेश्वराचे आभार मानावयास हवेत, की तो या रानटी पहाडी मुलुखात सुद्धा सोबत देतो. अर्थात युरोपमधील शहरात - ती सुद्धा रानटीच शहरे आहेत - तेथे तर तो सोबत देतोच देतो.

येथेही माझ्या पूर्वीच्या निवासस्थानाप्रमाणे माझ्या चारी बाजूंस ढगच ढग पसरलेले आहेत व ते थेट हिमालयाच्या शिखरापर्यंत पोहोचलेले आहेत पण येथे खाली सुंदर हिरवळीची खोरी आहेत. तिकडे नुसते पाहातच बसावे. शिवाय या कड्यावरच्या पृष्ठभागावर माझ्या निवासाच्या दोन्ही बाजूंस पसरलेली अशी एक सुंदर फुलबाग आहे. दक्षिण दिशेच्या बाजूस सर्वांत मोठी दरी आहे व तिच्या अगदी तळाशी खळखळ वाहणाऱ्या भागीरथीचा प्रवाह दर्शविणारी एक रुपेरी रेषा आहे. या दरीच्या उतरणीवर हिरवी झाडी आहे व जेथे डोंगरप्रदेश व पाणवठा एकत्र येतात, तेथे थोडी शेती केलेली दिसून येते. हिरव्यागार झाडीमध्ये पिवळ्या रंगाचे ठिपके दिसून येतात.

ओक व पाईन वृक्षांचे अरण्य तर अगदी जवळ. आता येथे कोकीळ पक्षी विशेष दिसायचे नाहीत. पण मधूनमधून 'कुहू कुहू' असा त्यांचा मधुर स्वर कानी येतोच.

या घराला चारी बाजूंना दरवाजे आहेत व तीन बाजूंना खिडक्या आहेत. घरातून चारी बाजूंची दृश्ये चांगली दिसतात. खिडकीतून निसर्गाचे जे वैचित्र्यपूर्ण सौंदर्य मला दिसले, ते अन्य लेखकाला किंवा कोणालाही क्वचितच दिसले असेल. निसर्गाने प्रत्येक दिशेला कितीतरी मैल अंतरावर आपले सौंदर्य जणू ओतलेले आहे. दाट वस्तीच्या शहरातले दंगेधोपे पाहण्यापेक्षा हे निःस्तब्ध सौंदर्य पाहात राहिलेले फार बरे! कड्यांचे किती विचित्र आकार आहेत. दोन कडे प्रथम एकमेकांकडे जणू धाव घेतात व एकमेकांस स्पर्श करण्यापूर्वी पुनः मागे जातात. दरी, खोरी, खिंडी, खोलगट भाग आळीपाळीने येत जातात, कधी कधी एकदम गर्दी करून टाकतात. डोंगर उघडेबोडके चुनखडीच्या खडकांनी भरलेले. खाली दरीत गर्द झाडी. घनदाट अरण्य व त्यामधून

आकाशाला भिडू पाहणारी गिरिशिखरे. डोंगरांमधून मध्येच दोन नद्या बाहेर पडलेल्या. वाटेत कड्यांवरून खाली पडताना धबधबे निर्माण झाले आहेत. पडणाऱ्या पाण्याचा सुरेल पण रानवट ध्वनी ऐकू येत आहे.

पण या सगळ्या दृश्यांत उत्कृष्ट सौंदर्य म्हणजे शिखरांवरील बर्फाचे व नील आकाशाच्या खाली डोंगरांच्या कडीकपाऱ्यांतून वाहणाऱ्या व खडक वाहून नेणाऱ्या हिमनद्यांचे. हे सौंदर्य पाहण्याच्या दृष्टीने माझे सध्याचे निवासस्थान मला फार सोयीचे वाटले. खिडकी उघडावी व डोळ्यांनी अगदी समाधान होईपावेतो हे सौंदर्य न्याहाळून घ्यावे. उत्तरेच्या बाजूला हे सौंदर्य जास्त आहे. माझ्या डोळ्यांसमोर ही प्रचंड हिमाच्छादित शिखरे आपल्या सर्व ऐश्वर्यानिशी व अलंकारांनी युक्त उभी ठाकली आहेत. ही शिखरे इतकी जवळ उभी आहेत, की ती जिवंत वाटतात. त्यांच्याकडून स्फूर्ती मिळू लागते. ही स्फूर्ती मधूनमधून फार प्रभावी असते व त्यांच्या आकारातील स्पष्टपणा इतका डोळ्यांसमोर दिसून येतो, की त्या विचित्र आकारांत ती जिवंतपणी आपल्यासमोर गुजगोष्टी करावयास उभी आहेत असे वाटते.

काही शिखरे अणकुचीदार आहेत तर काही नुसती मातीचे ढीग आहेत. माझ्यासमोर शंभर एक मैल अंतराची शिखरांची ओळच ओळ आहे व त्यांनी पलीकडचा तिबेटचा प्रदेश अगदी दृष्टीआड केलेला आहे. या शिखरांपैकी प्रत्येक शिखर वेगळे काढून त्याच्याकडे मी पाहात बसतो. डावीकडे अगदी कडेला सतलजपलीकडल्या शेवटच्या शिखराचे दर्शन होते. त्याच्या अलीकडे जरा बारंघाटी खिंडीचा खोलगट भाग दिसतो. त्या खिंडीतून तिबेटकडे जायचा रस्ता आहे. खिंडीची समुद्रसपाटीपासूनची उंची १७,००० फूट आहे. अगदी माझ्यासमोर 'बंदरपूंछ'चे विचित्रसे शिखर दिसते. त्या शिखराची समुद्रसपाटीपासूनची उंची २०,००० फूट आहे. हे शिखर मध्येच आल्याने जमनोत्रीचा भूप्रदेश झाकला जातो, दृष्टीआड होतो. 'बंदरपूंछ' हे नाव त्या शिखराला साजेसे आहे. बंदरपूंछ म्हणजे माकडाची शेपटी. शिखरात जाडसे शरीर व वेटोळे घातलेली शेपटी स्पष्ट दिसते. याचे बाह्य अंग बर्फाचे असून अंतरंग खडकांचे आहे. शिखराच्या खाली समुद्रासारख्या दिसणाऱ्या प्रचंड हिमनद्या आहेत. या नदीतील लाटाच पन्नास ते शंभर फूट खोलीच्या आहेत.

या शिखरापासून काही मैल अंतरावर तसेच दुसरे शिखर, 'श्रीकंठ'. हेही तितक्याच उंचीचे व आकाशास गवसणी घालणारे आहे. या शिखराचा आकार सर्वसाधारण शिखरांच्या आकारांप्रमाणे लंबत्रिकोणाकृती आहे. हे सुळक्यासारखे वरच वर गेले आहे. हिमालयाची शिखरे कशी असावीत, याबद्दल आपण जी कल्पना बांधतो, ती कल्पना हे शिखर पाहिल्यावर बरोबर ठरते. या शिखराच्या पूर्वेस गंगोत्रीचे किंचितसे

दर्शन होते. सुमारे आठ मैल अंतरावर १०,००० फूट उंचीच्या पहाडातील खोबणीतून हा प्रवाह बाहेर पडतो. याच ठिकाणी गंगोत्रीचे पवित्र मंदिर, तीर्थ आहे. तेथे उन्हाळ्यात यात्रेकरूंची गर्दी राहते. गंगोत्रीची यात्रा करणारे सामान्य यात्रिक नसतात. कष्ट सोसण्यास ज्यांची तयारी असते, तेच यात्रेकरू ही यात्रा करावयास धजावतात. गंगोत्रीची गंगा म्हणजे भागीरथी. हिचा उगम एका हिमनदीतून होतो. माझ्या निवासस्थानाच्या अगदी खाली भागीरथीचा संथपणे चाललेला प्रवाह अगदी स्पष्टपणे दिसतो. गंगोत्रीस यात्रेकरू गंगा भरून घेतात. ब्राह्मणांकरवी गंगेने भरलेल्या कळशा, गडवे (मोहर) सील करून घेतात व व्यापारी लोक असे हे गंगाजलाचे कुंभ देशाच्या कानाकोपऱ्यापर्यंत नेतात. लोक श्रद्धेने व भक्तिभावाने ते विकत घेतात व जपून ठेवतात. ही परंपरा शेकडो वर्षे चालू आहे.

अशीच पुढे नजर वळविली म्हणजे केदारनाथाचे शिखर दृष्टिपथात येते. इकडे बर्फ, खडक, शिलाखंड पर्वतावरून कोसळून खाली पडत असल्याचा प्रचंड घरघर आवाज कानाला ऐकू येत आहे. हा कडा कुठेतरी मध्येच तुटून पडत असावा. केदारनाथाचे शिखर सरळसोट २३,००० फूट उंचीचे आहे. पलीकडे तिबेटची सीमा सुरू होते. शिखराच्या खाली एका प्रचंड चुनखडीच्या खडकावर केदारनाथांचे पुरातन मंदिर आहे. या स्थानी महाभारतातील कथेचा समारोप होतो. या ठिकाणी उन्हाळ्यात भारतातील सर्व ठिकाणांहून यात्रेकरू, तडी, तापसी, संन्यासी येतात. दोन हजार वर्षांपूर्वी आद्य शंकराचार्य आले होते व येथे त्यांना दीर्घ समाधी लागली. असे म्हणतात, की येथेच त्यांनी देहत्याग केला. आता त्यांच्यानंतर बरेच शंकराचार्य झाले; त्यांना अशी प्रदीर्घ समाधी लागून देहत्याग करता येईल की नाही, याची शंका आहे. ते काहीही असो, केदारनाथांची यात्रा करावयास कष्ट सोसून जे यात्रेकरू भाविकतेने येतात, त्यांना अशा महात्म्यांचे आशीर्वाद मिळतात. या ठिकाणी भगवान शंकरांचा वास असतो. त्यांना हे स्थान अत्यंत प्रिय आहे. केदारनाथाच्या जवळच एका मैलावर हिमनदी आहे. यात्रेकरू मंदिरात प्रवेश करून शिवलिंगाचे दर्शन घेतात. अभिषेक करतात. धूप-दीप दाखवितात. शिवलिंगावर भक्तिभावाने मस्तक ठेवितात. शिव म्हणजे महायोगेश्वर आदिनाथ. तापसी, संन्यासी व योगी यांचे आराध्यदैवत.

माझ्या दृष्टीसमोर खिडकीतून दिसणाऱ्या सर्व हिमाच्छादित शिखरांत सर्वांत तेजस्वी शिखर बदरीनाथाचे. हे शिखर उजवीकडे सुमारे वीस मैल अंतरावर आहे पण दिसते अगदी जवळ. शिखराच्या पायथ्याशी बदरीनाथाचे मंदिर आहे. हिमाच्छादित परिसरात हे शिखर आपल्या झगझगीत सोनेरी कळसाने, इतर मंदिरांच्या, धर्मशाळांच्या प्रशस्त तटबंदीवजा भिंतीमुळे उठून दिसते. तिबेटकडून येणाऱ्या आक्रमकांना रोखून धरण्याच्या

पवित्र्यात हे मंदिर उभे आहे. हेही मंदिर कैलासनाथाच्या मंदिराइतके पुरातन व पवित्र आहे. सगळ्यात गंमत अशी की, येथे या बर्फाच्छादित थंडगार भूप्रदेशात उष्ण पाण्याचे कुंड आहे. या कुंडातील पाण्याचे उष्णतामान १७० फॅरनहीट इतके आहे. या इतक्या उष्ण पाण्यात यात्रेकरू स्नान करतात. हे कुंड बाराही महिने वाहात असते व त्याचे तापमानही कधी कमी होत नाही.

शेवटी मी पूर्वबाजूस अगदी कडेशी येतो व मला २३,००० फूट उंचीवरच्या 'द्रोणागिरी' शिखराचे दर्शन होते. शिखराचा कळस द्रोणासारखा; एखाद्या लहानशा मुकुटासारखा दिसतो. त्याच्याही पुढे क्षितिजाच्या नील वर्ण किनारीवर 'नंदादेवी'चे भव्य शिखर दिसते. नंदादेवी म्हणजे ब्रिटिश हिंदुस्थानातील सर्वोच्च शिखर. कारण 'एव्हरेस्ट' शिखर नेपाळात आहे व कांचनगंगा शिखर तिबेटच्या हद्दीत येते. ही दोन्ही शिखरे टेहरी-गढवाल संस्थानच्या हद्दीबाहेर येतात. 'नंदादेवी' शिखर २५,६०० फूट उंचीवर आहे.

मला ही गिरिशिखरे का आवडतात? याचे एक कारण असे आहे की, ध्यानात मला जी नि:स्तब्धता, शांतता अनुभवास येते, जे सौंदर्य प्रचीतीस येते, त्याचे प्रतिबिंब मला या गिरिशिखरांवर उमटलेले दिसते.

आणि म्हणून दररोज सकाळी खिडकी उघडून या गिरिशिखरांकडे डोळे भरून पाहणे म्हणजे एक पूजाविधीच मला वाटतो. प्रत्येक दृष्टिक्षेपाबरोबर मी जणू त्यांना अर्घ्य देत आहे, गंध लावीत आहे, फुले वाहात आहे, असेच मला वाटते. मी माझ्या दृष्टिक्षेपरूपी उपचारांनी त्या गिरिश्रेष्ठांची पूजाच करीत आहे असे मला वाटते. ही शिखरे म्हणजे मला मानवप्राण्याला शिकविणारे देवदूतच वाटतात. हे अवाढव्य हिमाच्छादित पर्वत; त्यांची ती वर आकाशात गेलेली व बोटांसारखी दिसणारी निमुळती शिखरे माणसाला असे शिकवितात की, 'तू आपले ध्येय अत्युच्च ठेव, ऐहिक उपभोगांच्या खोल गर्तेत जाऊ नकोस.' त्यांच्यावरील धवल रंग 'तू आपले चारित्र्य शुद्ध व निष्कलंक ठेव' असे शिकवितो. नुसते पांढरे कपडे घातले म्हणजे अंगी निष्कलंकपणा आला असे होत नाही; ती शुद्धी नुसती बहिरंगात येऊन उपयोगी नाही; अंतरंगात सुद्धा आली पाहिजे. येशू ख्रिस्ताने परमेश्वराला उद्देशून असे उद्गार काढले होते की, 'माझ्या इच्छेप्रमाणे नव्हे तर तुझ्या इच्छेप्रमाणे सर्व काही घडून येऊ दे.' येशू ख्रिस्ताची योग्यता ज्यांना प्राप्त झालेली आहे, त्यांनाच फक्त सकाळी उठल्याबरोबर ही हिमाच्छादित शिखरे दृष्टीस पडताक्षणीच एकात्मतेचा अलौकिक उन्माद येऊ शकतो.

या बंगल्याभोवती चांगली बाग तयार केलेली आहे. त्या बागेचे बंगल्याला जणू कुंपण घातलेले आहे. ही बाग पुढे सरकत सरकत थेट कड्याच्या भिंतीपर्यंत जाते. वाटेत हिरवेगार कुरण आहे. या बागेत फुले आकाराने फार मोठी. इतकी मोठी फुले – (अर्थात रानटी होती ती) – मी कोठेही अद्याप पाहिलेली नव्हती. भली मोठी सोनेरी व नारिंगी रंगाची सूर्यफुले गुलाबी व पांढऱ्या गुलाबाशी आकाराने स्पर्धा करीत होती. बारीक काड्यांच्या रोपट्यांवरून विविध रंगांची फुले बहरलेली होती. शेजारीच तगरीची फुले तारकापुंजाप्रमाणे झाडावर उगवलेली होती. मधूनमधून गोकर्णीची निळी–जांभळी फुले उठून दिसत होती. पारिजातकाच्या फुलांचा नुसता सडाच घातलेला दिसला. नाना तऱ्हेची, नाना रंगांची फुले इतस्ततः उगवलेली होती. त्यात काही गर्द निळी होती तर काही पिवळीजर्द होती. विविध रंगांची ही लयलूट पाहून माझ्या डोळ्यांचे पारणे फिटले.

या बागेतील पायवाटेच्या कडेने जेथे जेथे दगडांचे ढीग आहेत, त्यातील फटींतून खारी आपल्या लुकलुकणाऱ्या डोळ्यांनी डोकावतात. त्यांच्या शेपट्या मोठ्या तुर्रेबाज गोंडस दिसतात. या पहाडी भागातल्या खडकांतून खारींची चांगलीच वस्ती आहे. मी बसलो असताना त्या माझ्याकडे पाहात थांबतात पण मी त्यांच्याकडे पाहिल्यावर त्या धूम पळ काढतात. त्यांच्याशी लपंडावाचा खेळ खेळावासा वाटतो. त्यांना कोवळे ऊन खायला फार आवडते. कोणाची चाहूल लागली की, त्या ताबडतोब पसार होतात. कधी कधी त्या धिटाईने वागतात. जरा दूर गेल्यावर खडकांच्या कपारीवरून त्या मागे वळून पाहतात व लुकलुकणाऱ्या डोळ्यांनी माझ्याकडे अगदी निर्भयपणे पाहात बसतात. जोपर्यंत सूर्याचे ऊन आहे, तोपर्यंत त्या आपल्या बिळात जातच नाहीत. मी जरा परत फिरल्यासारखे केले म्हणजे त्या पुन्हा पायवाटेवर येतात व मी पुन्हा परतलो की, त्या आश्चर्यचकित होतात. लहानशा आपल्या बिळात राहणारे योगीच त्यांना म्हणायला पाहिजे.

बाहेर उघड्यावर ध्यानासाठी बसायची सोय नाही; कारण मान्सून कोणत्याही दिवशी, कोणत्याही क्षणी कोसळेल. त्याचा काही नेम नाही. तेव्हा माझी खोलीच मी ध्यानासाठी पसंत केली. खोलीच्या भिंती चांगल्या दोन फूट जाड होत्या. तेथे खुर्ची मांडून मी तिच्यावर मांडी घालून ध्यानाला बसे. खुर्ची मी अशा जागी ठेवी की, खिडकीतून मला त्या स्वर्गीय हिमाच्छादित शिखरांचे सहजगत्या दर्शन व्हावे! अशा जागी बसल्यावर माझी दृष्टी अंतर्मुखही राही व बहिर्मुखही राही. अगदी गद्यातला गद्य असा भावनाशून्य मनुष्य या परिसरात भावनावश झाल्याखेरीज राहणार नाही, त्याला काव्य समजू लागेल.

ध्यान लावण्याकरिता मी त्रिकोणाकृती असलेले श्रीकंठ शिखर पसंत केले. मग निर्विचार होऊ लागल्याबरोबर त्या शिखराकडे नजर लावून पाहात राहायचे मी ठरविले. त्या शिखरालाच मी आता दररोज अर्घ्य देणार. ऐहिक जाणिवेची आहुती दररोज मी त्याच्यापुढेच देत राहणार. मी आता माझ्या साऱ्या इंद्रियांना आत ओढून घेणार. आसपास कोठे भीती वाटायला लागली म्हणजे कासव कसे आपले डोके व पाय आपल्या शरीरात ओढून घेते त्याप्रमाणे. म्हणजे वर्दळ, वावटळ येईल तेव्हा त्यात वाहून जाण्याचे संकट टळेल. प्रत्येक गोष्टीला काळ व वेळ ही असतातच. इंद्रियांना आपल्या शरीरधर्मांपासून परावृत्त करणे म्हणजे आध्यात्मिक जीवनाची सुरुवात करणे होय. भोगातिशयाने इंद्रिये कमजोर होऊन शरीरधर्माप्रमाणे आचरण करेनाशी झाली म्हणजे जी विरक्ती येते, ती विरक्ती म्हणजे आध्यात्मिक जीवन नव्हे. इंद्रियदौर्बल्य म्हणजे इंद्रियदमन नव्हे. माफ करा, मला तुम्ही पाखंडी म्हणाल पण योग्याने इंद्रियांचा दास न होता, गोस्वामींचा स्वामी झाले पाहिजे.

मी ते जपून आणलेले तिबेटी तैलचित्र भिंतीवर लावून ठेवलेले आहे. मधूनमधून त्या चित्रातल्या मध्यभागी असलेल्या बुद्धाच्या अर्धोन्मीलित नेत्रांकडे पाहतो.

या खुर्चीवर मी गादी घातली आहे; आता या आसनावर बसून मी ध्यानमग्न होतो. अगदी पवित्रतम विचार माझ्या मनात येतात. ही अर्धवर्तुळाकार खिडकी उघडली की, अनंततेचे दर्शन होते. पांढरा रंग दिलेल्या या भिंतींमध्ये एक मनुष्य आपल्या जीविताचे साफल्य मिळविण्यासाठी प्रयत्नशील झालेला आहे. वरती काळ्या रंगाची मजबूत लाकडाची तक्तपोशी माझ्यावर लक्ष ठेवीत आहे. ही सर्व खोली त्या जगन्नियंत्याला अर्पण केली आहे - अंतर्बाह्य निःस्तब्ध मौन व्हा आणि जाणून घ्या, 'मी आहे'- ईश्वरस्वरूप! या त्याच्या संदेशाने मला येथे आणून सोडले आहे. या संदेशावर विचार करू लागलो म्हणजे आपण आजवर जे धावपळीचे जीवन कंठले त्याबद्दल मनाला विषाद वाटतो. या विषयावरच मी आता पुढे लिहिणार आहे. लेखणीला कंटाळा यायचा नाही. जीवनालाच फक्त कंटाळा येईल.

* * *

शिकारी लोक मला सांगतात की, माणसांचे जसे स्वभावधर्म भिन्न असतात तसे वाघांचेही स्वभाव भिन्न असतात. सगळेच वाघ काही हल्ला करीत नाहीत. काही भिऊन माघार घेतात. माझ्या खोलीशेजारी एक प्रशस्त दालन आहे. त्या दालनात शिकार केलेले वाघ पेंढा भरून ठेवलेले आहेत. त्या सर्वांचे जबडे उघडे असून त्यांच्या दातांचे सुळके पुढे आलेले आहेत. मांजराच्या कानांसारखे त्यांचे कान भीषण जागरूकतेने

आत ओढून घेतलेले आहेत. त्यांचे तलवारीसारखे पंजे हल्ला करण्याच्या पवित्र्यात पुढे आलेले आहेत.

पण चित्रविचित्र रंगांनी रंगविलेले हे प्राणी कोणावर हल्ला करणार नाहीत. मेलेल्या प्राण्यांची कातडी सुकवून खारवून त्यात गवत भरून हुबेहूब प्राणी उभा करण्याच्या कामातले जे कुशल कारागीर आहेत, त्यांनी या प्राण्यांना अगदी गप्प बसायला शिकविलेले आहे. आता या प्राण्यांच्या कातडीखाली मांस नाही की डोक्यात मज्जातंतू नाहीत. ते आता भिंतीच्या कडेला निवांतपणे बसून राहिलेले आहेत.

हे जे सगळे काळ्या पट्ट्यांचे वाघ येथे मांडून ठेवलेले आहेत, त्यात एक बाप आहे, मोठा देखणा होता तो जिवंत असताना. आई आहे; फार तिखट आहे ती. दोन बच्चे आहेत व एक बच्ची आहे. वाघाची लांबी जवळ-जवळ दहा फूट होती; नुसते डोकेच सव्वा फूट लांबीचे होते. जिवंतपणी त्याचे वजन सहाशे पौंडाच्या वरती होते; आता पेंढा भरल्यानंतर त्याचे वजन साठ पौंडाच्या आसपास असावे. या अवस्थेतसुद्धा त्याचे देखणेपण व त्याची भव्यता मनात भरते. खाली मैदानात आढळणाऱ्या वाघांपेक्षा या पहाडी जंगलातील वाघांना निसर्गाने अंगावर जास्त उबदार केस दिले आहेत. या सर्व मंडळींची काही वर्षांपूर्वी प्रतापनगरजवळच्या डोंगराच्या उतरणीवर शिकार झाली. आता या भागात वाघ असा उरला नाही. आता फक्त काळ्याभोर व तपकिरी रंगाची अस्वले, चित्ते आणि क्रूर, ठिपक्या ठिपक्यांचे बिबटे वाघ उरले आहेत. या प्राण्यांचा उपद्रव या भागात इतका आहे की, अगदी पहिल्या दिवशीच मला येथल्या लोकांनी ताकीद देऊन ठेवली, अंधार पडल्यानंतर बाहेर फिरकू नका.

येथल्या रखवालदाराने मला सांगितले की, एका बिबट्याने बंगल्याच्या जवळच्या हिरवळीवर भर दिवसा येऊन ऊन खात असलेल्या तीन कुत्र्यांवर झडप घातली. दोन तेथल्या तेथे मारली व तिसरे त्याने दाताने ओढत ओढत जवळच्या जंगलात नेले. त्याचा बचाव होऊ शकला नाही.

रात्र पडल्यानंतर कधी कधी अस्वले काही मुळे वगैरे खायला मिळतील, ती शोधत किंवा सफरचंद खाण्याकरिता झाडावर चढण्याचा प्रयत्न करीत बागेत येतात व खोलीच्या दरवाजावर धडका मारतात. बिळातून बाहेर पडताना त्यांचे घुरघुरण्याचे आवाज कानी येतात. दररोज रात्री मी बिछान्यावर गरम गरम ब्लँकेट्समध्ये आरामात पडलो असताना हा प्रासाद व ही बाग यांच्यावर देखरेख करणाऱ्या शिपायांकडून झाडलेल्या बंदुकीच्या गोळ्यांचे आवाज ऐकू येत. हे आवाज म्हणजे या श्वापदांच्या शिकारीचेच आवाज होत. दररोज गोळ्यांचे आवाज ऐकूनही त्यापासून आपला बचाव

करण्याची बुद्धी या जनावरांना होत नाही.

माझ्या पूर्वीच्या जागी काही मैलांवर एक लहानसे खेडे होते. तेथे एका इसमावर थंडीच्या दिवसांत एका अस्वलाने हल्ला केला व त्यास मारून टाकले. हे मला फार विलक्षण वाटले; कारण अस्वले साधारणपणे मारीत नाहीत. नुसते जखमी करून सोडून देतात. या त्यांच्या सवयीमुळे सर्व जंगली जनावरांत अस्वल मोठे वाईट. इतर जनावरे माणसांवर हल्ला करतात व त्याला मारतातही. पण केव्हा? तर त्यांना जेव्हा भक्ष्य पाहिजे असेल. तेव्हा पण अस्वल माणसावर केवळ सूडबुद्धीने हल्ला करते व फेंगाडत पुढे जाते. त्याला दात नसतात, तेव्हा ते चावत नाही, नुसत्या पंजांनी घायाळ करते.

एके दिवशी असा दोन प्रहरचा एक माणूस बंगल्यात आला. त्याची स्थिती अगदी करुणाजनक होती. एका बेहोष झालेल्या अस्वलाने सुमारे अर्ध्या मैलाच्या अंतरावर आणि दिवसा उजेडी त्याच्यावर हल्ला करून त्याला भयंकर जखमी केले होते.

त्याचे डोके फुटले होते; एक डोळा फाटला होता; आणि त्याच्या चेहऱ्यावर, खांद्यावर आणि हातांवर जबर जखमा होत्या. त्याचे कपडे फाटलेले होते व रक्ताने लाल झालेले होते. त्या बिचाऱ्याच्या सर्व छातीभर अस्वलाच्या पंजांच्या माराच्या खुणा होत्या. सुदैवाने सरकारी डॉक्टर यावेळी प्रतापनगरलाच होता; पण थोड्याच दिवसांत रजेवर जायचा होता. त्याने जखमी माणसाच्या जखमांवर पट्ट्या घातल्या, त्या शिवल्या; रक्त वाहायचे थांबले. त्याने त्याच्या डोक्याला व हातांना बँडेजेस बांधली.

दुसऱ्या दिवशी मी त्या बिचाऱ्याला भेटलो; त्याला सर्व रात्रभर विश्रांती मिळाली होती व त्याच्या जखमा बऱ्या होण्याची चिन्हे दिसत होती. मग मी त्याच्याकडून प्रसंग कसा काय घडला, ही हकिकत ऐकून घेतली. तो मनुष्य दिसायला तरुण होता व सुशिक्षितही होता तो ब्राह्मणही असावा.

तो हकिकत सांगू लागला : ‘‘मी पोस्टात बसून ज्यांना लिहिता वाचता येत नाही, त्यांची पत्रे लिहिण्याचे काम करतो. दोन दिवसांपूर्वी मी माझ्या गावाहून टेहरी गावाला जाण्याकरिता पायी निघालो. तेथे माझे काही काम होते. माझ्याबरोबर माझा नोकर, एक दहा वर्षांचा मुलगा होता. काल दुपारी सुमारे पाचच्या सुमारास मी रस्त्याच्या त्या वळणाजवळ येत होतो, की जेथून दोन फाटे फुटतात. एक त्या कड्यावरून वर जात थेट राजवाड्यापर्यंत जाऊन पोहोचतो व दुसरा खाली जात जात नदीपर्यंत, टेहरी गावापर्यंत जाऊन पोहोचतो. मी एक भयानक आरोळी ऐकली. एकदम वरती डोके करून मी पाहिले. एका कड्यावर एक भलेमोठे तपकिरी रंगाचे अस्वल आपल्या दोन पिल्लांना घेऊन बसलेले मला दिसले. ते अस्वल कड्याखाली उतरून माझ्या दिशेने

हिमनदीतून वाहात जाणाऱ्या एखाद्या टेकाडाप्रमाणे धावत सुटले. त्याची सारखी गर्जना चालू होती. त्याचा धावण्याचा वेग बेफाम होता. मी ओळखले की, आता पळून काही उपयोग नाही. पण बचाव कसा करावा हे मला कळेना.

''मला या अस्वलांच्या सवयी माहीत होत्या; तेव्हा बचाव कसा करावा, याची मला एक कल्पना सुचली. माझ्याजवळ एकच हत्यार होते. ते म्हणजे छत्री. माझ्या बरोबरचा पोरगा तर रडायलाच लागला. त्याला मी पाठीशी घातले. डावा हात तोंडावर धरला व उजव्या हाताने छत्री पुढे धरली. एका मिनिटात अस्वल कड्यावरून उतरून खाली रस्त्यावर आले. जनावर मादी होते. नरापेक्षा मादी फार क्रूर असते, हे मला माहीत होते. अस्वलाच्या अंगावर दाट केस होते. कान सुपासारखे होते. नाक काळे होते. मानेवर इतके दाट केस होते की, त्या केसांची झुलपे कपाळावर पडून त्याचा एक डोळा झाकून गेला होता. ते एकदम माझ्यावर तुटून पडले. त्याने पंज्यांनी माझे डोके, तोंड व मान धरली. मी माझी छत्री त्याच्या डोक्यात खुपसली. पण त्याचा काही उपयोग झाला नाही. छत्रीच्या कापडाच्या फाटून चिंध्या झाल्या. त्याने माझ्या डोक्यावर, तोंडावर व छातीवर जबर जखमा केल्या. त्याचा हा हल्ला चार-पाच मिनिटे टिकला. जखमांनी मी घायाळ झाल्याचे पाहिल्यावर त्याचे समाधान झाले. मग ते परत आपल्या पिल्लांकडे रानात निघून गेले. मला एवढेच समाधान की, माझ्या बरोबरच्या पोरास मी वाचवू शकलो. नंतर मी कसाबसा, रक्तबंबाळ स्थितीत येथवर येऊन पोहोचलो.''

अशी त्या गरीब बिचाऱ्या इसमाची हकिकत. त्यावरून एक गोष्ट स्पष्ट दिसून येते की, जी येथल्या पहाडी माणसाला माहीत असते ती म्हणजे अस्वल माणसाला जिवे मारीत नाही; पण त्याला इतके जखमी करते की, तो माणूस कायमचा पंगू व विद्रूप होतो.

भारतामध्ये जंगली प्राण्यांपासून व विषारी नागांपासून मरण पावणाऱ्या जीवांची संख्या बरीच असते. त्यात गुरेढोरेच जास्त; पण एकूण लोकसंख्येच्या दृष्टीने पाहता, युरोप-अमेरिकेत मोटारअपघातांनी जितकी माणसे दगावतात, त्यांचे तेथील एकूण लोकसंख्येशी जे प्रमाण असते, त्यापेक्षा हे प्रमाण जरा कमीच होईल. युरोप-अमेरिकेकडील सर्वसाधारण माणसास हे समजत नाही की, इकडच्या माणसांना वाघ, नाग यांपासून जितका धोका आहे, त्यापेक्षा तिकडल्या माणसांना मोटरगाड्या, लॉरी, ट्रक्स यांपासून जास्त धोका असतो. या देशात काही ठिकाणी सापांचा व विंचवांचा इतका उपद्रव असतो की, प्रत्येक दगडा-कपारीच्या खाली ही मंडळी निवांतपणे

झोपलेली आढळतात. प्रत्येक जंगलात हिंस्र पशू हे आढळायचेच. पण इतके असूनही एकंदर लोकवस्तीचा विचार करता या प्राण्यांकडून दगावल्या जाणाऱ्या माणसांची संख्या कमीच भरते. अर्थात गुरेढोरे यांना हा उपद्रव जास्त असतो. तिकडे अपघात, वगैरे कारणांनी मृत्यूचे प्रमाण काही कमी नसते. खरी गोष्ट अशी आहे की, हे जंगली प्राणी त्यांची शिकार करायला लागल्यावरच बहुधा हिंसक बनतात. जोपर्यंत त्यांना भक्ष्य म्हणून इतर वन्य पशू मिळत आहेत, तोपर्यंत ते माणसावर हल्ला करीत नाहीत. तसेच साप-नाग हेही त्यांना डिवचल्यावरच माणसाला चावतात. माणूस आपल्याला मारून टाकील या भीतीनेच बचाव करण्याच्या हेतूने ते माणसाला चावतात. थोडक्यात सांगावयाचे म्हणजे युरोप-अमेरिकेत गर्दीची वाहतूक ज्या रस्त्यावर आहे, तो रस्ता ओलांडण्यात जेवढा धोका आहे, तेवढाच धोका या देशात हिंस्र पशूंनी भरलेल्या अरण्यातून प्रवास करण्यात असतो.

१८

चहापानाची लज्जत - पावसाळ्यास एकदम कशी सुरुवात होते?

गेली वीस वर्षे चहाचा आस्वाद घेऊन माझी चित्तवृत्ती इतकी उल्हसित झालेली आहे, ती सवय मला इतकी जडली आहे की, कष्टप्रद अशा या हिमालयातील निवासात सुद्धा चहापानाची व्यवस्था करावयास मी चुकलो नाही. तेव्हा आता या निवांत वातावरणात व प्रदीर्घ अशा विश्रांतिकाळात चहापान व त्याची लागलेली सवय याच्या पाठीमागे काय तत्त्वज्ञान आहे, याचा मी विचार करावयाचे ठरविले आहे.

चहादाणीत पाणी उकळत असताना चहा टाकल्यावर वरती जे बुडबुडे येतात, ते पाहण्यात व त्याचा मंदसा आवाज ऐकण्यात मला मोठी गोडी वाटते. चहापानाचा एकंदर कार्यक्रमच दरबारी आहे. टेबलावर लहानसे टेबलक्लॉथ पसरणे; त्याच्यावर कप, बशा, त्यावर चहाची किटली ठेवणे, चहादाणीतून किटलीत चहा

ओतणे, किटलीच्या तोंडातून गरम गरम चहाच्या वाफा पाहात बसणे, या सर्व गोष्टी मोठ्या आल्हाददायक आहेत.

युरोप-अमेरिकेला अशा स्वल्पशा सुखसोयींची व सुसंस्कृत जीवनास अवश्य अशा प्रमुख गरजांची कित्येक शतके काहीच माहिती नसावी हे जरा चमत्कारिक वाटते. या चहाची ओळख होण्यापूर्वी हजार-एक वर्षे चीनसारखे देश चहापानाची लज्जत चाखत होते. शिवाय चहापान चालू असताना आपल्या इष्टमित्रांशी तेथील लोक तासन् तास गप्पा मारीत होते.

त्याहून चमत्कारिक गोष्ट ही की, ज्या देशातून आज चहाची जी प्रचंड निर्यात परदेशी होत आहे, त्या देशाला चीनमधून चहाची लागवड आपल्याकडे आणण्याला ब्रिटिशांचे आगमन होईपर्यंत वाट पाहावी लागली. अगदी परवा परवा गेल्या शतकाच्या अखेरीस हिंदुस्थानात चहाची लागवड सुरू झाली व ती सुद्धा ब्रिटिश मळेवाल्यांनी केली. आजही कित्येक लोकांना या देशात चहा पिण्याचे माहीत नाही आणि तो कसा करावा, हे तर फारच थोड्या लोकांना कळते. उत्तम चहाची पावडर फार मोठ्या प्रमाणात अनभिज्ञ चहा करणाऱ्यांकडून नासली जाते. याबद्दल एका चिनी कवीने शोकगीत रचले आहे. आता हळूहळू इतर सुधारणांबरोबर, नवीन सवयींबरोबर चहा करण्याची योग्य पद्धत येथले लोक शिकू लागतील.

ज्या बौद्ध लामाने मला बौद्ध धर्माची सुसंगत माहिती दिली, त्याने मला असेही सांगितले की, ब्रह्मदेश, चीन व जपान या देशांमधील पुष्कळशा बौद्ध मठांतून शिकाऊ साधकांना त्यांचे ध्यान रात्रीच्या वेळी नीट लागावे, त्यांनी मधूनमधून डुलक्या येऊ नयेत म्हणून ताजा गरमागरम चहा देण्याची पद्धत होती. अशा चहापानाने त्यांची झोप उडून जाई व त्यांचे ध्यान अविरत चाले व त्यांचा आध्यात्मिक विकास द्रुतगतीने होई. त्या लामाने मला चहा कसा लोकांच्या उपयोगात आला, याची मोठी गमतीदार हकिकत सांगितली, ती हकिकत कोणाला खरी वाटायची नाही.

ती हकिकत अशी : दक्षिण भारतात बोधिधर्म नावाचा एक साधू होता. त्याचा काळ सहावे शतके असावे. तो प्रवास करीत करीत चीनमध्ये आला. तेथे आल्यावर तो एका भिंतीच्या कडेला बसून ध्यान करीत असे. एकदा ते बराच वेळ टिकले. पण मग तो पेंगायला लागला. तेव्हा तो इतका संतापला की, त्याने झोप आणणाऱ्या डोळ्यांच्या पापण्या कापून टाकल्या व फेकून दिल्या. त्या जेथे पडल्या तेथे जमिनीत त्यांनी मूळ धरले व काही काळाने तेथे एक शानदार रोपटे उगवले. हे कशाचे रोपटे आहे, हे कोणाला माहीत नव्हते. त्या रोपट्याला जी पाने आली, त्यांच्या अंगी झोप

घालवून देण्याचा गुणधर्म आला.

ही कल्पित गोष्ट मनोरंजक खरी; पण तिच्यातील खरा भाग इतकाच की, जेथे तो बोधिधर्म राहिला त्या दक्षिण चीनच्या भागात चहाची वनस्पती प्रथम उगवली. तो बोधिधर्म पुढे मोठा तत्त्वज्ञानी झाला. 'चान' प्रणालीच्या तत्त्वज्ञानाचा तो आद्य संस्थापक होता. त्या प्रणालीला जपानी लोक 'झेन' तत्त्वज्ञान म्हणतात. या प्रणालीचे अनुयायी अजूनही चिकार चहा पितात. चहाबरोबर त्या प्रणालीचे तत्त्वज्ञानही ते प्राशन करतात. त्याच प्रणालीचे नाव चहाला मिळाले.

थोडी पाने पाण्यात घालून ती उकळली व ते पाणी प्याले की, शरीराला व मनाला उत्तेजक वाटते. त्या काळातले जे पहिले चहाबाज झाले, त्यांमध्ये 'लुवू' नावाचा एक मोठा चहाबाज निघाला. त्याने एक गद्यमिश्रित काव्य केले आहे. त्या काव्याचे नाव 'चाकिंग'. हे काव्य म्हणजे चहापानावरची जणू संहिताच आहे. त्याने एक कप चहा पिण्यामध्ये गूढ तत्त्वज्ञान ओतून लोकांना चहापानाकरिता इतके प्रवृत्त केले आहे की, चहाचे व्यापारी गेले हजार-एक वर्षे त्याला आपला अन्नदाता - आपला देव मानीत आले आहेत. अशा या पुस्तकाचे, काव्याचे कोणत्याही युरोपियन भाषेत भाषांतर झाले नाही ही दुर्दैवाची गोष्ट आहे. कारण लुवूचे हे काव्य सर्व दृष्ट्या परिपूर्ण आहे. त्याने चहाच्या पत्तीचा वनस्पतिशास्त्र दृष्ट्या विचार केला आहे. चहाच्या पोर्सलेन कपाला उत्तम रंग कोणता असावा, याबद्दलही भाष्य केले आहे. डोंगरपर्वतातील झरे चहाच्या झाडाला उत्तमोत्तम पाणी पुरवीत असतात असे त्याने सांगून टाकले आहे. तसेच चहा गावंढळ पद्धतीने करणाऱ्यांवर व पिणाऱ्यांवर शिवराळ टीका केली आहे.

आपणही हा आल्हाददायक चहा पितो. अशा या चहाप्रेमी कवीची आपल्यालाही ओळख व्हावयास पाहिजे होती. त्याने स्वत: हाताने केलेला चहा इतका उत्कृष्ट असायचा, त्याची लज्जत इतकी बहारीची असायची की, त्या वेळच्या चीनच्या बादशहाने त्याला अनेकवार आपल्याकडे येण्याकरिता बोलावणे पाठविले होते असे म्हणतात.

दुसरी एक गोष्ट मला चहाबद्दल सांगावयाची आहे, ती म्हणजे कोणी आपल्याकडे पाहुणा आला किंवा कोणी भेटावयास आला तर त्याचे आतिथ्य चहा देऊन करायचे ही चाल मुळातली चीनमधली. ही प्रथा प्रथम 'क्वानयीन' याने काढली. प्रख्यात चिनी तत्त्वज्ञानी लाओ-त्से याचा हा एक शिष्य होता. जेव्हा लाओ-त्सेने राजदरबारची नोकरी सोडली व राजधानी सोडून पश्चिमेकडची जी हॅन वेस होती, तेथून बाहेर पडला तेव्हा तेथे क्वानयीनची व त्याची गाठ पडली. त्या वेळी आपल्या गुरूचे आदरातिथ्य

त्याने चहा देऊन केले असे सांगतात. त्या वेळेपासून पाहुण्यास चहा देणे हा शिष्टाचार रूढ झाला. त्यानंतर लाओ-त्से कुठे गेला हे माहीत नाही. मला वाटते की, दाढी, जटा वगैरेंनी विभूषित अशा त्या मुनींचे चहाचा एक कप घेणे हे शेवटचेच ऐहिक, वैदिक कर्म झाले असावे. त्यानंतर तो लोकांतून उठून निसर्गाच्या कुशीत-अरण्यात गेला. तेथे त्याला त्याच्या मनासारखा एकांत मिळाला व मन:शांती लाभली. तो फार मोठा महात्मा होता व त्याचे पेयही तितकेच मोठे होते.

पंधराव्या शतकात जपानी लोकांनी तर चहापानाचे एक नवीन कलापूर्ण तंत्र निर्माण केले. चहा करण्याचे व पिण्याचे त्यांनी वैशिष्ट्यपूर्ण नियम तयार केले व त्या नियमांची काटेतोल अंमलबजावणी सुरू केली. म्हणजे चहापानाचा एक सोहळाच निर्माण झाला. सुरुवातीला चहाच्या झाडांची लागवड, पानांची तोडणी, वाळवण वगैरे सर्व कामे भिक्षुक मंडळीच करीत. त्यांची ती जणू मिरासदारी होती. चहाचा वर्ण बदामी, स्वाद फार आल्हाददायक, त्यामुळे प्रथम प्रथम चहा हा फक्त अत्युच्च वर्गातीलच लोक पीत असत. चहा हे उंची व उच्चभ्रू लोकांचेच पेय असे समजले जात असे. या चहाच्या पेट्या प्रथम डच व्यापाऱ्यांनी चीनी समुद्रातून युरोपात आणल्या. एकदा त्या चहाची चव घेतल्यावर त्याचे लोकांना व्यसन लागायला वेळ लागला नाही. मग चहापानाची सवय पाश्चिमात्यांमध्ये लवकरच रुजली.

चहापानाबाबत जपानी लोकांनी तर अगदी तपशीलवार नियम बांधले व त्या नियमांचे अगदी काटेतोल पालन ते करू लागले. ते नियम त्यांना इतके महत्त्वाचे वाटले. किटलीचे झाकण कसे उघडायचे, याचाही एक नियम असे. नंतर बांबूच्या ब्रशने किटलीतील चहा कसा ढवळायचा याबद्दल दुसरा नियम; नंतर पाहुण्यांच्या पुढे तो चहाचा कप कसा करायचा, याचा तिसरा नियम. मग चहा एकदम गटागटा प्यायचा नाही, तर बशीत कप ठेवून त्यातल्या चहाचे सौम्य घुटके घ्यायचे, असा सर्व तो विधी असे.

या नाजूक झाडाच्या पत्तीवर काय काय प्रसंग ओढवले आहेत पाहा ना! अमेरिकन वसाहतवाल्यांनी बोस्टन बंदरावर चहाच्या पेट्या समुद्रात फेकून दिल्या, कारण त्यावर साम्राज्यवादी ब्रिटिश सरकारने भारी जकात लादली व अशा तऱ्हेने अमेरिकन वसाहतीने ब्रिटिशांचे जू झुगारून दिले. तशीच एक फार जुनी हकिकत आहे. मार्को पोलो लिहितो की, एका चिनी अर्थमंत्र्याने चहावर भारी कर लादला म्हणून त्याला स्थानभ्रष्ट व्हावे लागले. युरोपियन समाजात दुपारच्या चारच्या सुमारास जे चहापान होते, ते म्हणजे आता अगदी शिष्टाचाराचे प्रमुख अंग झाले आहे. मंडळी चहापानाला एकत्र बसली

म्हणजे एकमेकांच्या विचारांची देवघेव सुरू होते. मग दुराग्रह नाहीसे होतात. जी गोष्ट माणसांची, तीच गोष्ट भिन्न भिन्न राष्ट्रांची. गोल मेजावर चहापान संथपणे चालू झाल्यावर भिन्न भिन्न विचारसरणीतून सर्वांना साधारण मान्य असा मार्ग निघू लागतो. लोकांमध्ये बौद्धिक विचारविनिमय सुरू होतो, सौहार्द निर्माण होते. मध्ययुगीन काळात जपानी लोकांनी या सोप्या गोष्टींचा अनुभव घेतला होता. एका लहानशा चहाच्या कपावर बैठकीत माणसा-माणसांची नुसती चांगली ओळखच झाली नसून ते पुढे आयुष्यभर एकमेकांचे जिवलग मित्र बनले. चहाच्या कपबशांच्या आवाजाबरोबर माणसे एकत्र येऊन किती मोठमोठ्या मुद्द्यांचा खल झालेला आहे, कितीएक निर्णय घेतले गेलेले आहेत. स्त्री-पुरुषांमधील कितीएक समस्या समाधानपूर्वक सुटल्या आहेत याचा हिशेब नाही!

प्रत्येक माणसाचा एक विशिष्ट स्वभाव असतो. त्याच्या आवडी-निवडी अगदी उपजतच असतात. तेव्हा चहापानातही तो आपल्या आवडी-निवडींप्रमाणे वागतो. मला पूर्वी दार्जिलिंग चहा फार आवडायचा. त्याचा वास मला फार आवडे. तो प्याल्यावर मला स्फूर्ती यायची. हिमालयातील दुसरे अत्युच्च शिखर जे कांचनगंगा, त्याच्यासमोर पहाडात जे थंड हवेचे ठिकाण आहे, त्याच्या आसपासच्या डोंगरावर चहाचे बरेचसे मळे आहेत. त्या मळ्यांत जो चहा होतो त्याचीही चव अप्रतिम असते. या बाबतीत पुष्कळांचा माझ्याशी मतभेद असू शकेल. या चहात जो मादकपणा आहे तो अंशत: माझ्या मन:चक्षूपुढे हिमालयाची जी चित्रे चहाच्या कपावरती दिसतात त्यावरून येत आहे. हा सर्व आवडीनिवडीचा प्रश्न आहे आणि खरे पाहता बाहेर बाजारात इतक्या प्रकारचे चहा मिळतात व त्यांची वेगवेगळी चव न घेता आपल्याच काही विशिष्ट प्रकारच्या चवीच्या चहाला चिकटून राहायचे म्हणजे केवळ दुराग्रह होय. तरी पण मी कित्येक वर्षे या सौम्य चिनी चहालाच चिकटून राहिलो आहे, याचे कारण असे की त्यात मादकतेचा, विषारी गुण जरा कमी आहे.

पुष्कळ लेखकांचे चहा हे आवडते पेय होते. या बाबतीत ते डॉ. जॉनसनचे शिष्य होते. 'मी एक कट्टर व निर्लज्ज चहाबाज आहे' असे डॉ. जॉनसन उघडपणे म्हणत असे. चार्लस लँबची अशीच गोष्ट आहे. पण त्याचे शब्द आता माझ्या ध्यानात नाहीत. ॲडिसनला आपल्या विषयाचे मथळे चहाचे घोट घेतल्यावर सुचत असत.

माझ्या बाबतीत म्हणायचे म्हणजे चांगल्या चहाचे एक-दोन कप घेतल्यावर माझ्या बुद्धीला तरतरी येते व मला स्फूर्ती मिळते. तशी तरतरी किंवा स्फूर्ती दुसऱ्या कोणत्याही साधनाने येत नाही. मला वाटते, चहाच्या उत्तेजक प्रभावामुळे मेंदूमधील

अणुरेणूंना पुनर्जीवन मिळते व त्यांचे कार्य जोराने होत जाते. या ब्रेन-टॉनिकचे एक दोन डोस घेतल्याखेरीज कोणत्याही बौद्धिक कामाला मी हात घालीत नाही. तसा विचार माझ्या स्वप्नातही येत नाही. मी जर एखादा गणितशास्त्रज्ञ असतो तर शंभर पानांचे लिखाण लिहायला चहाचे किती कप खर्ची पडले, याचा हिशेब मी करून ठेवला असता.

हिमालयातील या निवांत अशा एकांतस्थळी चहापानापासून होणारा जास्तीत जास्त फायदा मला घेता येतो. संध्याकाळच्या वेळी अंधार पडल्यानंतर ध्यानातून परत आल्यावर मी नुसता बसतो व चहाची पत्ती पाण्यात टाकल्यावर आरामशीर गुलाबी ऊब अंगात आलेली अनुभवतो. मग हळूहळू रात्रीची सावली माझ्या त्या पहाडी निवासस्थानावर पसरू लागते. नंतर भांड्यातली विरघळणारी भुरी साखर ढवळतो. त्यानंतर ती पूर्णपणे त्या अमृततुल्य चहामध्ये एकजीव होते व मग काही वेळाने त्या अमृताचा एक एक घुटका घेतो व त्याची लज्जत पूर्णपणे चाखतो. मला कशाची घाई नसते, कामाचा व्याप नसतो. मला भेटायला कोणी लोकही येथे येत नाहीत. तेव्हा हे माझे चहाप्राशन अगदी सावकाशपणे चालते. चहाप्राशनाचा उपभोग मी पूर्णतया घेतो.

लोक याहून जास्त उंची पेये पसंत करोत, मी त्याची दखल घेत नाही. मी एकपेयव्रती आहे. इतर अन्य पेयांस मी तोंड लावणार नाही. इतर कोणत्याही पेयाच्या प्राशनाने मला स्फूर्ती येणार नाही.

तसे पाहिले तर चहाचे हे व्यसन अगदी निरुपद्रवी आहे. सकाळी उठल्यावर एक कप चहा घेतला म्हणजे काय तरतरी वाटते! रात्रीच्या वेळी पानेच्या पाने खरडून टाकणाऱ्या माझ्यासारख्या लेखकाला झोप घालविण्याला दुसरी कोणती गोष्ट उपयोगी पडणार आहे?

तथापि अध्यात्ममार्गाच्या साधकाला यमनियमादी व्रताचे पालन करण्याच्या दृष्टीने असे उत्तेजक पेय घेणे हितावह नाही. ध्यानामध्ये जी मन:शांती मिळविण्याचा प्रयत्न तो करीत असतो, त्या प्रयत्नात अशा उत्तेजक पेयाच्या प्राशनाने विघ्ने येतात. त्याला जर चहाखेरीज अगदी होतच नसेल तर त्याने सौम्य चहा व तो सुद्धा फार थोड्या वेळा घ्यावा.

मला वाटते की, चहा करण्याची एकच पद्धत ज्यांना माहीत आहे; त्यांनी इतर पद्धतींचाही अवलंब प्रयोगाकरिता करावा म्हणजे चहाची वेगवेगळी लज्जत त्यांना कळून चुकेल. उदाहरणार्थ, रात्रीच्या भोजनानंतर कॉफी घेण्याऐवजी त्यांनी रशियन

पद्धतीचा एक कप चहा घ्यावा. तो चहा म्हणजे साखर भरपूर पण चहाची पत्ती कमी व त्यात एक-दोन लिंबाच्या फोडी टाकलेल्या. दुपारच्या भोजनानंतर इराणी पद्धतीचा चहा घ्यावा. रुचीपालट फार चांगली होते. इराणी पद्धत म्हणजे रशियन पद्धतच पण त्यात लिंबाच्याऐवजी सुंठ टाकतात.

याहूनही आणखी लज्जतदार प्रकार म्हणजे इजिप्शियन पद्धतीचा. ती पद्धत अशी : साखर व चहा नेहमीप्रमाणे, दूध नाही पण सुगंधी गुलाबाच्या पाकळ्या चहात टाकलेल्या. चहा दुधाबरोबर दुपारच्या वेळी व सकाळच्या वेळी घ्यावा. इतर वेळी दुधाखेरीज घ्यावा, पण यात प्रत्येकाची आवडनिवड ही आहेच. माझी आवड ही अशी.

आता मी पुन्हा त्या अमृताचा, त्या ब्रह्मरसाचा आणखी एक कप घशाखाली टाकतो व त्याच्याबरोबर टोस्ट घेतो. सुखद अशी उष्णता माझ्या शरीरात मी पसरून देतो. डोके हलके करतो व हृदयास उल्हसित करतो. चहाचा आस्वाद व सुगंध आता माझ्या नसानसातून पसरू लागला आहे.

* * *

अगदी पहाटेच दुरून घरघर असा अशुभ, घाबरवून टाकणारा आवाज ऐकू येऊ लागला. नंतर तो वाढत वाढत जाऊन मेघांचा गडगडाट सुरू झाला. मेघांचे दर्शन म्हणजे वर्षाकाळाचे आगमन. या देशातील हवामानातला फार महत्त्वाचा बदल.

माझ्या उघड्या खिडकीतून सोसाट्याचा थंडगार वारा कोसळू लागला. ऋतूमध्ये इतक्या लवकर बदल होईल असे वाटले नव्हते. पाचच मिनिटांपूर्वी टेबलावरून खिडकीतून मी बाहेर चांगले ऊन पडलेले पाहात होतो. प्रासादाभोवती असलेली हिरवळ त्या उन्हात चमकून दिसत होती. मधूनमधून सावली दृग्गोचर होत होती. आडवेतिडवे अस्ताव्यस्त पहुडलेले डोंगर दूरवर दिसत होते. सगळीकडे नि:स्तब्धतेचे साम्राज्य पसरलेले होते. डोंगराच्या कड्यावरची दाट काळी-निळी झाडी त्या सूर्यकिरणात जणू स्मित करीत होती. व पलीकडची हिमाच्छादित शिखरे तर जणू चित्रासारखी सुंदर दिसत होती आणि अशा या अप्रतिम सृष्टिसौंदर्याने मोहित होऊन कागदावर लिहिलेला मजकूर वाचण्याकरिता मी वाकलो होतो.

अन् इतक्यात ही घाबरून सोडणारी ढगांची टोळधाड आली. मी वर तोंड करून पाहिले. रविमहाराज अंतर्धान पावलेले होते. मेघांचा गडगडाट ही पूर्वसूचना होती. एकदम चोहोकडे पांढरे कापसासारखे दाट धुके पसरले. कोठून आले, त्याचा पत्ता नाही. अगदी खाली डोंगराच्या पायथ्यापासून माझ्या राहण्याच्या जागेपर्यंत पसरले.

वरती आकाशात काळे ढग शिखरांच्या टोकांशी मस्त बैलांप्रमाणे टकरा देत होते. त्या ढगांनी झाकून गेल्यामुळे ती शिखरे दिसेनाशी झाली. दाट धुक्याचे काळसर थर एरोप्लेनच्या तुकडीप्रमाणे डोंगराच्या ओळींमधून हलत. ते हलायला लागले म्हणजे त्यांच्याखालचे काही दिसत नसे. ते सगळीकडे पसरले म्हणजे खालचा सगळा भूभाग झाकून जाई. जणू दुधावरून वाफा निघाव्यात, असे दृश्य दिसे. निसर्गसुंदरीने जणू आपल्या तोंडावरून एखाद्या यावनी स्त्रीप्रमाणे बुरखा ओढून घेतला आहे, असे दिसे.

डोंगरांची किनार अंधुक अंधुक मला दिसत होती आणि मध्येच एकदम थंड सोसाट्याचा वारा सुरू होऊन त्याने ते काळे ढग पार घालवून दिले. आगगाडीच्या इंजिनाच्या शिट्टीसारखा त्या वाऱ्याचा आवाज ऐकू येत होता. त्या झंझावाताने ढग जे पळाले ते माझ्या दिशेकडे आले. अरण्यातील झाडांच्या फांद्यांवरून जसा तो झंझावात जाई, तसे झाडांचे हजारो शेंडे, बुडखे हलायला लागत व ते सामुदायिक नृत्याचे दृश्य मोठे गमतीदार दिसे. झंझावात माझ्या खोलीवरून जाई तेव्हा एकदम हवेत थंडावा येई. जबर थंडी चाकूसारखे अंग कापून जाई व मला अंगावर आणखी एक जाड स्वेटर चढवावा लागे.

धुके वरवर जाई व आमचे निवासस्थान त्या पांढऱ्या सागरात बेटासारखे दिसू लागे. दहा मिनिटांच्या अवधीत सारे दृश्य जग झाकून जाई व हिमालय पर्वताचे एखाद्या जादूच्या कांडीने दुर्लंघ्य आकाशामध्ये परिवर्तन होई. क्षणभर मला लंडनमधली पातळ धुक्याची आठवण होई. पण हे धुके तुलनेने फार स्वच्छ. तिथल्यासारखा या धुक्याला गंधकाचा वास मारीत नसे.

नंतर हे वादळ माझ्या डोक्यावरून जायला लागले. वादळ वाजत गाजत जाऊ लागले. त्याला साथ मेघांच्या गडगडाटाची व विजेच्या चमचमाटाची होती. करड्या रंगाच्या या ढगांतून पुढे जाड जाड गारा खाली पडत. मध्येच वीज कुठेतरी कोसळून पडायची. आता तीन महिने भूदेवीला सतत जलधारांचा अभिषेक. निसर्गाने रौद्रावतार धारण केला होता; आकाश जणू फाटून निघत होते. आकाशातून पाण्याचे हजारो थेंब एखाद्या उडत्या मशीनमधल्या बंदुकीच्या गोळ्यांसारखे बाहेर पडत होते व त्याचा आवाज सर्व दिशांत भरून जात होता. या परिसरात बंदुकीच्या फैरी या अशाच झडायच्या.

आणि मग आकाशातून जो जोराचा पाऊस कोसळे, त्या पाण्याच्या लोटाने जमिनीवरचे नदीनाले भरून जात. समशीतोष्ण युरोपात असे दृश्य दिसायचे नाही. हिमालयाच्या पश्चिमेकडून पूर्वेकडे लांबचलांब पसरलेल्या पर्वतावर हा जो पाऊस

पडतो ती शक्ती, ती ऊर्जा जर यांत्रिक पद्धतीने विजेच्या उत्पादनात वळवून घेता आली, तर या देशाचा निम्माअधिक प्रदेश विजेच्या प्रकाशाने उजळून जाईल.

कित्येक तास हा मुसळधार पाऊस चालू होता. पाण्याच्या कोसळणाऱ्या जाड धारा इमारतीला वेढा घालीत होत्या. विजा प्रथम मधूनमधून चमकायच्या. आता चमचमाट सारखा चालू राहिला. वीज जेव्हा खाली पहाडावर कोसळे, तेव्हा सारी जमीन हादरून जाई व कानठळ्या बसून जात.

रात्र पडू लागली तेव्हा पुन्हा जोराचा पाऊस पडू लागला. मग रात्रभर मी बिछान्यात पडून पावसाच्या पडणाऱ्या धारांचा आवाज ऐकत व विजांचा भिंतीवर मधूनमधून पडणारा प्रकाश पाहात राहिलो. आता पावसाळा सुरू झाला, तेव्हा पाऊस पडणारच.

थोड्याच दिवसात माझ्या निवासाच्या भोवतालची हिरवळ नाहीशी होऊन त्यात नुसता चिखलच चिखल झाला. वरती थोडीशी हिरवळ म्हणून पाय ठेवावा तर तो मातीत रुतून चिखलाने भरून जायचा.

आता हा ऋतुपालट झाला. मला त्याचा विषाद वाटत नाही. खालचा मैदानावरील भूप्रदेश उन्हाळ्याच्या प्रखर उन्हाने तापून निघालेला आहे. तो हे सर्व पाणी शोषून घेईल. जमिनीत पिके चांगली निघतील. गरीब शेतकऱ्यांच्या पोटापाण्याचा प्रश्न सुटेल.

या भागात फार पाऊस. थोड्याच दिवसांत जंगलातील झाडांवर, त्यांच्या फांद्यांवर शेवाळ बसू लागते; खाली जमिनीत वेली, झुडुपे यांचे जंगल माजून झाडांभोवती त्यांचा वेढा पडतो.

पण ही हवा एखाद्या जराजर्जर तिरसट म्हाताऱ्याच्या स्वभावासारखी लहरी असते. या ऋतूत हवामानात फार फरक होतो. प्रखर उष्णतेपासून कडाक्याच्या थंडीपर्यंत सर्व प्रकारची हवा येथे येऊन जाते. उष्ण कटिबंधापासून शीत कटिबंधापर्यंतच्या हवामानाचे सर्व प्रकार येथे अनुभवास येतात. संध्याकाळच्या वेळी इतका गारठा राहतो की, थंडीने मी कापू लागतो व मला हिवाळी उबदार कपडे अंगावर चढवावे लागतात. तसे पाहिले तर दिवस उन्हाळ्याचेच. तरीपण मधूनमधून थोडी उघड पडते, सूर्यप्रकाश चांगला पडतो. दोन-तीन तास चांगले ऊन पडले म्हणजे धुके वितळून जाते. ते पडत होते हे जणू स्वप्नच वाटते. असा गमतीदार खेळ चालू राहतो. या डोंगराळ भागात ऊन चांगले पडते; मग मी त्या उन्हात ऊन खात बसतो. थंडगार वाऱ्यांनी व भिजवून टाकणाऱ्या पावसाने जे अंग गारठून गेलेले असते, त्याची भरपाई होते. मला वाटते, हिमालय पर्वतात अशी अंगास ऊब देणारी साधने आहेत. त्याचा माणसाने भरपूर

उपयोग करून घ्यावा.

कधी कधी या सोसाट्याच्या वाऱ्याचा जोर इतका असतो की, एके सकाळी मी पाहतो तो शेजारच्या एका घराचे अर्धजस्ती छप्पर पार फाटून गेले होते व मेघगर्जनेच्या सुमारास विजेचा चमचमाट साथ देत होता. त्या गर्जनेचे प्रतिध्वनी रानी-वनी उमटत होते.

मधूनमधून ऊन पडायचे, उन्हात बसल्यावर ऊब वाटायची. त्यामुळे या वादळी हवेचा, पावसाचा व अंधारी दिवसांचा विसर पडायचा.

माझ्यासारख्या युरोपियन माणसाला हा खरा पावसाळा आवडायचा. उन्हाळ्यात उन्हाळा किती प्रखर; अंग भाजून निघायचे. माणसाच्या अंगातली शक्ती खलास व्हायची. मग स्वस्थ पडून राहण्याखेरीज व ताप सहन करण्याखेरीज दुसरा रस्ता नसायचा.

पाऊस आल्याने हिमालयातील पुष्पसृष्टी पुन्हा फुलते, फुलांना बहर येतो. पण हे सृष्टिसौंदर्य काही काळ तरी पांढुरक्या धुक्याने, हिमवर्षावाने, काळसर ढगांमुळे व गारांच्या वर्षावामुळे झाकले जाते, कोंडले जाते, याचा मात्र मनास खेद होतो.

* * *

याच्या पुढचा माझा गिरिकंदरातला जो वास झाला तो वृत्तांत जरा वेगळा आहे. त्या वास्तव्याला माझे अंत:शोधन चालू होते. परमात्म्याचा मी शोध घेत होतो. त्याची मनातून आराधना करीत होतो... त्या वास्तव्यात मी पूर्ण एकान्त अनुभवीत होतो. कोणाचाही व कशाचाही संबंध या वास्तव्यात आला नाही. तेव्हा त्याबद्दल मला काही वर्णन करायचे नाही. कारण त्यात वर्णन करता येण्यासारखेच काही नाही. पूर्ण नि:स्तब्धतेच्या अधिकाधिक गूढ होत जाणाऱ्या वातावरणात मी वावरत होतो. ज्या शून्याचा भेद करण्याचे मी इच्छित होतो, त्याबद्दल काय लिहायचे? लिहायचे म्हटले तर शब्द सुचत नाहीत. वाक्ये कशी जुळवावीत हे कळत नाही, नाहीतर मी तसा वाचस्पती. कोणताही शब्द, कोणतीही वाक्यरचना मनात विचार आल्याबरोबर मला सुचत असे. पण आता विचार मनात आले तरी लेखणीच्या टोकापर्यंत येईपर्यंत ते आतल्या आत विरून जातात. तेव्हा ही लेखणी बाजूला ठेवून द्यायची असे मी ठरवितो. या आंतरिक जीवनातल्या गाभ्याचा कानोसा मला कोणाला देता येणार नाही; तसा द्यावा असेही मला वाटत नाही. तेव्हा या माझ्या वृत्तांतावर मी आता अखेरचा पडदा ओढतो.

समारोप

मी आपल्या सामानाची बांधाबांध केली आहे आणि आता पुन्हा दक्षिणेकडे दृष्टी वळविली आहे. हे हिमालयातील जग, वृक्षराजीने अलंकृत असलेली ही गिरिशिखरे, हे नीलवर्ण आकाश आता माझ्या दृष्टीआड होणार. पुन्हा मी आपला भटक्या दरवेशी तो दरवेशी. ना घर ना दार. आता ऋतू बदलणार. दररोज थंडी वाढत जाणार आणि माझ्या निवासाच्या चारी बाजूंस बर्फाचे थर जमून त्याची तटबंदी होणार. सात-एक फूट ती भिंत उभारली जाणार. बंगल्यात शिरण्याचे रस्ते उरलेला पावसाळा व हिवाळा संपेपावेतो बंद राहणार. बंगल्याच्या कौलांवर सुद्धा बर्फाचे जाड थर साचणार आणि सारे दळणवळण स्थगित होणार. हे लहानसे राज्य आता बाह्य जगापासून काही महिने अलग होणार. त्या राज्याची शोभा हिवाळ्यात नाहीशी होणार आणि पुन्हा वसंत ऋतू येईपर्यंत माणसाला गिर्यारोहणाचे सारे कार्यक्रम स्थगित करावे लागणार.

तरी पण खालच्या मैदानांमधील भरपूर सूर्यप्रकाश व गुदमरून टाकणारी उष्ण हवा यांसाठी युरोपियन माणसे, जी बरेच दिवसात बोलावयास मिळाली नाही, ती भेटावी म्हणून सुद्धा कोणी आपखुशीने हे उत्साहदायक वातावरण सोडून जात नाही. मला सुद्धा हा गिरिप्रदेश सोडून जाताना खेद वाटला.

कारण पुन्हा गडबड्या, अस्वस्थ व वरवर बोलणाऱ्या माणसांमध्ये मला वावरावे लागणार, या विचाराने मनाला क्लेश होऊ लागले. या माणसांचा गोंगाट मला माश्यांच्या गोंगाटासारखा व निरर्थक वाटतो. शहरी जीवनातील ही सतत चालणारी गडबड, निरर्थक बडबड मला कशी सहन होणार! या गिरिप्रदेशात जी मन:शांती मी अनुभविली, ती आता माझ्या रोमारोमात भिनली आहे. ती तिथून आता बाहेर काढून टाकायची म्हणजे यातायातच. पण ती सारी खटपट करायलाच हवी. आत्म्याच्या बोलक्या शांततेला बुद्धिवाद्यांच्या बडबडीपुढे हार खावी लागणार आहे. हिमालयात हा जो मी प्रदीर्घ वास केला, त्याची आठवण मला सदैव राहील; ती आठवण कधीही पुसली जाणारी नाही; आणि त्यामुळे मला जो पारमार्थिक लाभ झाला, तो कधीही नाहीसा होणार नाही. सत्य म्हणजे काय, याचे जेथे दर्शन होईल किंवा जो ते घडवून देईल, तेथे जायला किंवा त्या व्यक्तीला भेटायला जाण्यात कितीही त्रास पडला तरी त्यापासून फायदाच होतो.

ज्या माझ्या मित्राने हे हस्तलिखित वाचून काढले आहे व ज्याने या माझ्या पुस्तकाला 'पुरस्कार' दिला आहे त्याचे म्हणणे असे पडले की, या गिरिकंदरात निसर्गाकडून जो मला संदेश मिळाला तसेच अस्वस्थ मनाच्या माणसांना हिमालयातील शांत वातावरणाद्वारा जो संदेश मिळू शकतो, त्याबद्दल समारोपादाखल मी जर काही लिहिले नाही तर ही सर्व हकिकत अपुरी राहील. त्याचे म्हणणे बरोबर आहे. तेव्हा समारोपादाखल मी काही मजकूर लिहितो. हिमालयातील उष्ण वातावरण म्हणजे एक नि:शब्द शक्ती. त्या शक्तीची किंचितशी ओळख शब्दांकरवी होऊ शकेल अशी मला आशा वाटते.

नियतीने मला साता समुद्रापलीकडून हा शोध घ्यायला इकडे पाठविले. तो शोध घ्यायला मी हिमालयातील एकान्तवासात आलो. आता हिमालयच स्वत: जे जग मी विसरून गेलो आहे त्या मोठ्या गडबडीच्या जगात पुनरपि मला आणून सोडीत आहे. आता हे चक्र पुरे झाले. बदल करून टाकणाऱ्या तीन बिंदूंचा हा त्रिकोण बरोबर पुरा झाला. पुन्हा आता एकांतात जायला बराच कालावधी लागेल. त्यावेळी मात्र मी हे मानवी जग व त्याकडे ओढणारे सामाजिक जीवन पार विसरून जाईन.

हिमालयापेक्षा अधिक लांबवरचा प्रवास करावयाची जेव्हा वेळ येईल, त्यावेळी तो प्रवास करावयाची सगळी तयारी मी करून ठेवीन. या प्रवासात जी मन:शांती मला लाभेल, ती मला हा देह सोडायला लावून एका नव्या जगात आणून सोडील. या नवीन जगात प्रवेश मिळणे फार कठीण आहे. तो प्रवेश मिळविण्याकरिता अफाट संपत्ती जरी वेचली, तरी त्याचा काही उपयोग होणार नाही.

थोडक्यात सांगायचे म्हणजे हिमालय पर्वत हे शांततेचे एक मूर्त स्वरूप आहे. त्या दिव्य शांततेत खुद्द परमात्मा वास करतो. त्यामुळे त्या शांततेत मानवाला परमेश्वराच्या अस्तित्वाची खूण पटते. तो परमात्मा म्हणजे निसर्गाच्या पाठीमागची सर्वव्यापी व सतत कार्य करीत असणारी परमशक्ती. मला त्या विशाल व उदात्त जगाची ओळख झाली आहे.

या शिखरांद्वारा जो अंतिम संदेश मिळतो, तोही अत्यंत पुरातन आहे. तो म्हणजे परमेश्वर अस्तित्वात आहे हाच. माझ्या दृष्टीने परमेश्वर हा आता कल्पनेचा, श्रद्धेचा विषय नाही. त्याचे मला आता प्रत्यक्ष दर्शन झाले, त्याचे अस्तित्व मला पटले. ते सुप्त खरे पण अत्युच्च.

त्याबरोबर हेही मला कळून चुकले की त्याला ओळखणे व त्याला शरण जाणे हाच त्या जीवनाचा अर्थ आहे. पण त्याचे दर्शन होण्यासाठी दररोज काही वेळ नि:स्तब्ध राहून अंतर्मुख झाले पाहिजे. बाह्य जगाशी संबंध तोडून अंतरात्म्यामध्ये प्रवेश केला पाहिजे. कारण त्याचा वास तेथेच असतो.

ज्यांना त्याच्या अस्तित्वाची खूण पटत नाही, त्यांच्या सोयीकरिता तो आपले अस्तित्व पटवून देण्याची पद्धती सोपी करून ठेवीत नाही. त्याच्याच पद्धतीने माणसास जावयास पाहिजे, अन्यथा तो दुर्लक्ष्य आहे. त्याचे दर्शन या मन:शांतीमध्येच होते. आणि तो कुठे दूर नाही, आपल्यामध्येच तो वास करीत असतो. 'तुझे आहे तुजपाशी, परी तू जागा चुकलासी.'

याचा अर्थ असा की, परमेश्वराचे अस्तित्व नष्ट होईल म्हणून मानवाने शोक करण्याचे कारण नाही. मानवाच्या मर्त्य जीवनाच्या पलीकडे त्याच्या आत्म्याचे जीवन अमर आहे, हे जेव्हा पटू लागते, तेव्हा कुठे आत्मसाक्षात्काराची सुरुवात होऊ लागते. त्याने आपले चित्त अगदी वरच्या स्तरावर न्यावे म्हणजे यातील सत्य त्यास पटू लागते. हा विचार कोणीही जाणतेपणे किंवा अजाणता अनेकवार अगदी कंटाळा येईतोपर्यंत बोलून दाखविला तरी त्यात नितांत सत्य भरून राहिलेले आहे. माझ्यासमोरच्या या धीरगंभीर शिखरांभोवती पसरलेले हे धुके जसे हळूहळू नाहीसे होणार आहे, तद्वत

मानवी देहही नष्ट होणारा आहे. पण देह नष्ट झाला तरी त्यात वास करीत असलेला आत्मा हा अमर आहे : कारण तो परमात्म्याचा अंश आहे.

हे सर्व मला कळून चुकलेले आहे. बायबलमध्ये किंवा कोणी पाद्र्याने मला ते सांगितले म्हणून नव्हे तर मला ध्यानावस्थेत त्याचे ज्ञान झालेले आहे. मी जेव्हा शांतिधामात ध्यान लावून बसत असे, तेव्हा पुष्कळदा मला असा अनुभव येई, की मी सदेह त्या शांतिधामातून वर हळूहळू हवेत उचलला जात आहे. मला तो सर्व रम्य भूप्रदेश, ती वनश्री, ती गिरिकंदरे, ते जलप्रपात, ती हिमाच्छादित शिखरे सर्व काही दिसत होते, मी चांगला जागा होतो. डोळ्यांवर झोप नव्हती की स्वप्नातही नव्हतो. पण जेव्हा नोकराने मला हाक मारली, तीही मी ऐकली पण मला आपले हात किंवा पाय हलविता येईनात. मला हलता येईना की बोलताही येईना. पण तरी माझ्या सभोवारच्या सगळ्या वस्तू मला अलिप्तपणे स्पष्ट दिसत होत्या. माझे शरीर जणू मेल्यागत झाले होते पण मी जिवंत होतो. या अनुभवामुळे देहातील अस्तित्वाची मला जाणीव झालेली असल्यामुळे त्याविषयी माझ्याशी कोणीही कितीही वादविवाद केला तरी मी पुरून उरेन. कारण अंतरात्म्याला जन्माच्या वेळी प्रवेश करणे, झोपेत किंचित्काल शरीराच्या बाहेर जाऊन येणे व मरणाच्या वेळी शरीरातून कायमचे बाहेर निघून जाणे हे शक्य आहे, हे मला या अनुभवामुळे पुरते कळून चुकले.

विधात्याने हे विश्व वाऱ्यावर सोडलेले नाही. त्याचे कार्य सतत शांतपणे चालू असते. जगात सारे उत्पात चालू असताना ही गोष्ट आपण सदैव ध्यानात बाळगली पाहिजे. आज काहीही घडो, माझी पूर्ण खात्री आहे की, परमेश्वराचे हे कार्य निरंतर गुप्तपणे चालू राहात असल्यामुळे मानवाच्या पुढील इतिहासात त्याच्या अत्युच्च आकांक्षांची जरूर नोंद राहील. माझा यावर पूर्ण विश्वास आहे, जो माझ्याप्रमाणे एकांतवासात राहील व परमेश्वराचा शब्दविरहित आवाज आपल्या स्वत:च्या अंत:करणात ऐकेल व त्याचाही यावर विश्वास राहील. आशेखेरीज दुसरी कोणतीही गोष्ट माणसाला जवळ बाळगता येण्यासारखी नाही. तीच आशाआकांक्षा आपण सगळे बाळगूया. आस्तिक्यभावनेचा शेवटी विजयच होणार व तो झालाच पाहिजे.

मला हे सर्व हिमालयाने शिकविले.

बायबलमधल्या एका सूक्ताची मला या संदर्भात चांगली आठवण होते. शेवटची ओळ म्हणून ते सूक्त मी येथे पुन्हा एकवार उद्धृत करतो :

अंतर्बाह्य निःस्तब्ध मौन व्हा आणि जाणून घ्या, 'मी आहे'–ईश्वरस्वरूप!

●●●

परिशिष्ट

पृष्ठसंख्या : १६८

Also available in Hindi, English, Bengali, Gujarati, Malayalam, Kannada, Punjabi & Telugu

नि:शब्द संवाद : एक जादू

जीवन जगण्याचे १११ उपाय

या पुस्तकातील प्रश्नोत्तरे आपल्याला केवळ दिलासा देण्यासाठी नसून जागृत करण्यासाठी आहेत... नि:शब्द करण्यासाठी आहेत... मौनात नेण्यासाठी आहेत... प्रत्येक प्रश्नाचं उत्तर खरंतर प्रश्न विचारणाऱ्याच्या अंतरंगातच असतं. हवी असते ती दृष्टी- ती समज - चिंतन - मनन. ज्यायोगे या विराट विश्वाकडे आणि आपल्या स्वत:कडे पाहण्याची तेजज्ञानाची, साक्षात्काराची एक वेगळीच दृष्टी लाभते.

प्रश्नोत्तरांमध्ये स्वत:चा शोध घ्या, स्वानुभवावर स्थापित व्हा. अनुभव आविष्कृत करणे हे आपले मूळ उद्दिष्ट आहे.

पृष्ठसंख्या : २४८

Also available in Hindi & English

मोक्ष – अंतिम साफल्याचा राजमार्ग

मोक्षाच्या प्रचलित संकल्पनांना छेद देणारे आणि वाचकांचे जीवन बदलून टाकणारे पुस्तक मोक्ष... मृत्यूनंतर नव्हे... जिवंतपणीच! आत्ता... याच क्षणाला.

मोक्ष... या कल्पनेबाबत सर्वसामान्य लोकांमध्ये प्रचलित असलेली एक समजूत अशी की मोक्ष हा माणसाला त्याच्या मृत्यूनंतरच मिळतो. पण ही समजूत अगदीच चुकीची कशी आहे, हे या पुस्तकात वाचणार आहोत.

मोक्ष आपल्या अंतरंगातच आहे व आपल्याच अस्तित्वाचाच एक अभिन्न भाग आहे. मोक्ष हा अतिशय गहन विषय, सामान्य माणसालाही समजेल अशा सोप्या व लोकभाषेत या पुस्तकात सांगितला आहे.

पृथ्वीलक्ष्य – मृत्यूचं महासत्य

पृष्ठसंख्या : २७२

Also available in Hindi, English, Gujarati & Punjabi

या पुस्तकाद्वारे आपण मृत्यूविषयीचं सत्य, त्याचबरोबर मृत्यू पूर्णविराम नसून अल्पविराम आहे हेही जाणणार आहात. हे ज्ञान आपल्या वर्तमानात बदल घडवून आणेल आणि जीवनाला सुंदर, सकारात्मक बनवेल. शिवाय प्रत्येक प्रकारच्या भयापासून मुक्त करेल आणि आयुष्यात आमूलाग्र बदल घडवून जीवनाचा कायापालट करेल.

जीवनात अनेक कठीण घटना, अडचणींना सामोरं गेल्यानंतरच लोकांना समजतं, की त्या दुःखद घटनांमुळे ते पूर्वीपेक्षा अधिक मजबूत झाले आहेत, कणखर बनले आहेत. हे रहस्य 'पृथ्वीलक्ष्य' या पुस्तकाद्वारे ज्ञात होईल.

हे पुस्तक वाचल्यानंतर आपल्या जीवनातील कोणताही पैलू अज्ञात राहणार नाही. जन्म-मृत्यूच्या चक्रातून मुक्त तर व्हालच त्याचबरोबर मोक्ष, महाजीवनही प्राप्त कराल. 'पृथ्वीलक्ष्य' या पुस्तकाद्वारे आपलं जीवन सार्थकी लावा. त्याचप्रमाणे इतरांचं जीवनही अधिक सुखकर होण्यासाठी आपण निमित्त बना. जीवनाचं महान रहस्य जाणून सर्व इच्छा-आकांक्षांपासून एवढंच नव्हे तर मृत्यूपासूनही मुक्त व्हा.

भय, चिंता आणि क्रोध यांपासून – मुक्ती

पृष्ठसंख्या : १८४

Also available in Hindi & English

आधुनिक जगात माणूस नाना प्रकारचे ताणतणाव, भय आणि चिंतेच्या ओझ्याखाली दबून जगत आहे. यातून बाहेर पडण्यासाठी तो सतत काही ना काही उपाय शोधत असतो. उपलब्ध असलेल्या विविध प्रकारच्या उपायांमधून त्याला काहीसा दिलासा मिळत असला तरी भय व चिंता यांसारख्या विकारांपासून तो कायमचा मुक्त होत नाही, तर त्यावर उपाय शोधण्यासाठी सतत धडपडत राहतो.

या पुस्तकात तीन भागांमध्ये भय, चिंता आणि क्रोध याविषयीचे विवेचन केले आहे. अज्ञानामध्ये माणूस देवाकडे यश, पुत्र, सिद्धी इ. मागणी करत राहतो. पण या सर्वांपेक्षा श्रेष्ठ आहे मुक्तीचे वरदान, तेजवरदान! हे वरदान माणसाला सगळ्या भयांपासून, चिंतांपासून, क्रोधापासून तसेच जीवनातल्या सगळ्या समस्यांपासून मुक्त करते.

महाआसमानी परमज्ञान शिबिर परिचय आणि लाभ

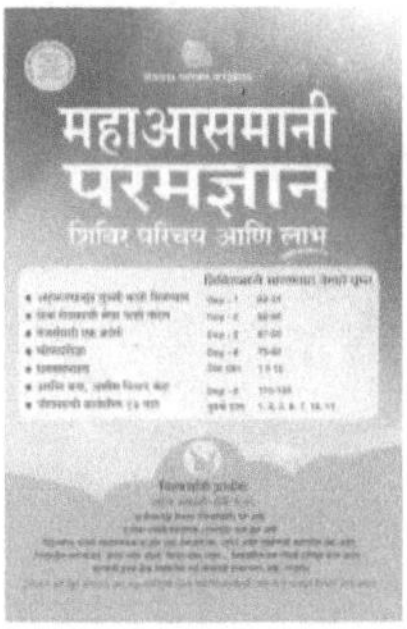

तेजज्ञान फाउंडेशन आत्मविकासातून आत्मसाक्षात्कार प्राप्त करण्याचा एक मार्ग आहे. यासाठी सरश्रींद्वारा एक अनोखी बोधप्रणाली (System for Wisdom) निर्माण झाली आहे. या प्रणालीला आंतरराष्ट्रीय प्रमाणपत्राद्वारे ISO ९००१:२०१५च्या आवश्यकतेनुसार आणि निकष पडताळून सरळ, व्यावहारिक आणि प्रभावी बनवलं गेलं आहे. या संस्थेच्या प्रबोधनपद्धतीच्या भिन्न पैलूंना (शिक्षण, निरीक्षण आणि गुणवत्ता) स्वतंत्र गुणवत्ता परीक्षकांद्वारे (Quality Auditors) क्रमबद्ध पद्धतीने पडताळलं गेलं. त्यानंतर या पैलूंना ISO ९००१:२०१५ साठी पात्र समजून या बोधपद्धतीला हे प्रमाणपत्र प्रदान करण्यात आलं.

या फाउंडेशनचे लक्ष्य आहे नकारात्मक विचारांकडून सकारात्मक विचारांकडे वाटचाल. सकारात्मक विचारांकडून शुभ विचारांकडे म्हणजे हॅपी थॉट्सकडे प्रगती. शुभ विचारांकडून निर्विचार अवस्थेकडे मार्गक्रमण आणि निर्विचार अवस्थेच्या अंती आत्मसाक्षात्कार प्राप्ती. 'मी सर्व विचारांपासून मुक्त व्हावे' हा विचार म्हणजे शुभ विचार (हॅपी थॉट्स). 'मी प्रत्येक इच्छेपासून मुक्त व्हावे', अशी इच्छा म्हणजे शुभ इच्छा.

तेजज्ञान म्हणजे ज्ञान व अज्ञान या दोहोंच्या पलीकडचे ज्ञान. पुष्कळ लोक सामान्य ज्ञानाच्या (General Knowledge) माहितीलाच ज्ञान मानतात. परंतु अस्सल ज्ञान आणि नुसती माहिती यांत फार मोठे अंतर आहे. आजमितीला लोक सामान्य ज्ञानाच्या उत्तरांनाच जास्त महत्त्व देतात. अशा ज्ञानाचे विषय म्हणजे कर्म आणि भाग्य, योग आणि प्राणायाम, स्वर्ग आणि नरक इत्यादी. आजच्या युगात सामान्यज्ञान प्राप्त करणारे लोक, शिक्षक मोठ्या प्रमाणावर आहेत; परंतु हे ज्ञान ऐकून जीवनात परिवर्तन घडून येत नाही. असे ज्ञान म्हणजे केवळ बुद्धिविलास आहे किंवा अध्यात्माच्या नावावर चाललेला बुद्धीचा व्यायाम आहे.

सर्व समस्यांवरील उपाय आहे तेजज्ञान. क्रोध, चिंता आणि भय यांपासून मुक्त जीवन म्हणजे तेजज्ञान. शारीरिक, मानसिक, सामाजिक, आर्थिक आणि आध्यात्मिक प्रगतीचा, सर्वांगीण प्रगतीचा मार्ग आहे तेजज्ञान. तेजज्ञान आपल्या अंतरंगात आहे. येथे या आणि या गोष्टीचा अनुभव घ्या. आपल्याला असे ज्ञान हवे आहे, की जे सामान्य ज्ञानापलीकडे आहे, जे प्रत्येक समस्येवरील उत्तर आहे, जे प्रत्येक समजुतीपासून, गृहीत धारणांपासून आपल्याला मुक्त करते, ईश्वरी साक्षात्कार घडविते, अंतिम सत्यात स्थापित करते. आता वेळ आली आहे शाब्दिक, सामान्यज्ञानातून बाहेर येऊन तेजज्ञानाचा अनुभव घेण्याची!

आजवर जप-तप, तंत्र-मंत्र, कर्म-भाग्य, ध्यान-ज्ञान, योग-भक्ती असे अनेक मार्ग अध्यात्मात सांगितले आहेत. या सर्व मार्गांनी प्राप्त होणारी अंतिम समज, अंतिम ज्ञान, बोध

एकच आहे. अंतिम सत्याच्या शोधकाला, साधकाला शेवटी जी एकच 'समज' प्राप्त होते, ती 'समज' श्रवणानेसुद्धा प्राप्त होऊ शकते. अशा समजप्राप्तीसाठी श्रवण करणे यालाच तेजज्ञान प्राप्त करणे म्हटले गेले आहे. तेजज्ञानाच्या श्रवणाने सत्याचा साक्षात्कार घडतो, ईश्वरीय अनुभव मिळतो. हेच तेजज्ञान सरश्री महाआसमानी शिबिरात प्रदान करतात.

सरश्रींचा आध्यात्मिक शोध त्यांच्या बालपणापासूनच सुरू झाला होता. हा शोध सुरू असताना त्यांनी अनेक प्रकारच्या पुस्तकांचा अभ्यास केला. त्याचबरोबर आपल्या आध्यात्मिक शोधात मग्न राहून त्यांनी अनेक ध्यानपद्धतींचा अभ्यास केला. त्यांच्या या शोधाने त्यांना अनेक वैचारिक आणि शैक्षणिक संस्थांमध्ये जाण्यासाठी प्रेरित केले.

सत्यप्राप्तीच्या शोधासाठी जास्तीत-जास्त वेळ देता यावा, या तीव्र इच्छेने त्यांना, ते करत असलेले अध्यापनाचे कार्य त्याग करण्यास प्रवृत्त केले. जीवनाचे रहस्य समजण्यासाठी त्यांनी बराच काळ मनन करून आपले शोधकार्य सतत सुरू ठेवले. या शोधाच्या शेवटी त्यांना 'आत्मबोध' प्राप्त झाला. आत्मसाक्षात्कारानंतर त्यांना जाणवले, की सत्यापर्यंत पोहोचण्याच्या प्रत्येक मार्गांत एकच सुटलेली कडी (मिसिंग लिंक) आहे आणि ती म्हणजे 'समज' (Understanding).

सरश्री म्हणतात, 'सत्यप्राप्तीच्या सर्व मार्गांचा आरंभ वेगवेगळ्या प्रकारे होतो, परंतु सर्वांचा शेवट मात्र 'समजे'ने होतो. ही 'समज'च सर्व काही असून, ती स्वतःमध्ये परिपूर्ण आहे. आध्यात्मिक ज्ञान प्राप्तीकरिता या 'समजे'चे श्रवणसुद्धा पुरेसे आहे' ही समज प्रकाशमान करण्यासाठी आजपर्यंत त्यांनी आध्यात्मिक विषयांवर तीन हजारांहून अधिक प्रवचनं दिली आहेत. याशिवाय आजवर त्यांनी विविध विषयांवर १५० हून अधिक पुस्तकं लिहिली आहेत. त्यांपैकी 'विचार नियम', 'स्वसंवाद एक जादू', 'निर्णय आणि जबाबदारी', 'शोध स्वतःचा', 'स्वीकाराची जादू', 'निःशब्द संवाद एक जादू', 'संपूर्ण ध्यान' इत्यादी पुस्तकं बेस्ट सेलर झाली आहेत. ही पुस्तकं दहापेक्षा अधिक भाषांमध्ये अनुवादित असून, पेंगुइन बुक्स, हे हाउस पब्लिशर्स, जैको बुक्स, मंजुळ पब्लिशिंग हाउस, प्रभात प्रकाशन, राजपाल ॲण्ड सन्स, पेंटागॉन प्रेस आणि सकाळ प्रकाशन इत्यादी प्रमुख इत्यादी प्रमुख प्रकाशन संस्थांद्वारे ती प्रकाशित झाली आहेत. सरश्रींच्या शिकवणीने लाखो लोकांच्या जीवनात परिवर्तन घडलं आहे. तसेच संपूर्ण विश्वाची चेतना वाढविण्यासाठी कित्येक सामाजिक कार्यांची सुरुवातही केली आहे.

तुम्हाला सर्वोच्च आनंद हवाय? असा आनंद, जो कोणत्याही बाह्य कारणावर अवलंबून नाही... जो प्रत्येक क्षणी वृद्धिंगत होतो. या जीवनात तुम्हाला प्रेम, विश्वास, शांती, समृद्धी आणि परमसंतुष्टी हवी आहे का? शारीरिक, मानसिक, सामाजिक, आर्थिक आणि आध्यात्मिक अशा आयुष्याच्या सर्व स्तरांवर यशस्वी होण्याची तुमची इच्छा आहे का? 'मी कोण आहे' हे तुम्हाला अनुभवाने जाणावंसं वाटतं का?

तुमच्या अंतर्यामी अशा सर्व प्रश्नांची उत्तरं जाणण्याची इच्छा आणि 'अंतिम सत्य' प्राप्त करण्याची तृष्णा असेल, तर तेजज्ञान फाउंडेशनतर्फे आयोजित 'महाआसमानी शिबिरा'त तुमचं

स्वागत आहे. हे शिबिर सरश्रींच्या मार्गदर्शनावर आधारित आहे. सरश्री, आजच्या युगातील आध्यात्मिक गुरू असून, ते आजच्या लोकभाषेत अत्यंत सहजपणे आध्यात्मिक समज प्रदान करतात.

महाआसमानी परमज्ञान शिबिराचा उद्देश :

विश्वातील प्रत्येक मनुष्यानं 'मी कोण आहे', या प्रश्नाचं उत्तर जाणून तो सर्वोच्च आनंदाच्या अवस्थेत स्थापित व्हावा, हाच या शिबिराचा मुख्य उद्देश आहे. प्रत्येकाला असं ज्ञान प्राप्त व्हावं, जेणेकरून त्यानं प्रत्येक क्षणी वर्तमानात जगण्याची कला आत्मसात करावी. तो भूतकाळाचं ओझं आणि भविष्याची चिंता यांतून मुक्त व्हावा. प्रत्येकाच्या आयुष्यात कधीही न संपणारा आनंद आणि योग्य समज यावी. शिवाय, प्रत्येकानं समस्या विलीन करण्याची कला आत्मसात करावी. थोडक्यात, मनुष्यजन्माचा उद्देश सफल व्हावा, हाच या शिबिराचा उद्देश आहे. 'मी कोण आहे? मी येथे का आहे? मोक्ष म्हणजे काय? या जन्मातच मोक्षप्राप्ती शक्य आहे का?' असे प्रश्न जर तुमच्या मनात असतील, तर त्यांवरील उत्तर आहे- 'महाआसमानी शिबिर'.

महाआसमानी परमज्ञान शिबिराचे मुख्य लाभ :

वास्तविक या शिबिराचे लाभ तर असंख्य आहेत; पण त्यांपैकी मुख्य लाभ पुढीलप्रमाणे-

* जीवनात शक्तिशाली ध्येय निश्चित होतं
* 'मी कोण आहे' हे अनुभवाने जाणता येतं (सेल्फ रियलायजेशन)
* मनाचे सर्व विकार विलीन होतात.
* भय, चिंता, क्रोध, बोरडम, मोह, तणाव या नकारात्मक बाबींतून मुक्ती
* प्रेम, आनंद, मौन, समृद्धी, संतुष्टी, विश्वास अशा दिव्य गुणांशी युक्ती
* साधं, सरळ पण शक्तिशाली जीवन जगता येतं
* प्रत्येक समस्येचं निराकरण करण्याची कला प्राप्त होते
* 'प्रत्येक क्षणी वर्तमानात जगणं' हा तुमचा स्वभाव बनतो
* आपल्यातील सर्व सकारात्मक शक्यता खुलतात
* याच जीवनात मोक्षप्राप्ती होते

महाआसमानी परमज्ञान शिबिरात सहभागी कसं व्हाल?

या शिबिरात सहभागी होण्यासाठी तुम्हाला खालील बाबींची पूर्तता करायची आहे-

१. तुमचं वय कमीत कमी अठरा किंवा त्यापेक्षा अधिक असायला हवं.

२. सर्वप्रथम तुम्हाला 'सत्य-स्थापना' (फाउंडेशन ट्रुथ रिट्रीट) शिबिरात सहभागी व्हावं लागेल. या शिबिरात, तुम्ही प्रामुख्यानं दोन बाबी शिकाल- प्रत्येक क्षणी वर्तमानात जगण्याची कला कशी आत्मसात करावी आणि निर्विचार अवस्था कशी प्राप्त करावी.

३. प्राथमिक स्तरावर तुम्हाला काही प्रवचनं ऐकायची असून, त्यांतून तुम्ही मूलभूत समज आत्मसात कराल आणि महाआसमानी शिबिरात प्रवेश करण्यासाठी तयार व्हाल.

महाआसमानी शिबिर वर्षभरात पाच-सहा वेळा आयोजित केलं जातं. यात हजारो सत्यशोधक सहभागी होतात. महाआसमानी शिबिराची पूर्वतयारी तुम्ही तेजज्ञान फाउंडेशनच्या नजीकच्या सेंटरवरही करू शकता. महाराष्ट्रात अहमदनगर, सातारा, औरंगाबाद, नाशिक, नागपूर, वर्धा, अमरावती, चंद्रपूर, यवतमाळ, कोल्हापूर, सांगली, रत्नागिरी, लातूर, बीड, नांदेड, परभणी, पनवेल, मुंबई, ठाणे, सोलापूर, पंढरपूर, जळगाव, अकोला, बुलढाणा, धुळे, भुसावळ आणि महाराष्ट्राबाहेर सुरत, अहमदाबाद, बडोदा, नवी दिल्ली, बेंगलुरू, बेळगाव, धारवाड, रायपूर, भुवनेश्वर, कोलकाता, रांची, लखनौ, कानपूर, चंदीगढ, जयपूर, चेन्नई, पणजी, म्हापसा, भोपाळ, इंदोर, इटारसी, हर्दा, विदिशा, बुऱ्हाणपूर या ठिकाणी महाआसमानी शिबिराची पूर्वतयारी करू शकता.

तेजज्ञान फाउंडेशनमध्ये उपलब्ध असणाऱ्या सरश्रीलिखित पुस्तकांचं वाचन करून किंवा सरश्रींच्या प्रवचनांच्या सीडीज ऐकूनही तुम्ही या शिबिराची पूर्वतयारी करू शकता. याशिवाय, तुम्ही टीव्ही, रेडिओ किंवा यू ट्युबवरील सरश्रींच्या प्रवचनांचा लाभही घेऊ शकता. पण लक्षात घ्या, पुस्तकांतील ज्ञान, सीडी, टीव्ही, रेडिओ आणि यू ट्युबवरील प्रवचनं म्हणजे 'तेजज्ञानाची तोंडओळख' आहे; 'संपूर्ण तेजज्ञान' मुळीच नाही. तुम्ही महाआसमानी शिबिरात सहभागी होऊनच तेजज्ञानाचा आनंद घेऊ शकता. तेव्हा आगामी महाआसमानी शिबिरात सहभागी होण्यासाठी आजच संपर्क करा- ०९९२१००८०६०/७५, ९०११०१३२०८

www.ingramcontent.com/pod-product-compliance
Lightning Source LLC
LaVergne TN
LVHW060432051026
849518LV00002B/426